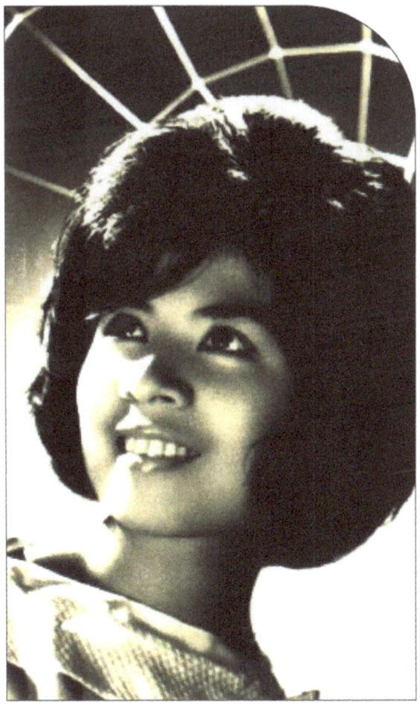

Thương mến gửi các em nhóm Phan Châu Trinh 58-65 của cô,

Bốn mươi sáu năm trước cô đã đến với các em vào một buổi sáng thật tuyệt vời!

"Sáng hôm đó
Bầu trời xanh ngọc bích
Chim hoan ca ríu rít hót trên cành
Có nắng vàng hanh
Và lòng mở hội
Tôi lượt là áo lụa lướt qua sân
Cây cột cờ đứng ngó trân trân
Cành phượng vĩ lâng lâng tình tri ngộ..."
(Tôi Nhớ Trường Xưa - Kim Thành)

Cái "tình tri ngộ" đó là khởi đầu hiếm quý của thời gian ba năm cô được sống cùng các em dưới mái trường Phan Châu Trinh thân thương. Ba năm ngắn ngủi nhưng kỷ niệm thì thật nhiều... Các em đã cho cô một thời để nhớ với đủ trìu mến, nghịch ngợm, lưu luyến, bâng quơ... Tâm hồn cô lâng lâng một niềm vui khi cô ngồi viết những dòng này gửi đến các em. Cô đang nghĩ đến những ngày xưa thân ái ấy và nghĩ đến những năm tháng gần đây cô may mắn gặp lại một số các em. Cô nhớ đến lần phone "móc nối" đầu tiên rất bất ngờ của Hân, email giới thiệu Trang Web PCT 58-65 - mà cô đã thức suốt đêm để đọc không sót một chữ - của Thịnh. Các em đã đến với cô thật dễ thương giữa lúc cô đang đau buồn vô cùng tận vì Thầy vĩnh viễn bỏ cô ra đi. Long đã ân cần giới thiệu những bài thơ đầu tiên của cô, đưa cô sống lại với MỘT THỜI PHAN CHÂU TRINH ĐÀ NẴNG. Trùy đã phổ nhạc Thơ của cô, dòng nhạc thấm đậm lòng người. Thiệu, Khiêm Trinh, Xuân Phong, Chẩn, Hựu, Quỳnh Chi... luôn luôn sẵn sàng tiếp tay cô thời gian cô chuẩn bị ra mắt Tập Thơ BẾN ĐỢI. Hai em gần gũi cô nhiều nhất là Thiệu và Khiêm Trinh. Khiêm Trinh lo chăm sóc từng cành hoa, từng chiếc bánh để chào mừng quan khách. Thiệu tự tay cưa từng thanh gỗ, bắt từng con vít làm nên những khung vải trang trí phòng hội... BẾN ĐỢI là niềm vui lớn của cô và chính các em là những người trực tiếp chia sẻ cùng cô niềm vui đó...

Cái tình của các em cho cô thật đầy. Buồn vui cô đều có các em. Mới đây thôi, cô bị tai nạn té gảy tay, tinh thần xuống dốc khiếp đảm, các em đã tới tấp gởi email, gọi điện thoại thăm hỏi, an ủi, chúc lành cô. Nhấc phone lên cô thường nghe một giọng nói quen thuộc ở đầu dây bên kia tương tự như: "Thưa Cô, em Diên đây cô, cái tay của cô đã đến đâu rồi?..."

Cứ thế, sợi dây thân ái Thầy Trò ngày càng siết chặt và không biết tự bao giờ cô đã cảm thấy mình như một thành viên không thể tách rời của nhóm Phan Châu Trinh 58-65 các em. Cái nghề đi dạy học của cô chẳng hề bạc bẽo như người ta thường nói.

Cô là một nhà giáo may mắn, vô cùng may mắn...

Cô cám ơn cuộc đời đã cho cô có các em như một phần Hạnh phúc trong cô những tháng ngày còn lại.

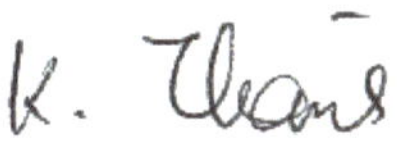

Cô Kim Thành
Aliso Viejo, Thu 2008

lời mở đầu

Nhóm Cựu HS Phan Châu Trinh 1958-1965

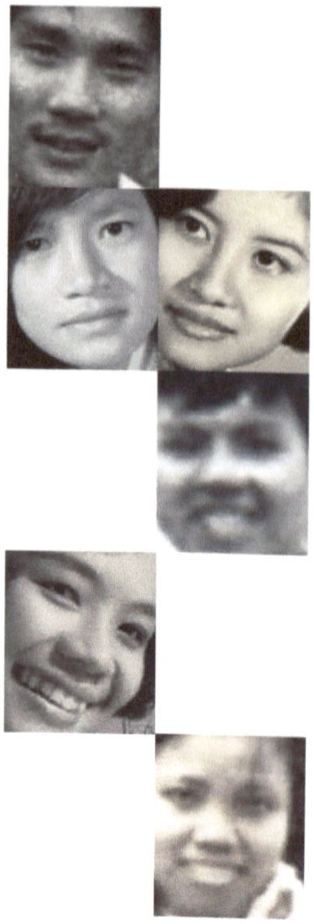

Còn tuổi nào đẹp hơn tuổi học trò?
Còn hình ảnh nào đẹp hơn hình ảnh học trò?
Còn kỷ niệm nào nhiều hơn kỷ niệm của tuổi học trò?
Ôi! Hai tiếng HỌC TRÒ nghe sao trìu mến quá!

Tập Đặc San nầy ra đời với mục đích mang lại những hình ảnh ngày xưa của tuổi học trò đầy hoa mộng mà thời gian đã cướp đi và đang xóa mòn dần trong ký ức của chúng ta, như nhà thơ Chế Lan Viên đã nói: "Thời gian chảy đá mòn sông núi lở."

Thời gian thấm thoát đã hơn bốn mươi năm từ ngày chúng ta xa ngôi trường thân yêu. Bốn mươi năm biết bao bể dâu của đất nước cũng như của cuộc đời riêng tư của mỗi chúng ta. Ngày nay phần lớn chúng ta đã thành ông bà nội, ông bà ngoại, con đàn, cháu đống, nhưng chắc chắn tâm hồn của chúng ta vẫn còn giữ được và giữ mãi những hình ảnh và những kỷ niệm của tuổi hoa niên ngày nào.

May mắn thay chúng ta còn được gặp lại nhau, và đã cùng nhau trao đổi tâm tình qua những điện thư, qua điện thoại, trong các cuộc họp bạn... và Đặc San nầy ra mắt quý bạn với mục đích ghi lại những hình ảnh của bạn bè chúng ta sau hơn bốn mươi năm xa cách, kẻ còn, người mất: HÌNH ẢNH XƯA VÀ NAY. Tuy còn rất nhiều thiếu sót nhưng hy vọng Đặc San sẽ đem lại cho chúng ta những kỷ niệm của thời hoa mộng, để chúng ta có dịp hồi tưởng thời học trò và cứ ngỡ rằng mình vẫn còn tuổi mộng mơ như ngày nào... cho đời tươi đẹp càng tươi đẹp hơn.□

Chân dung Cựu Học Sinh

PCT 58-65

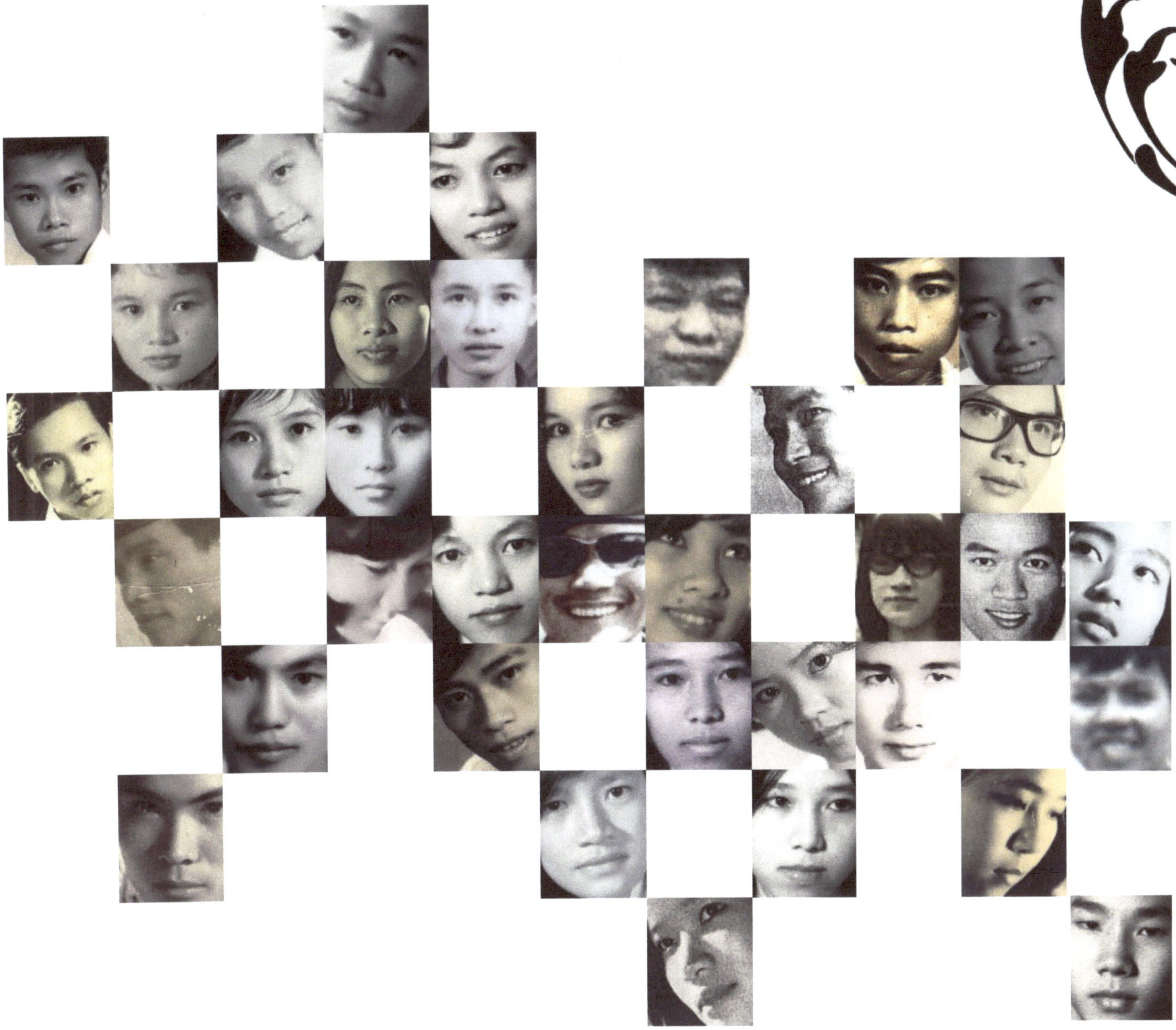

Phạm Thị AN

{ Một người hồng nhan, hồng mệnh }

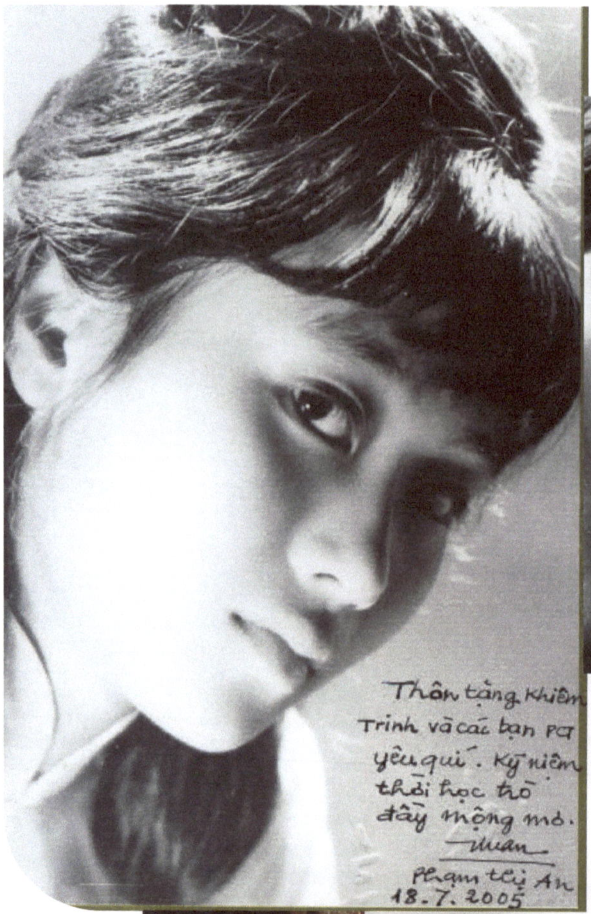

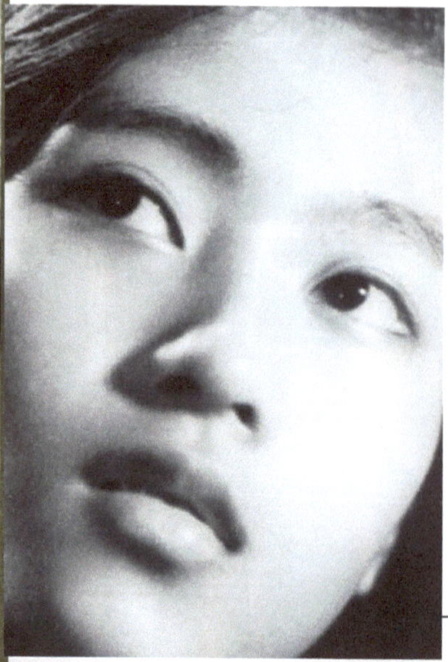

Năm 16 tuổi

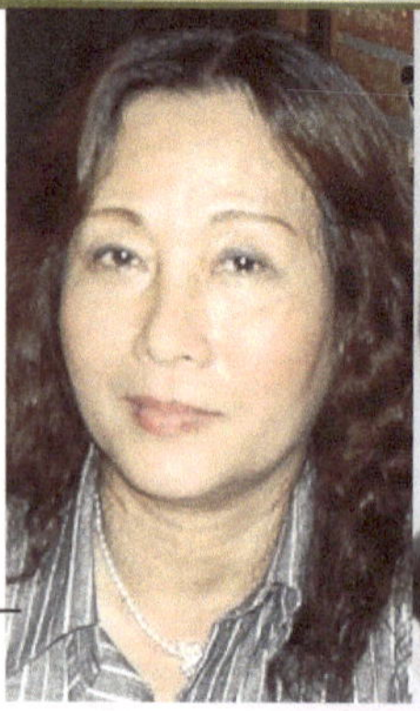

27.04.2008

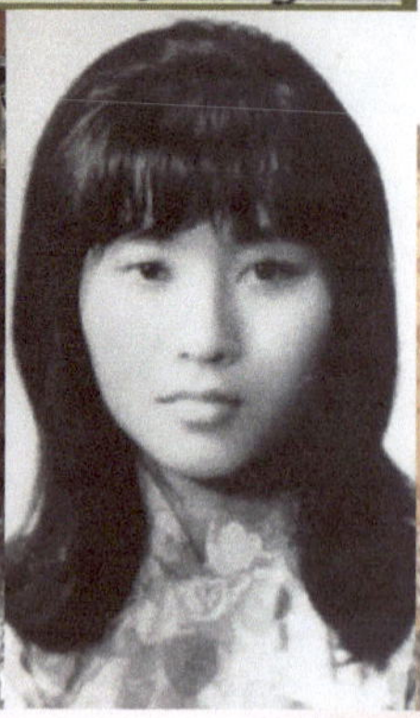

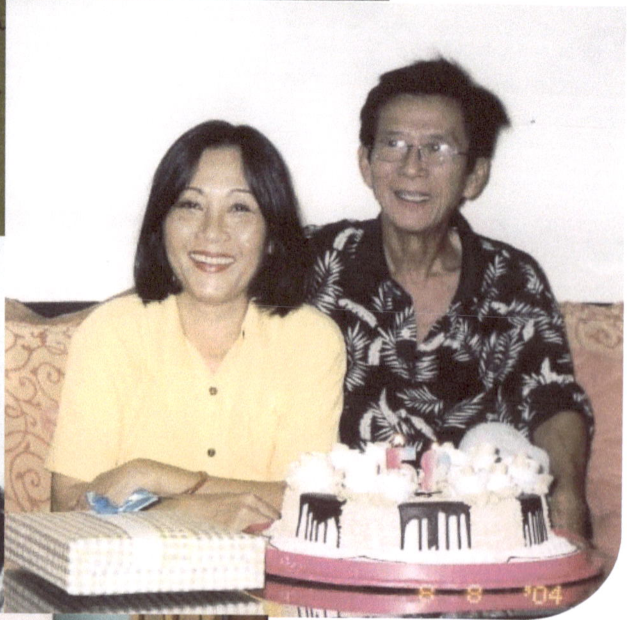

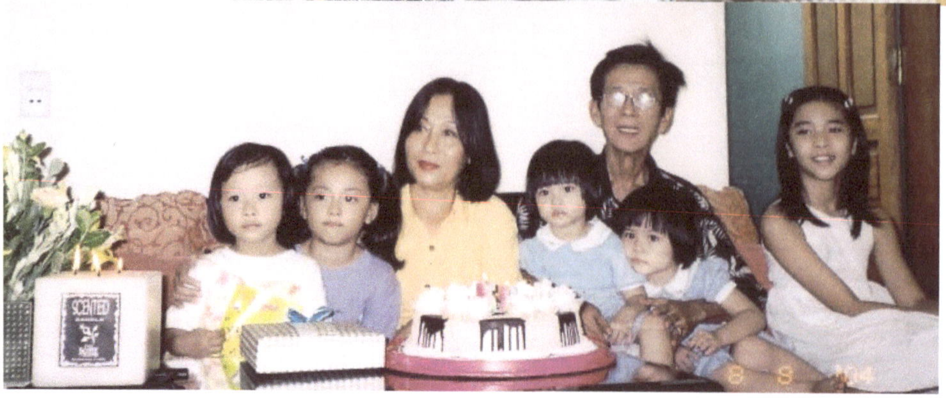

□ Sinh nhật bà ngoại 58 tuổi. 08.08.2004

□ Ông bà Ngoại An - Hồng và 5 cháu ngoại.

Lê Kim AN

Lê Kim An và Phu nhân Lê Thị Tuyết Mai
PCT 62-69

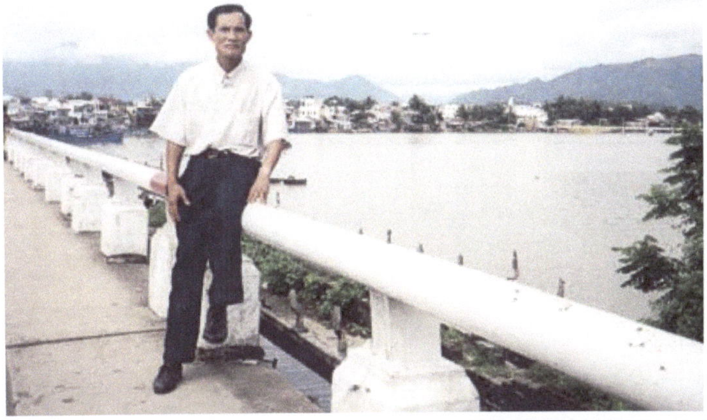

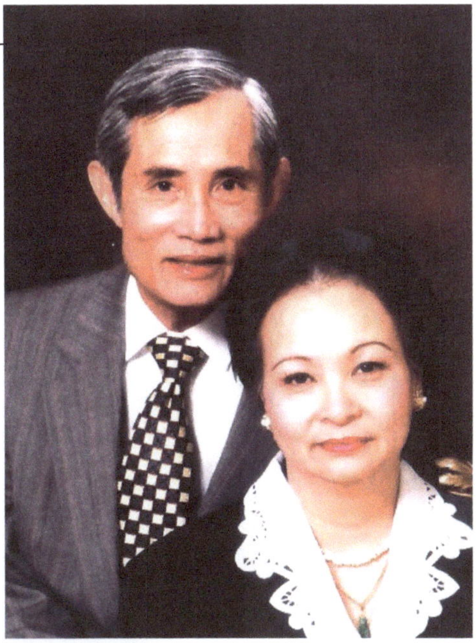

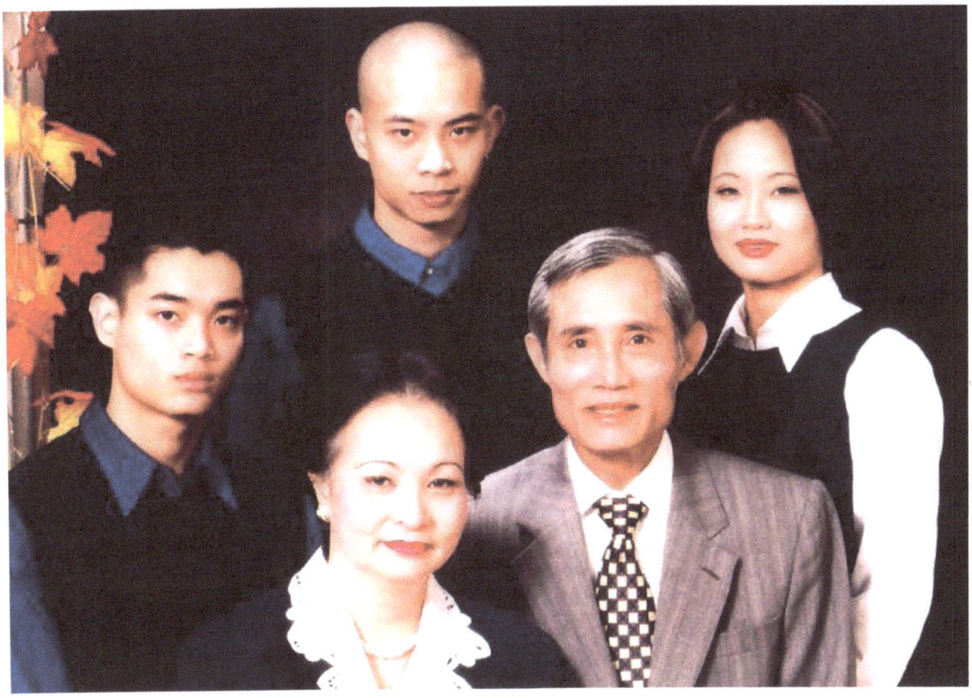

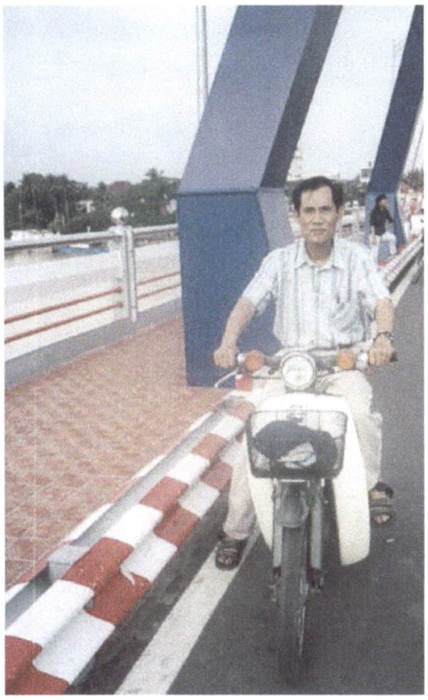

Lê Kim An, Phu nhân và các con (từ trái qua)
con trai thứ nhì Lê Kim Nhạc, con trai út Lê Kim Việt,
trưởng nữ Lê Thị Ngọc Dung.

Trần Cảnh AN

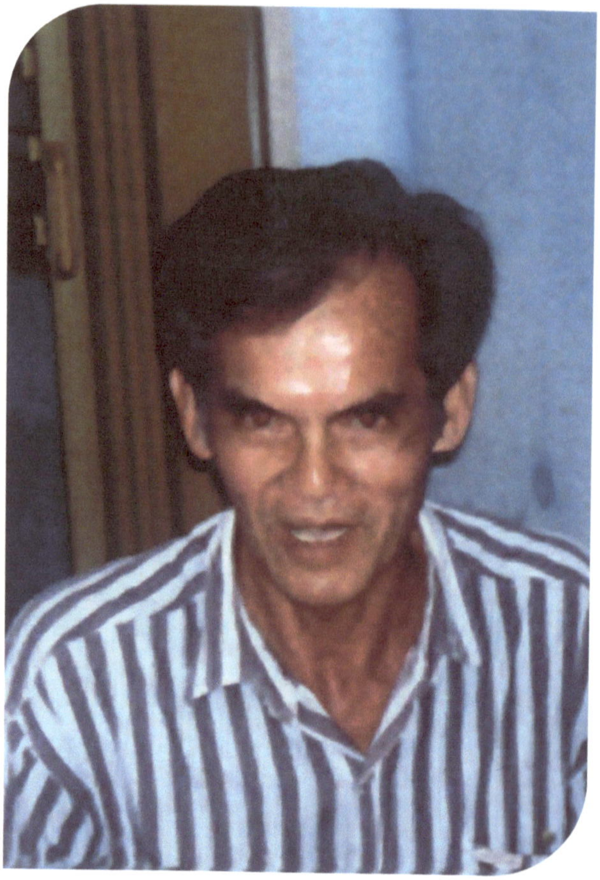

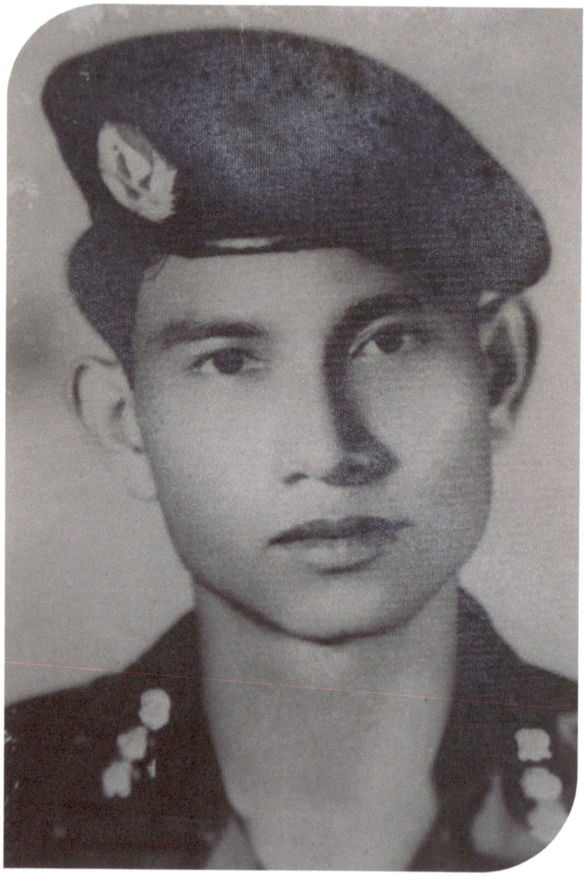

Quách ẨN

Nguyễn Thị
NGỌC ÁNH

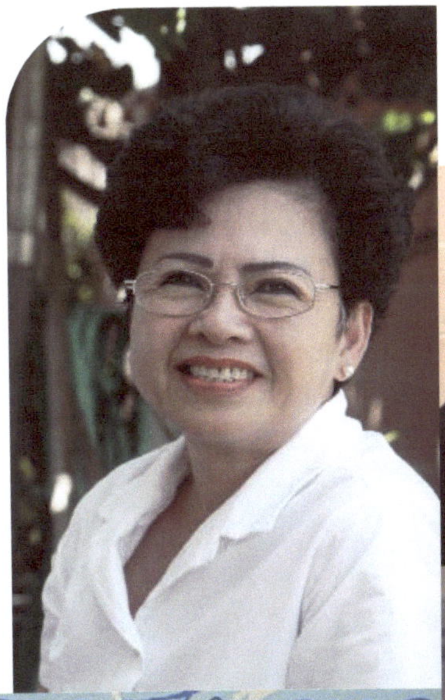

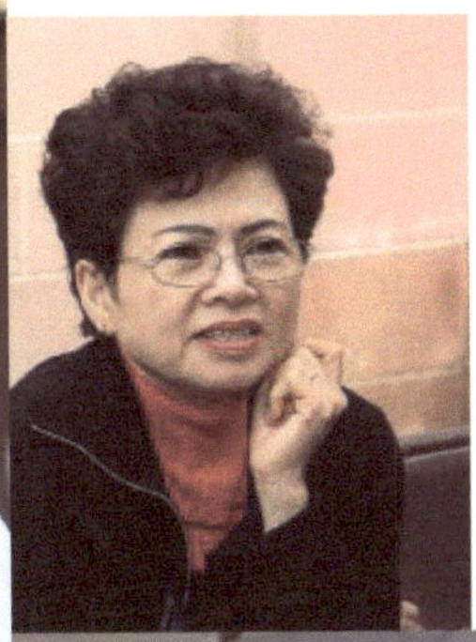

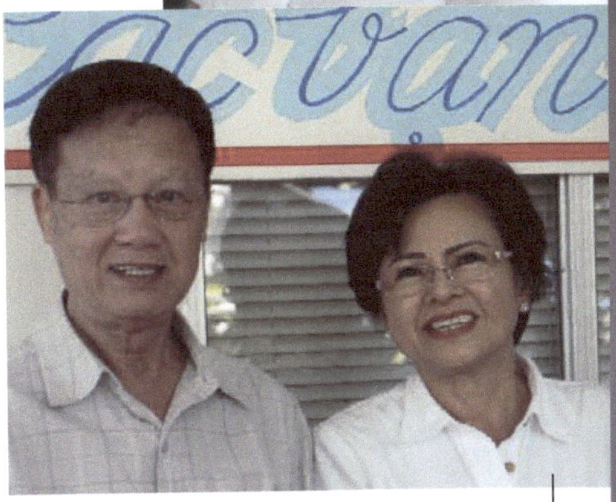

Nguyễn Thị Ngọc Ánh
và phu quân

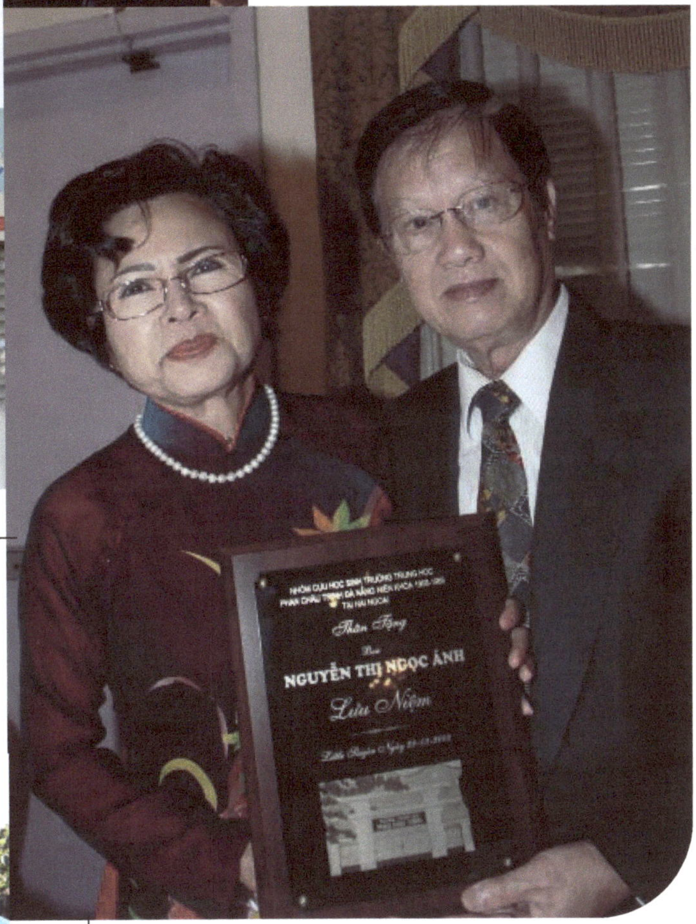

03.2008

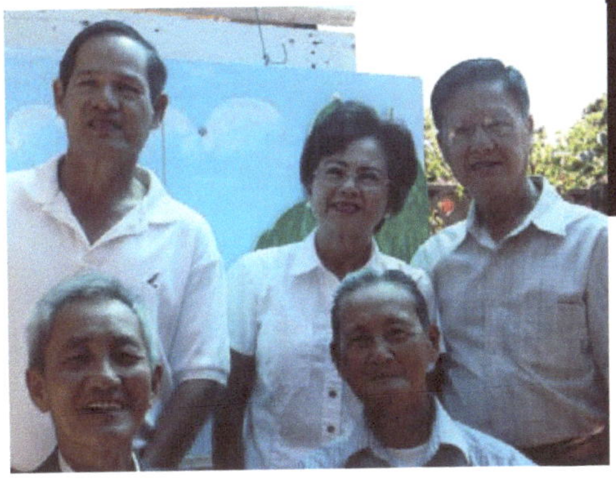

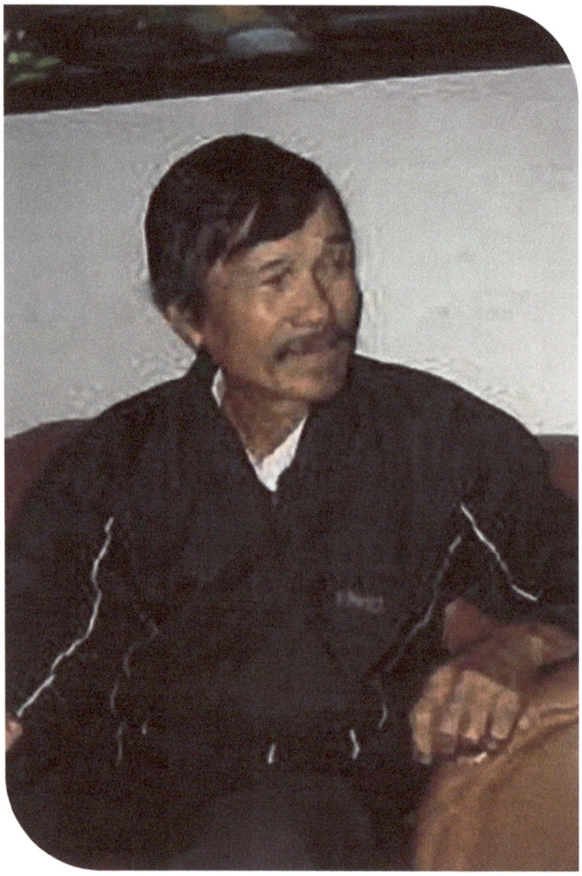

Trần Thanh ẨN

Vũ Văn BANG

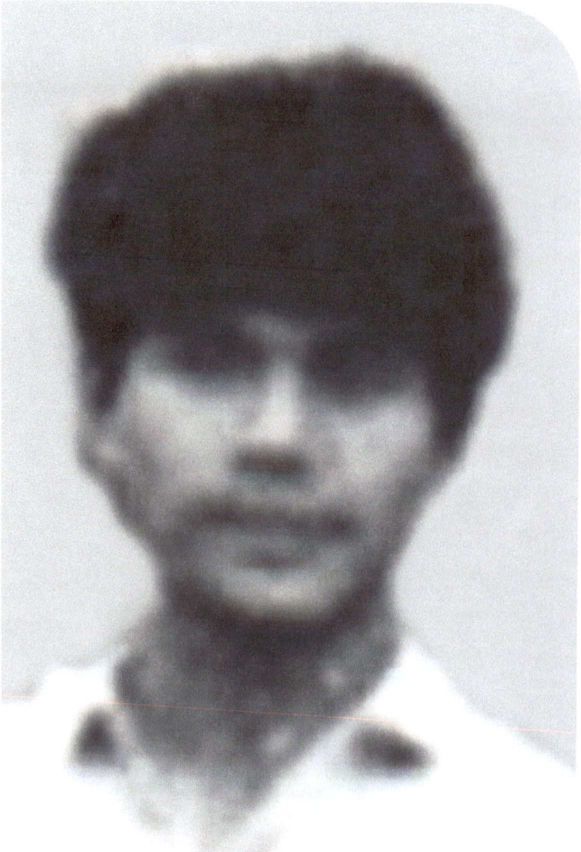

Đặng Công BẰNG

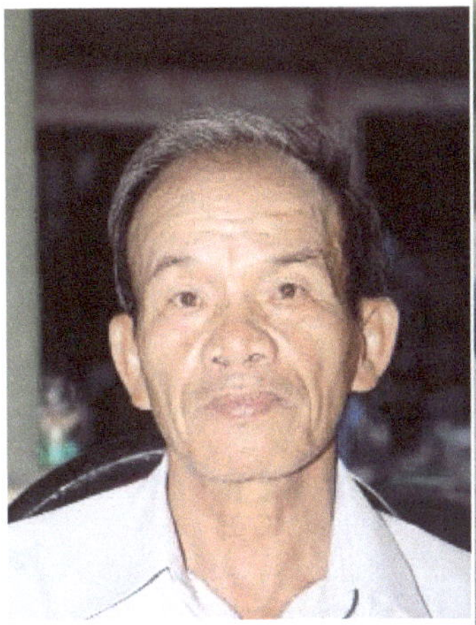
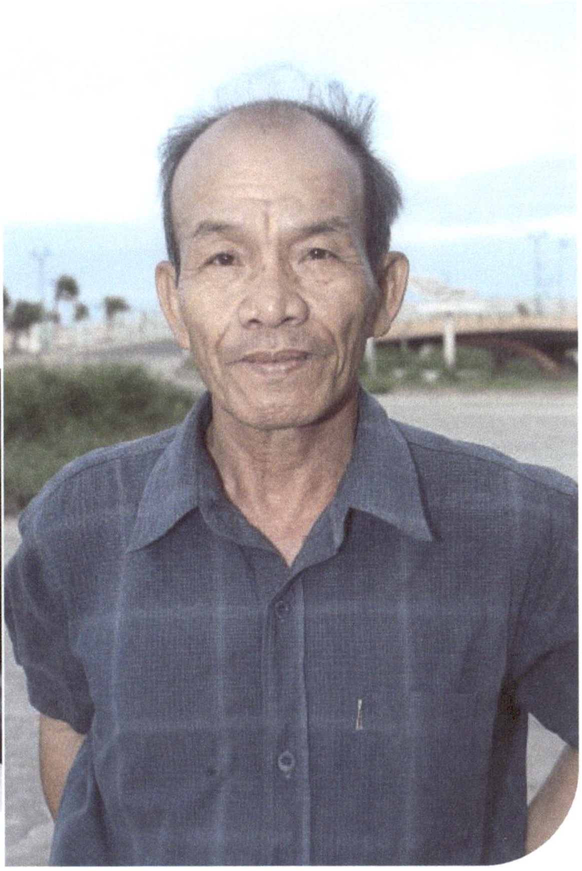

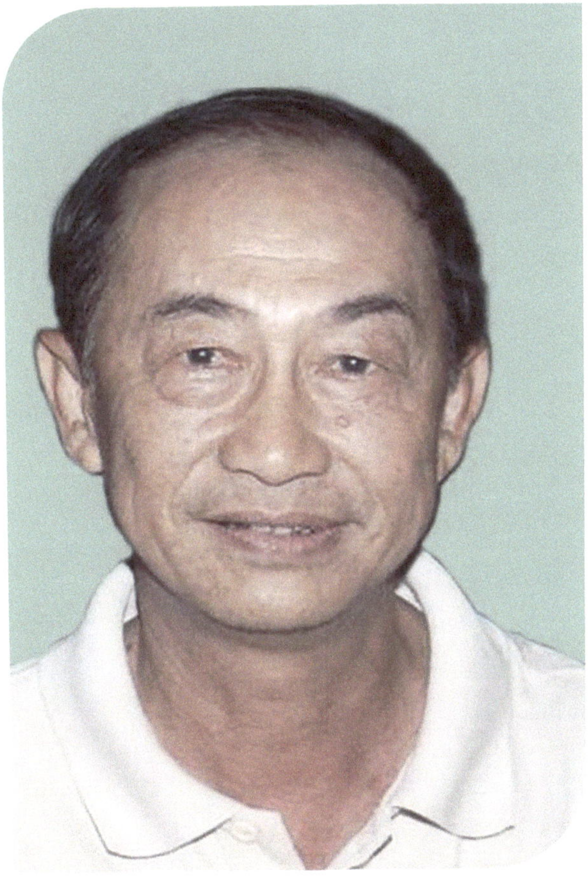

Nguyễn Kim CANG

Đặng Tú CẨM

Anh là lính đa tình...

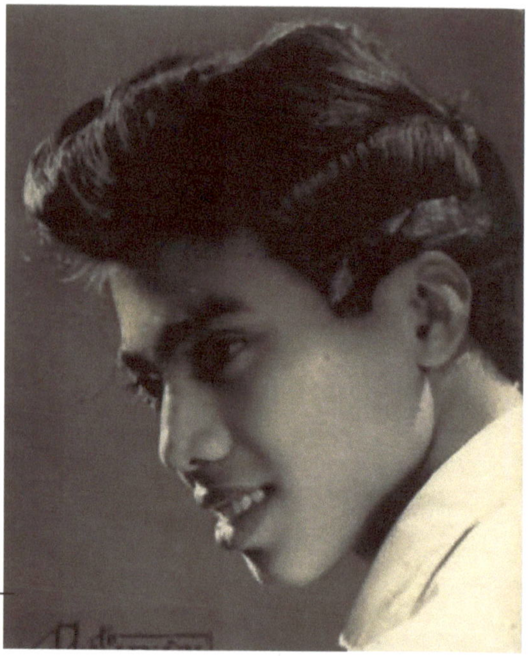

1964 tại Đà Nẵng

1970 Thiết Giáp tại Quảng Ngãi

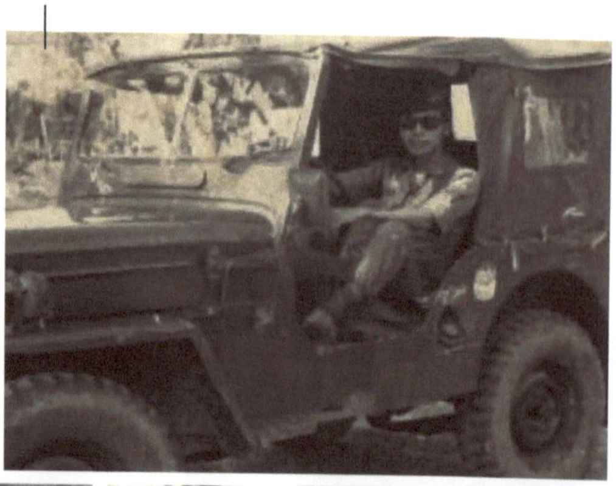

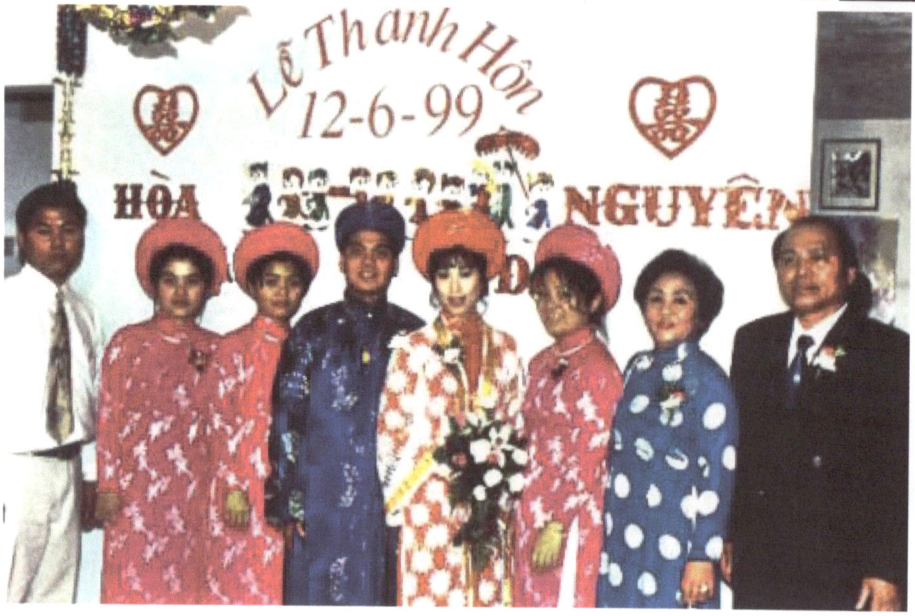

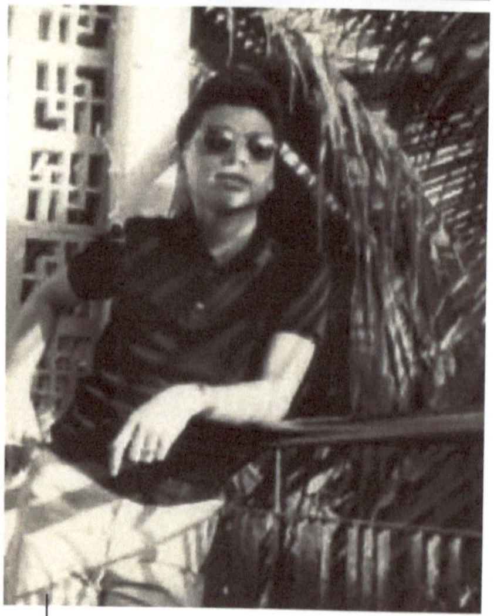

1966 tại Sài Gòn

Đám cưới cháu Đặng Nguyên Đài, con trai cả tổ chức ngày 12 tháng 6 năm 1999, từ trái qua:
Đặng Nguyên Các (con thứ 2), Đặng Nguyễn Phương Thủy (con thứ 3),
Đặng Nguyễn Phương Mỵ (con thứ 4), cháu Đài và vợ là Hạnh,
Đặng Nguyễn Phương Thảo (con thứ 5), bà xã tên Nguyễn Thị Thiên Kim
(học trường Bán Công cùng thời), và mình, Đặng Tú Cẩm.

Lương Thị
KHIÊM CẦN

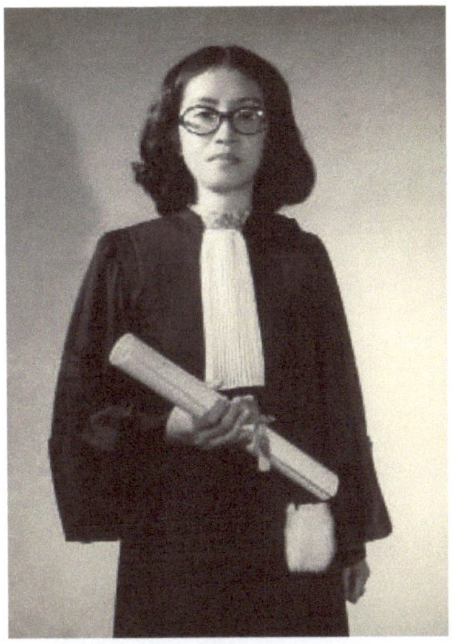

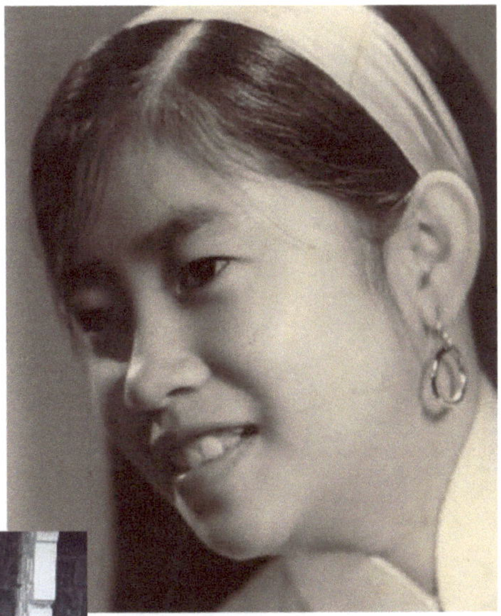

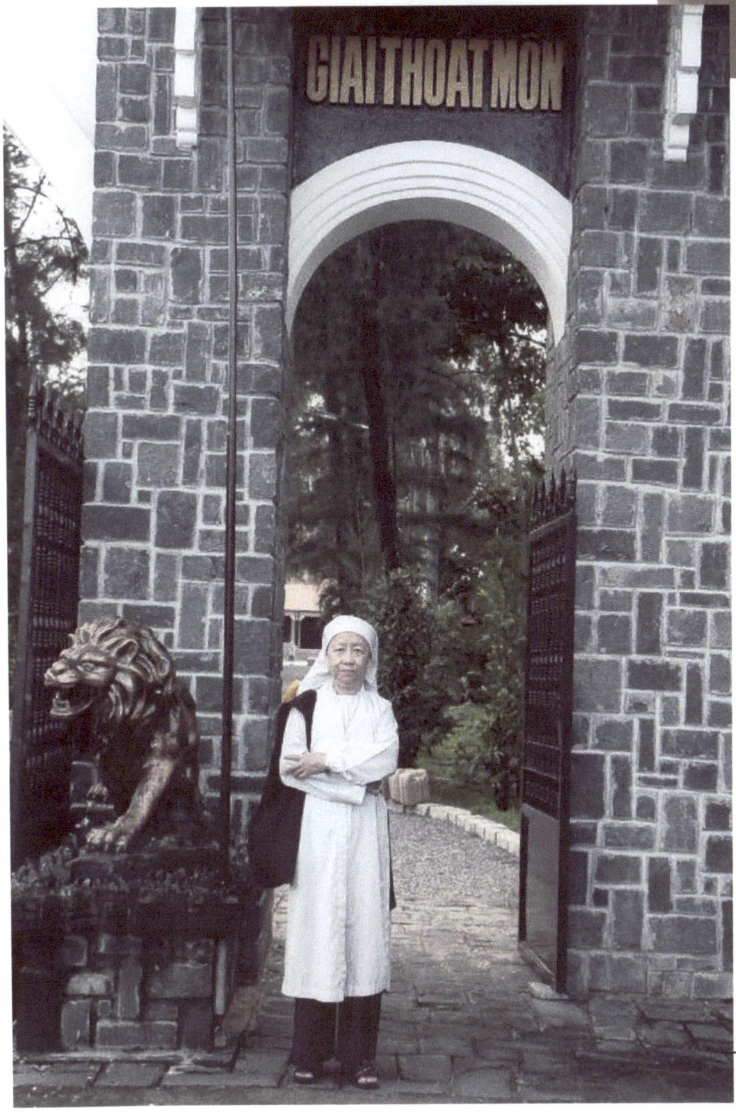

2005

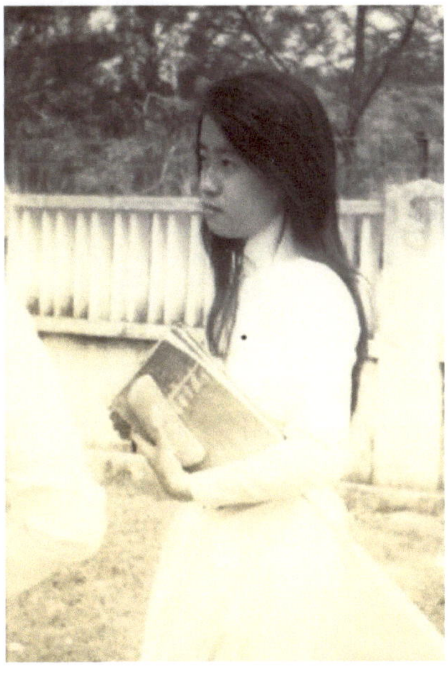

Lê Tự CHẨN

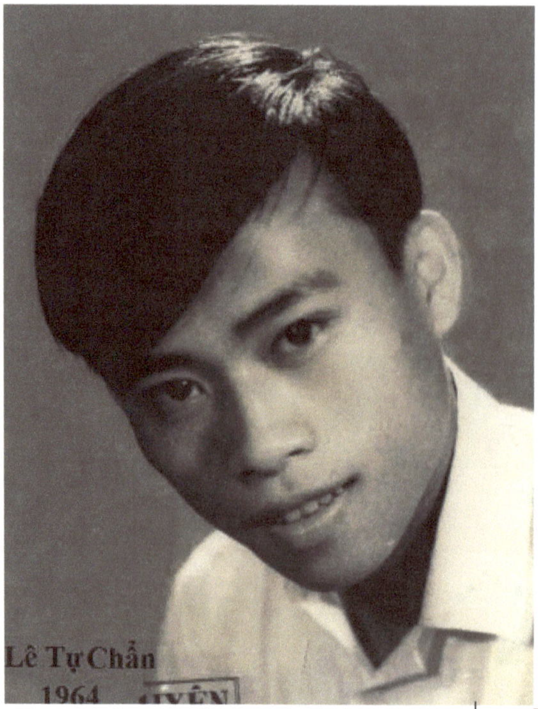

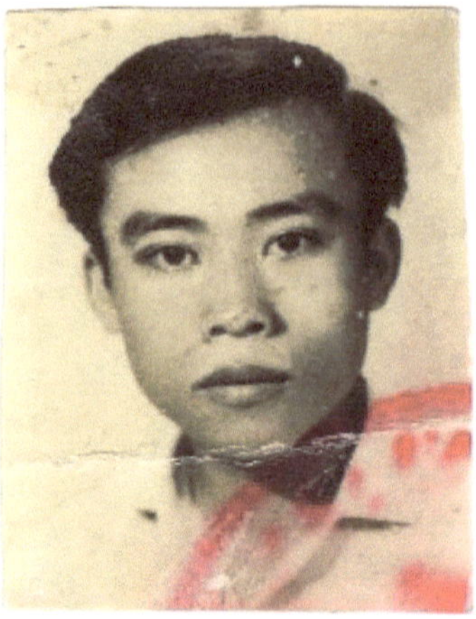

1964

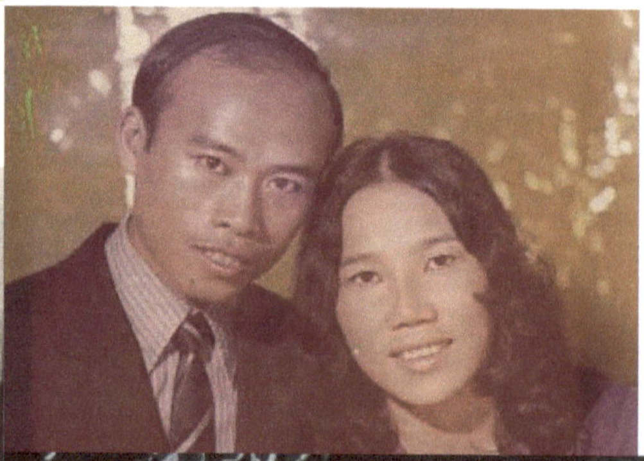

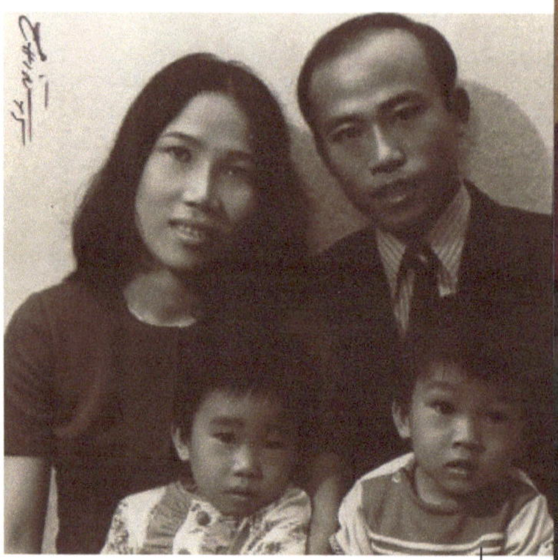

1975

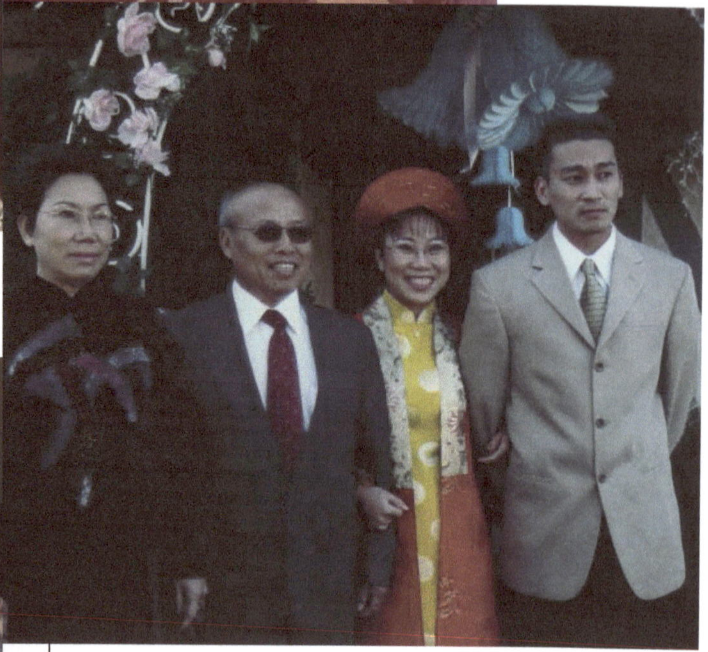

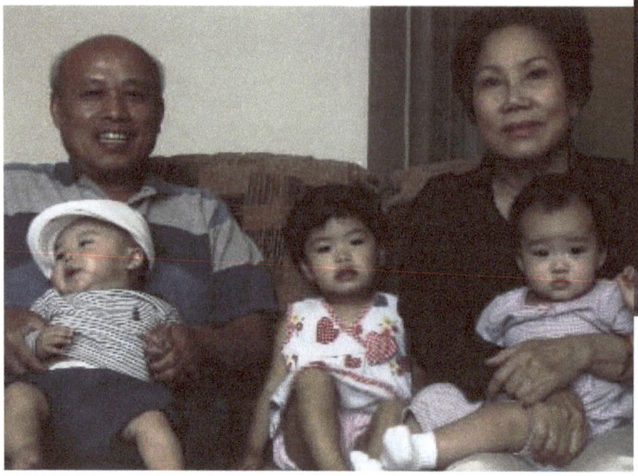

Gia đình Lê Tự Chẩn, con gái và con trai trong lễ Vu Quy năm 2001.

Phạm Thị QUỲNH CHI

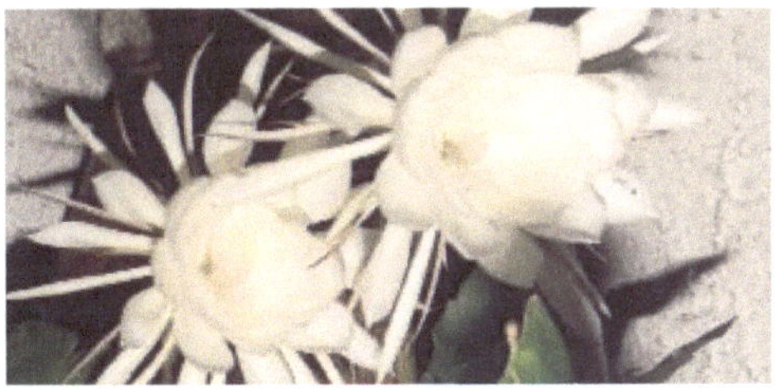

Đà Lạt - 1965

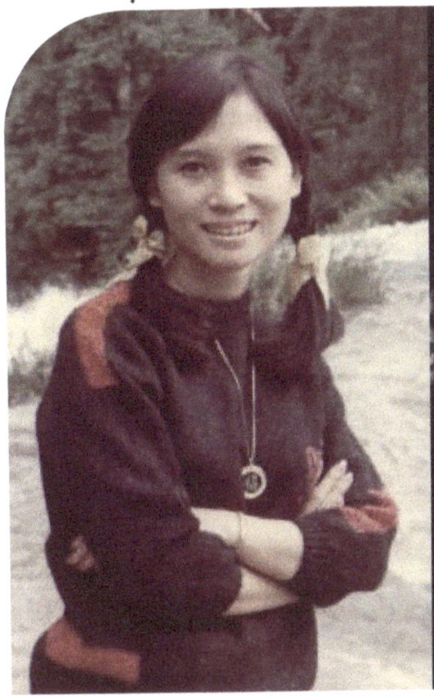

1968

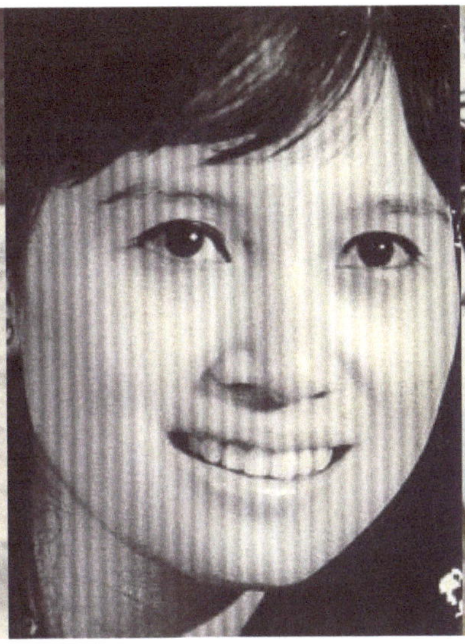

1974

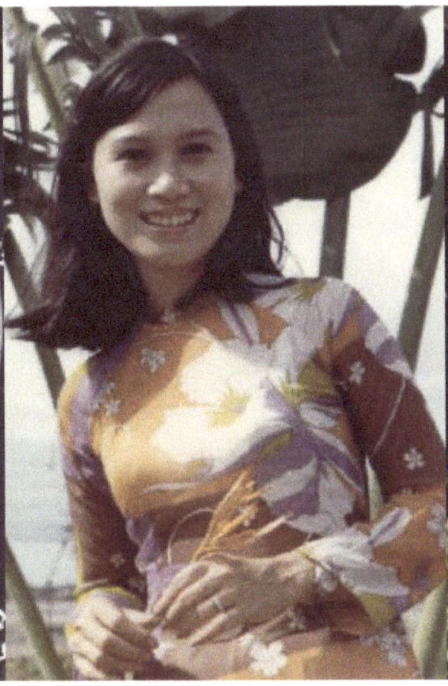

1990

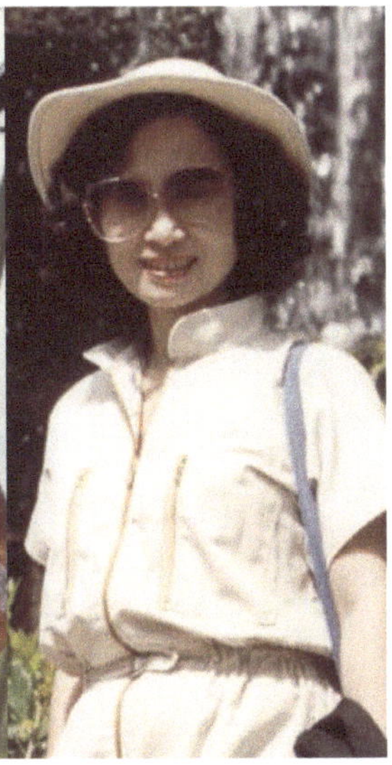

1957

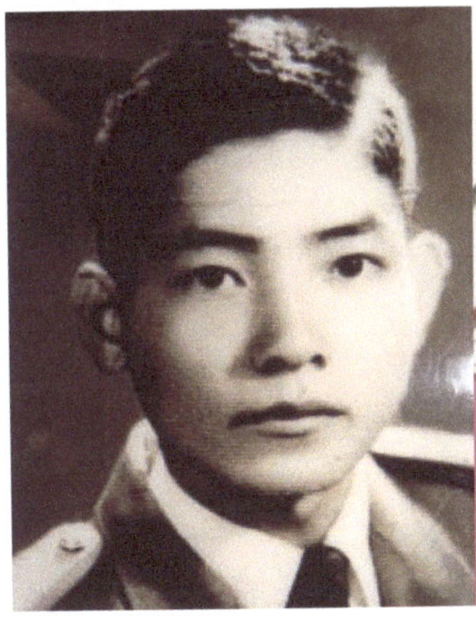

1992

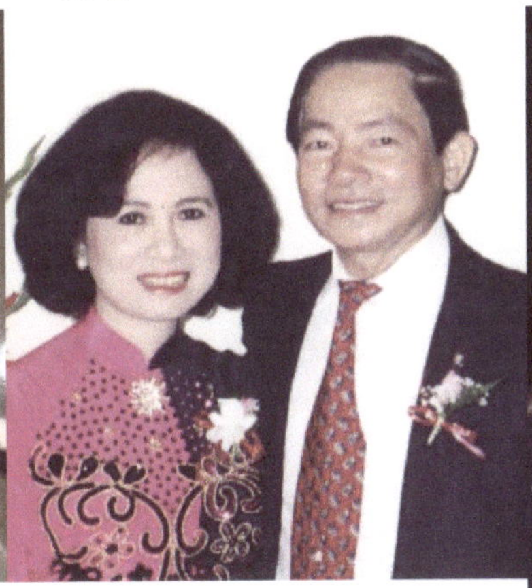

TRẦN QUANG MẪN & PHẠM THỊ QUỲNH CHI | 1996

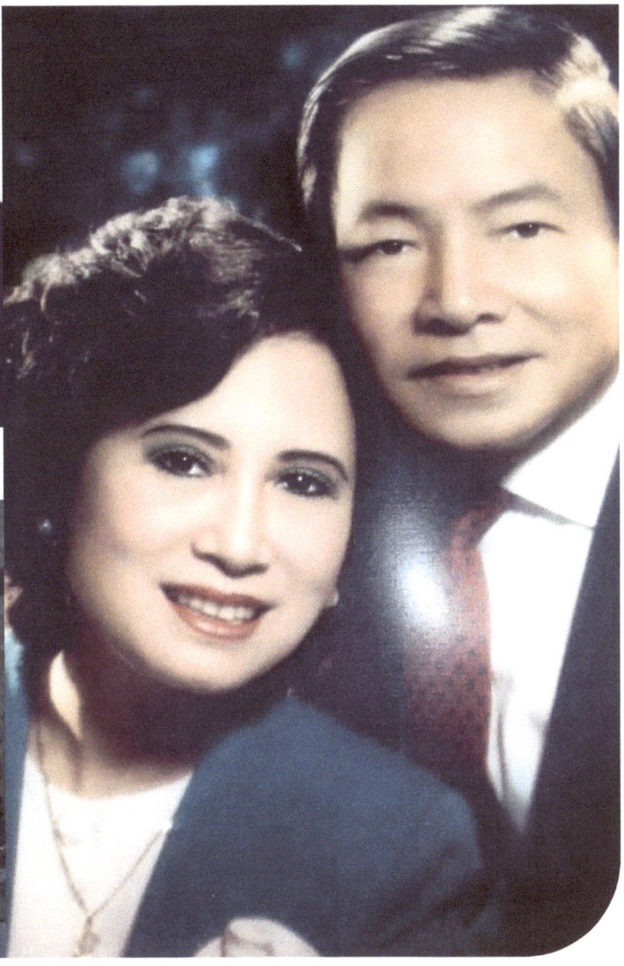

Năm cháu và hai cháu ngoại | 05-2004

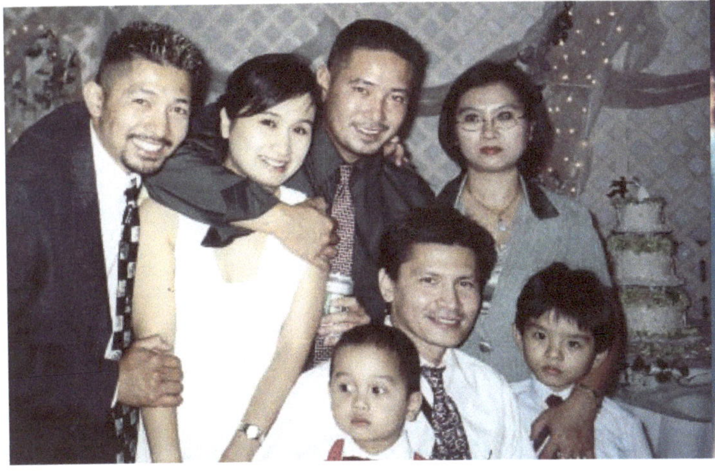

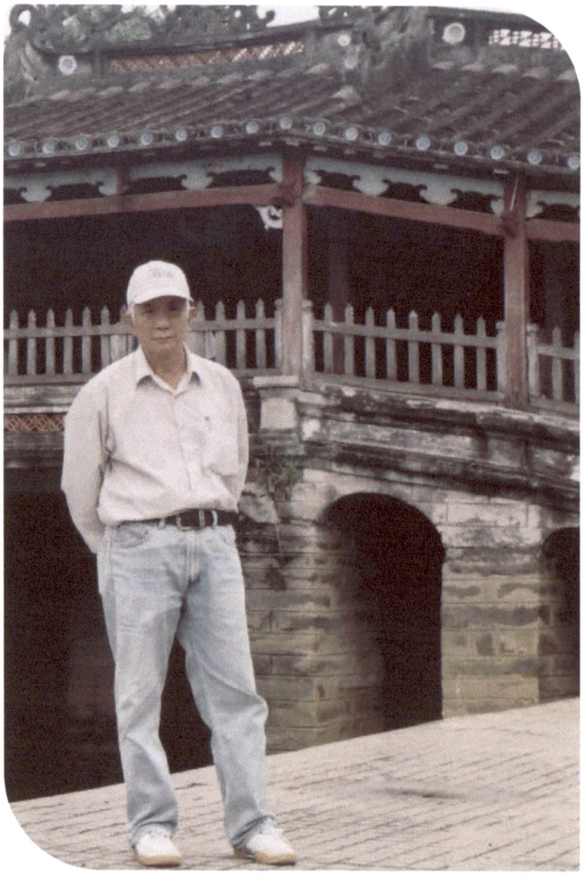

Diêu Đức CHÂU

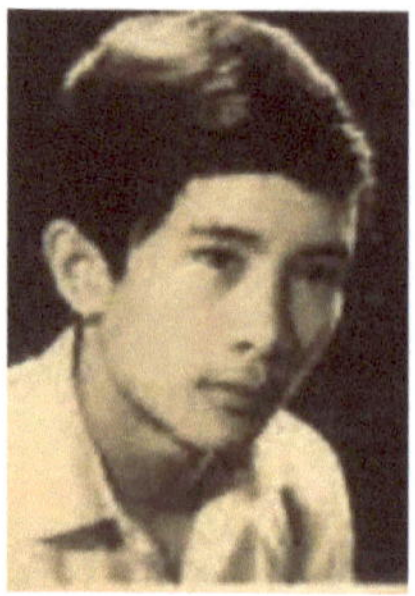

Lương Ngọc CHIÊU

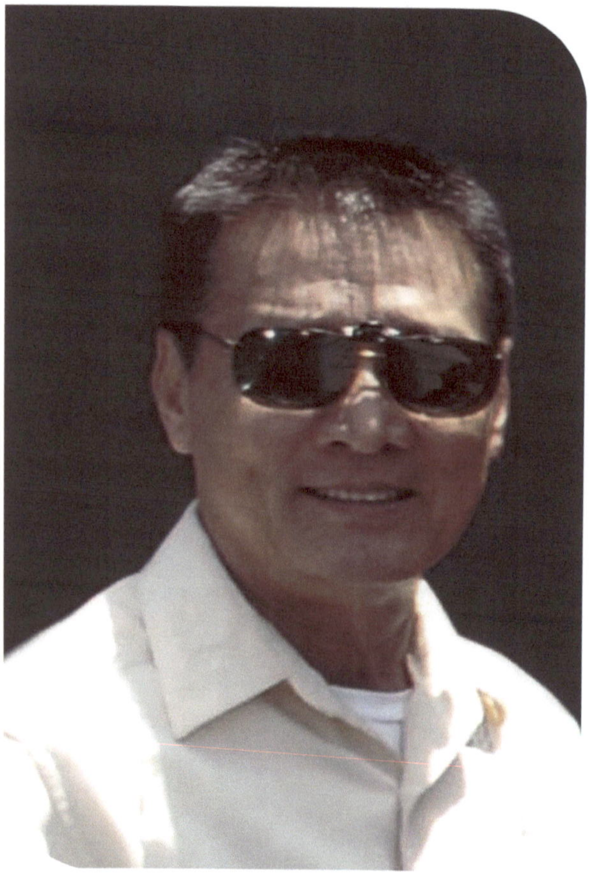

Đinh Văn CHO

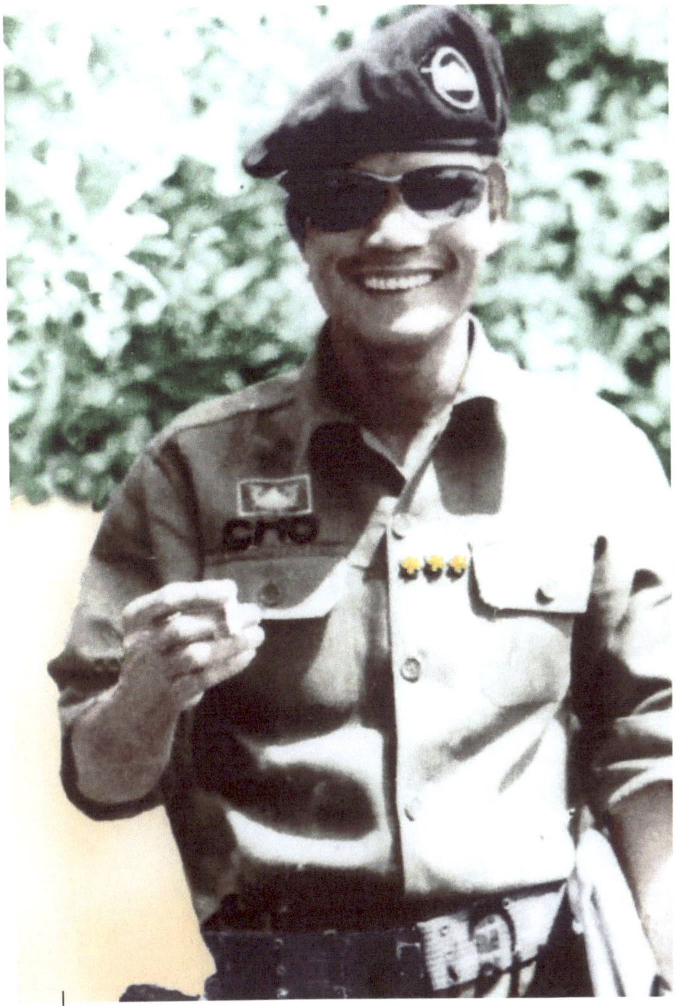

1971 | Ngày từ Khe Sanh về họp với Trung Tướng Hoàng Xuân Lãm tại Bộ Tư Lệnh Tiền Phương Quân Đoàn 1, Đông Hà.

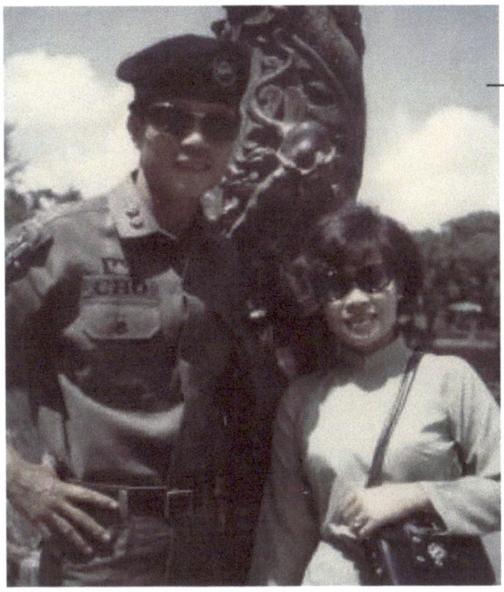

1971 | Ngày Honeymoon với Ngọc Bửu tại Cổng Tam Quan trước Điện Thái Hòa.

1990 | Gia đình đầy đủ 4 con trai. Thốt Nốt - Tỉnh Hậu Giang - Việt Nam.

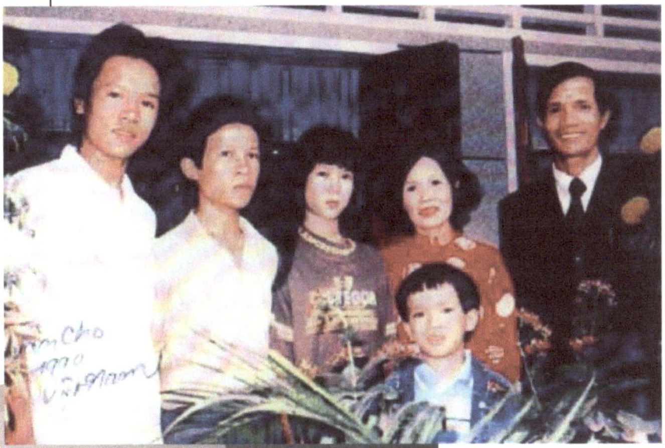

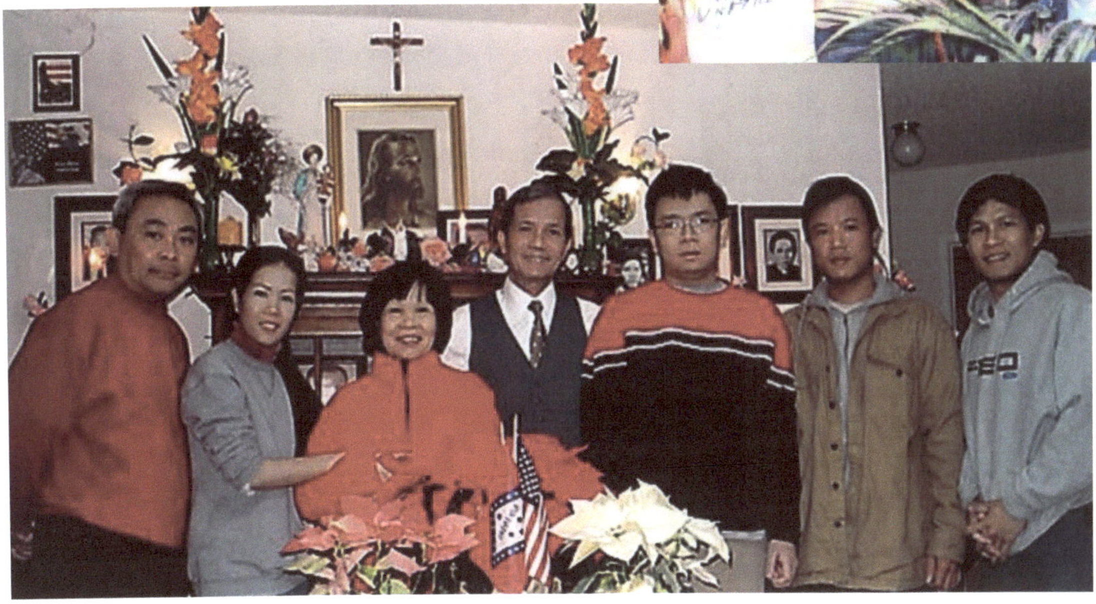

Phan Văn Cơ

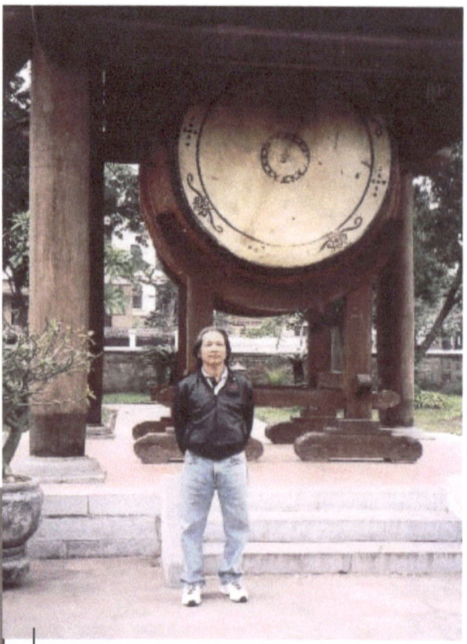

Trống Tựu Trường
Văn Miếu, Hà Nội | 1994

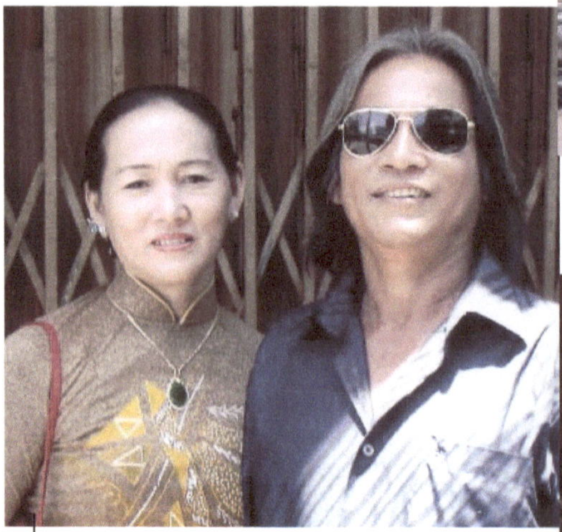

Phan Văn Cơ và phu nhân
05.2005

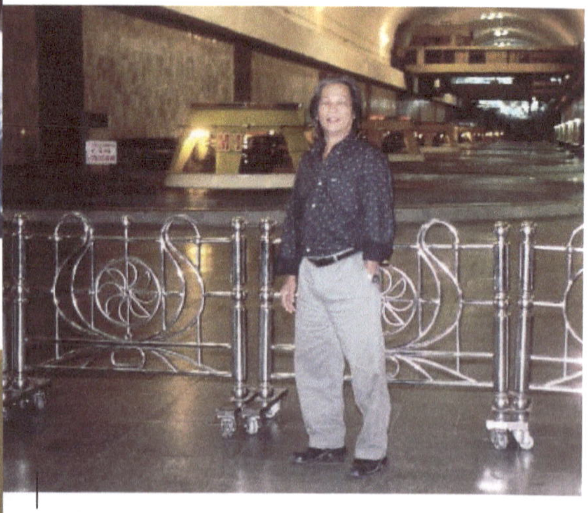

Nhà máy thủy điện Sông Đà

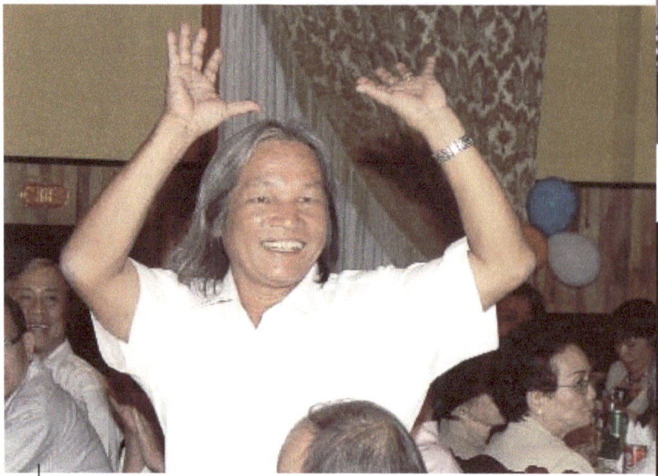

04.2008

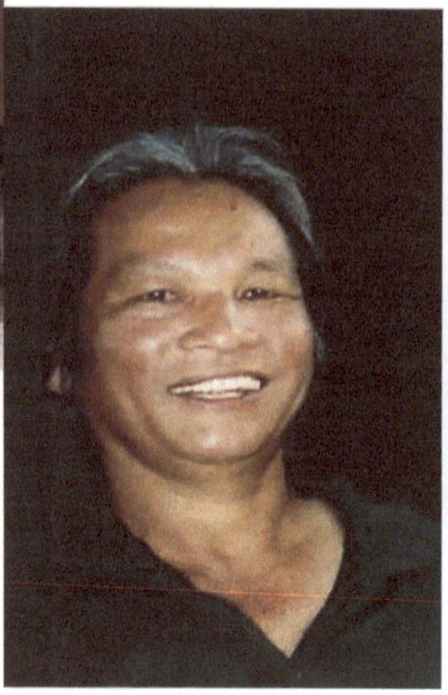

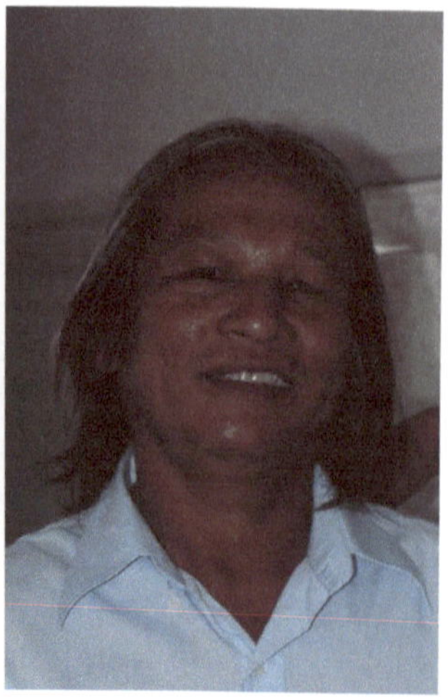

Phạm Thị
QUỲNH CƯ

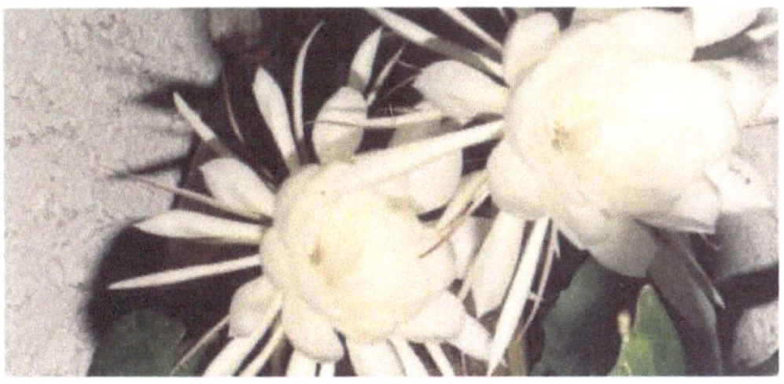

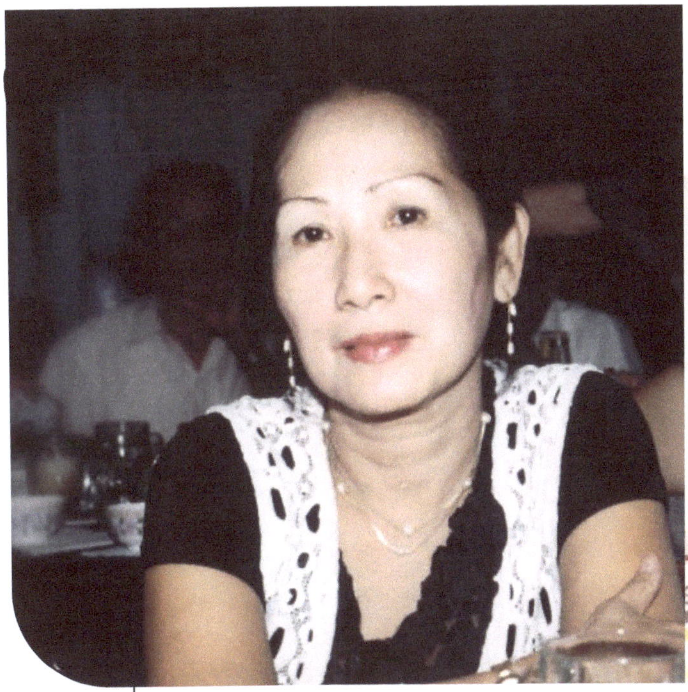

Sinh Nhật Quỳnh Cư | 15.12.2004

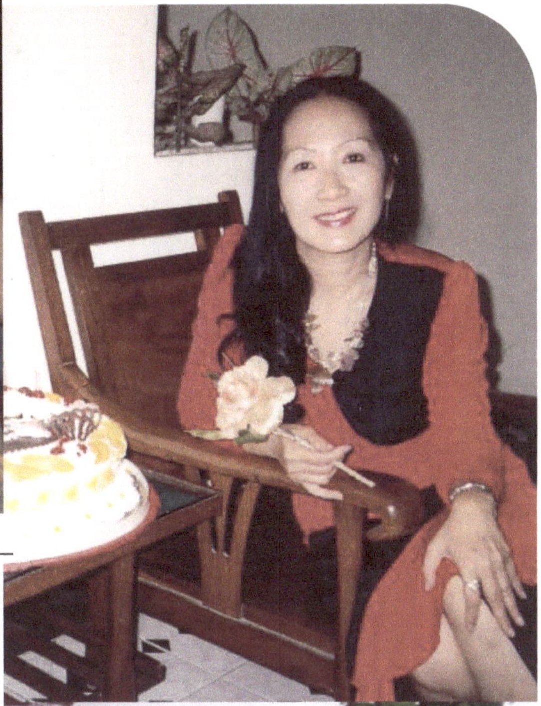

Sân Cầu Lông | 08.03.2005

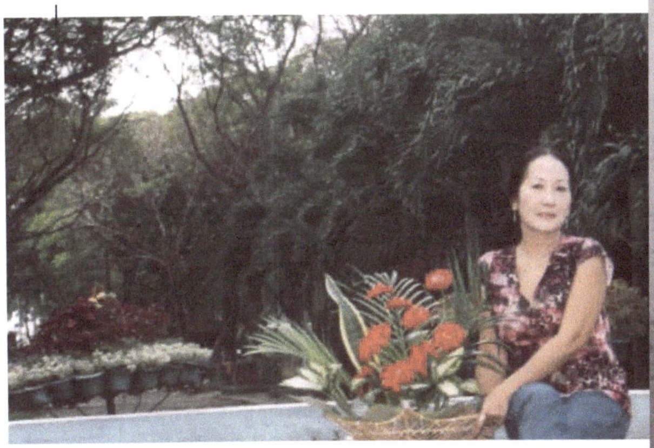

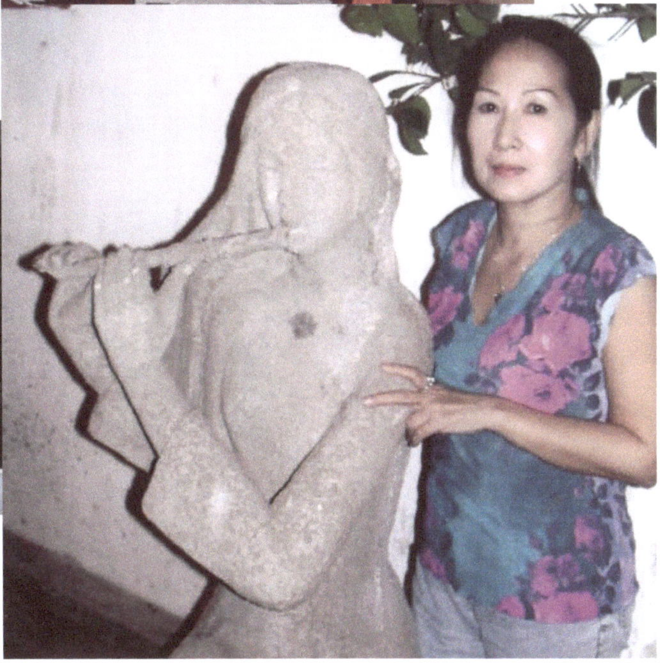

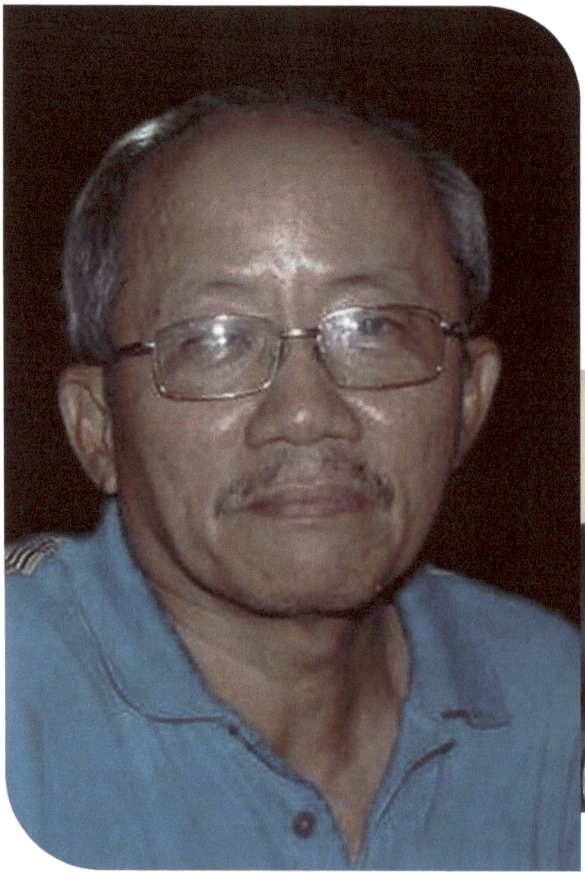

Nguyễn Nam CƯỜNG

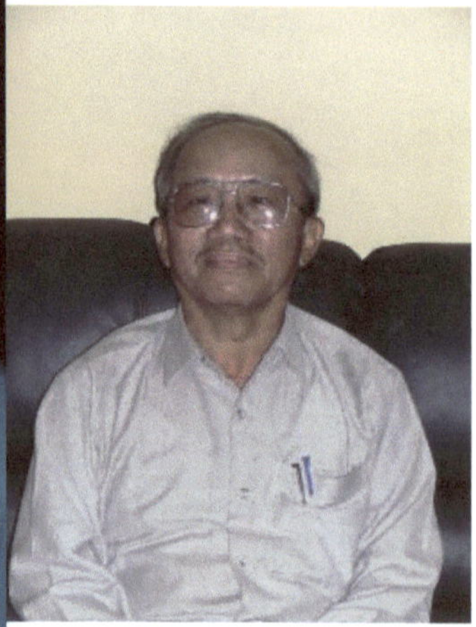

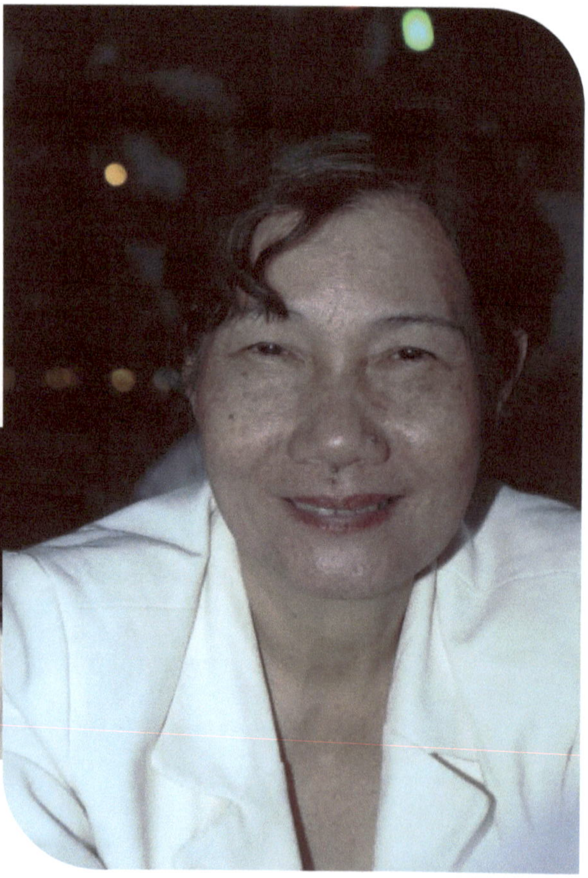

Phan Thị DIÊN

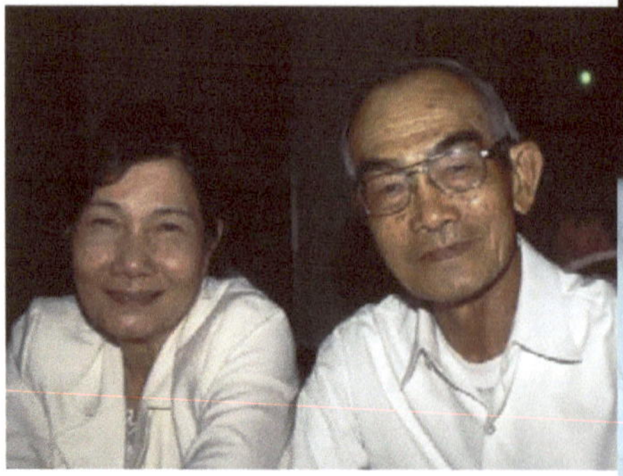

Nguyễn Văn DIÊN

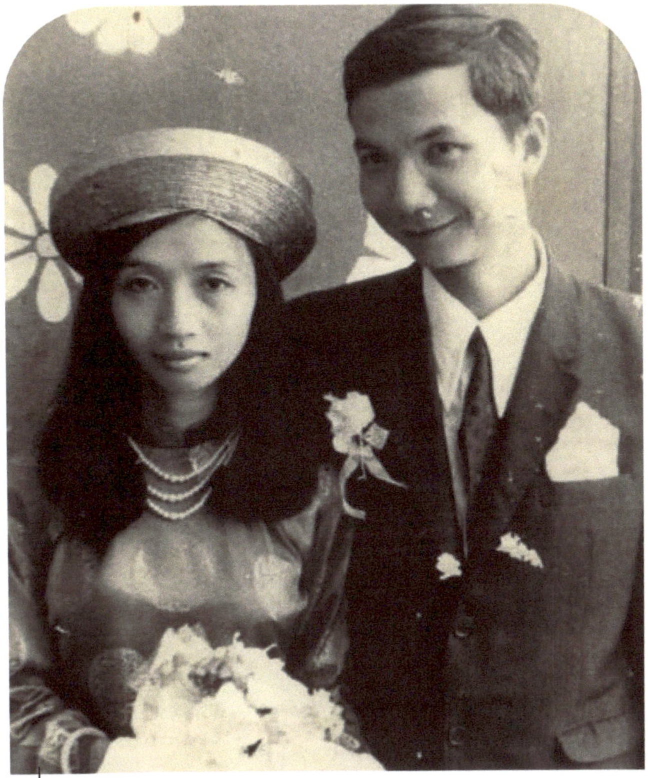

Nguyễn Văn Diên và phu nhân
Đà Nẵng 1977

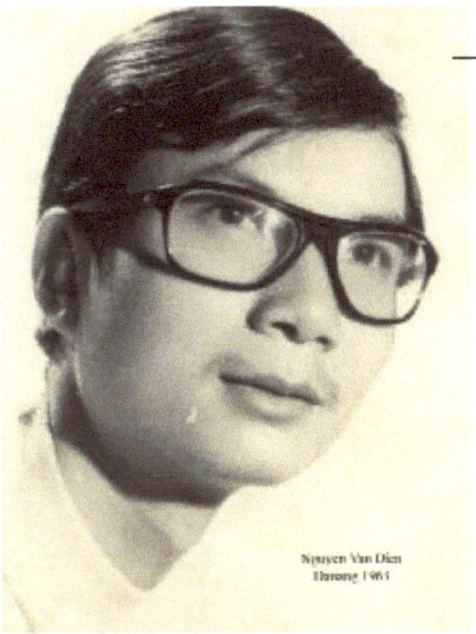

Đà Nẵng
1963

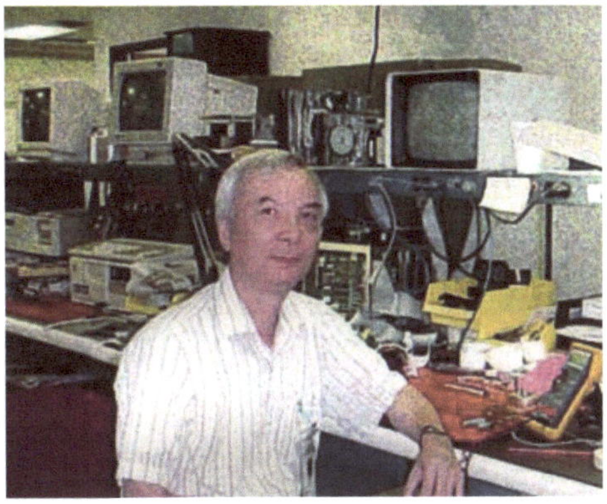

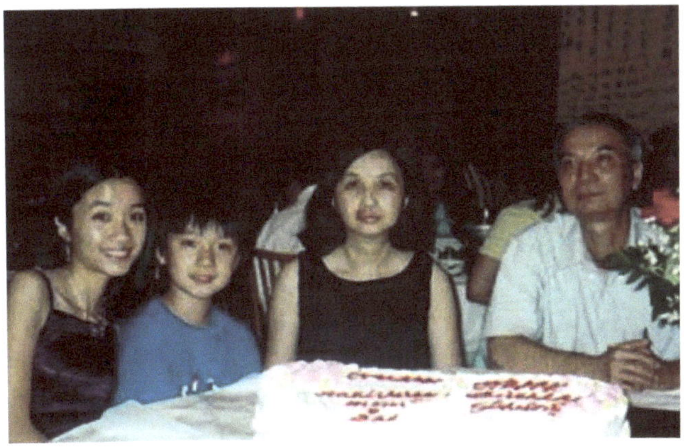

Gia đình Bác Diên Ròm gồm có :
Chủ tướng Diên Ròm, Nguyễn Thị Thảo,
con gái : Thảo Phương,
con trai : Nguyễn Văn Nam.

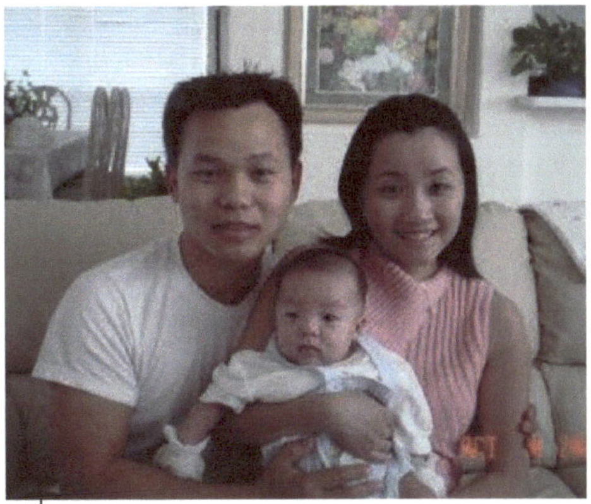

Con rể Phạm Phú Hòa, trưởng nữ Nguyễn Thị Thảo Phương và cháu ngoại Alex Phạm

Trần Thị DIỆP

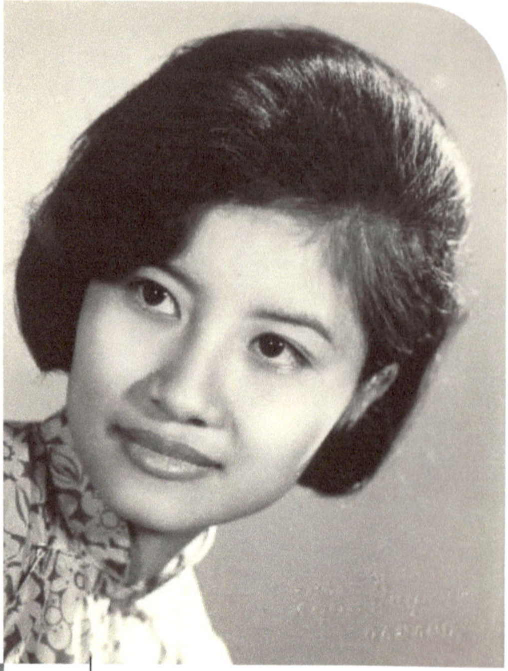

1966

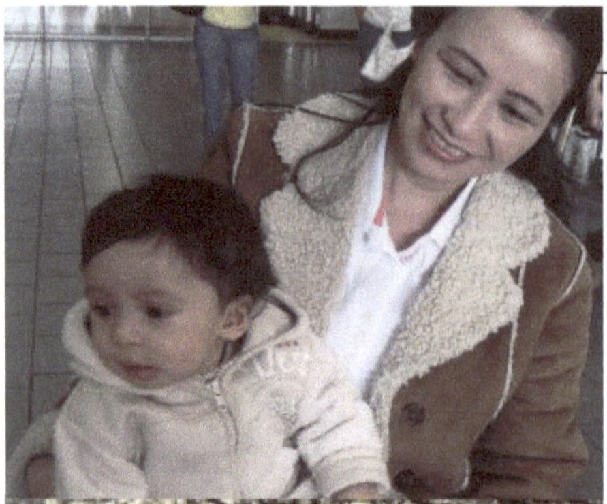

Thương và con.

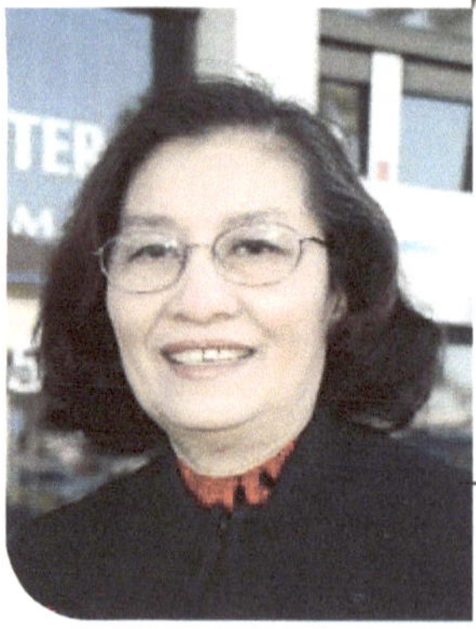

2008

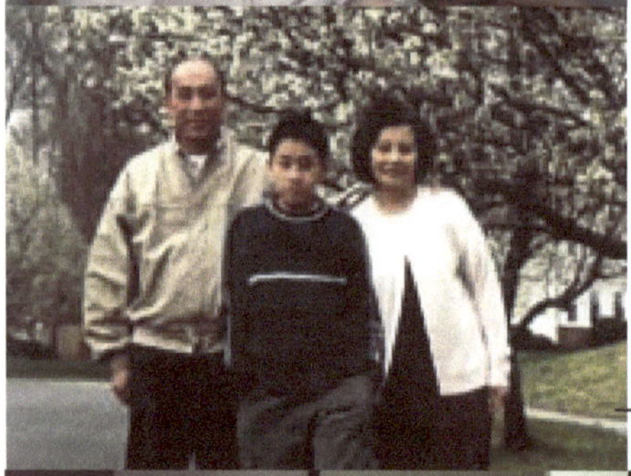

Chụp với cháu Thạch - 2000

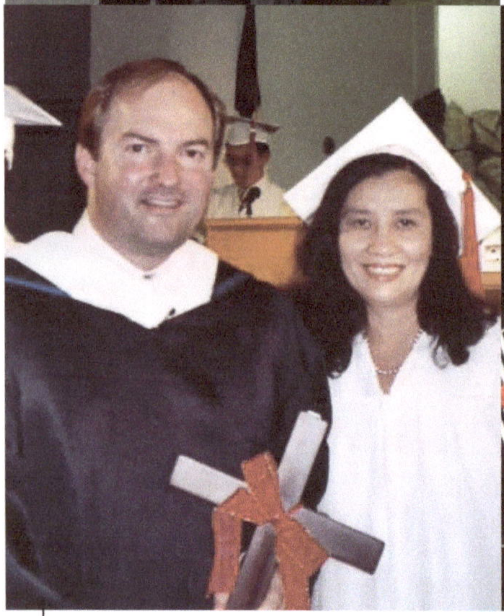

2004

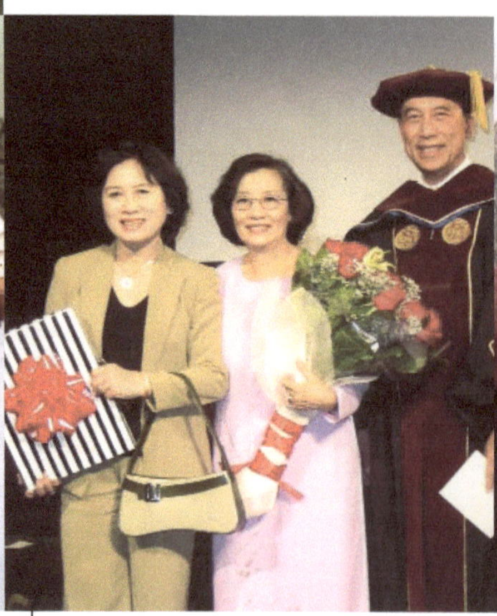

Trần Thị Diệp, phu quân Mục Sư Chung Tử Bửu và Phạm Thị Quỳnh Chi.

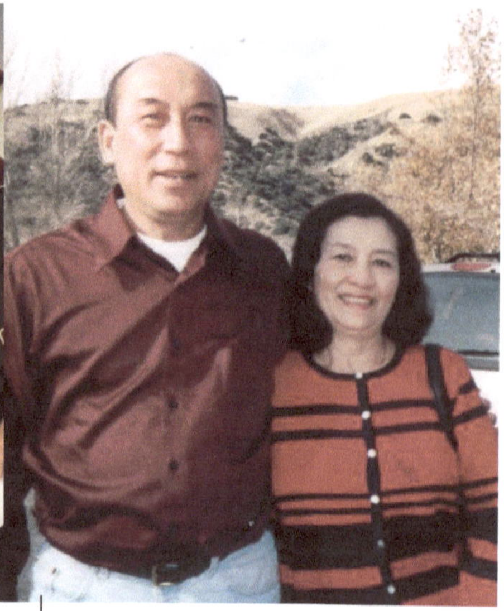

2001

Phạm Thị DUYỆT

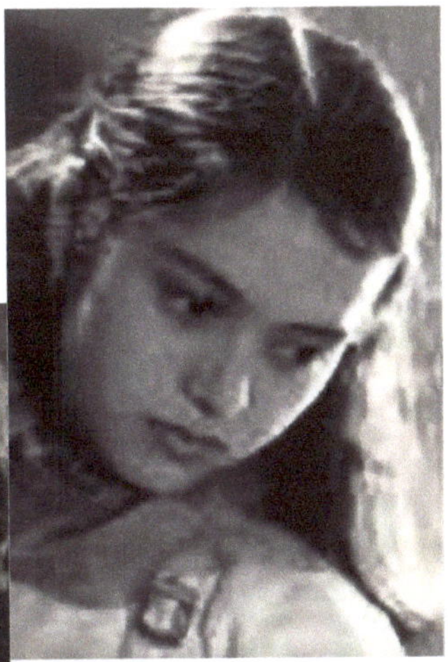

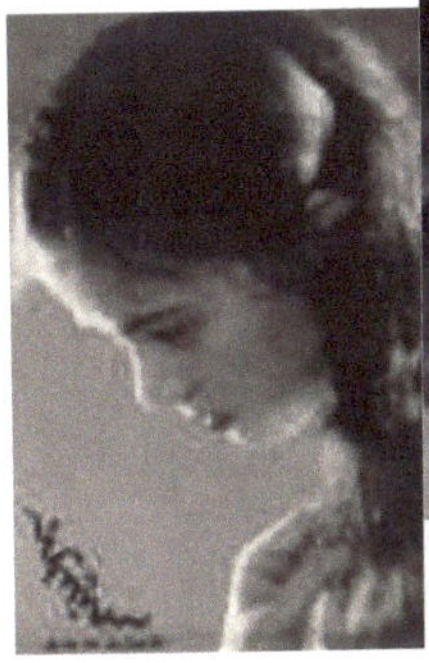

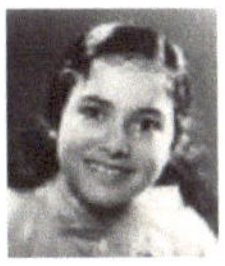

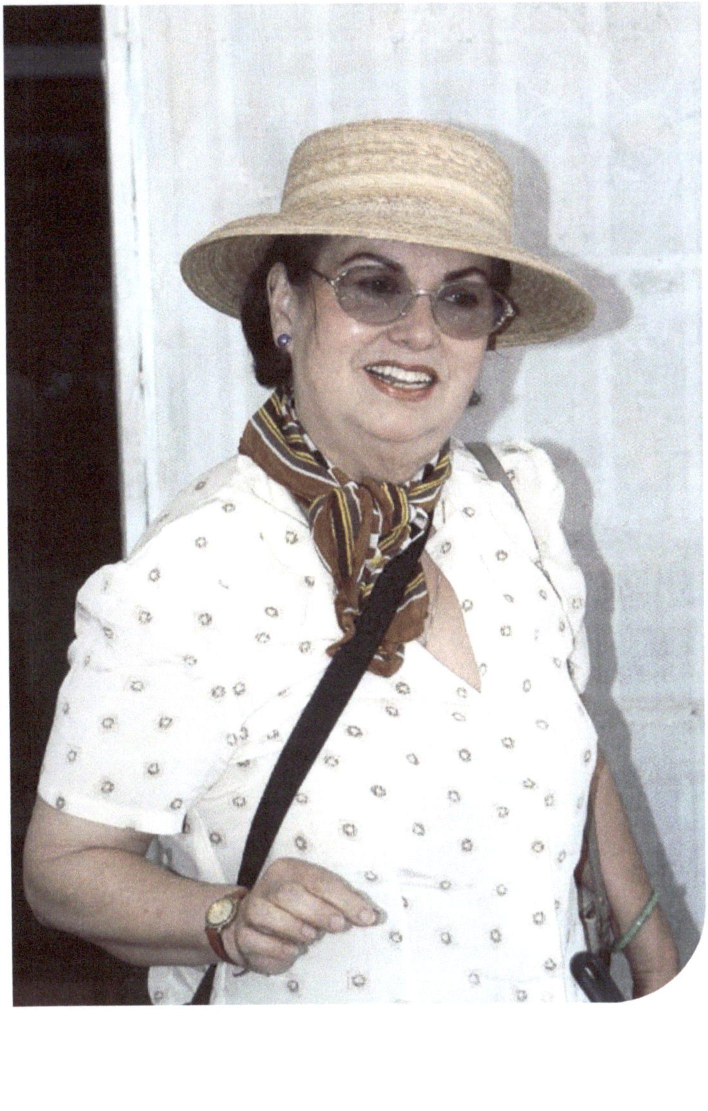

Nguyễn Phùng DUYÊN

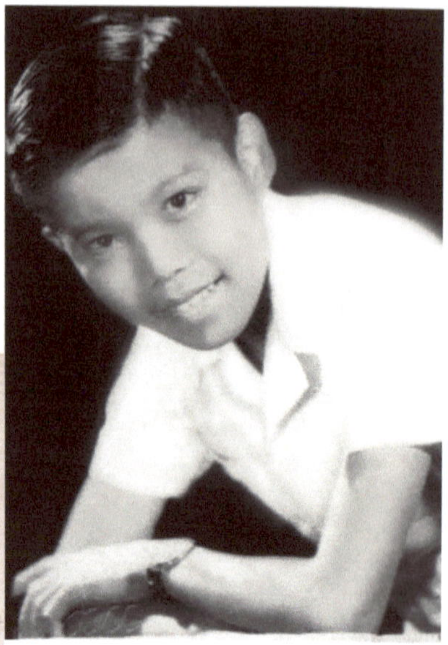

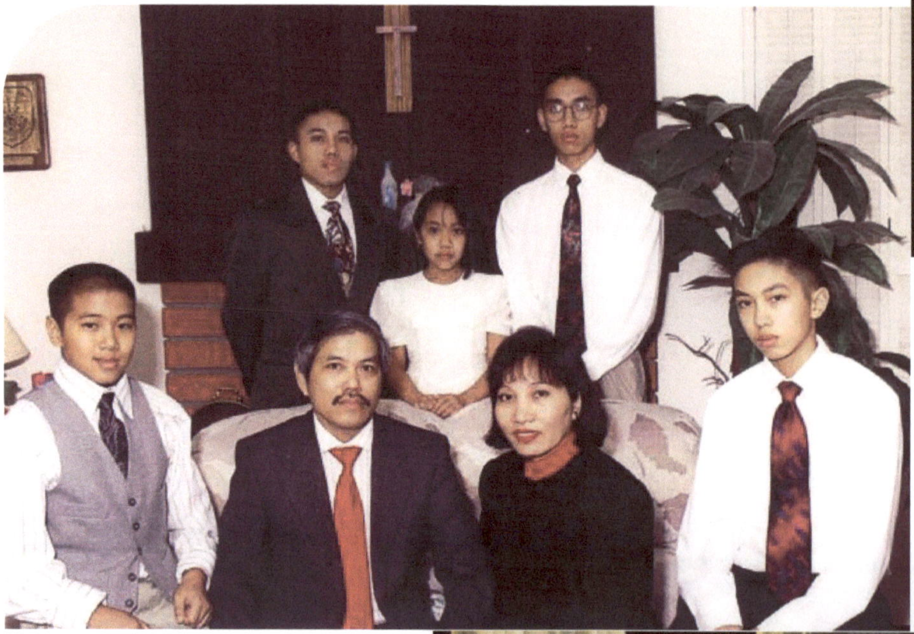

Hàng đứng từ trái qua:
Trung Dũng (con đầu),
Cẩm Tú (con út),
Trung Nghĩa (con thứ nhì).

Hàng ngồi từ trái qua:
Trung Kiên (con thứ tư),
anh Hai Méo,
chị Hai Méo (Tuyết),
Trung Tín (con thứ ba).

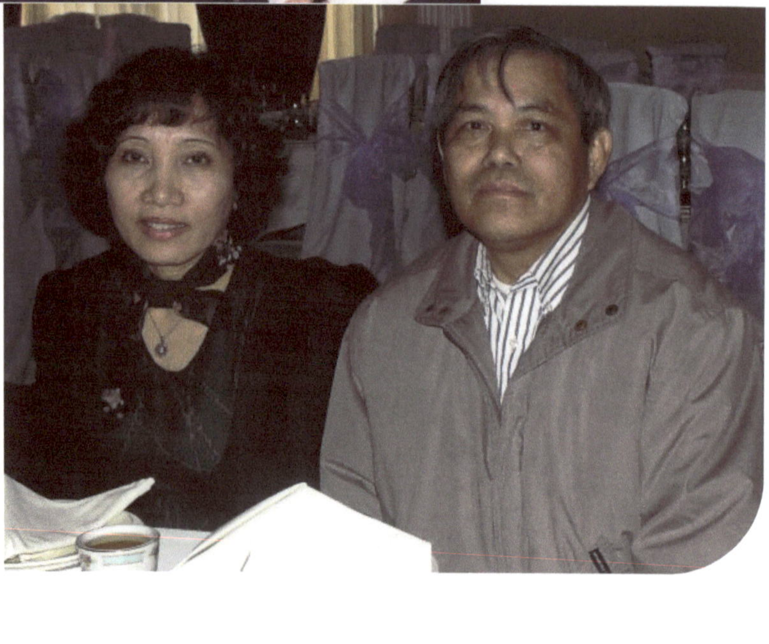

Bùi Văn
ĐÀO

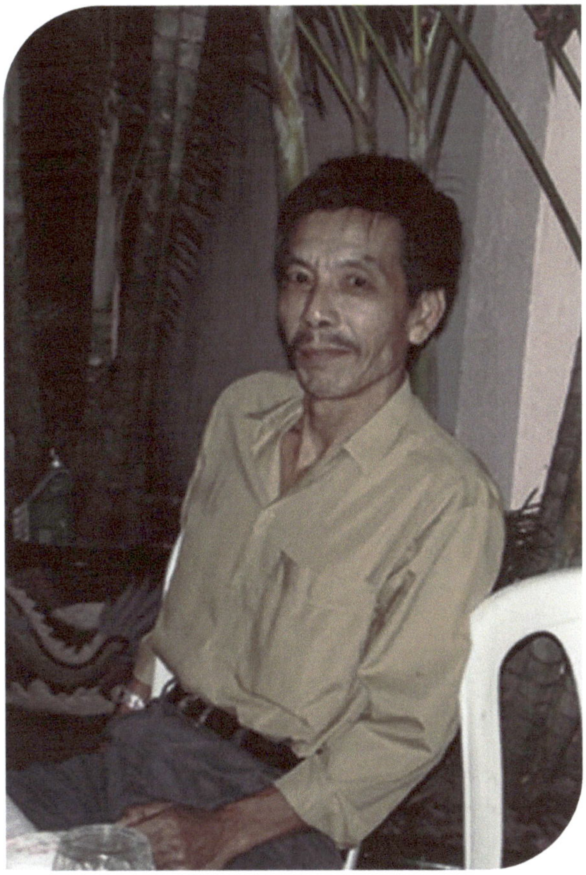

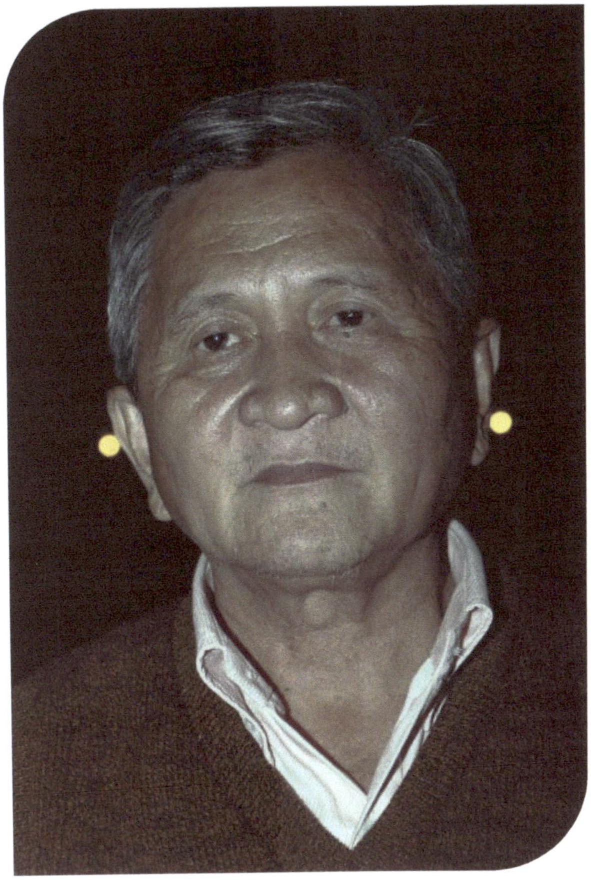

Trần Văn
ĐÀO

Nguyễn Hữu Để

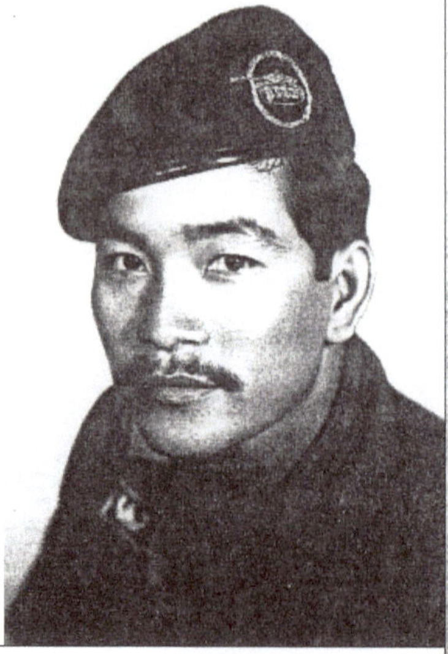

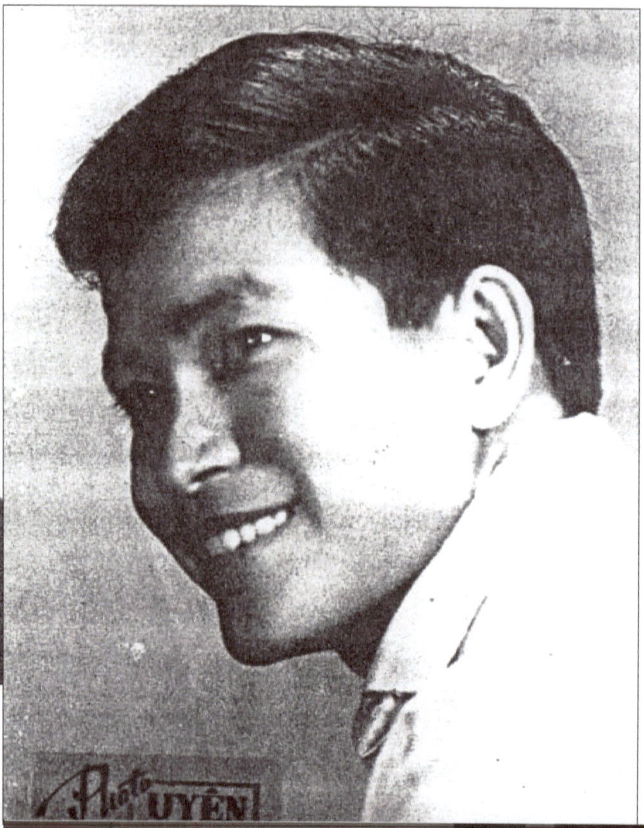

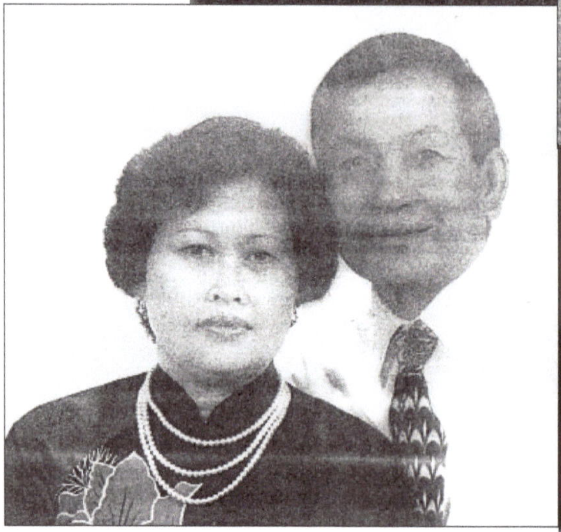

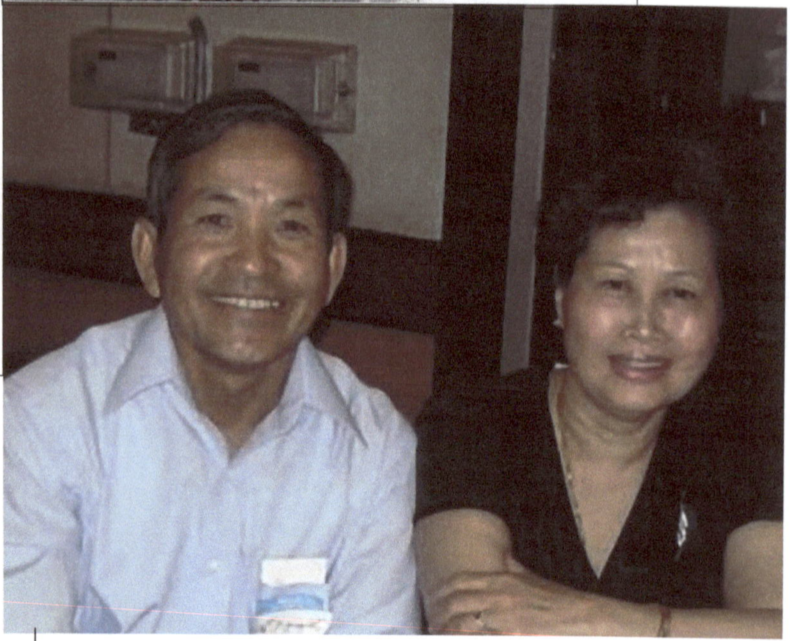

Nguyễn Hữu Để và phu nhân | San Jose 05.2005

Lê HÂN

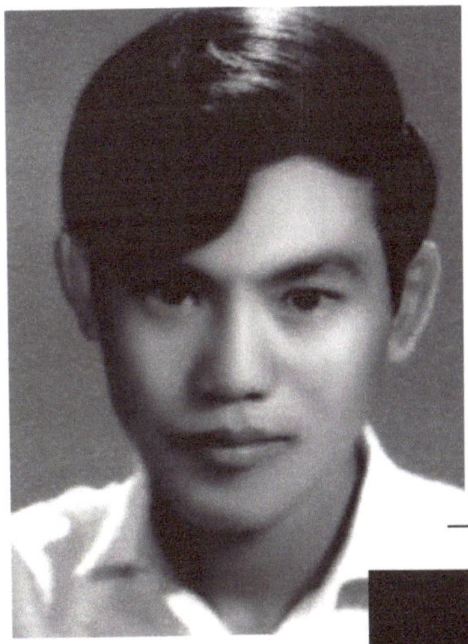

— 1966

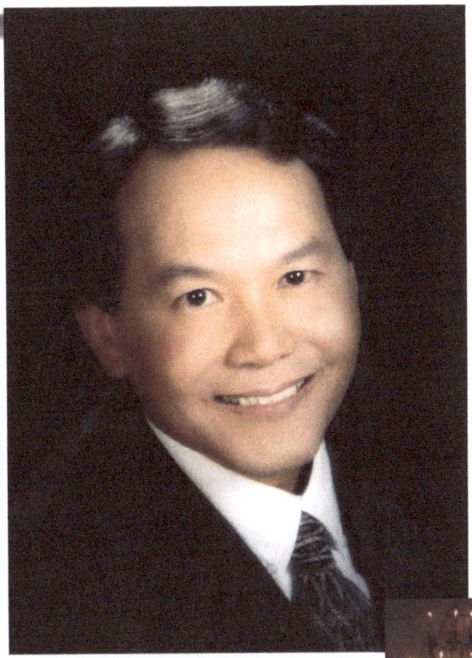

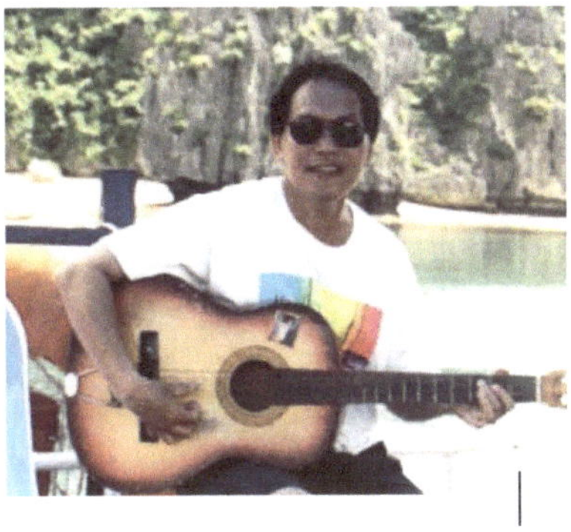

Đánh đàn giúp vui trên Vịnh Hạ Long, tháng 7/2001.
"Đời lạnh lùng trôi theo ..."

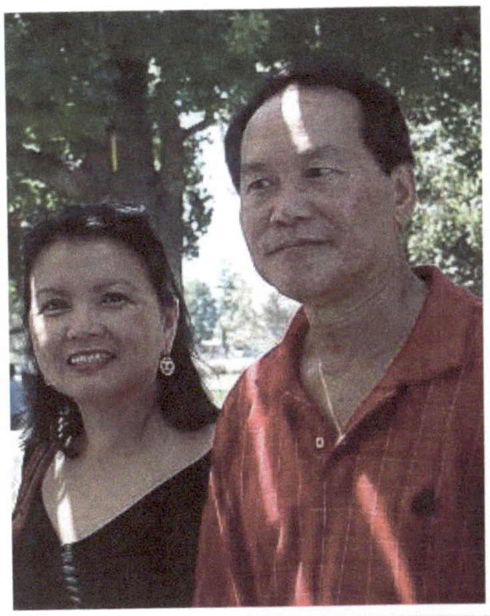

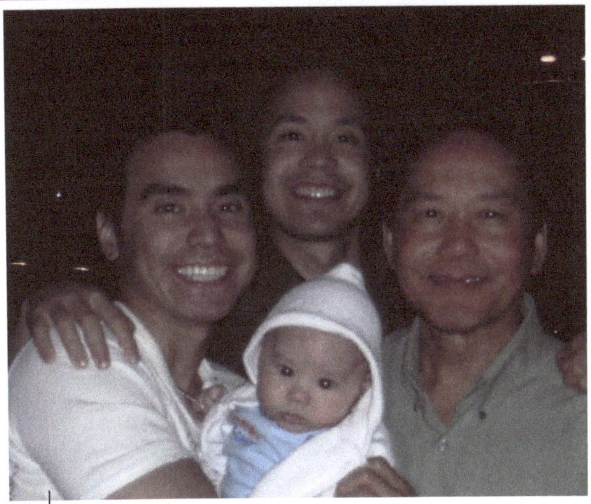

Lê Hân, hai con trai và cháu nội.

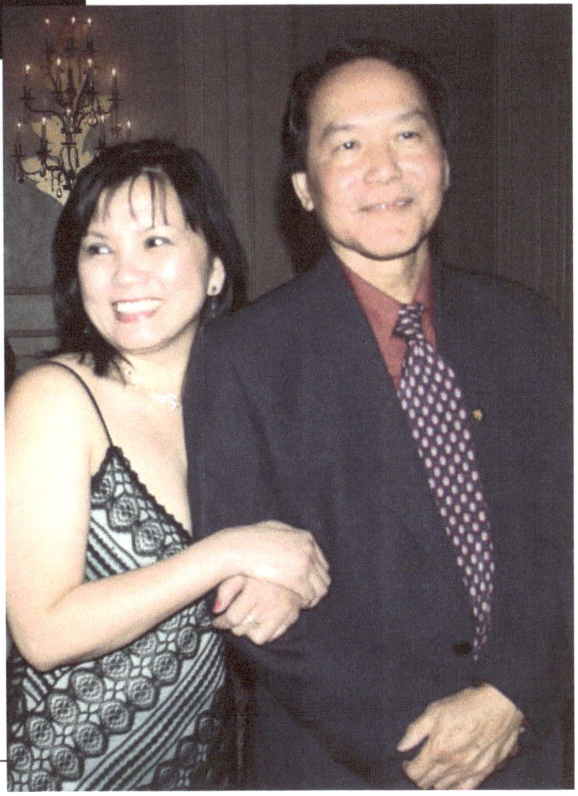

Lê Hân và Phu nhân.

Tăng Thị NHƯ HOA

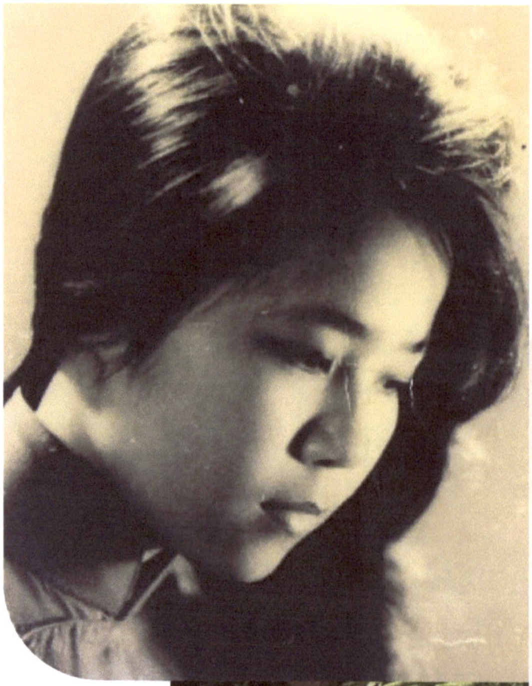

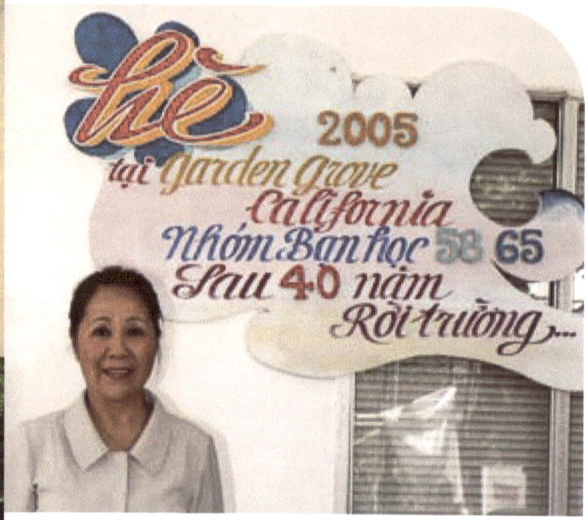

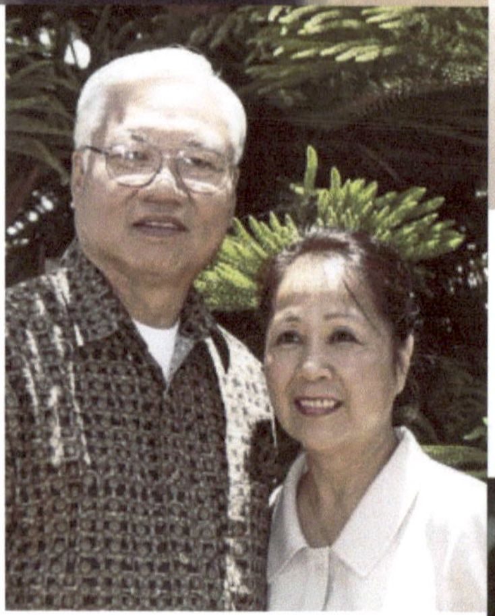

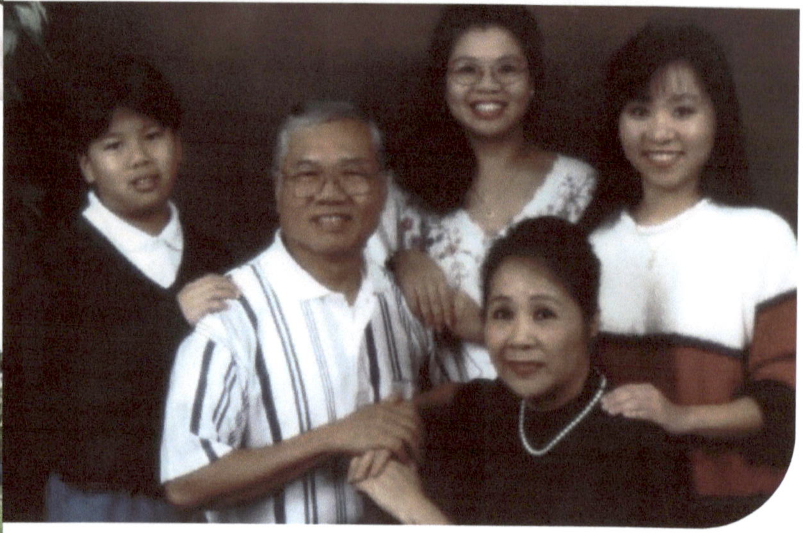

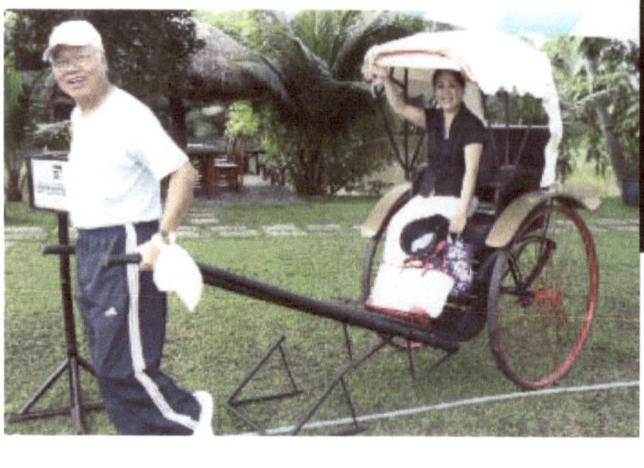

Nguyễn ĐỀ

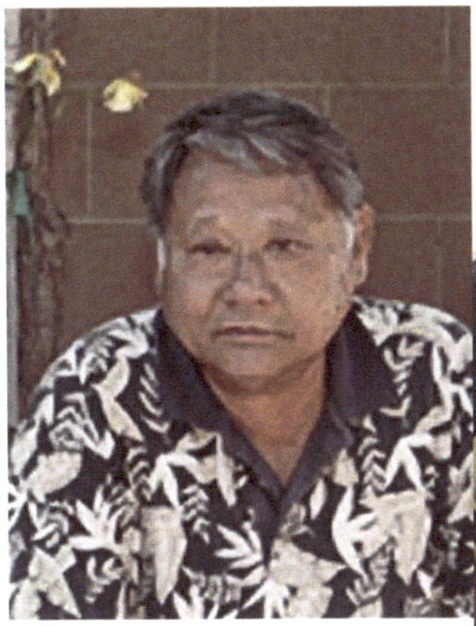

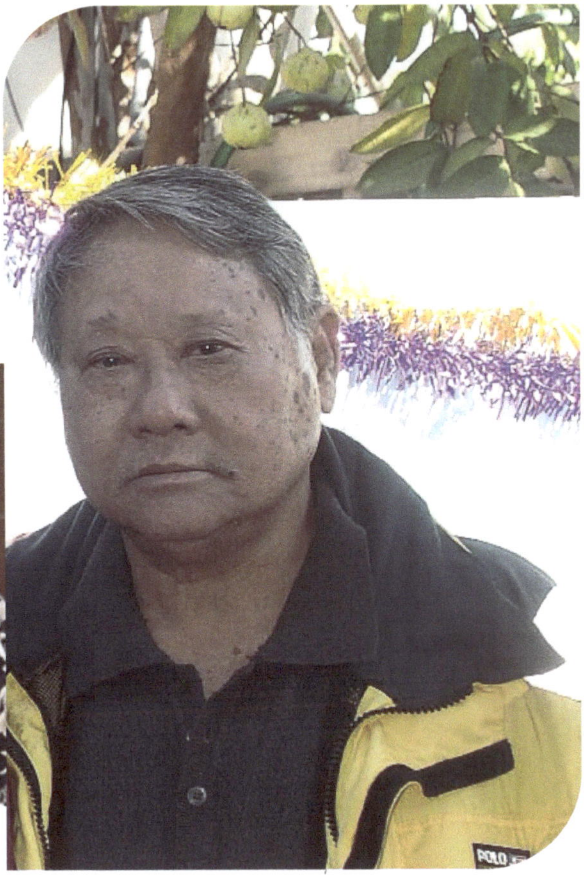

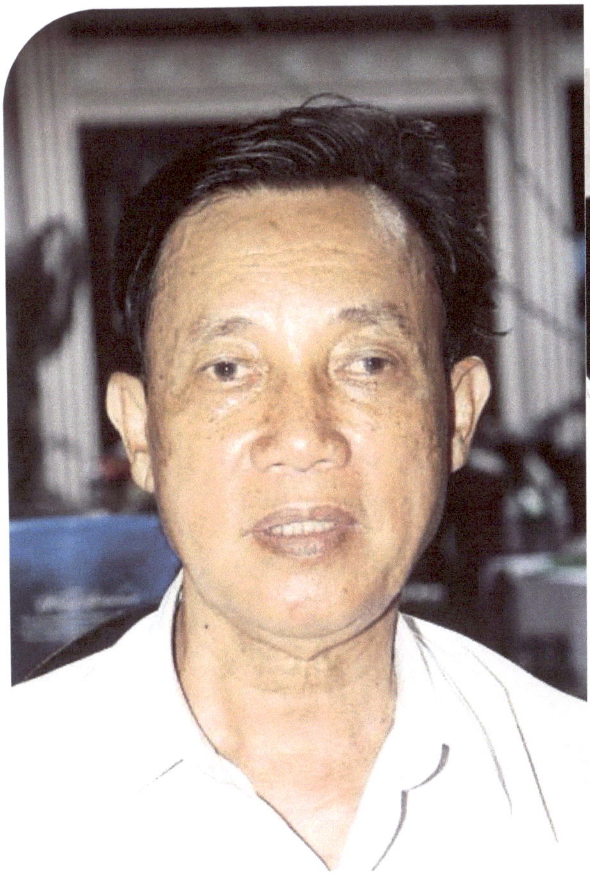

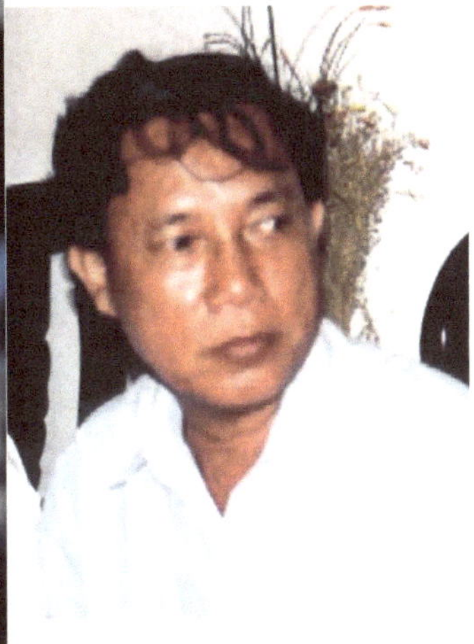

Đinh Văn HÒA

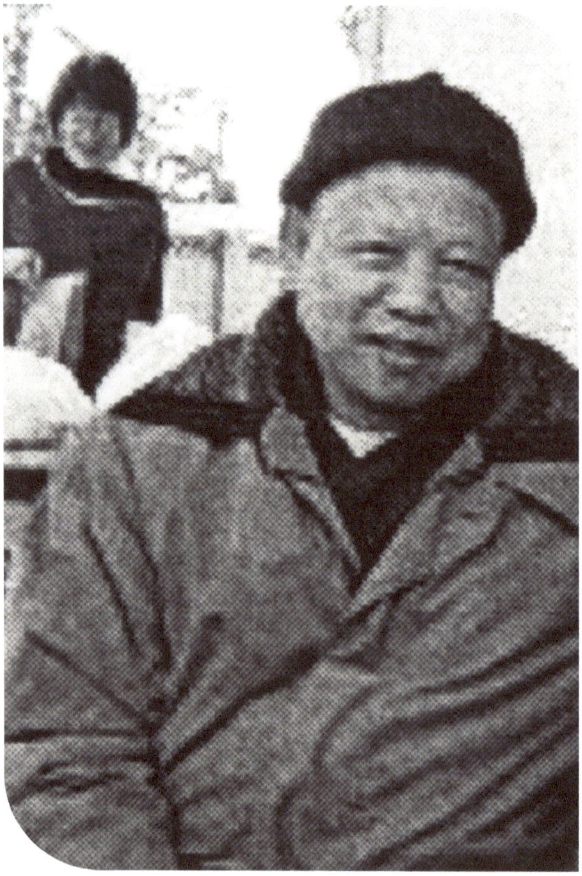

Phan Xuân HÒA

Nguyễn Phú HÙNG

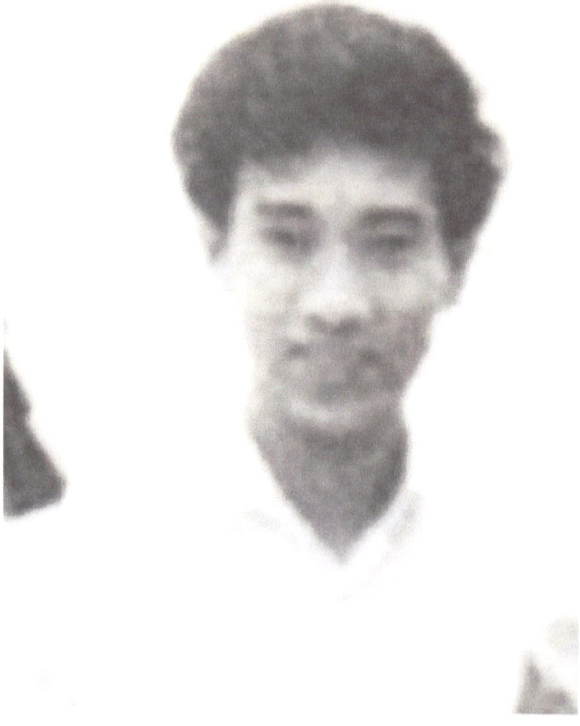

Trần Việt HÙNG

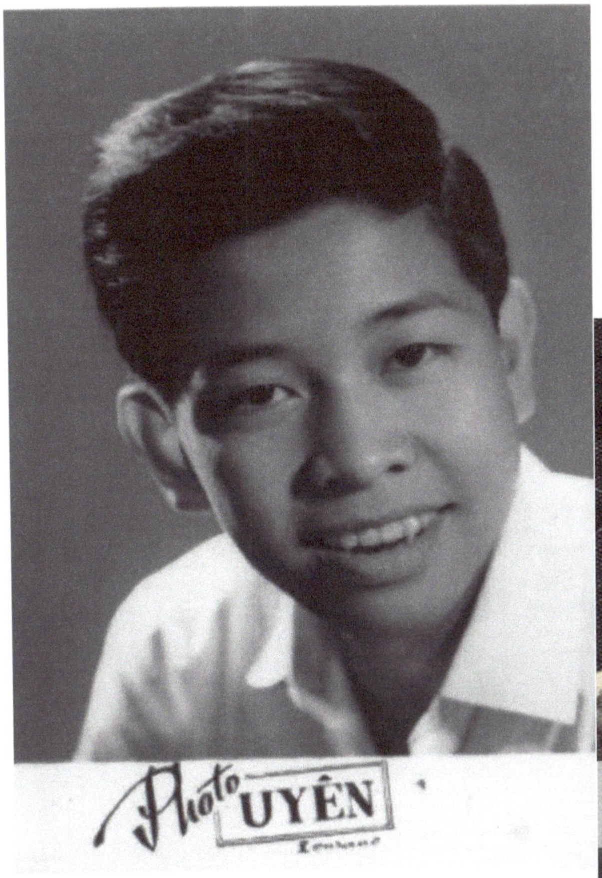

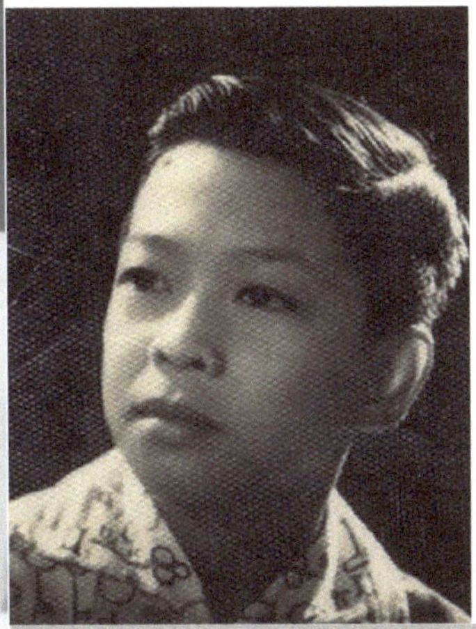

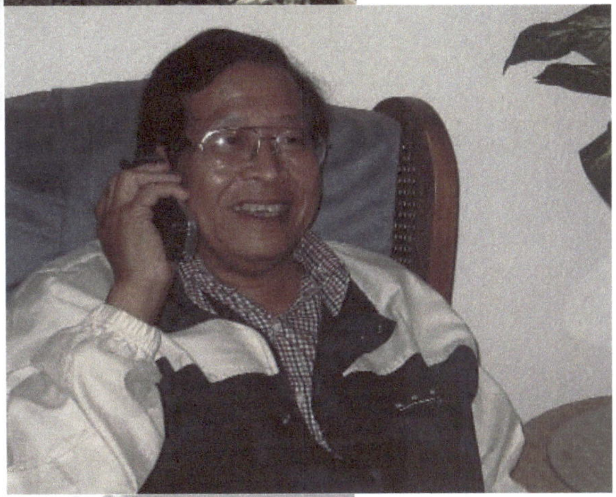

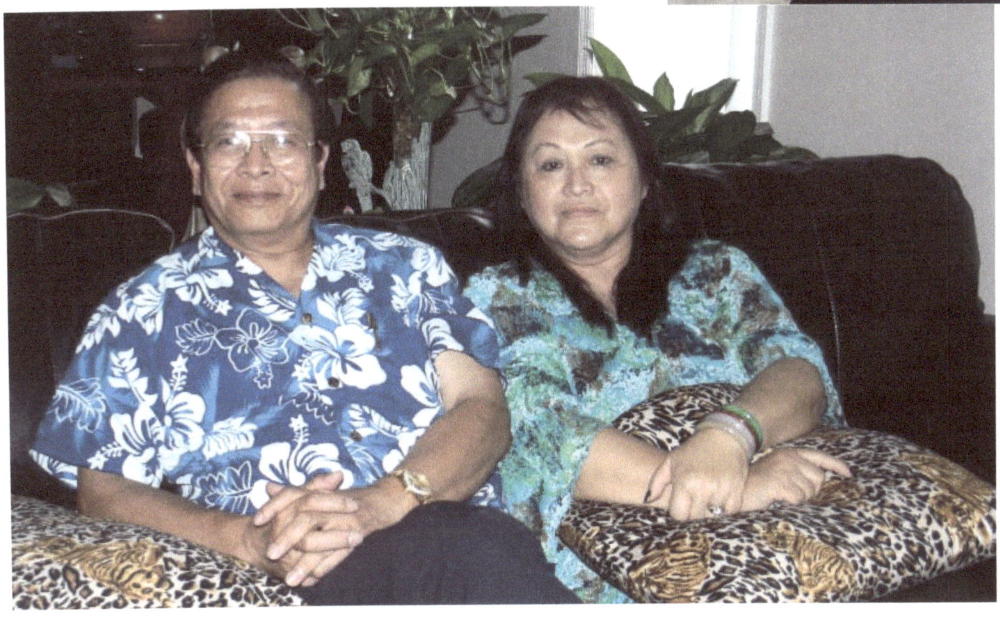

Lê Tự HƯNG

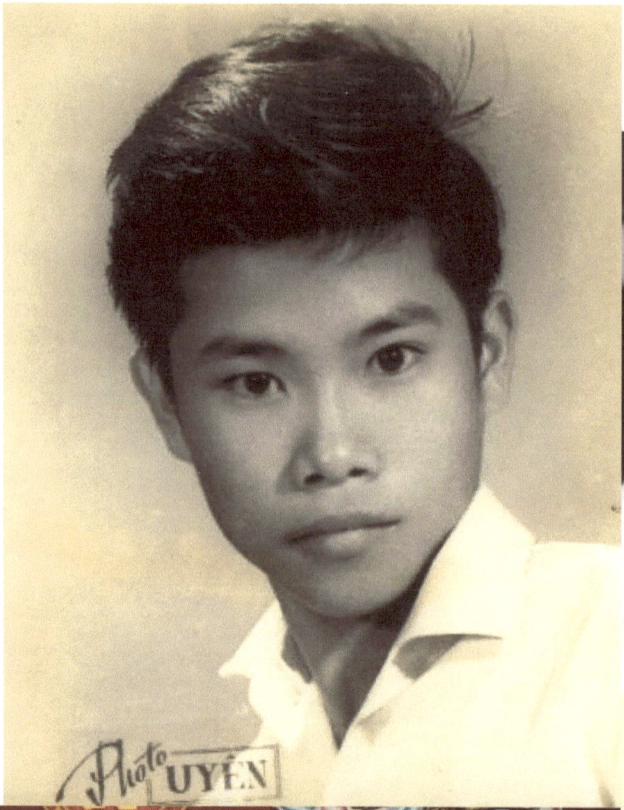

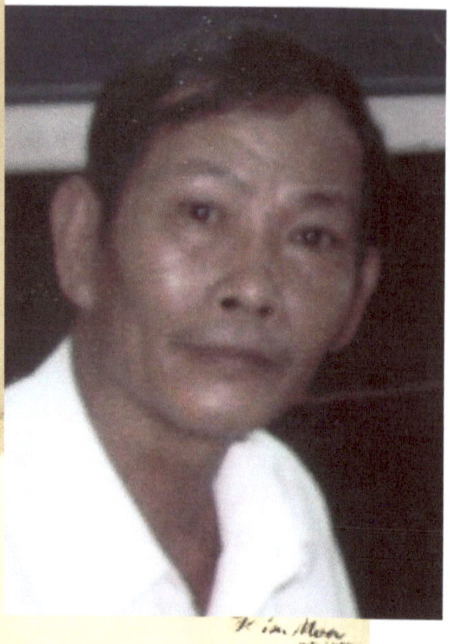

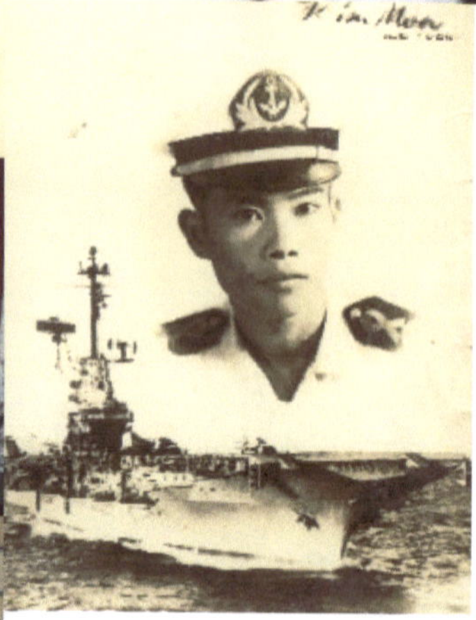

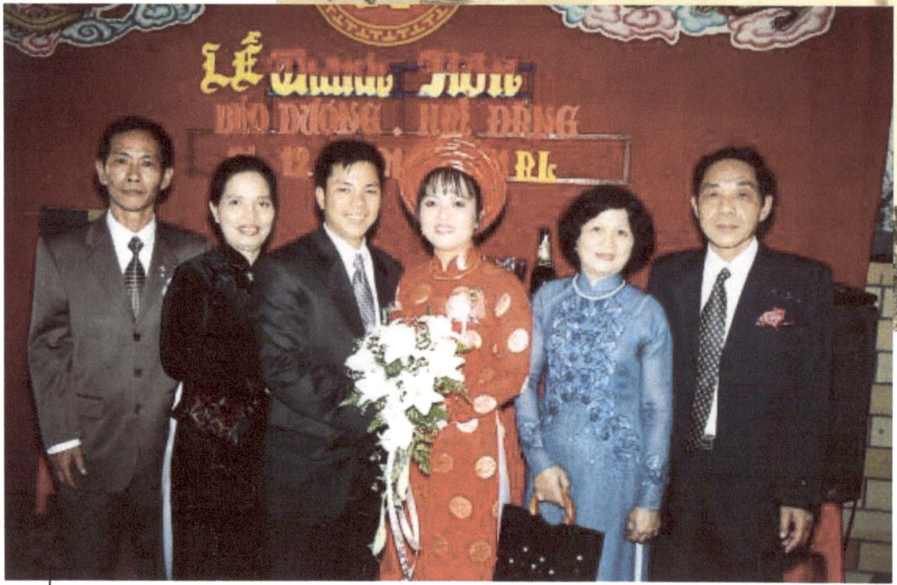

Vợ chồng Lê Tự Hưng, con gái Hải Đăng,
vợ chồng Thầy Kính, con trai Dương.

Nguyễn Thị HUẾ

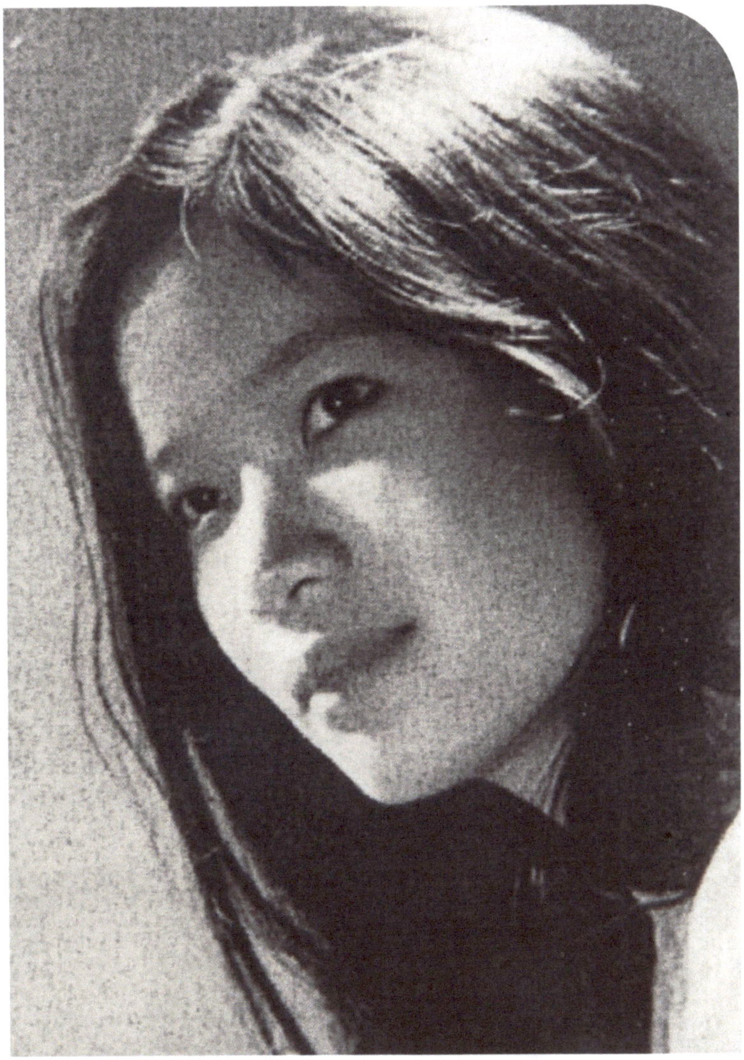

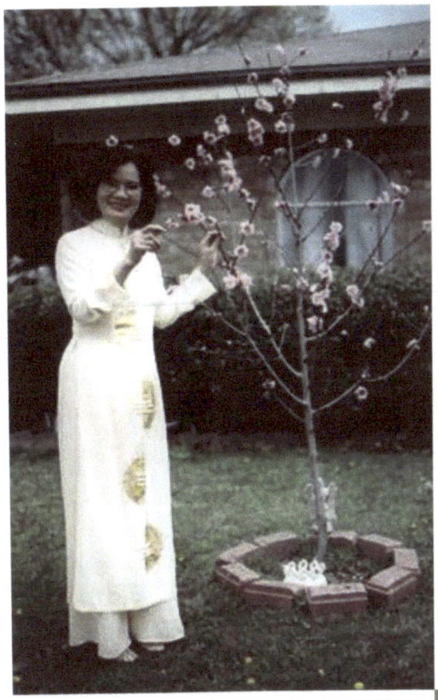

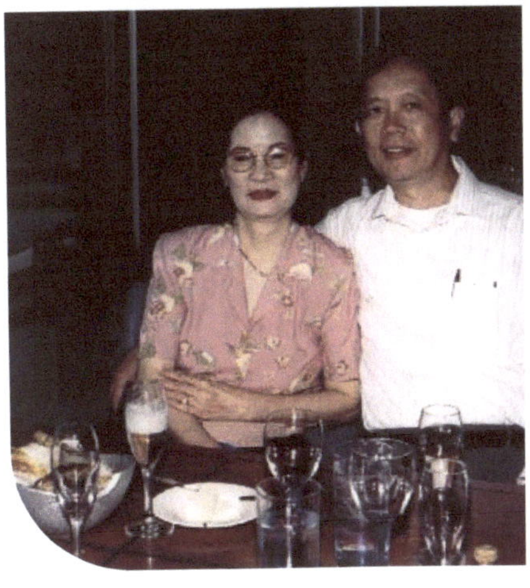

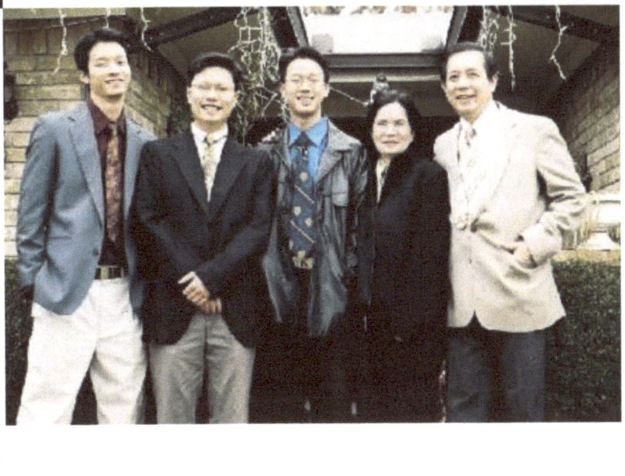

Trịnh Thị HUYỀN

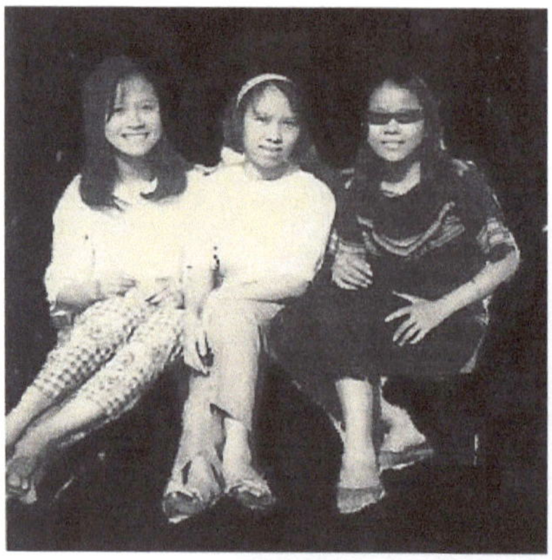

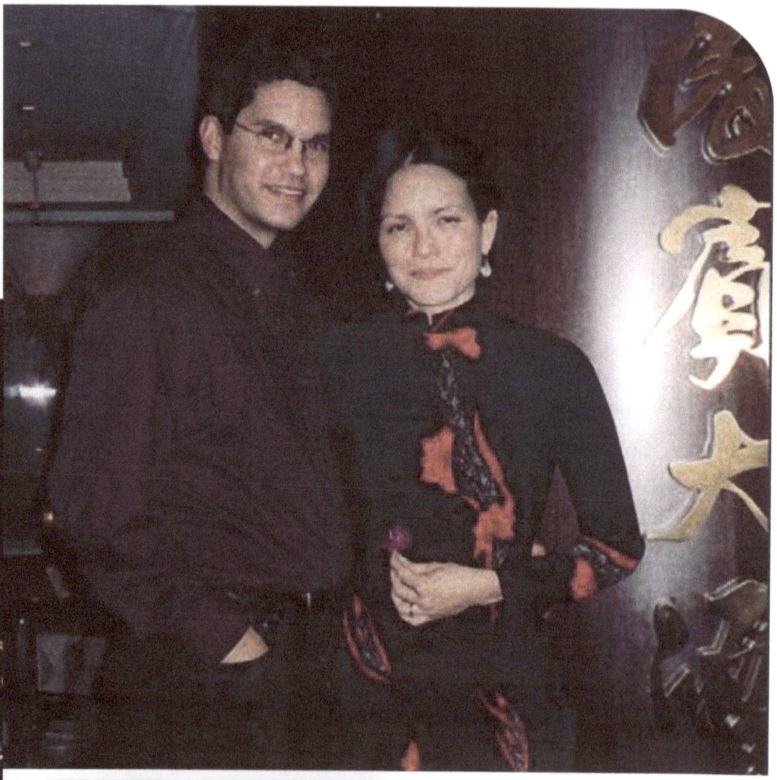

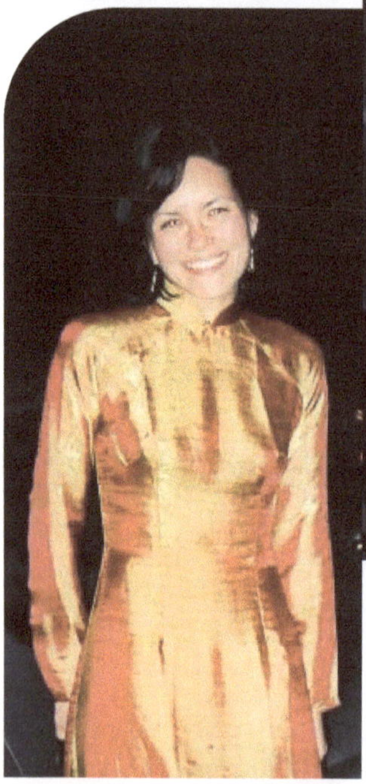

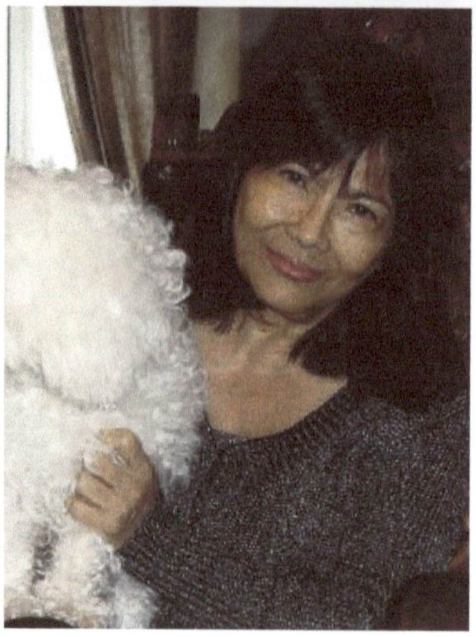

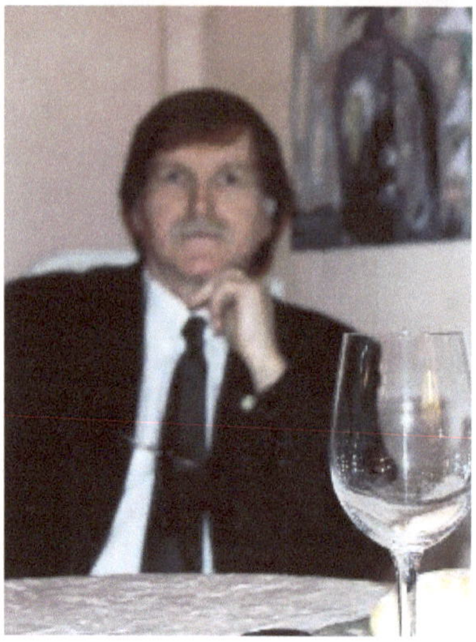

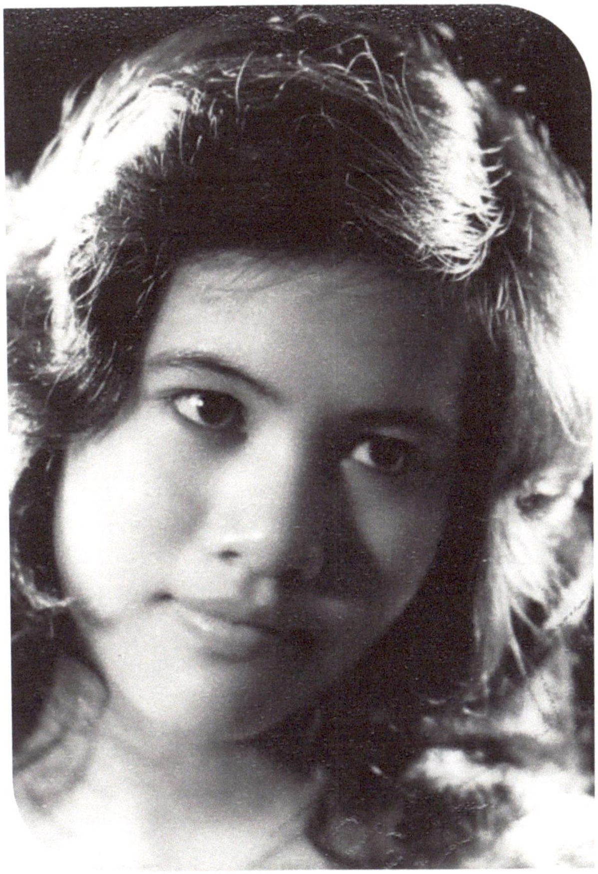

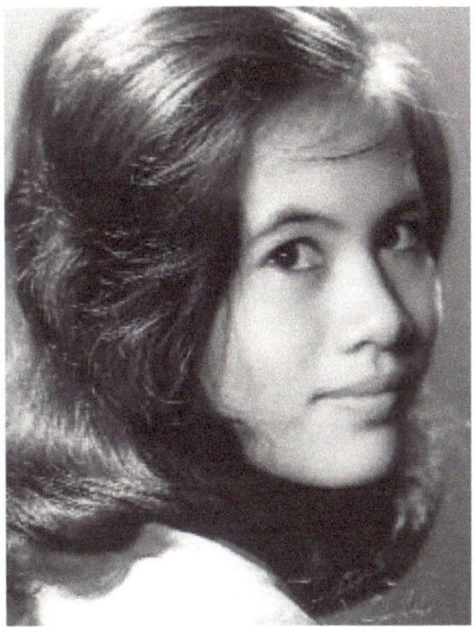

Đặng Thị HUYỀN

Mai Thị HẠNH

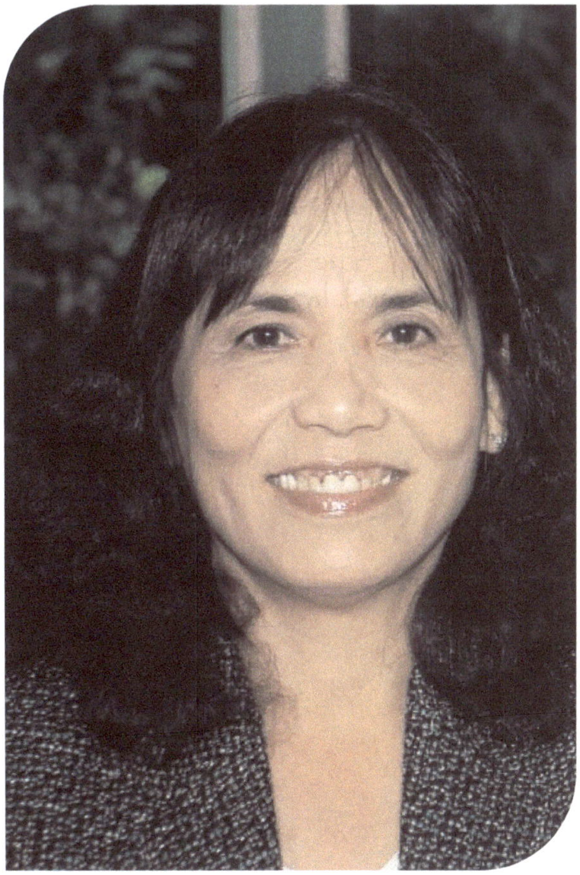

Trần Thanh HỰU

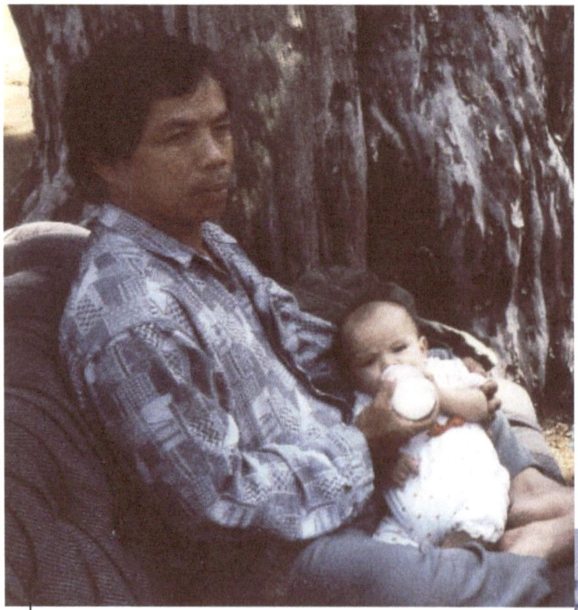

Trần Thanh Hựu
và con Trần Tiểu Linh

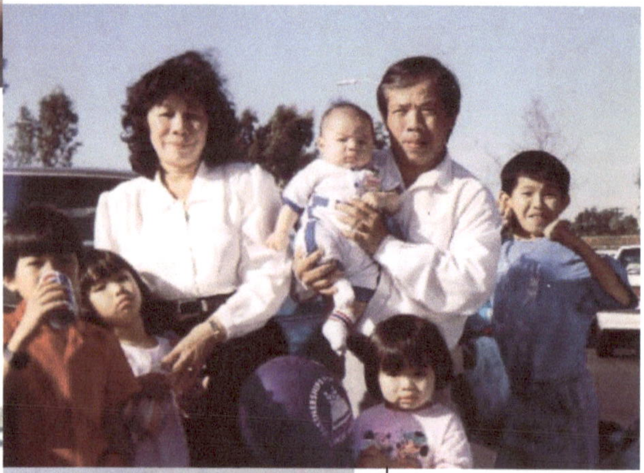

và các con cháu.

Trần Thanh Hựu và vợ,
con Trần Tiểu Linh
và Trần Thanh Huy

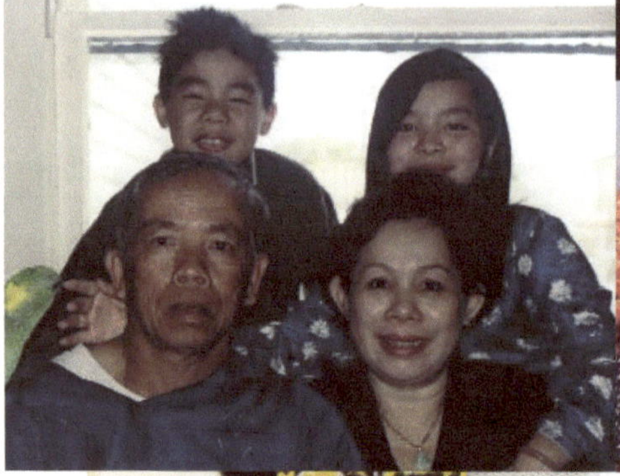

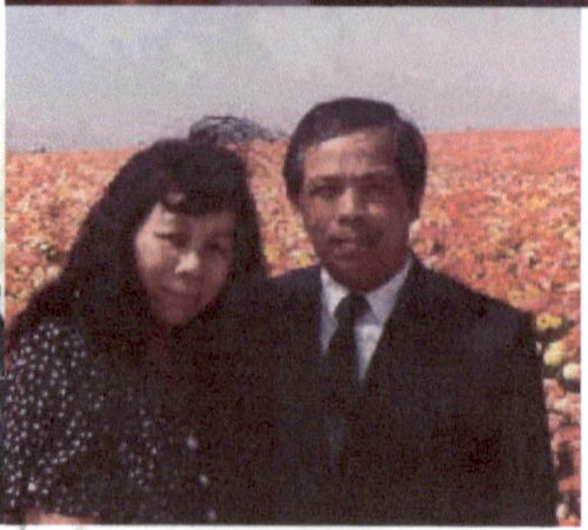

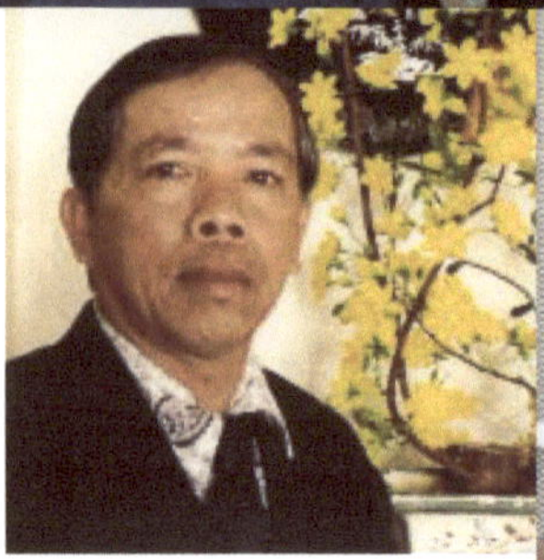

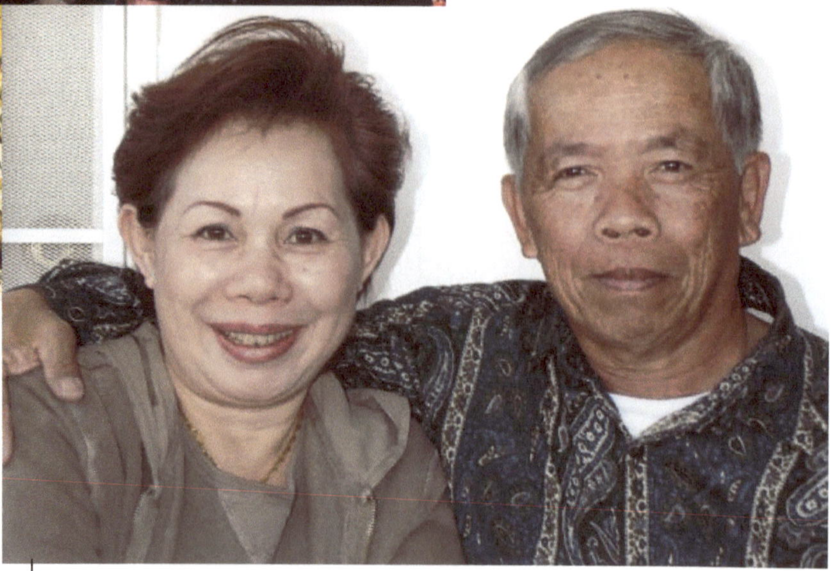

Trần Thanh Hựu và vợ Châu Đài Liên

Nguyễn Ngọc HỒI

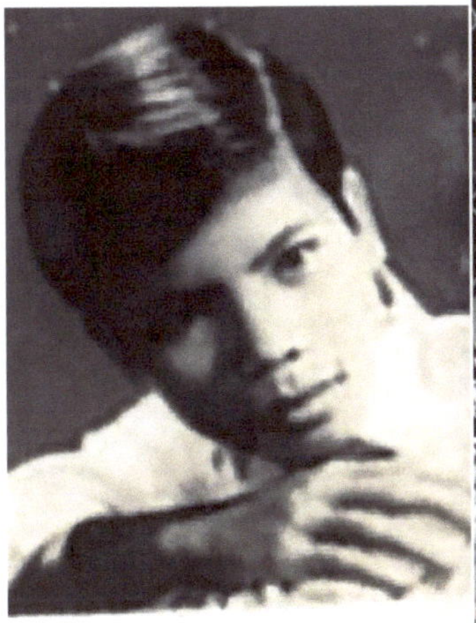

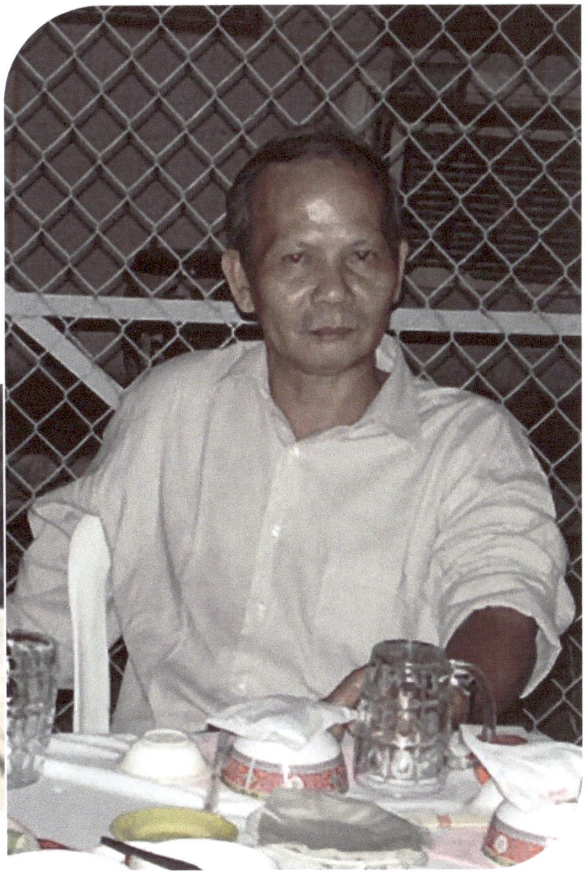

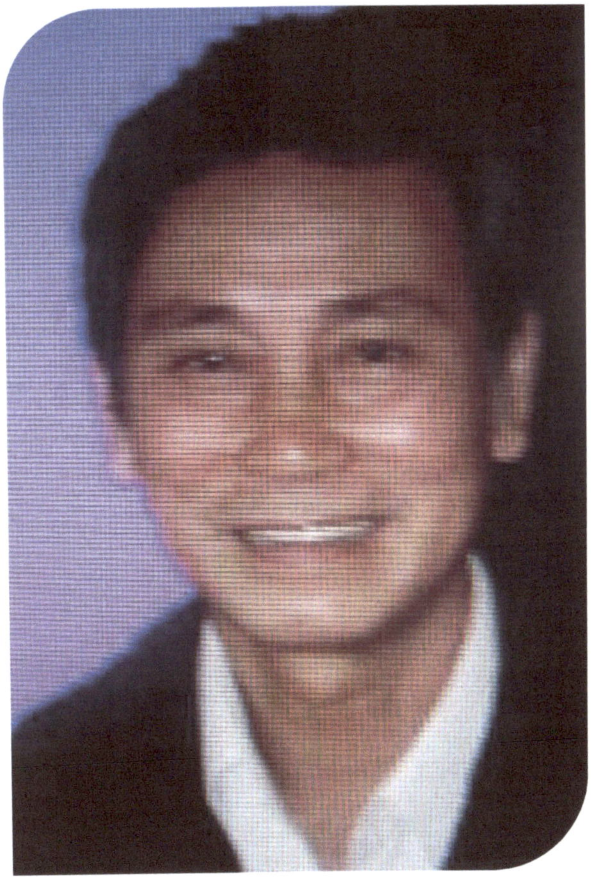

Đặng Thúc HUY

Nguyễn KHÓA

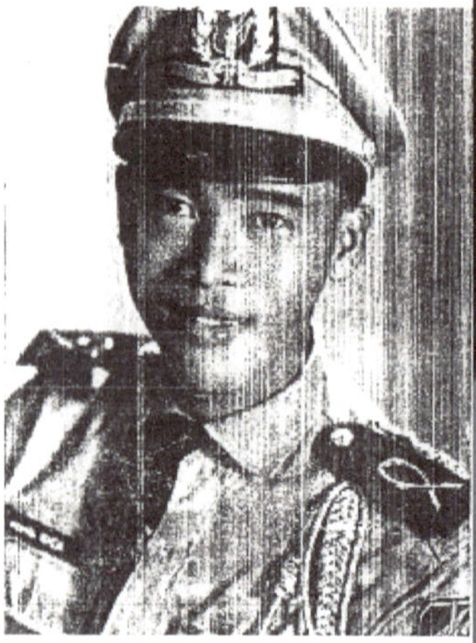

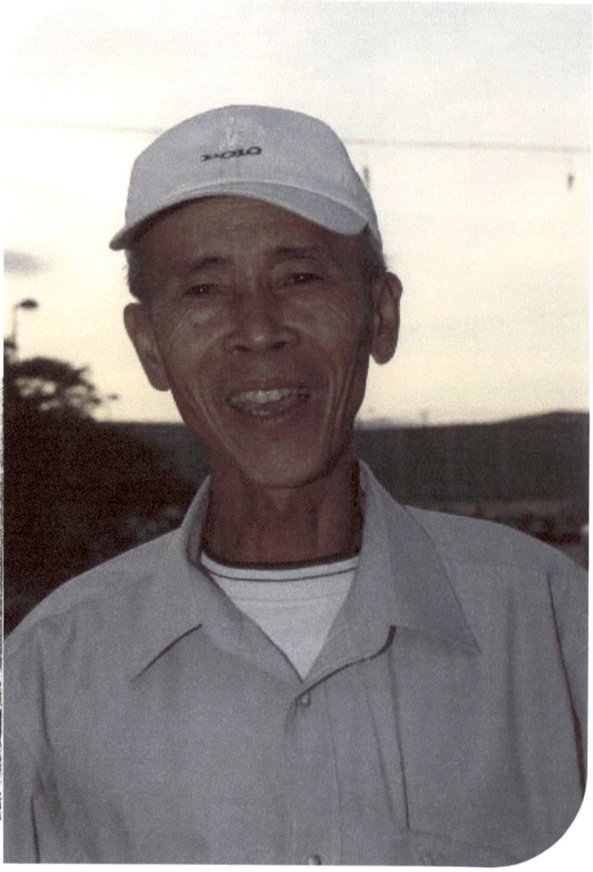

Huỳnh Văn KHÁNH

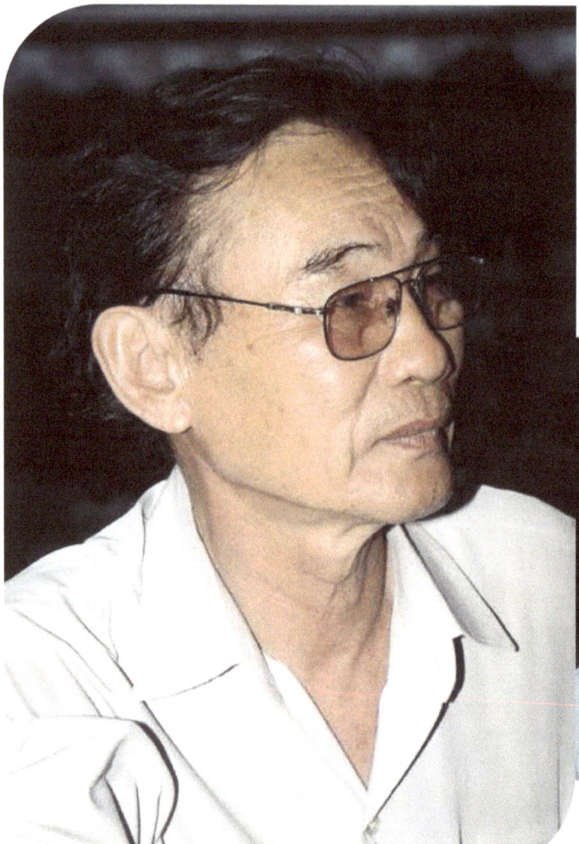

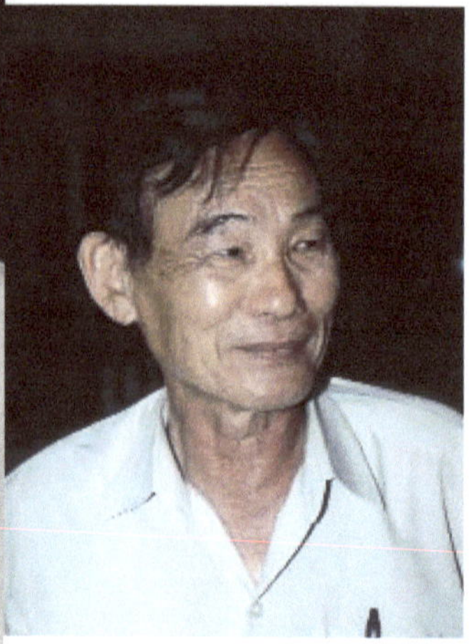

Nguyễn Doãn KIM

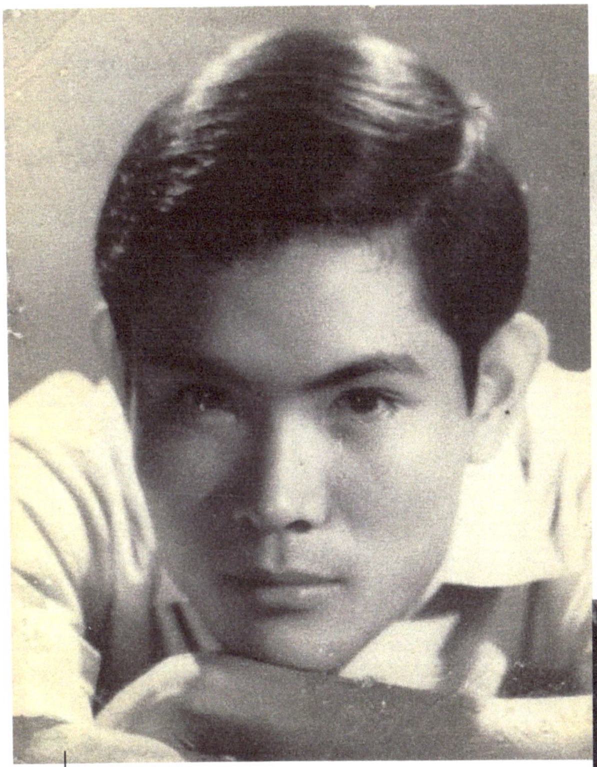

Đệ Nhị PCT | Đà Nẵng 63-64

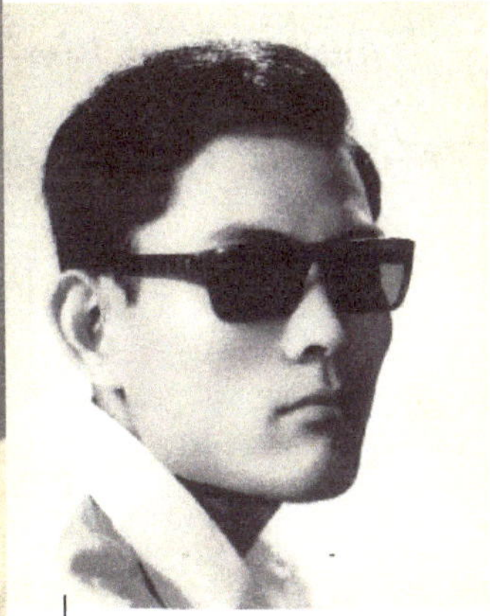

Đệ Nhất PCT | Đà Nẵng 64-65

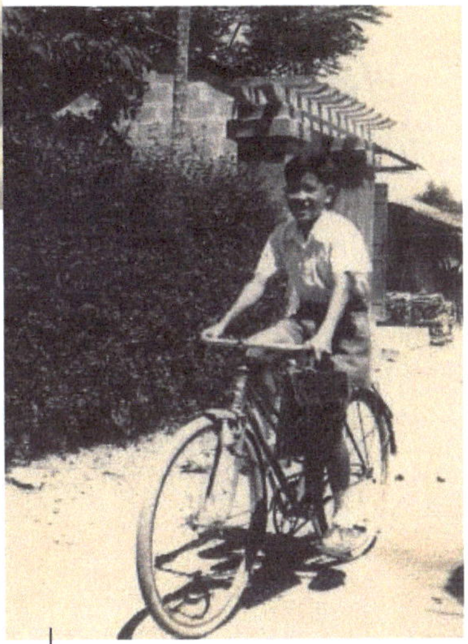

Lớp nhất 1957-1958 trường tiểu học Vạn Xuân, Huế.

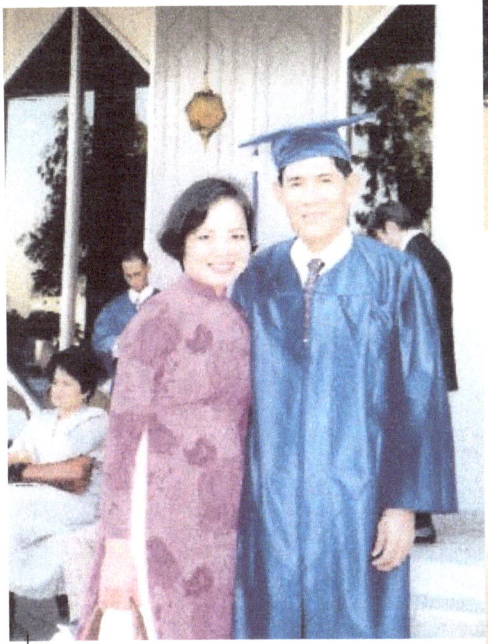

Heald College - San Jose 1997

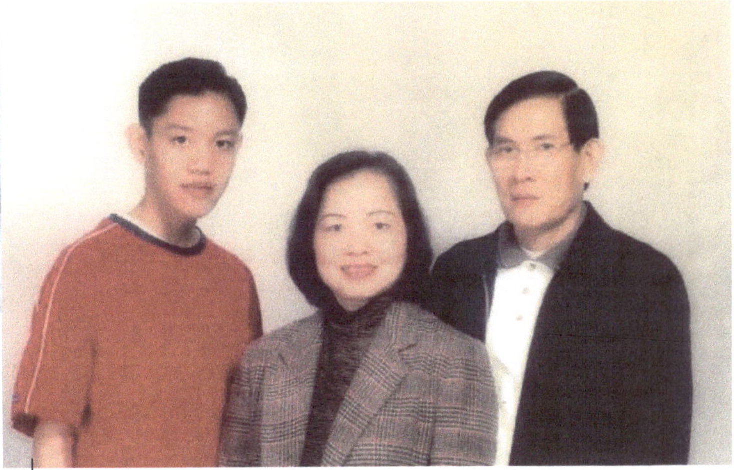

Nguyễn Doãn Kim, phu nhân và con trai.

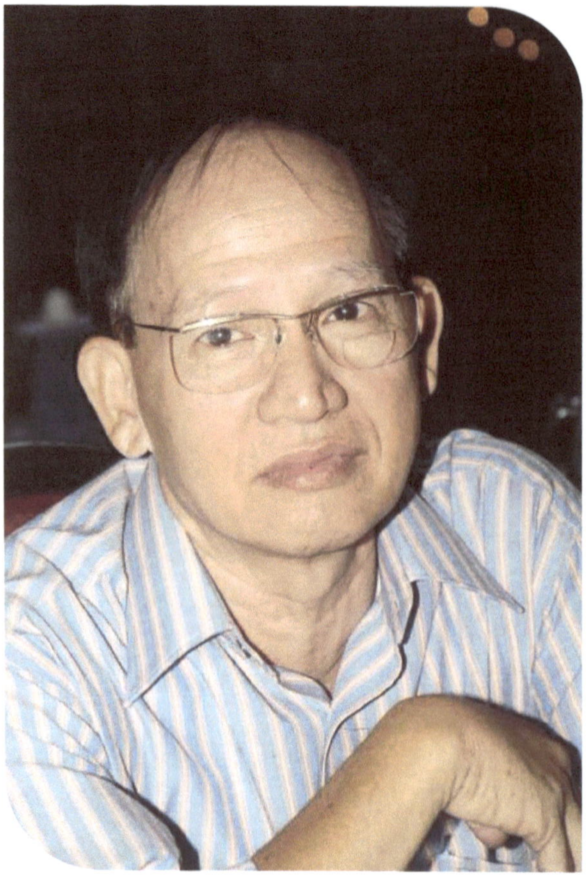

Lê Văn KIM

Nguyễn Văn KIM

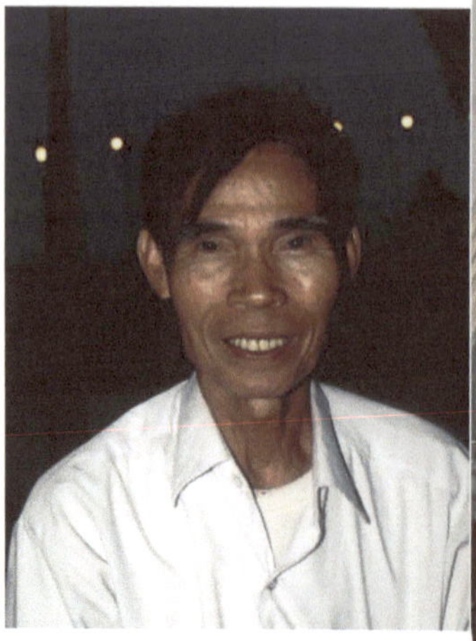

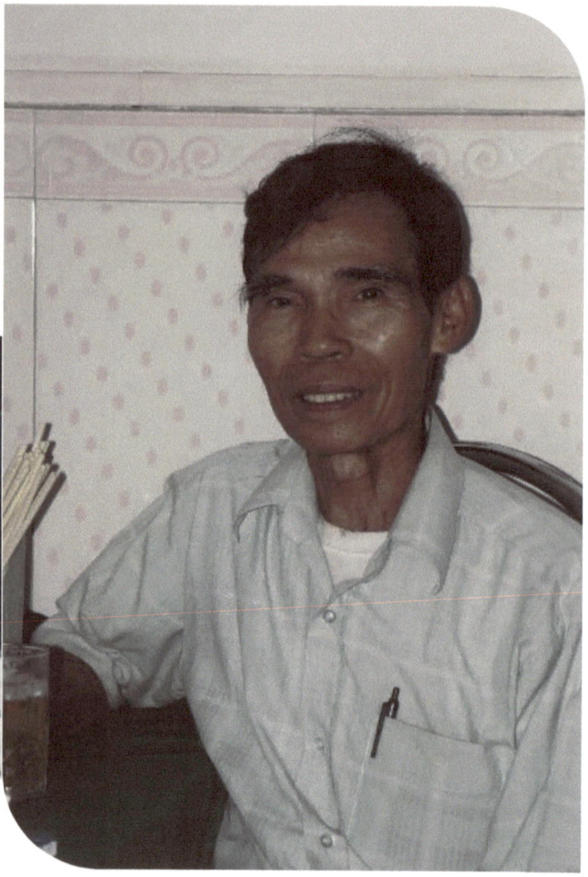

Tôn Nữ CHI LAN

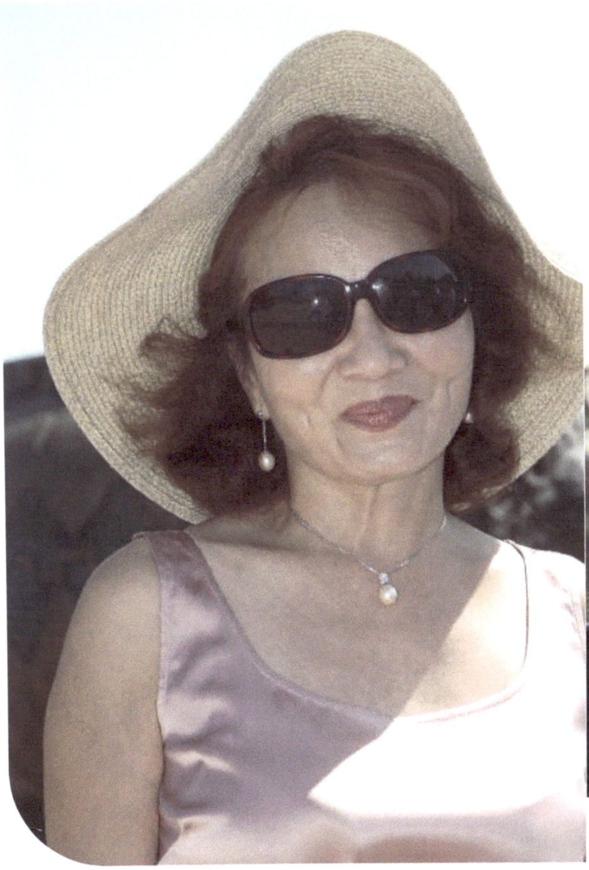

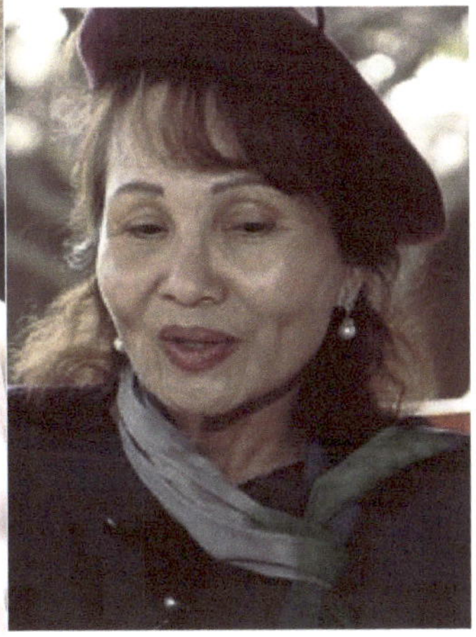

Lê Phương KỲ

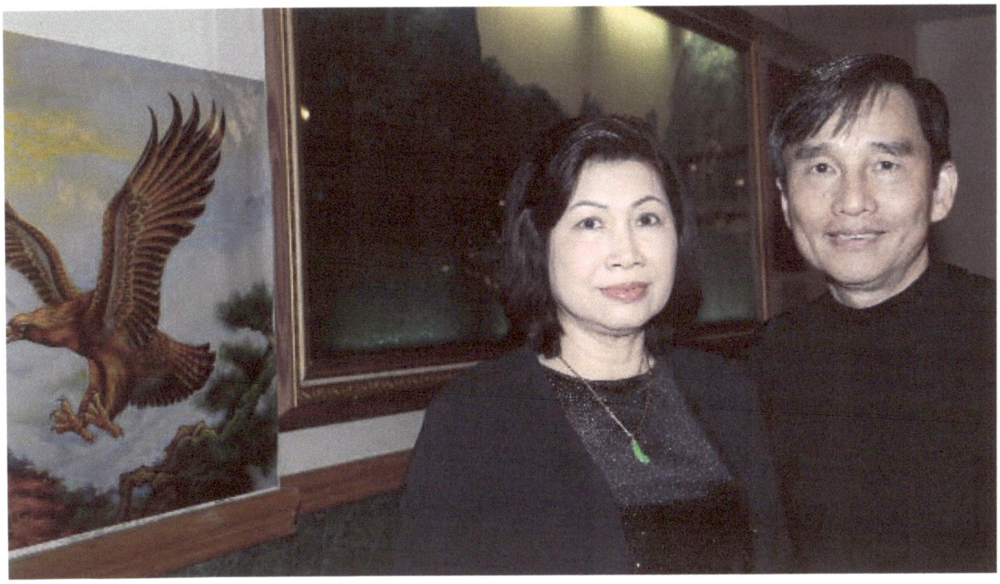

Lê LẠC

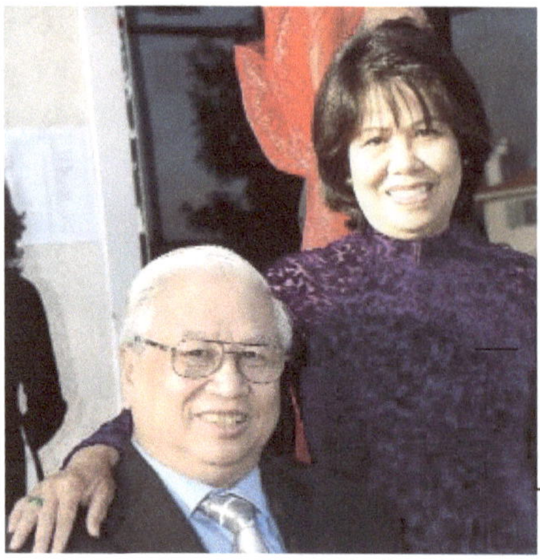

2008

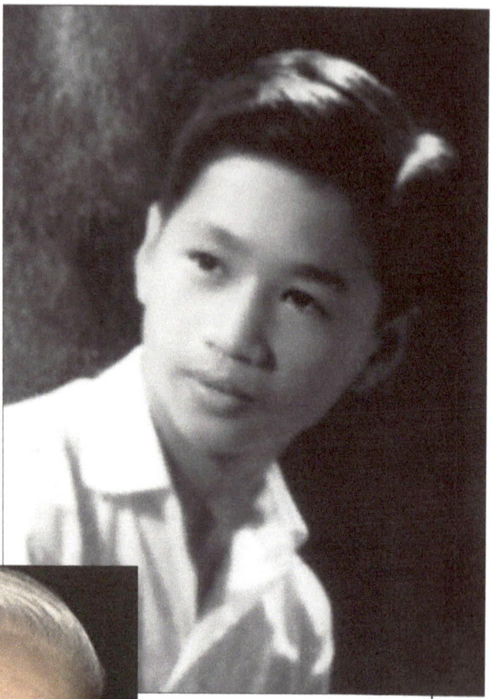

1958

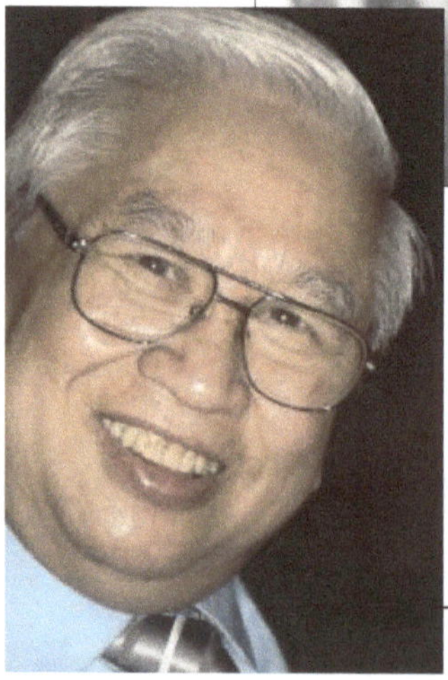

2008

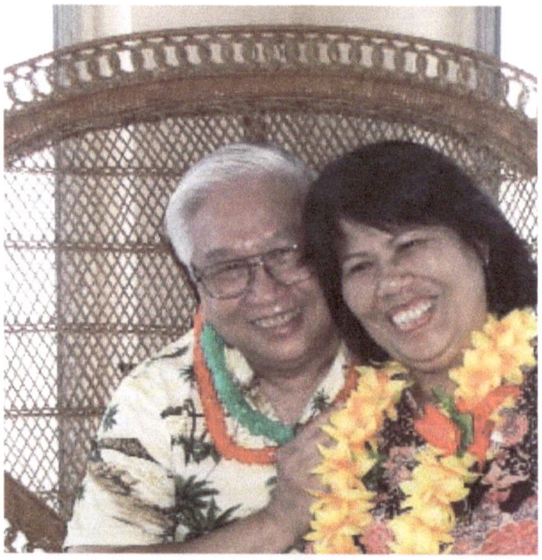

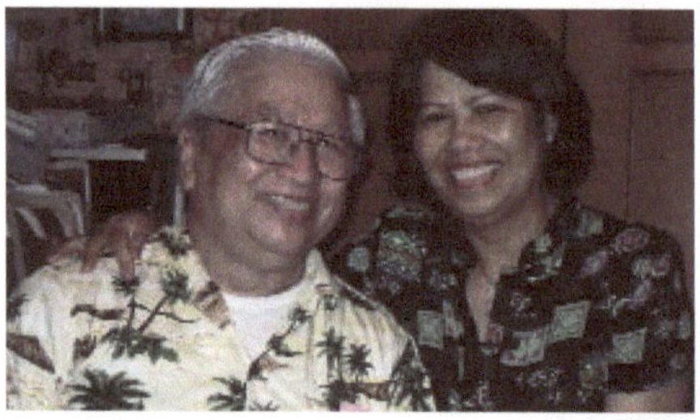

Lê Lạc, phu nhân và gia đình.

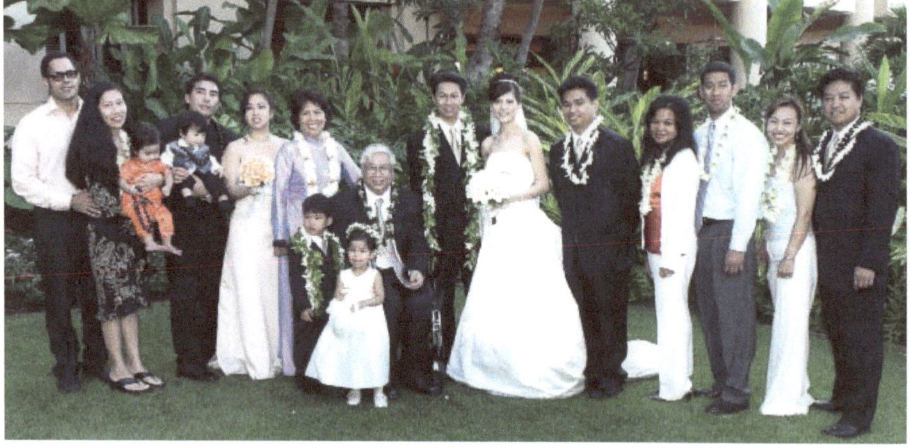

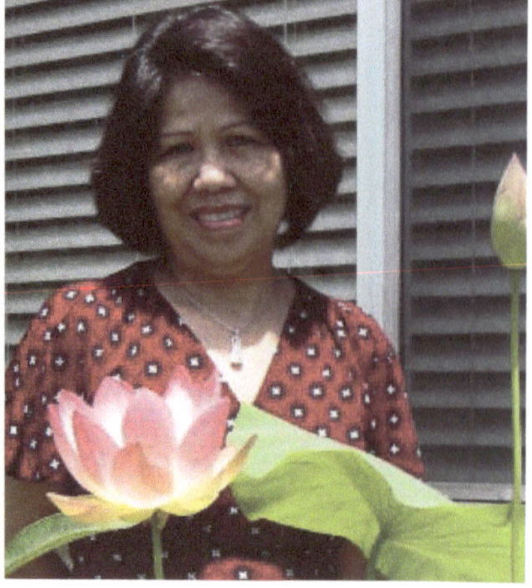

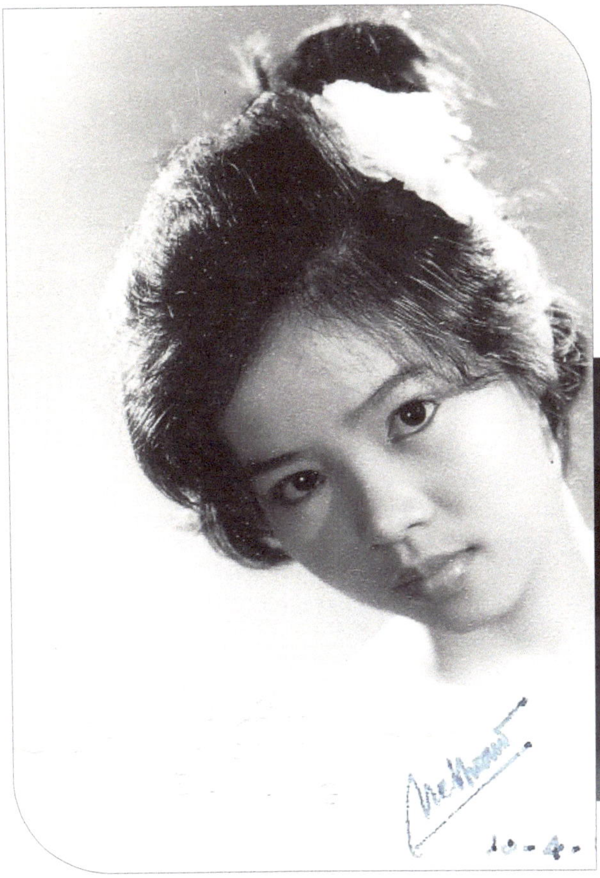

Nguyễn Cữu Thị LOAN

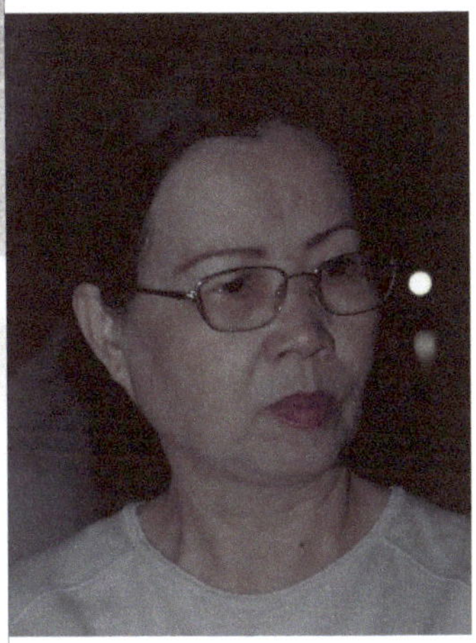

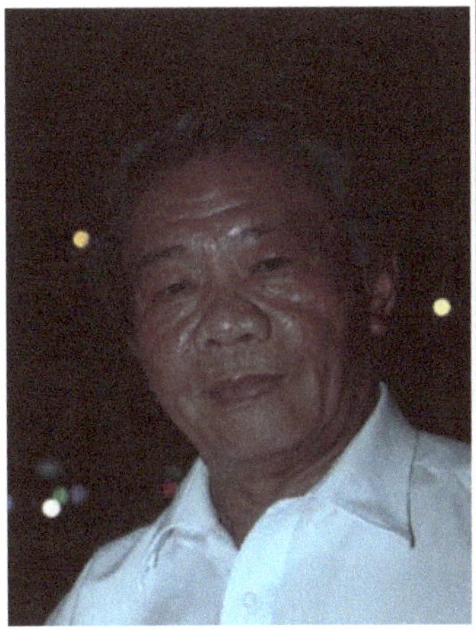

Trần LIÊN

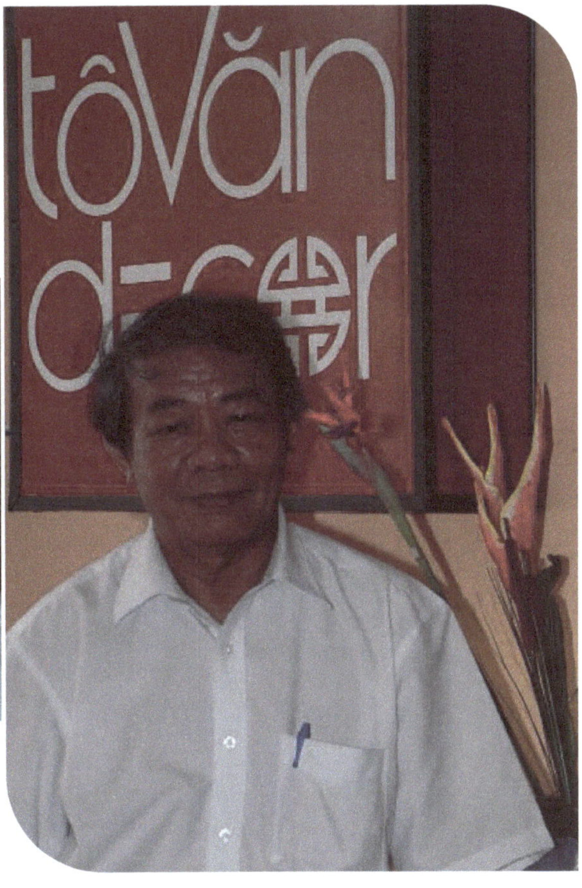

Lê Hữu LIÊM

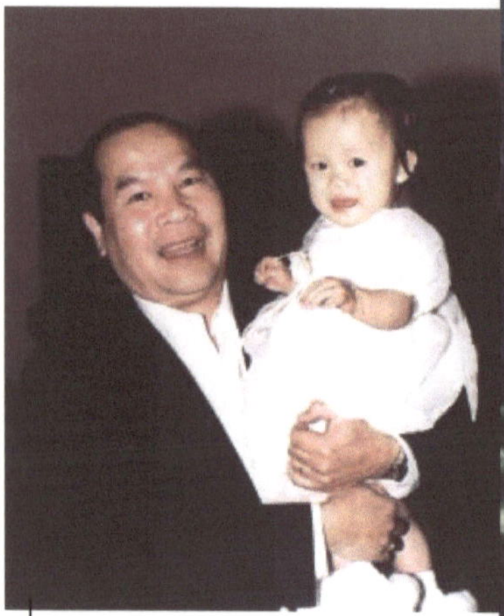

Lê Hữu Liêm và cháu nội.

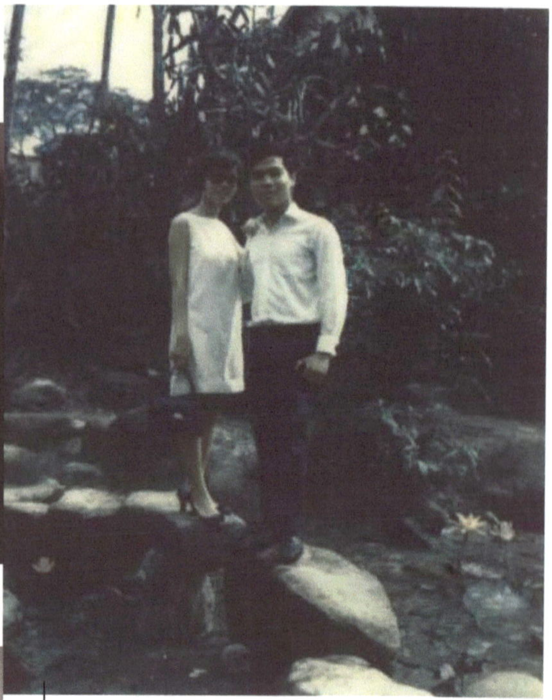

Lê Hữu Liêm và phu nhân, 1969.

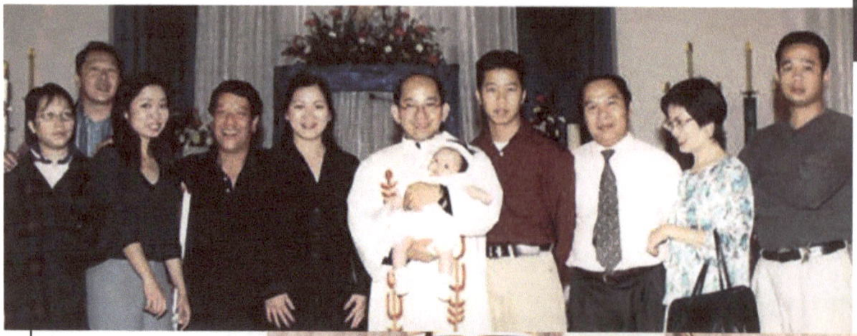

Lê Hữu Liêm và gia đình trong lễ rửa tội cho cháu Patricia.

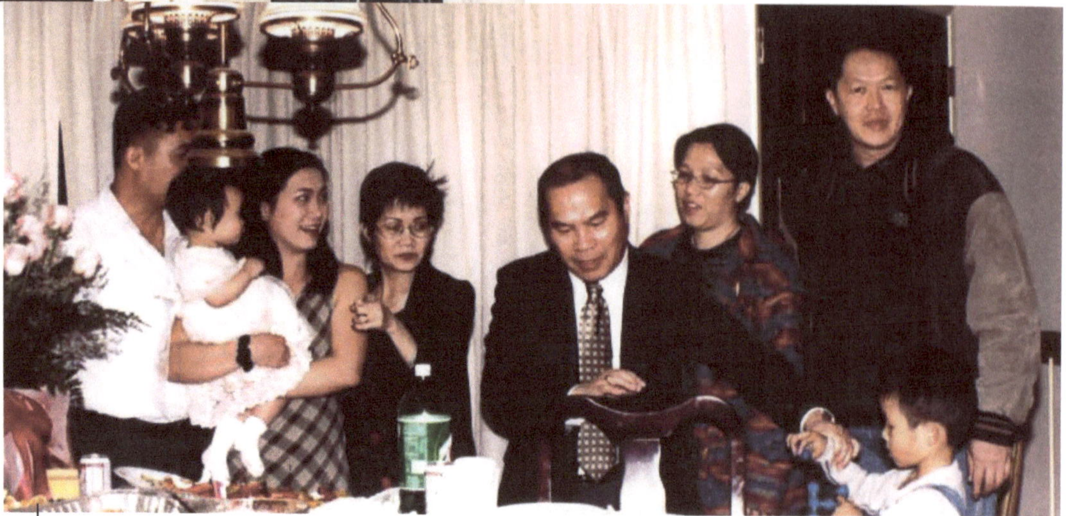

Gia đình Lê Hữu Liêm trong dịp thôi nôi của cháu nội thứ nhì, từ trái qua: Vợ chồng người con đầu, Liêm Phu nhân, Liêm, vợ chồng người em vợ, và cháu nội của Liêm.

Vương Ngọc LONG

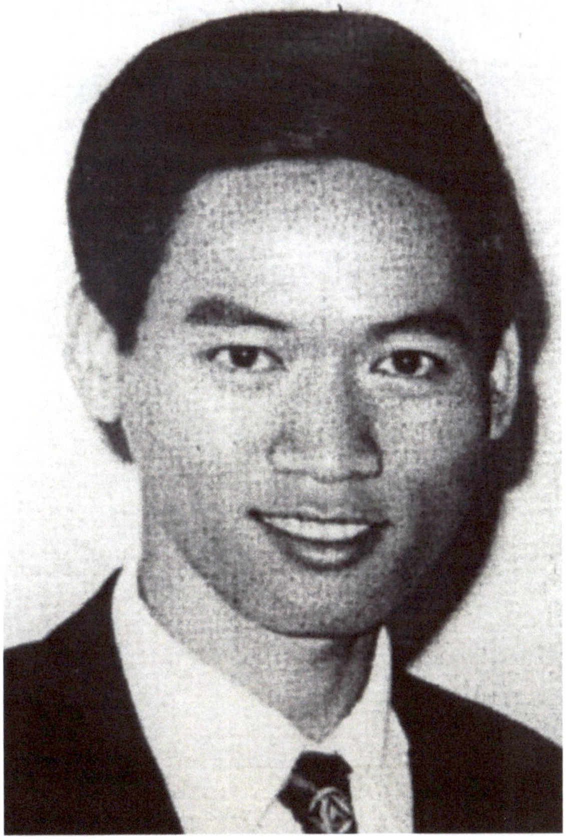

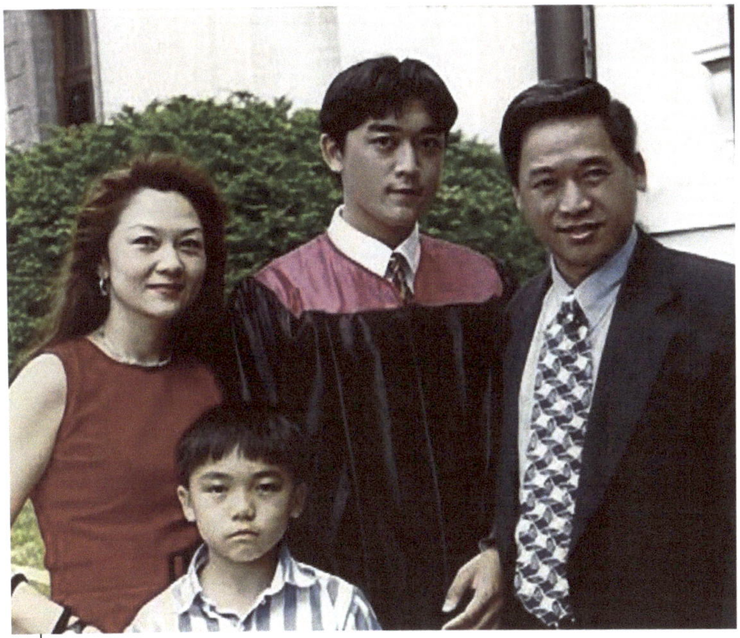

Thùy Trâm, James, Liêm, và Vương Ngọc Long.

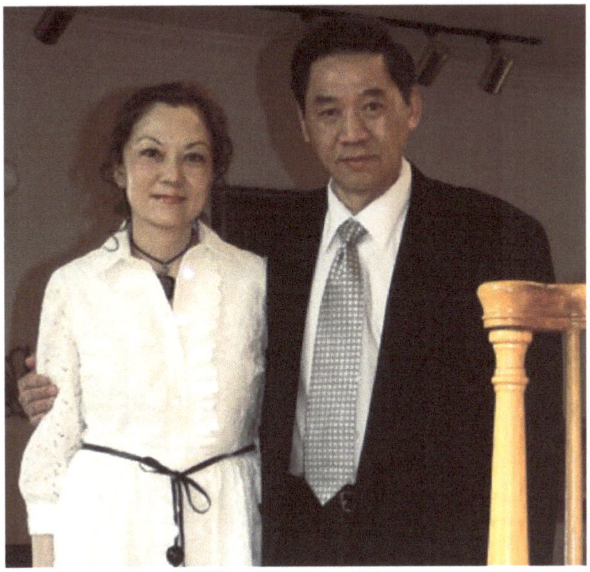

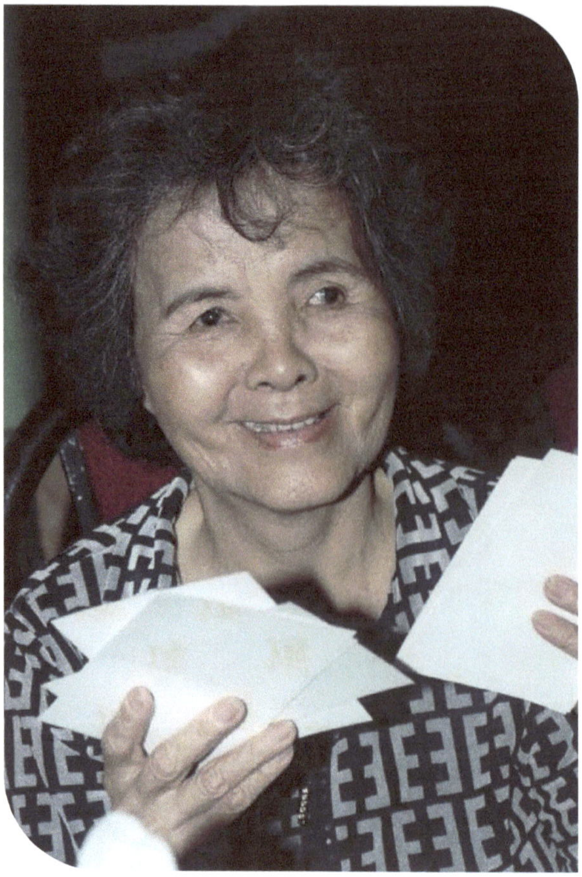

Dương Thị MINH MẬN

Xuân LỘC

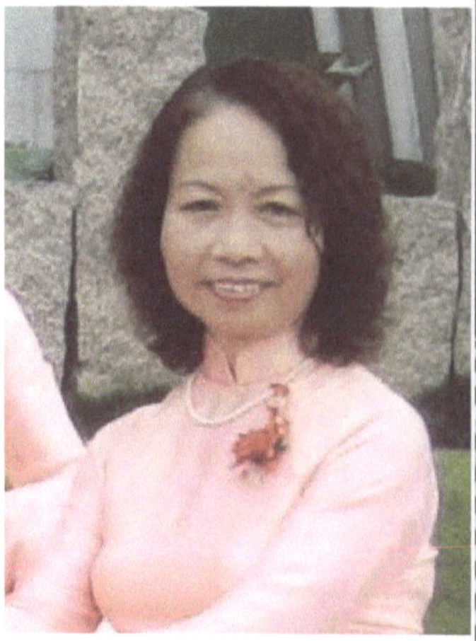

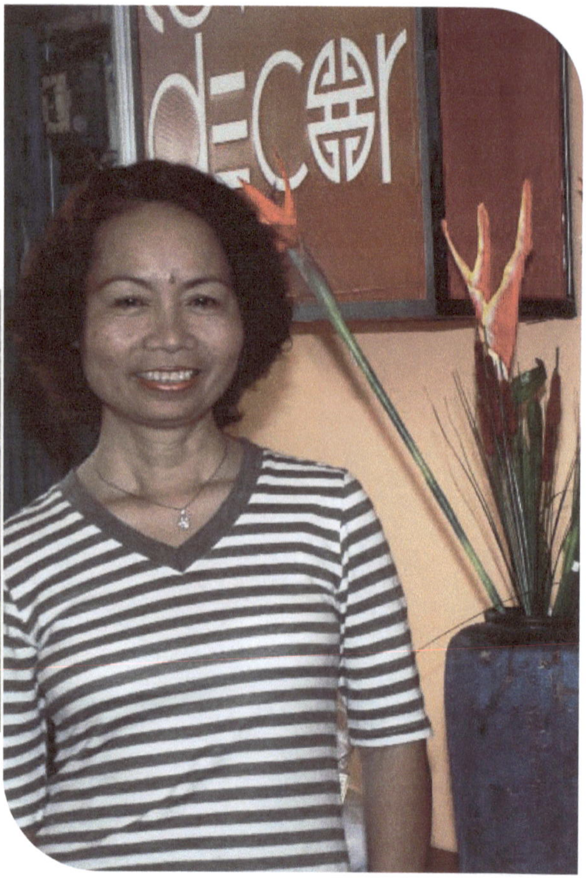

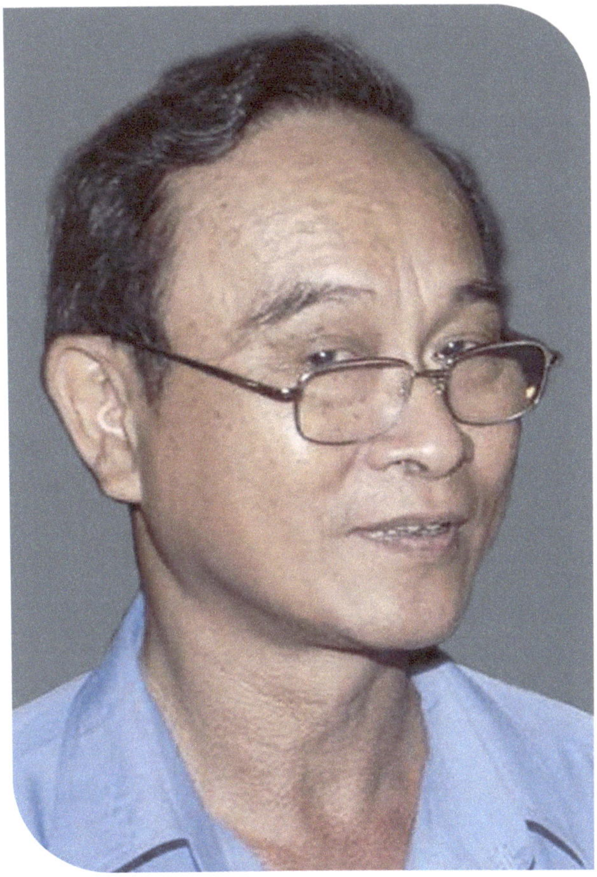

Nguyễn Quang TƯ

Lê Thị MỸ

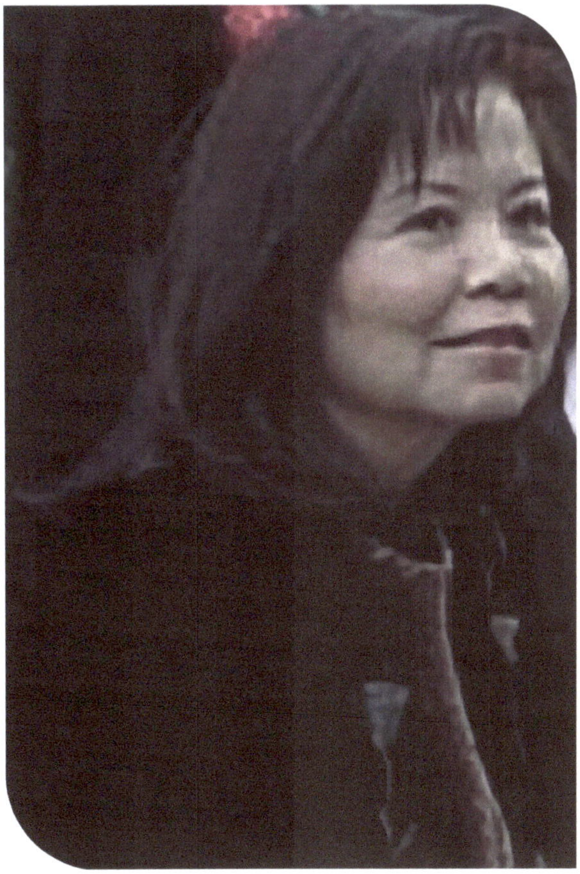

Nguyễn Thị TỐ NGA

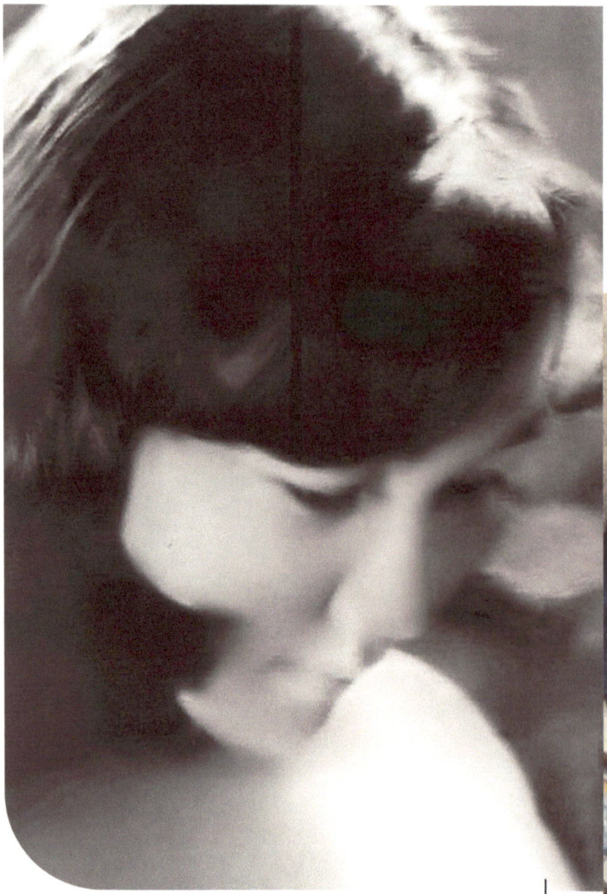

1966

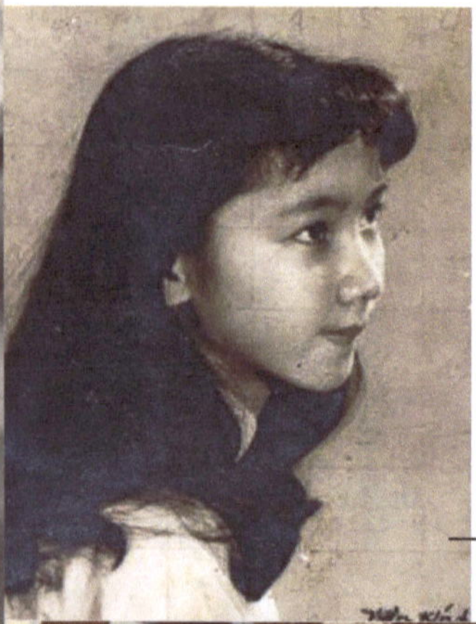

1966

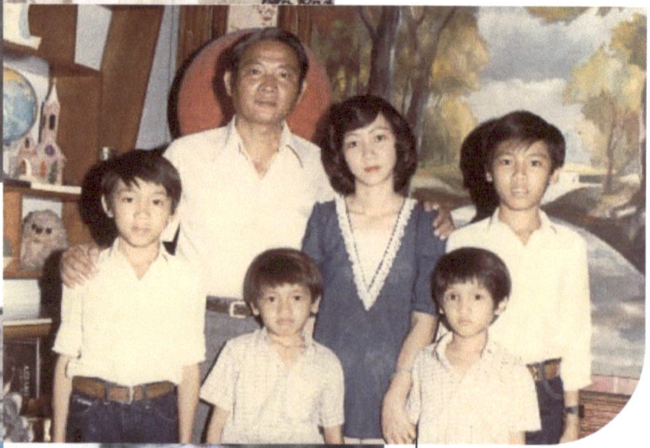

Tết 1984

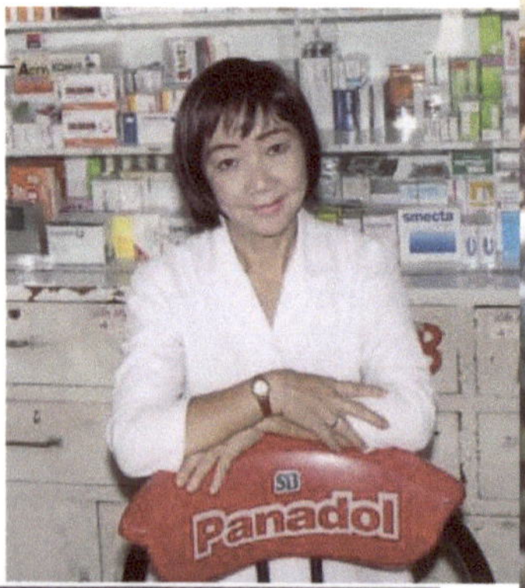

2006

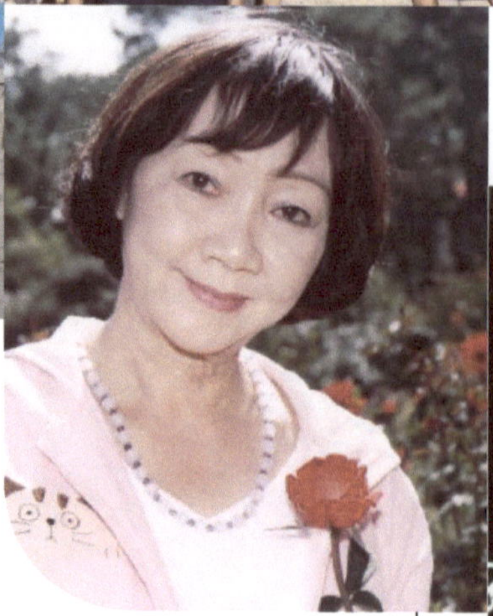

2007

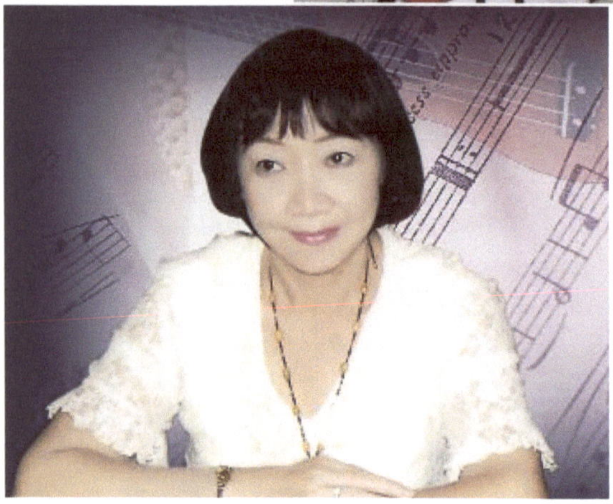

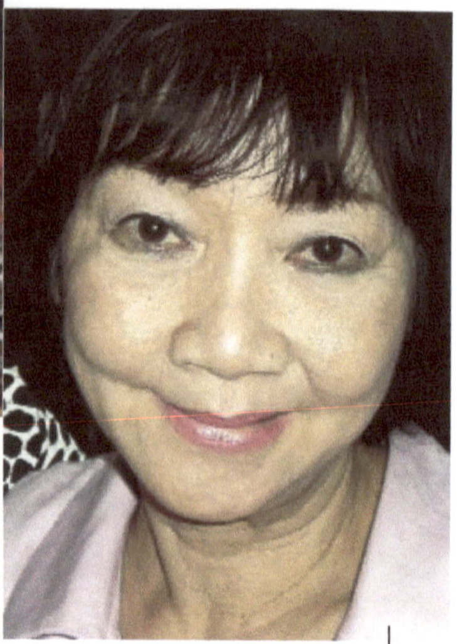

2008

Hoàng NGỘ

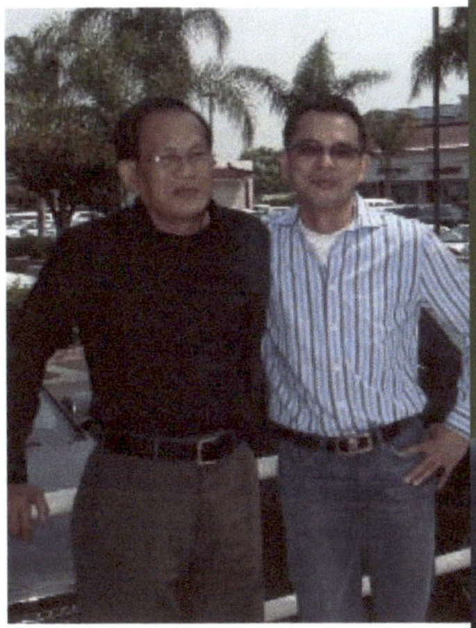

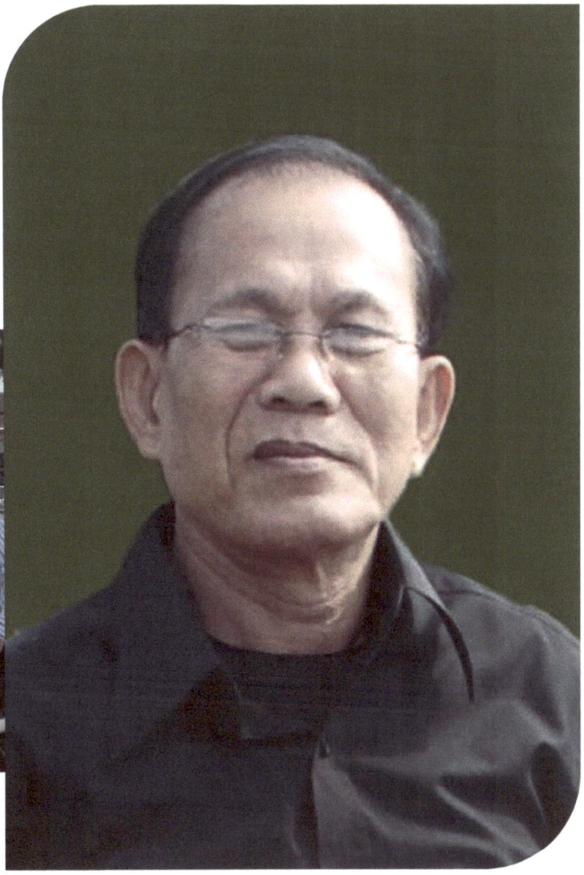

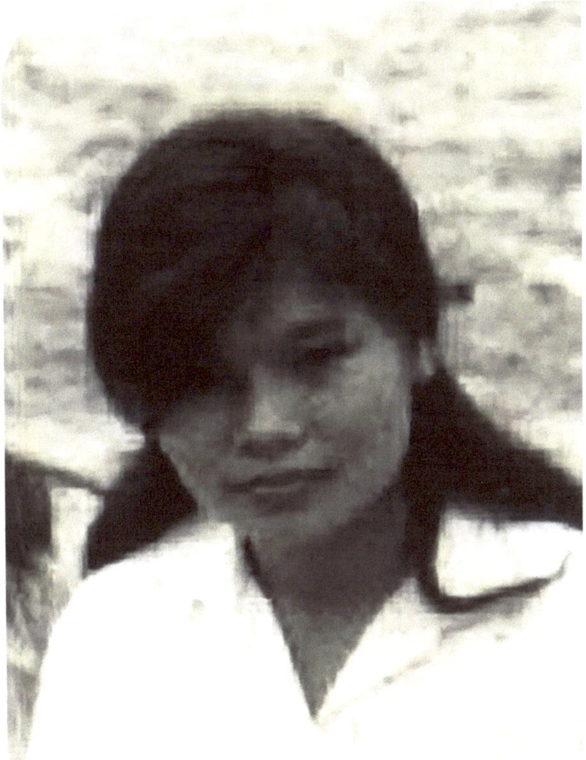

Nguyễn Thị HÒA

Lâm Xuân PHONG

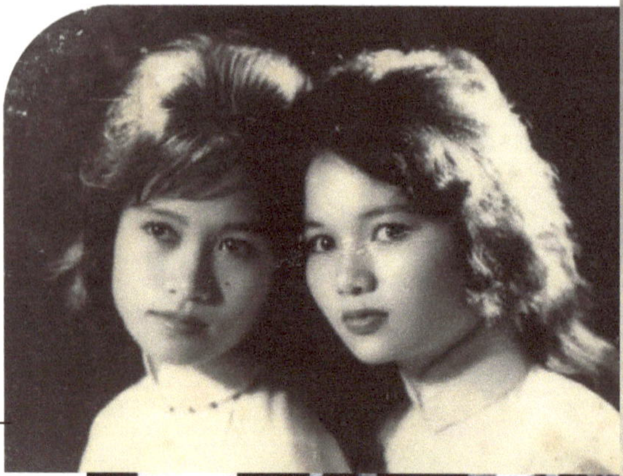

Phạm Quỳnh Chi
Lâm Xuân Phong
Đệ Nhị A 63-64

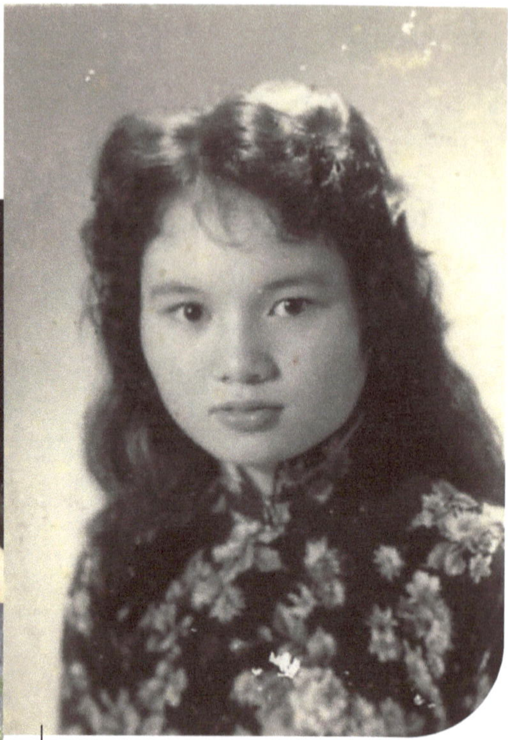

Xuân Phong
Năm Đệ Nhất A

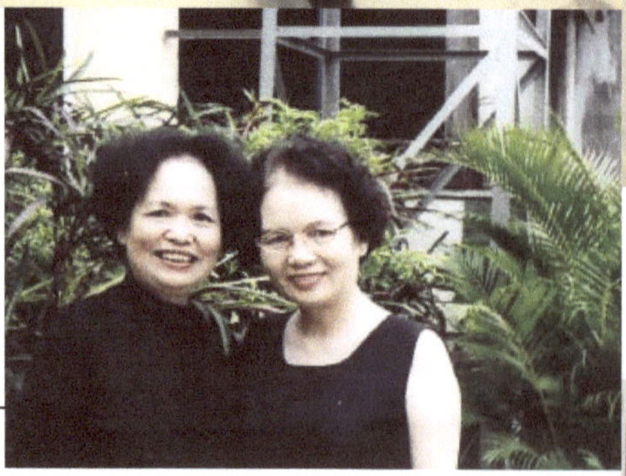

Hai chị em
Xuân Vân và
Xuân Phong

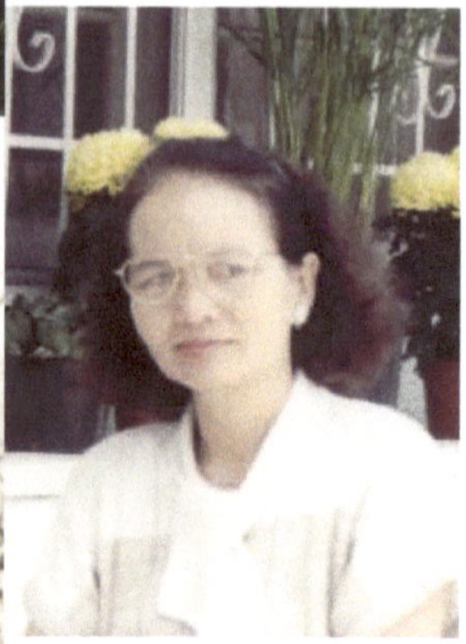

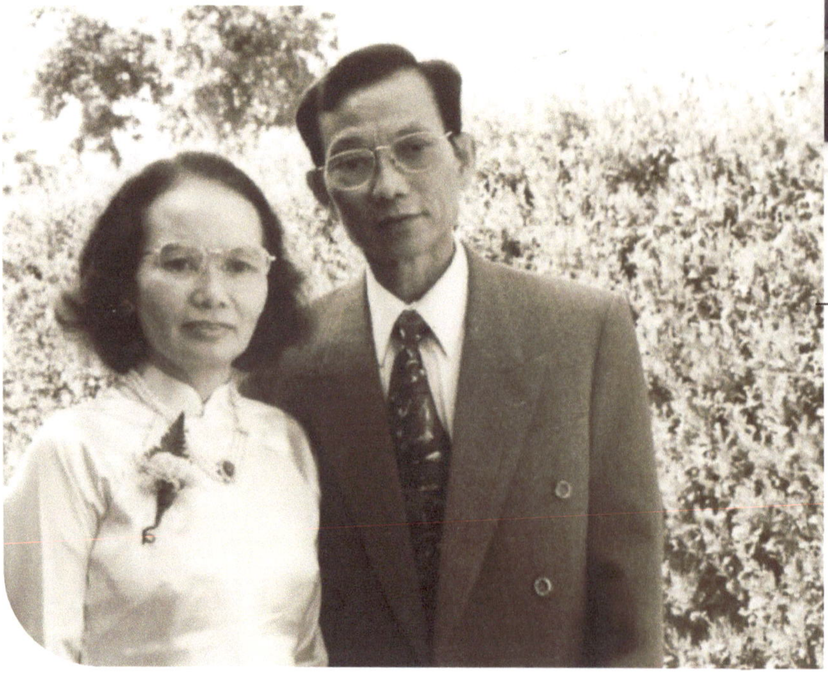

Lâm Xuân Phong
và phu quân Nguyễn Văn Bang

Đoàn Thị
THU NGUYỆT

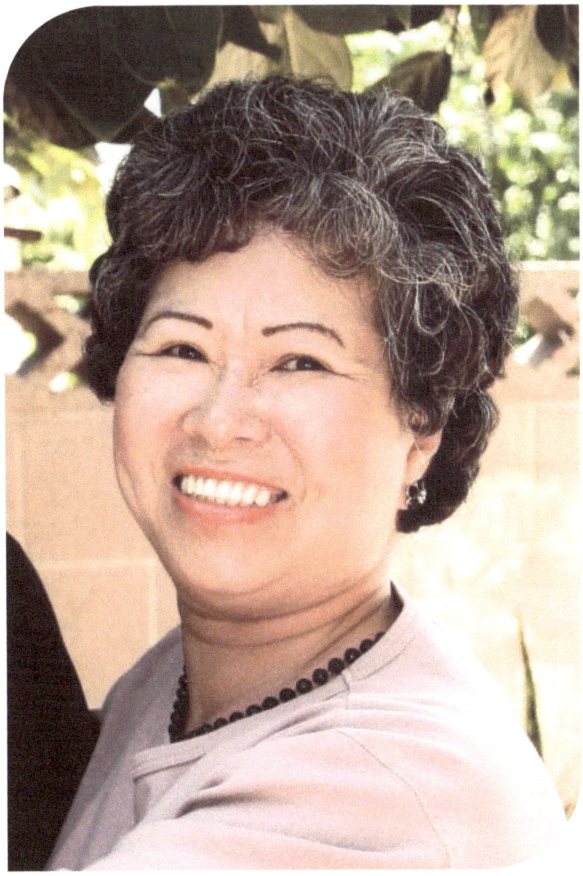

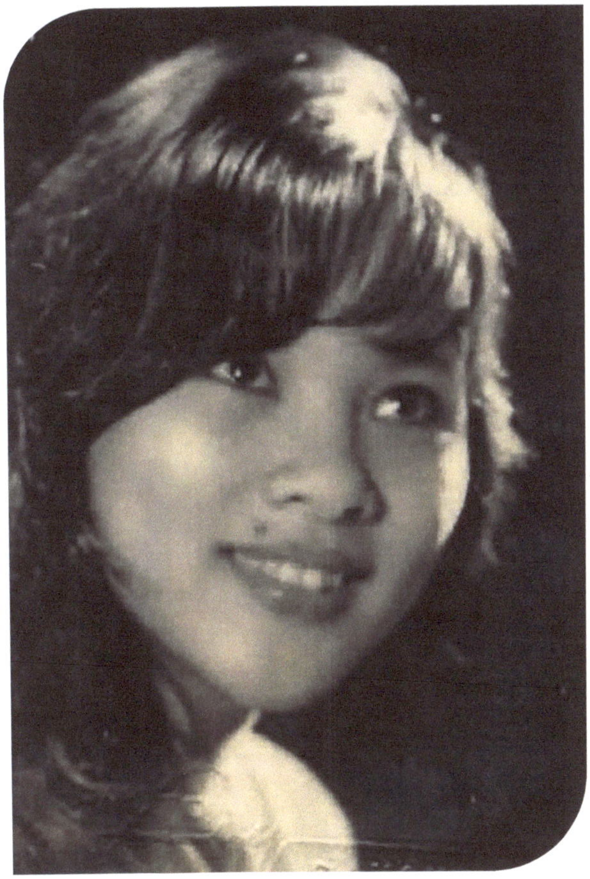

Lê Thị
THU

Lê Đại PHÓNG

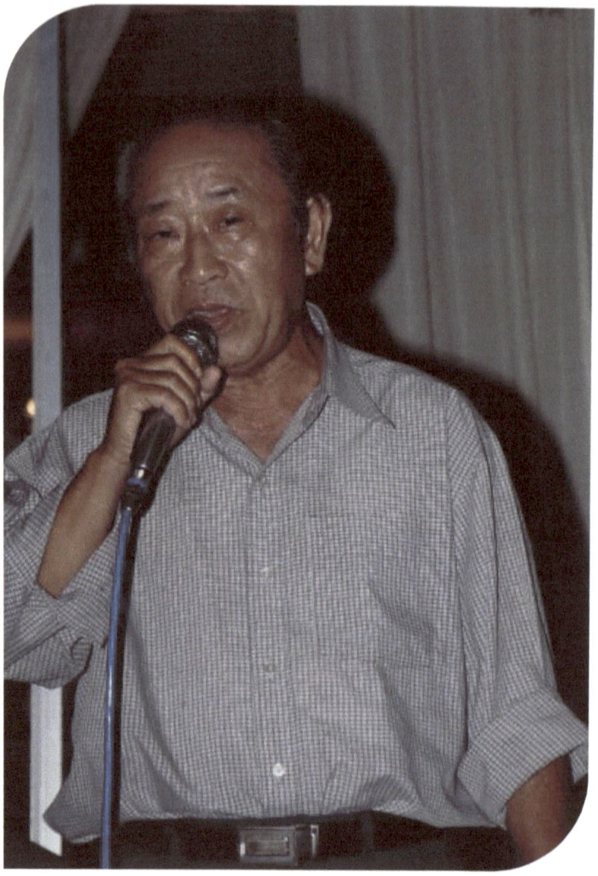

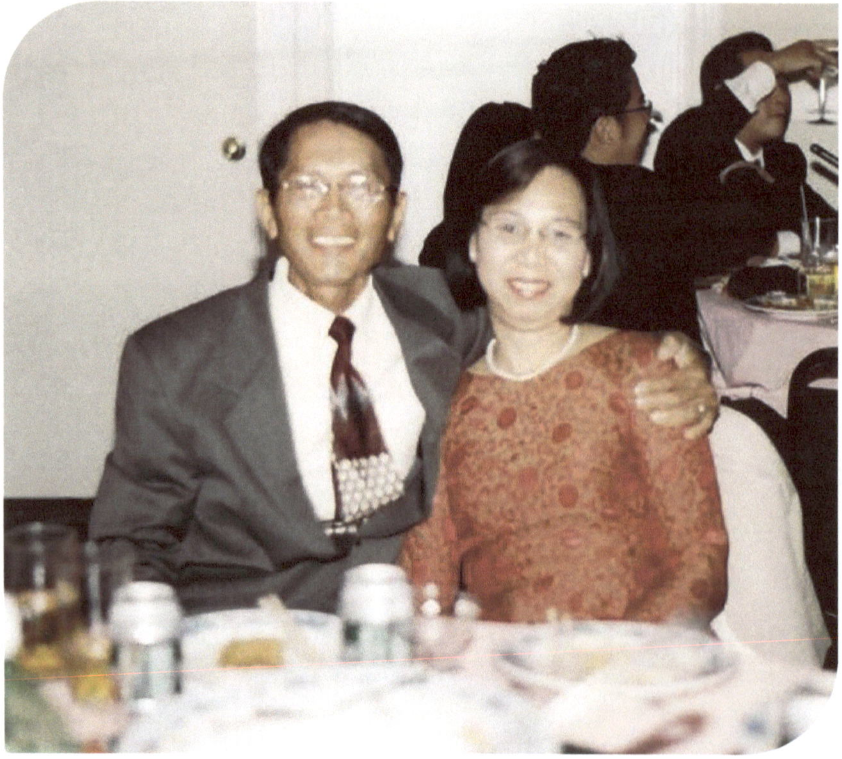

Nguyễn Sĩ PHÚ

Nguyễn Sĩ Phú & Phu nhân, Dallas Nov. 2003

Nguyễn Thị
MINH PHƯỢNG

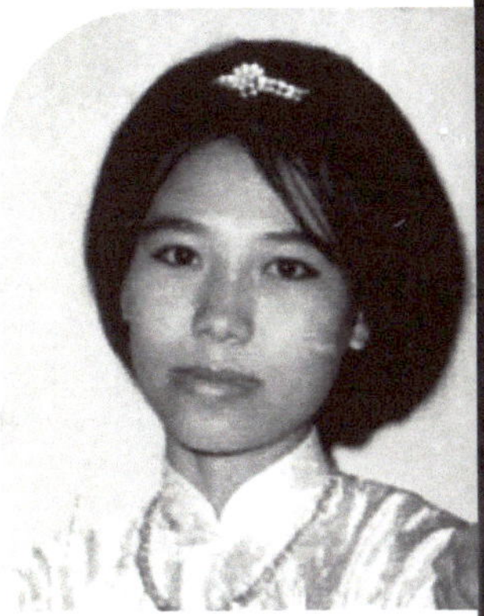

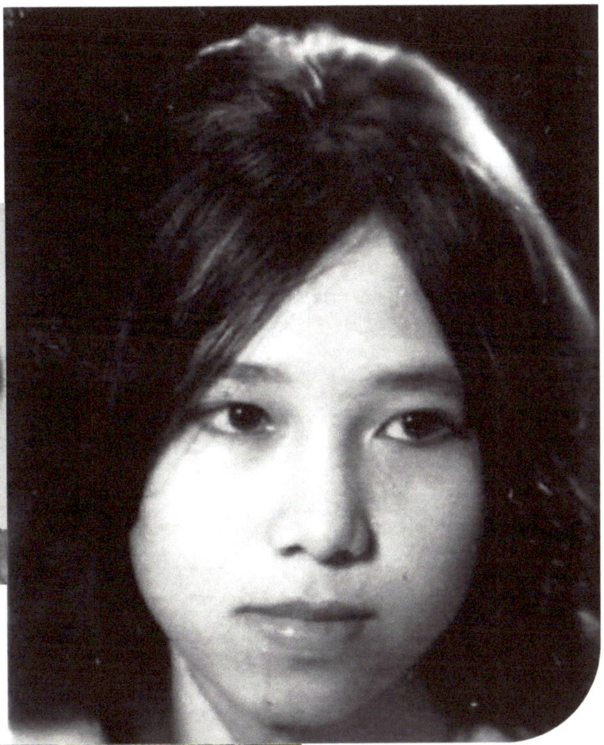

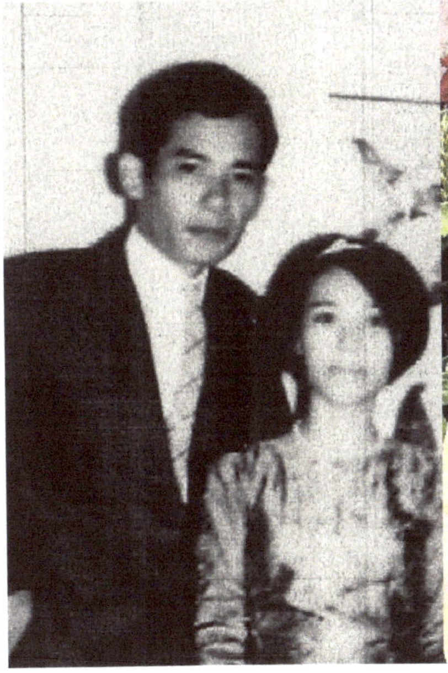

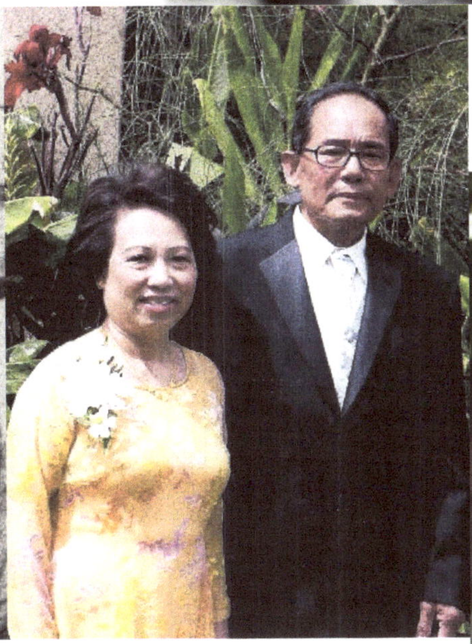

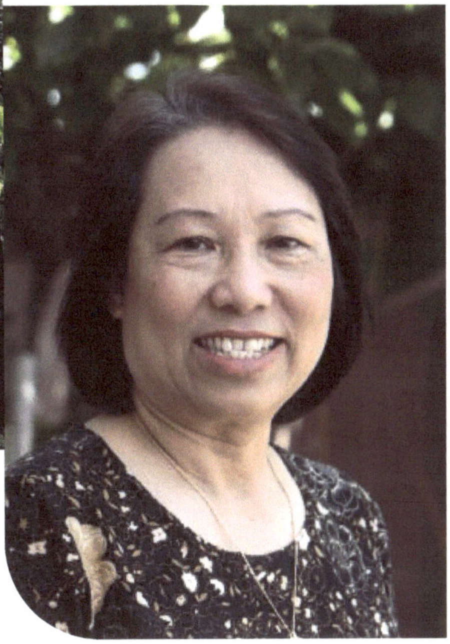

Trương Khả QUÝ

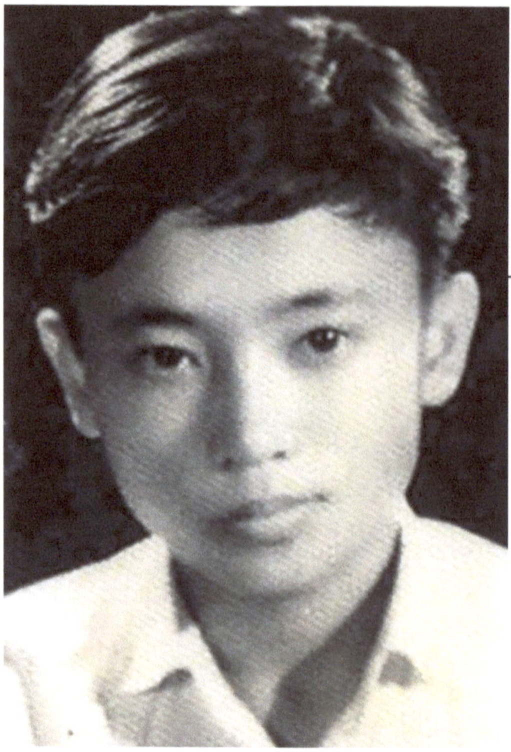

1962

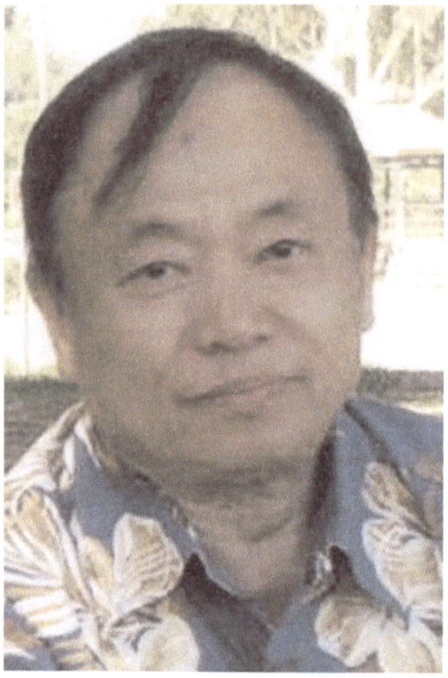

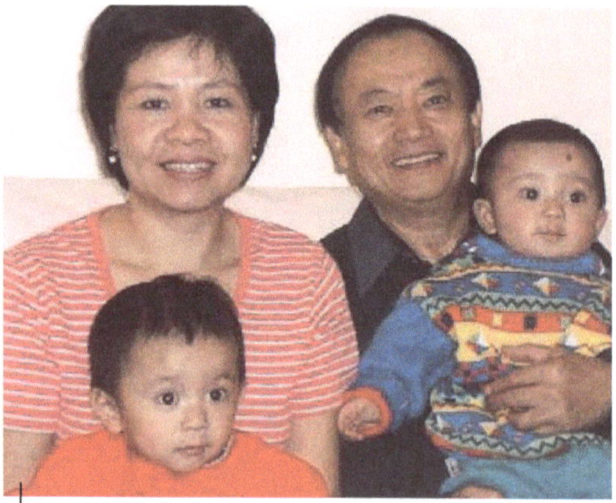

TK Quý, Phu nhân Thảo và hai con.

Hồ Ngọc PHỐ

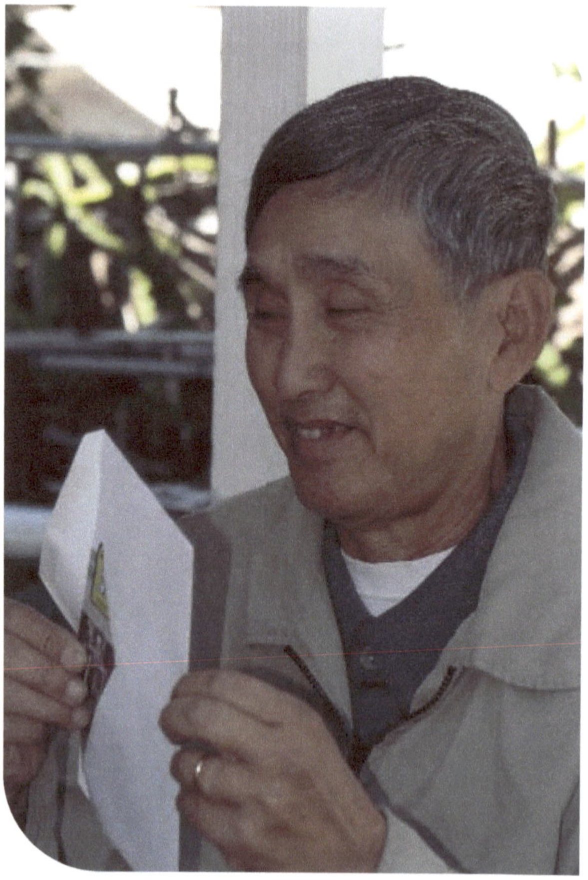

Mai Thị QUỲNH

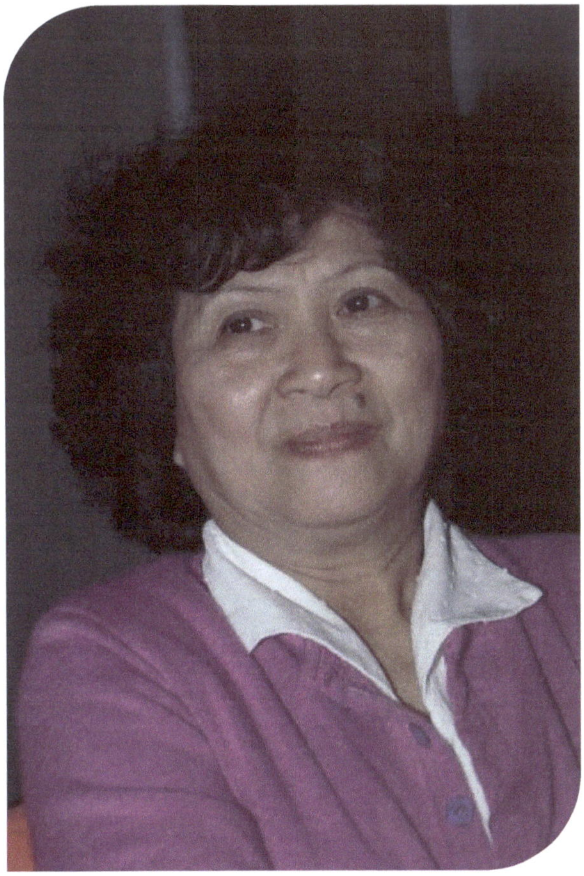

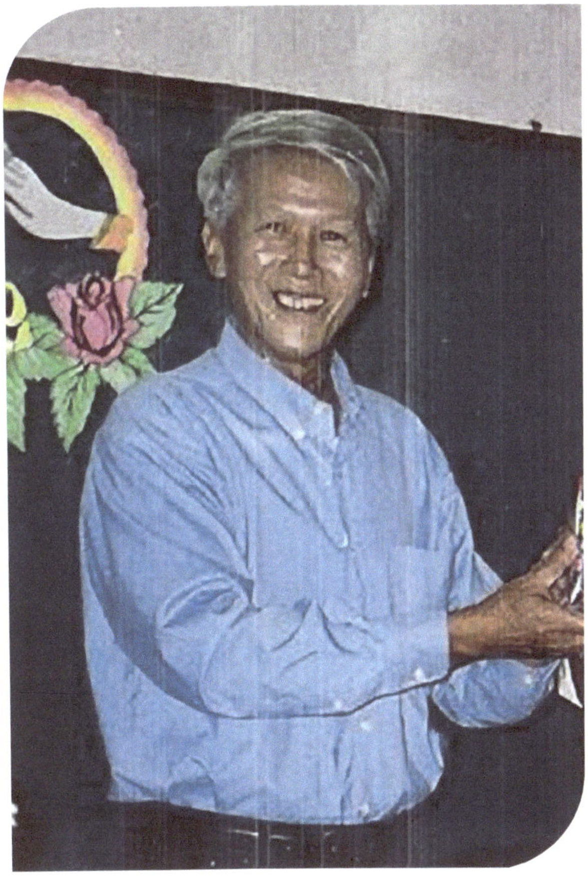

Trần Thế SÂM

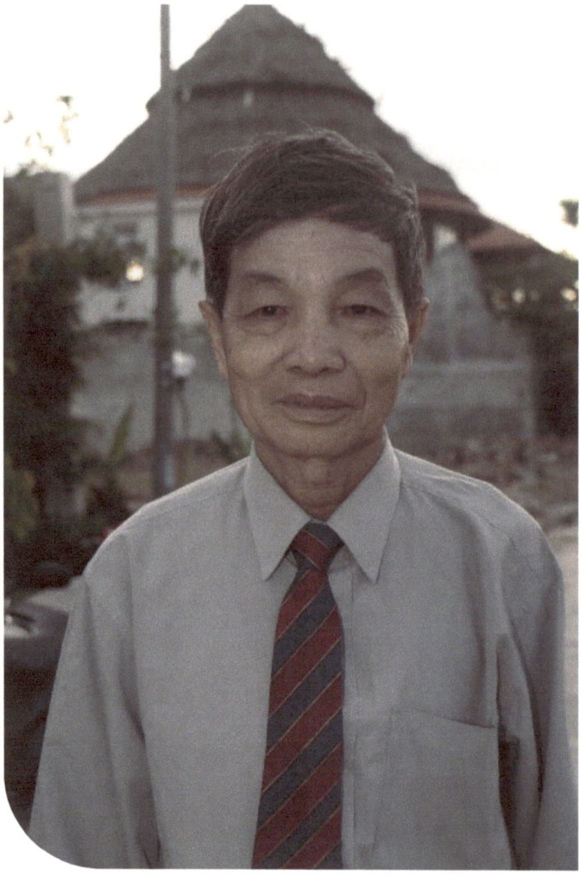

Mai Tấn SƠN

Bùi Văn NAM SƠN

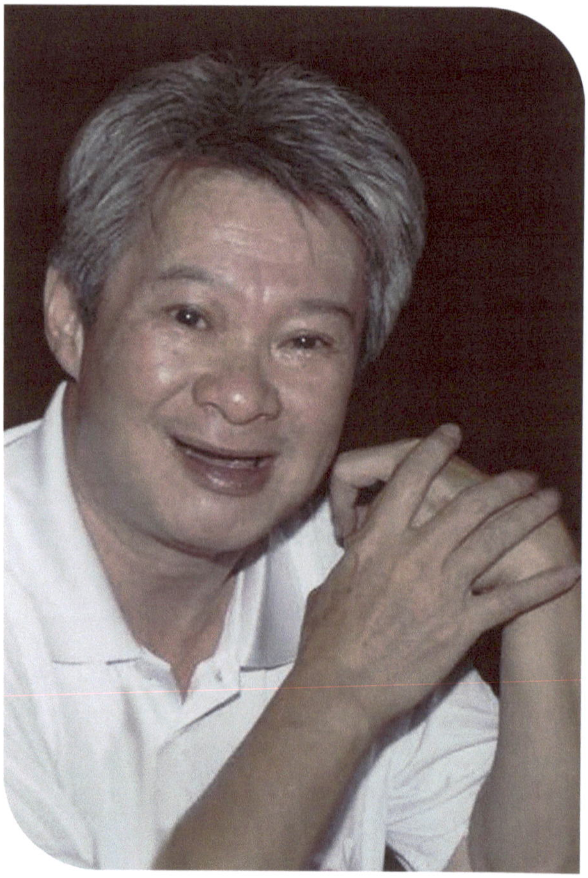

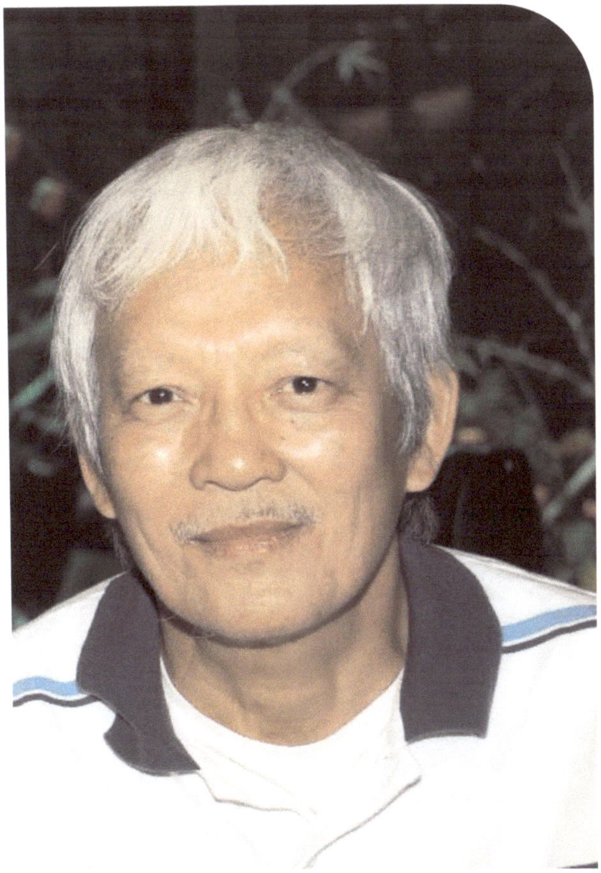

Lê Tự SỒ

Liên TÂM

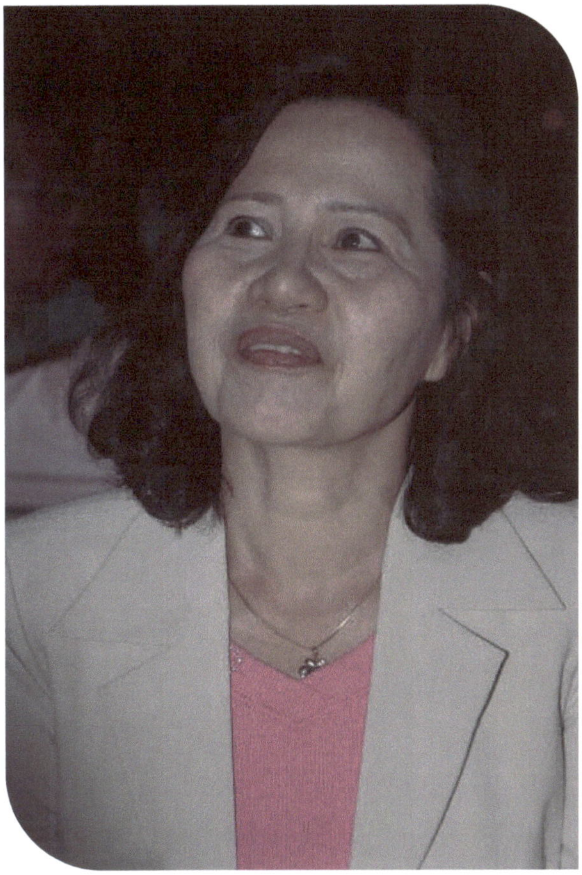

Huỳnh Trọng TÍN

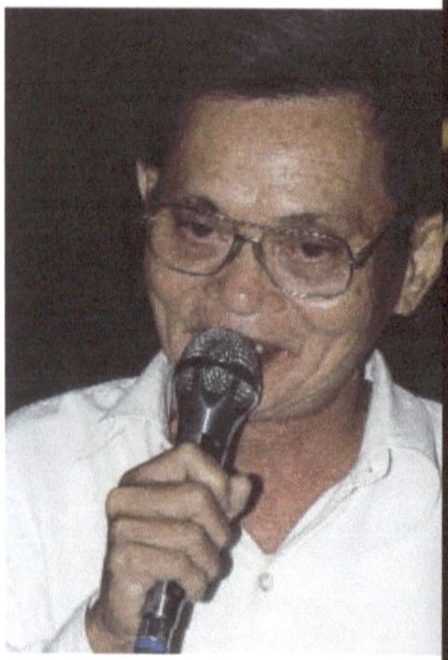

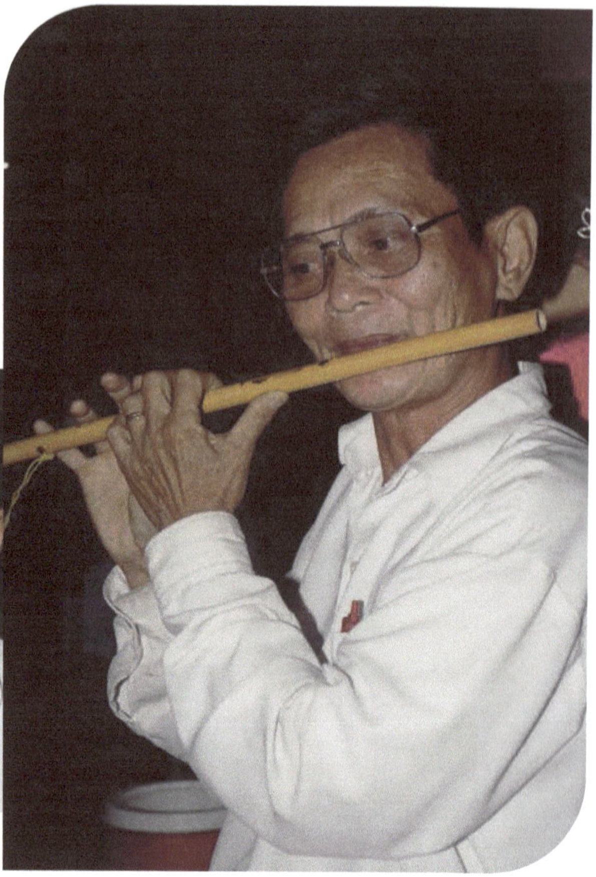

Nguyễn Sĩ TIỆP

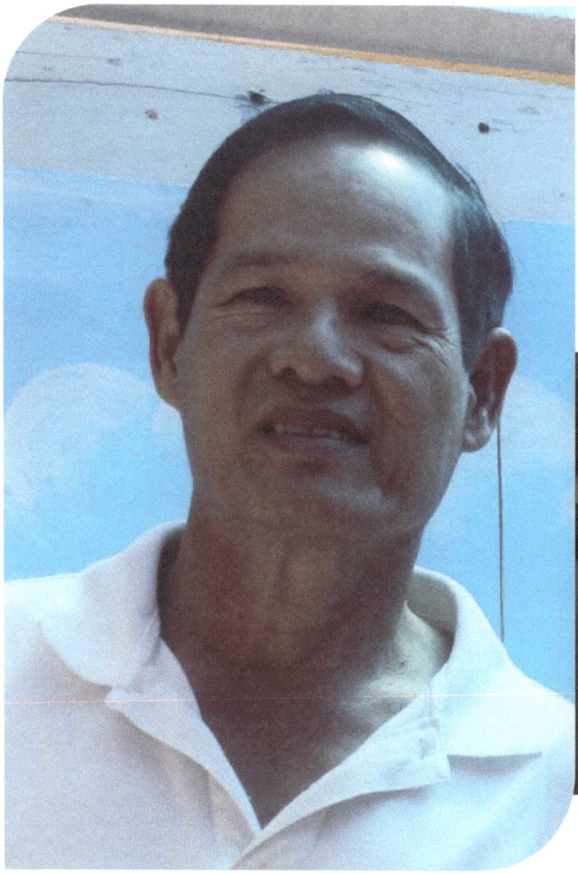

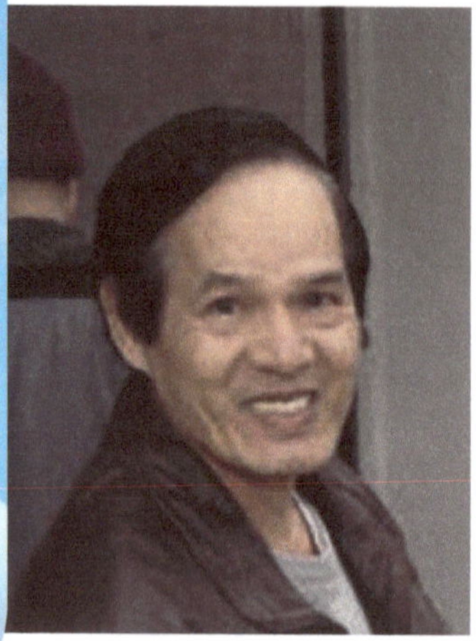

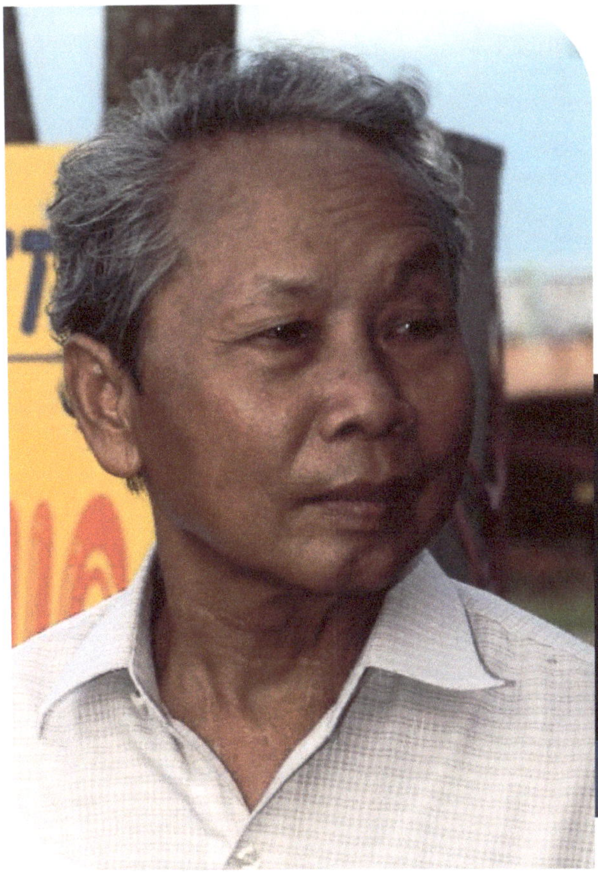

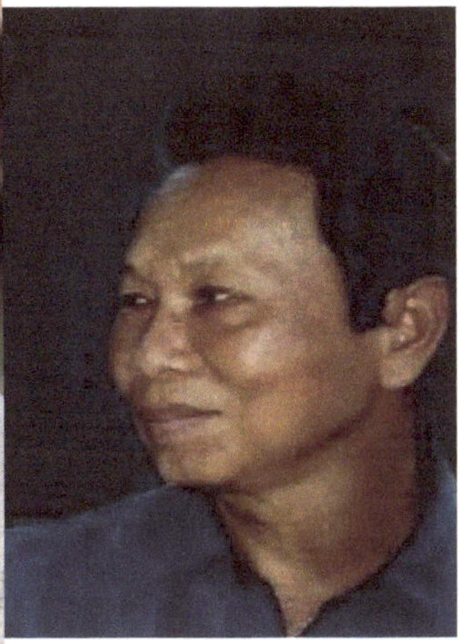

Phạm Xuân THANH

Đào Văn THÀNH

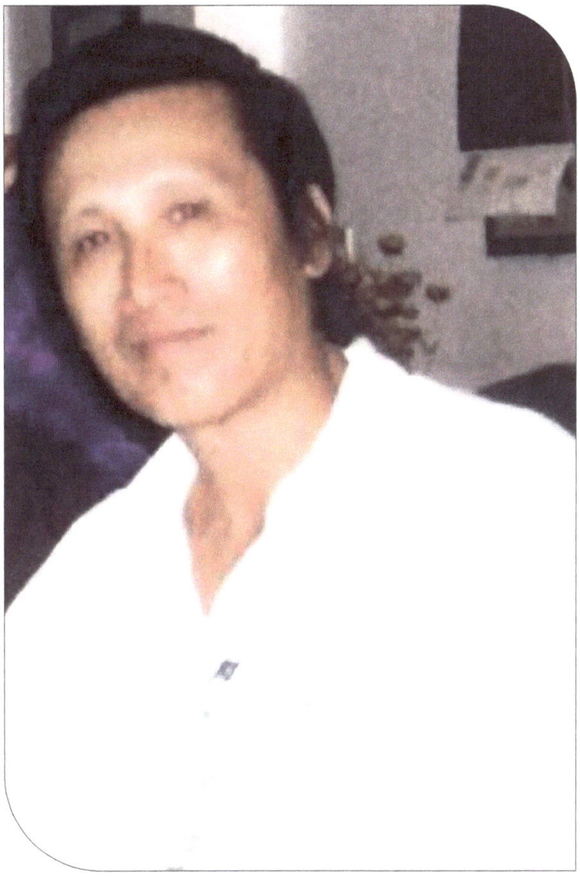

Võ THIỆU

1962

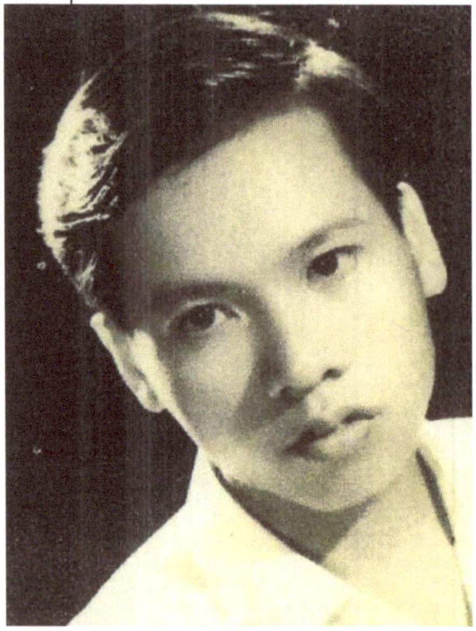

1971

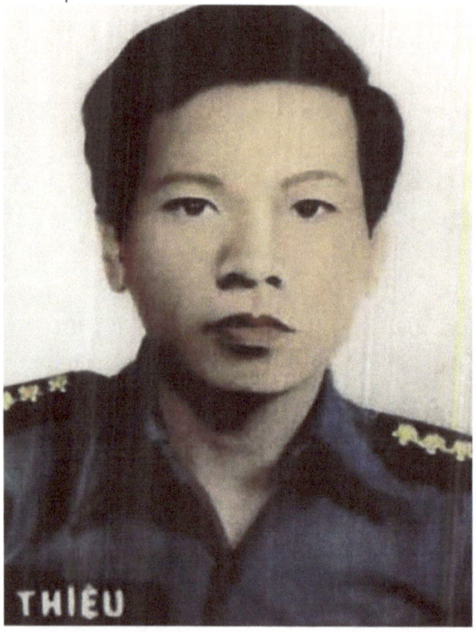

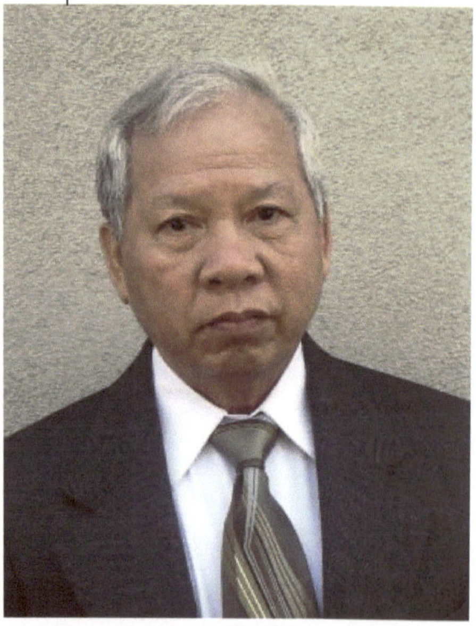

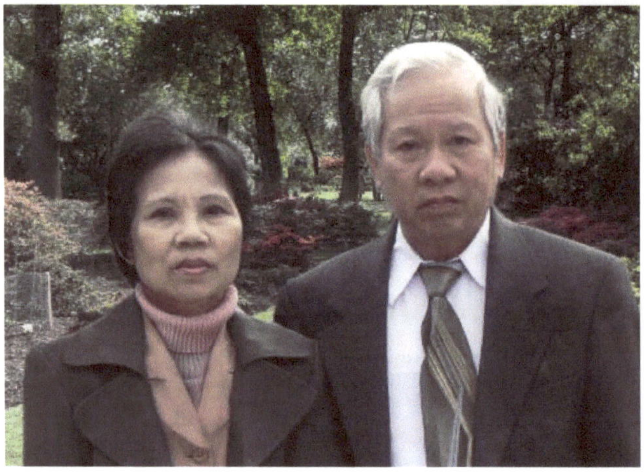

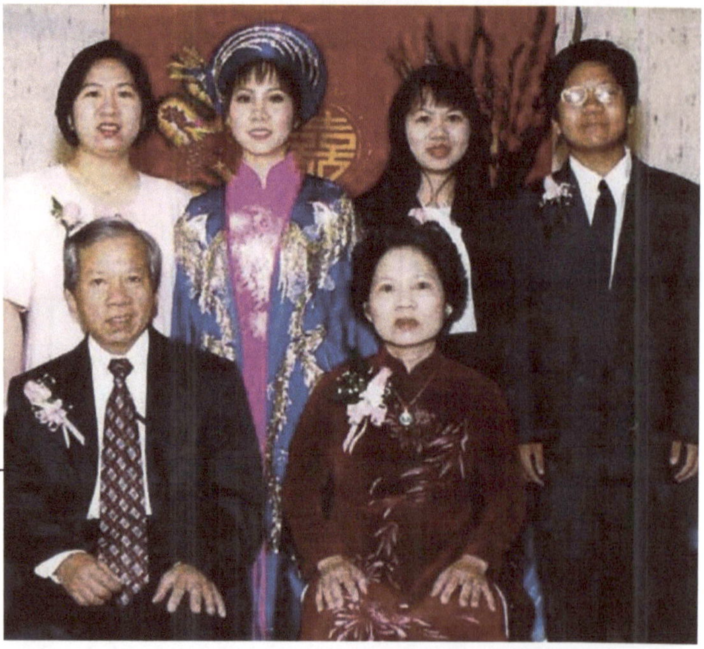

Võ Thiệu và gia đình tại Hoa Kỳ 1998: Võ Thiệu và Phu Nhân, các cháu Kevin Võ Hoàng Phúc, Võ Ngọc Hạnh, Võ Ngọc Thủy và Võ Hồ Thu.

Các cháu ngoại của Võ Thiệu.

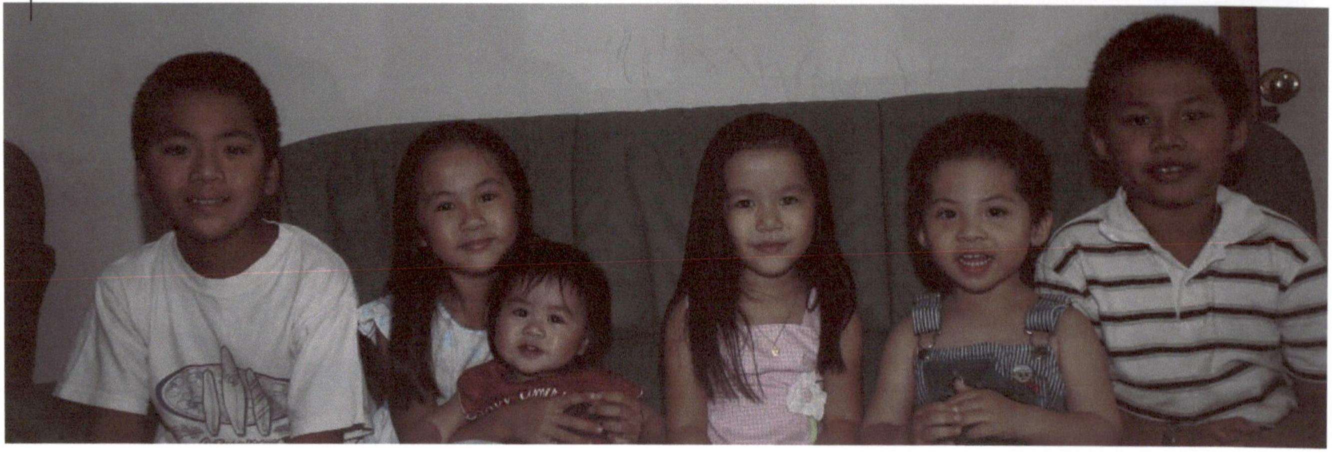

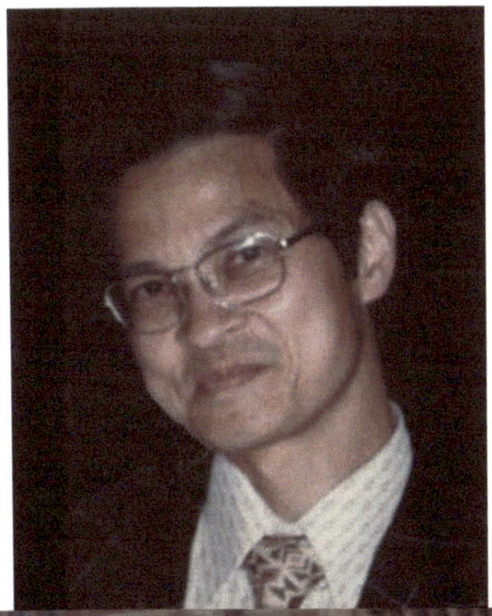

Phạm Vũ THỊNH

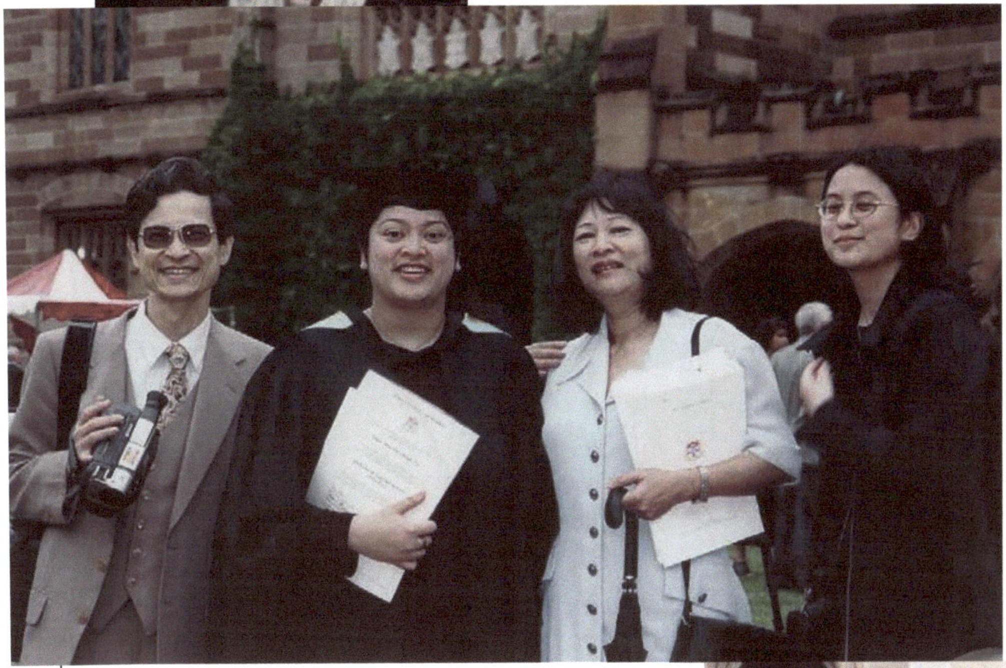

Phạm Vũ Thịnh, Anh-Thư (Yumi), Võ Ngọc Thành và Minh-Thư (Akemi, con út)

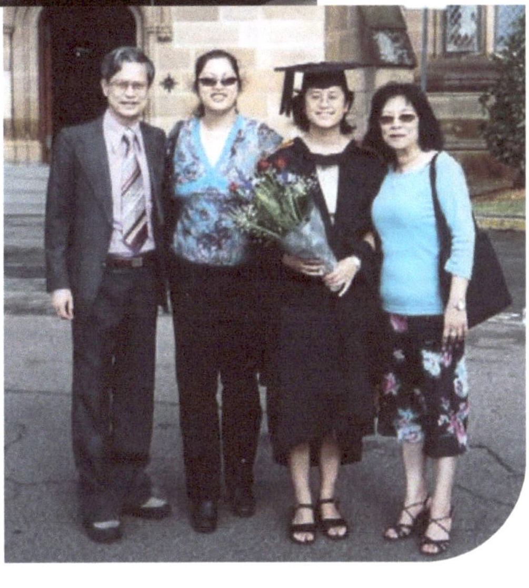

Nguyễn Đức THỐNG

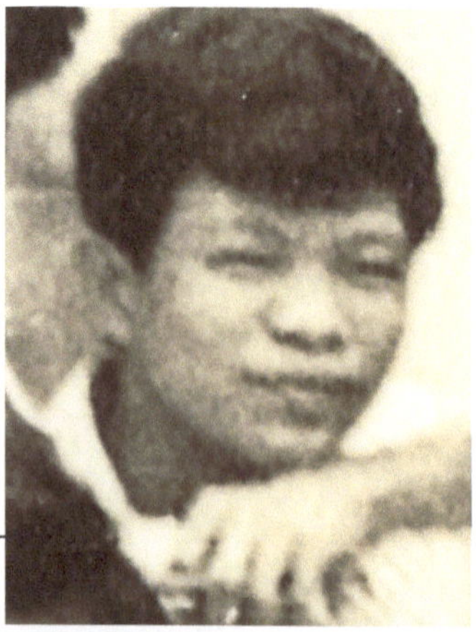

Đà Nẵng
04.1965

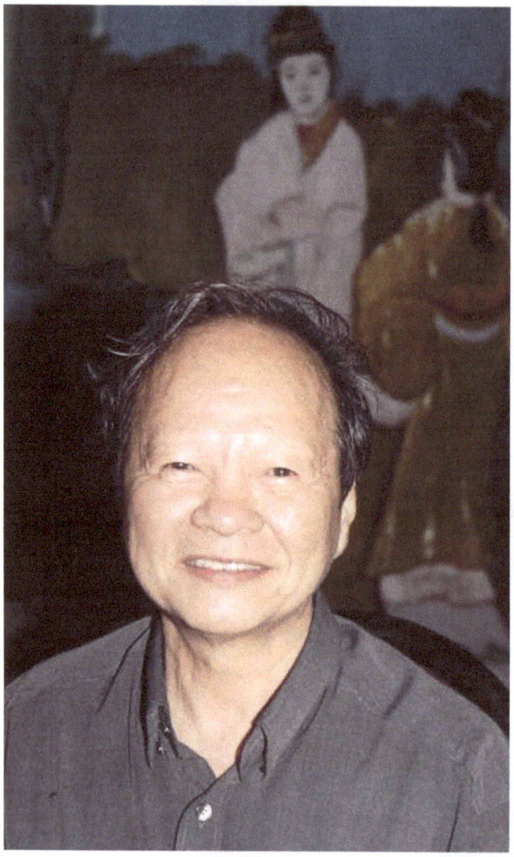

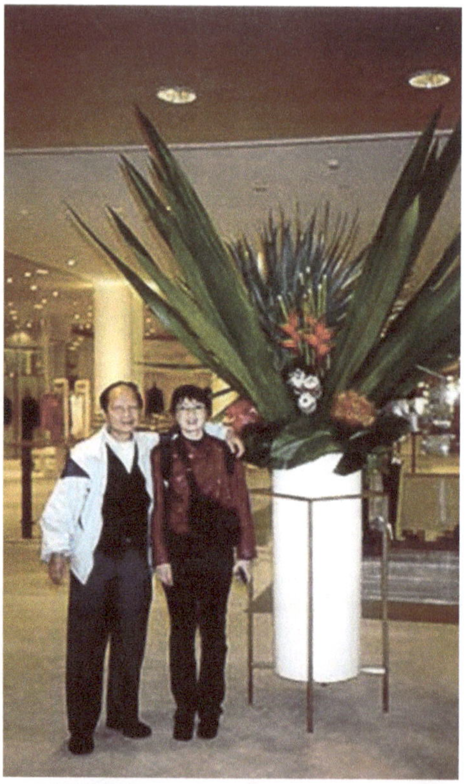

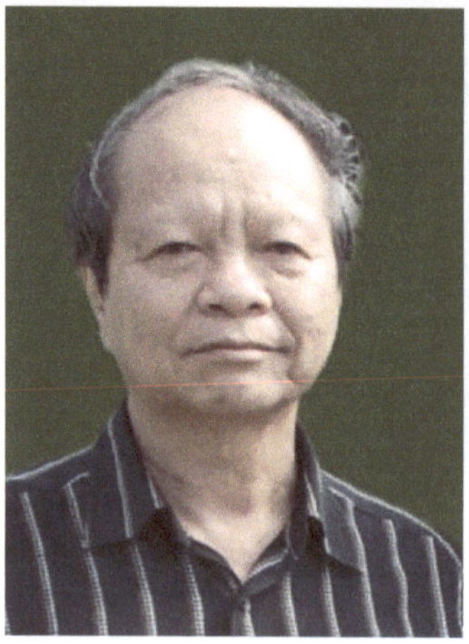

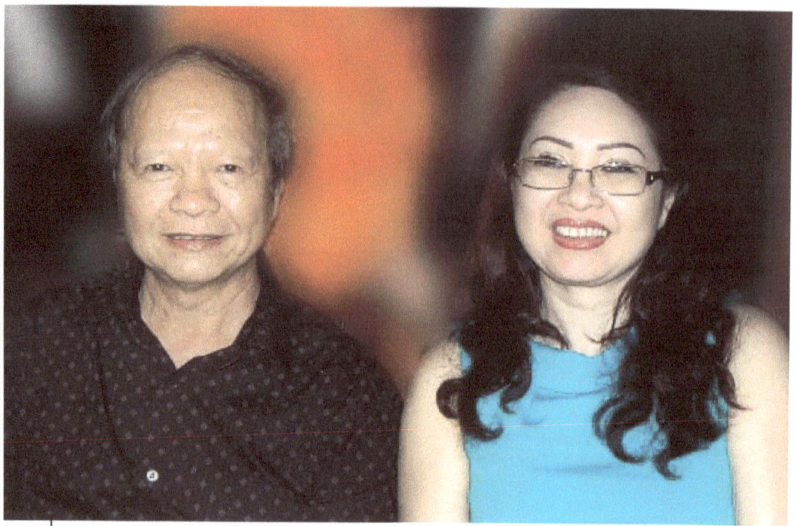

Nguyễn Đức Thống và phu nhân.
Việt Nam 04.2008

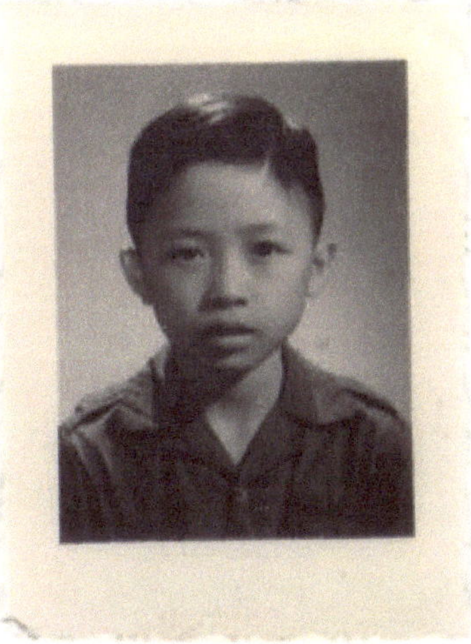

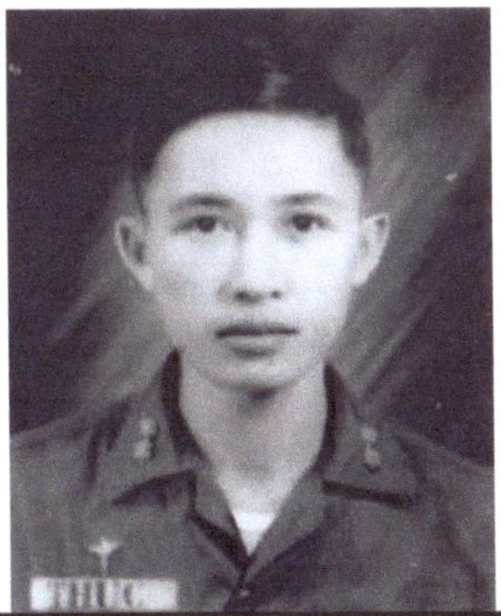

Bạch Thế THỨC

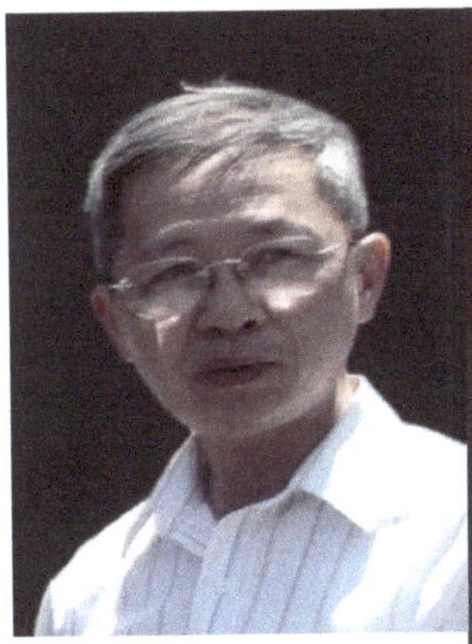

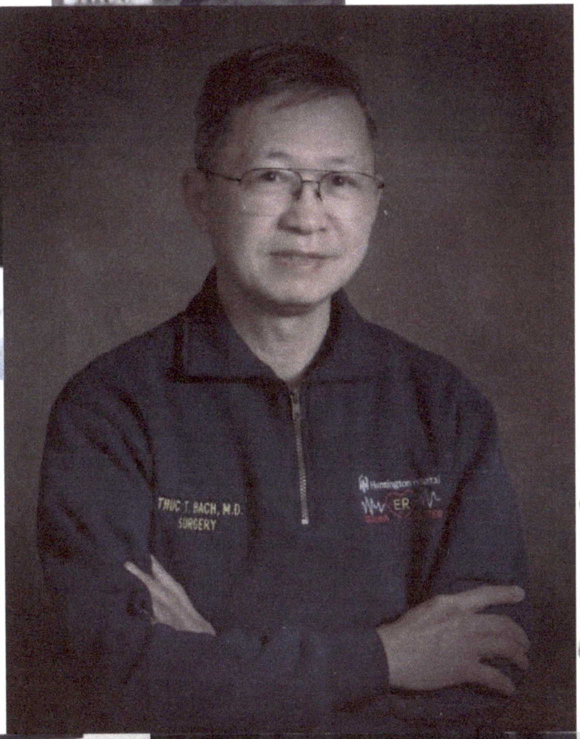

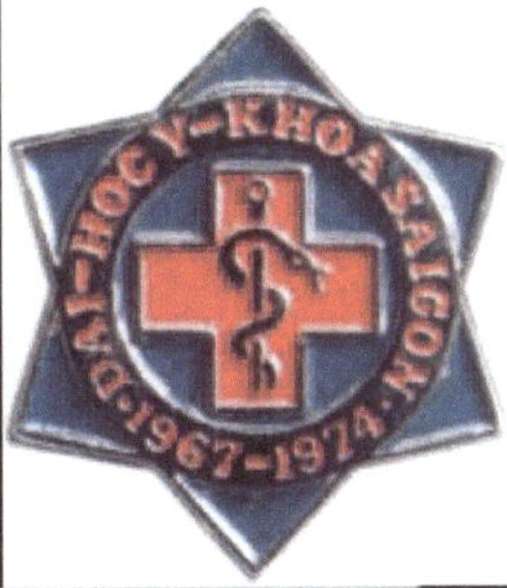

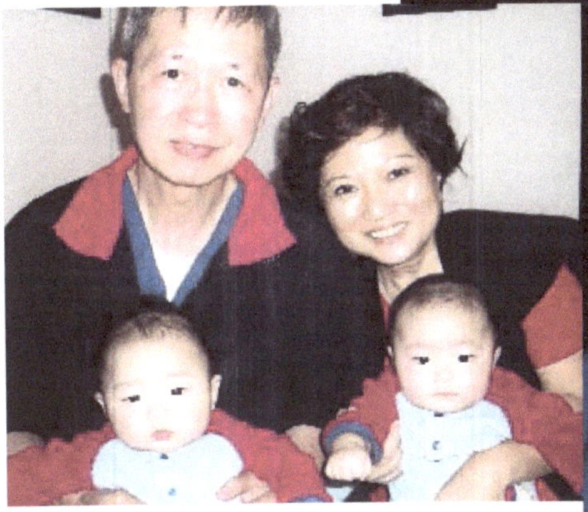

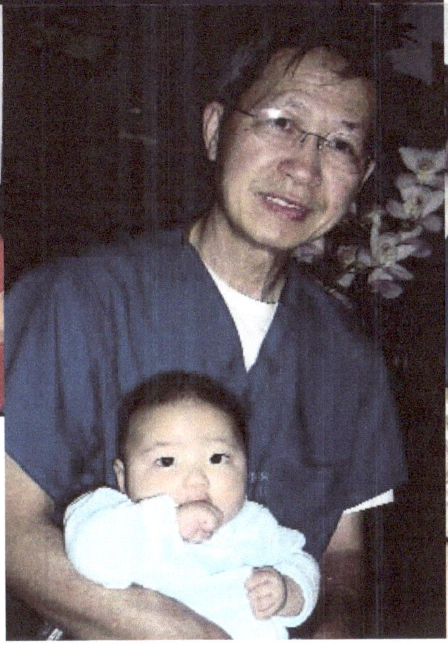

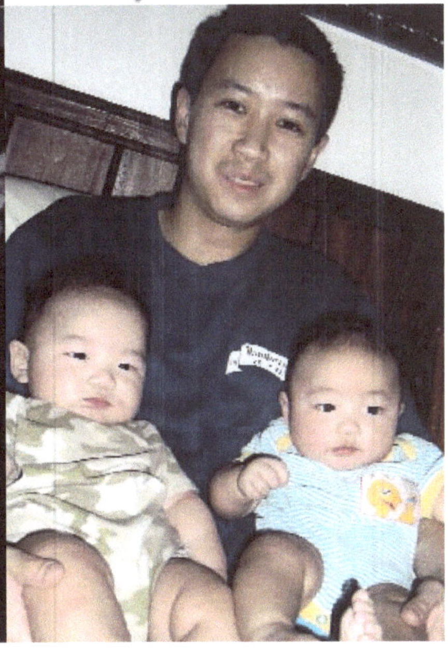

Phạm Thị THU

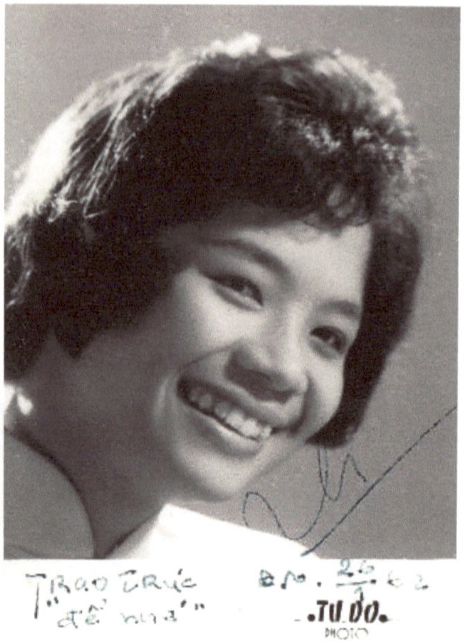

Phạm Thị Thu và phu quân.

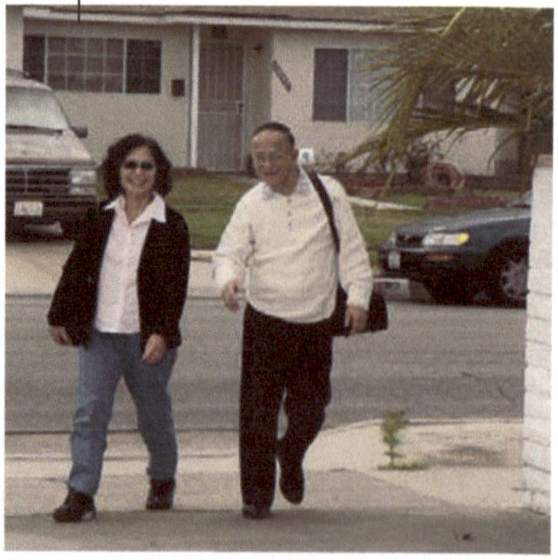

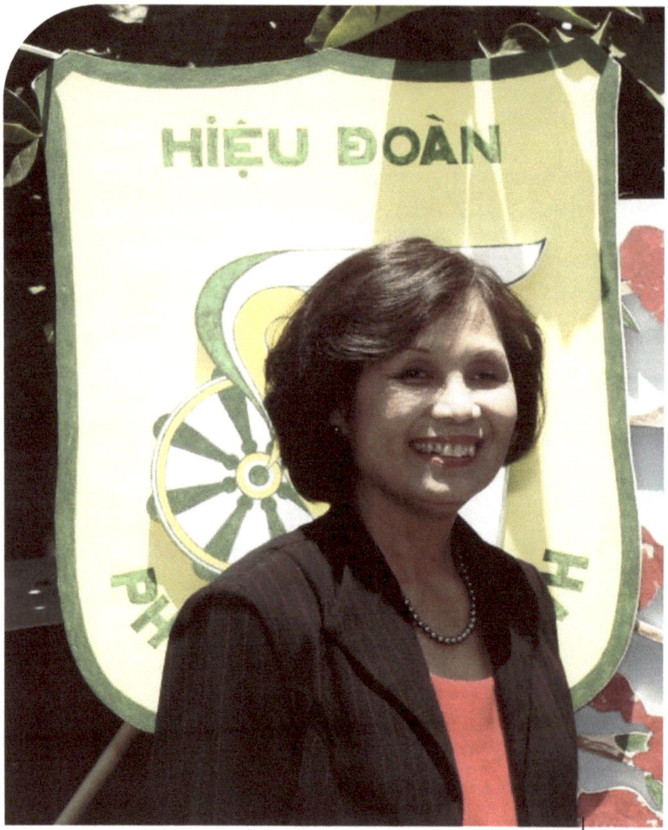

2005

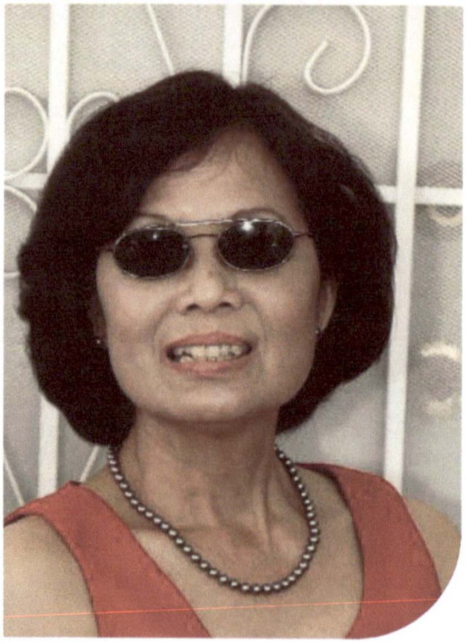

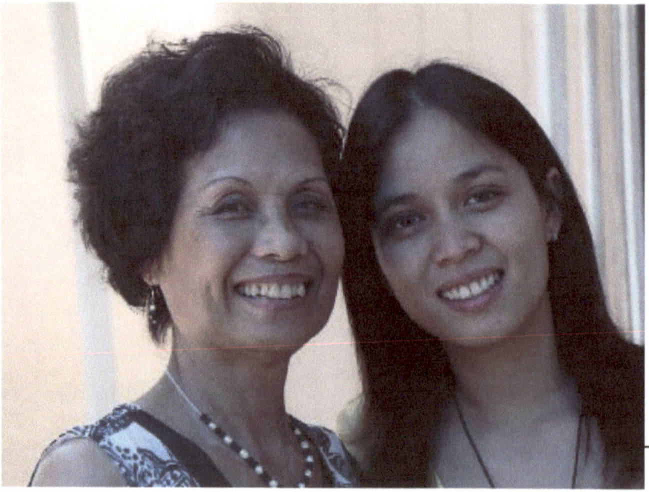

Phạm Thị Thu và con gái.

Trương Đức THỦY

Thủy & Phu nhân và
2 Ái nữ: Lisa và Tina.

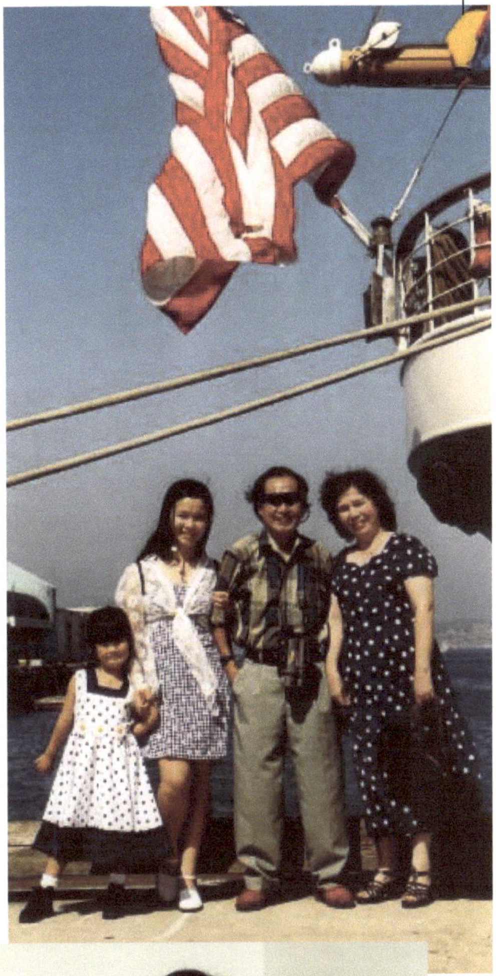

Đài Loan 1972

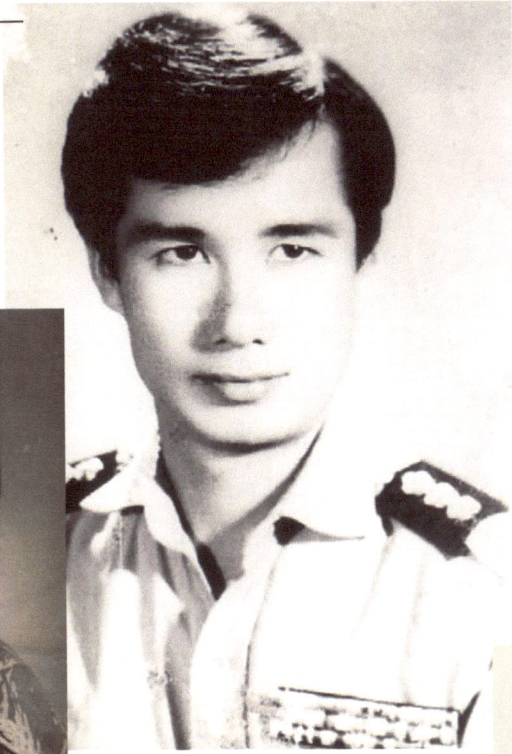

Trương Đức Thủy
phu nhân

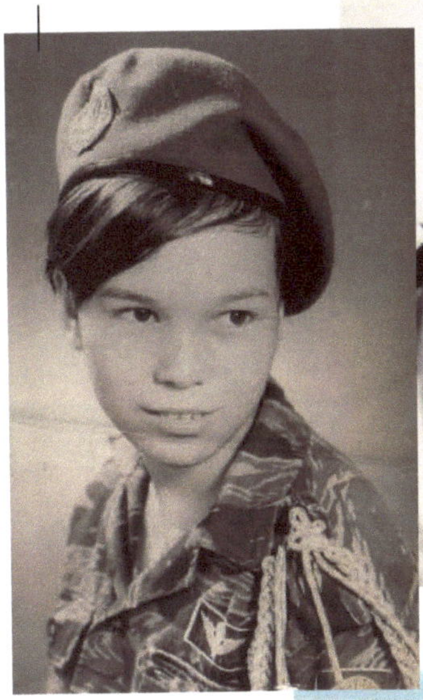

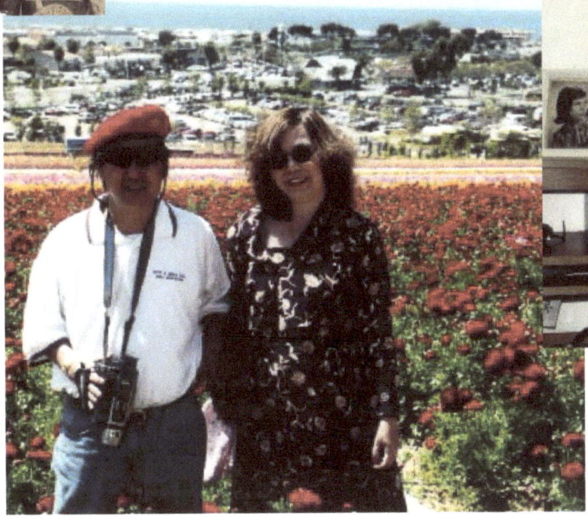

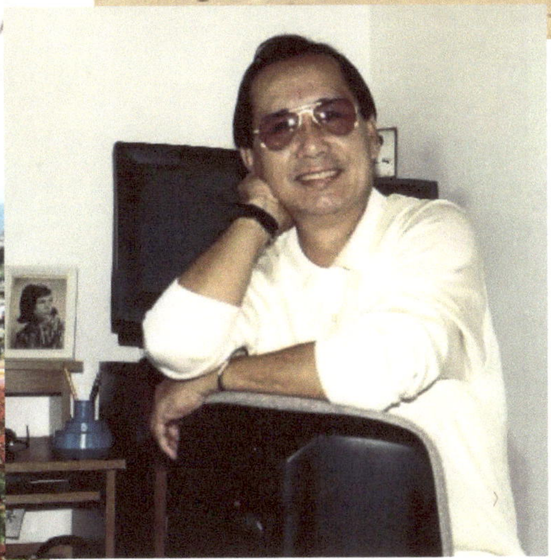

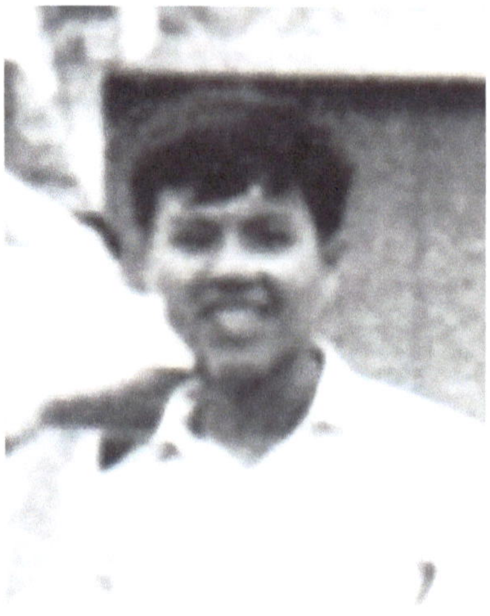

Phan Văn THƯƠNG

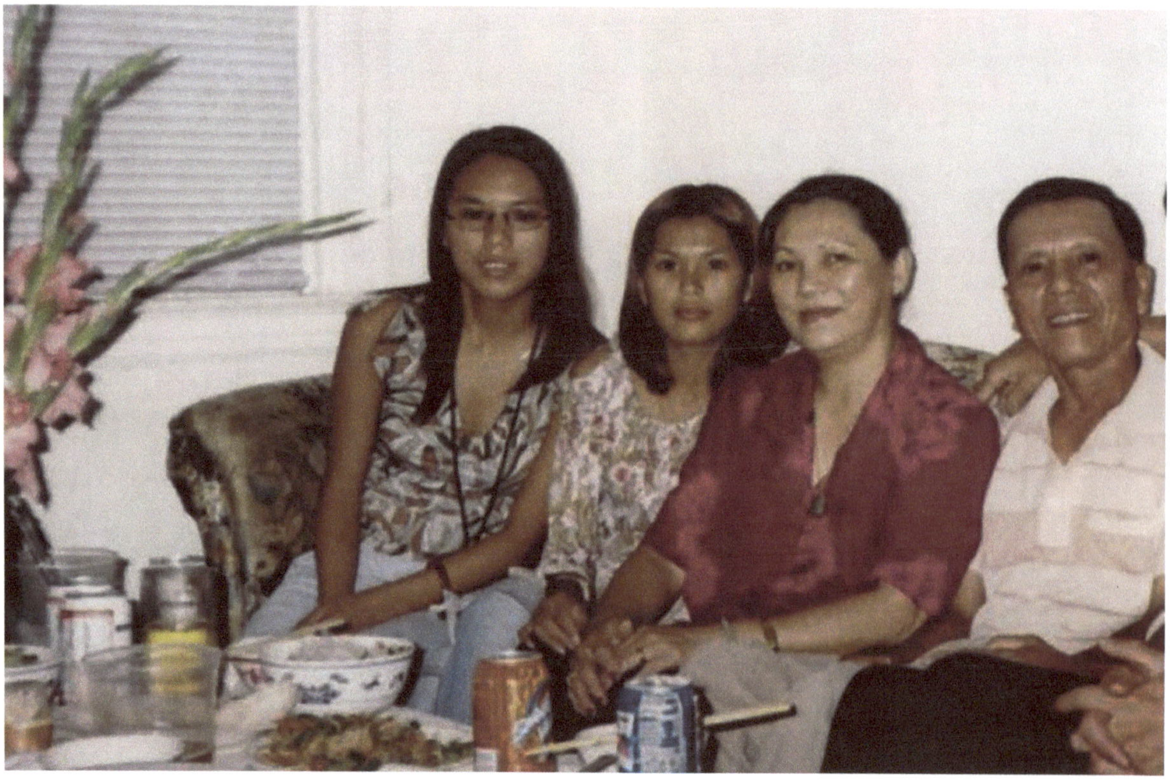

Phan Văn Thương, Phu nhân và 2 Ái nữ. 2004

Trần Ngọc TOÀN

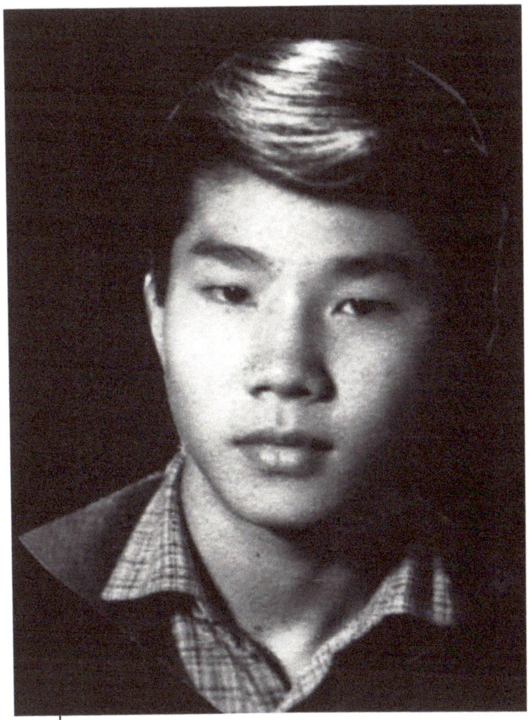

Đà Nẵng 1962

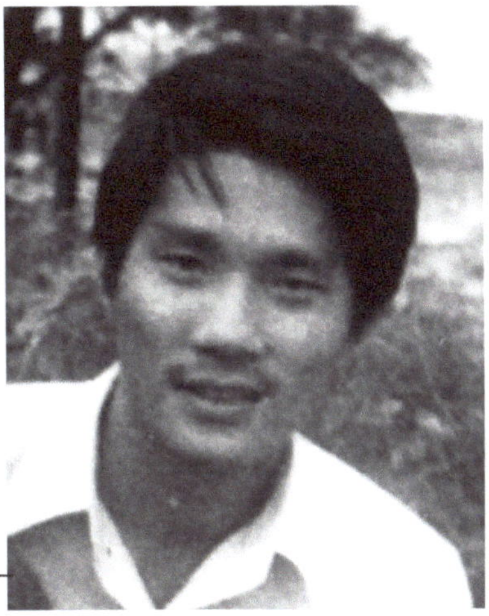

Nha Trang 1964

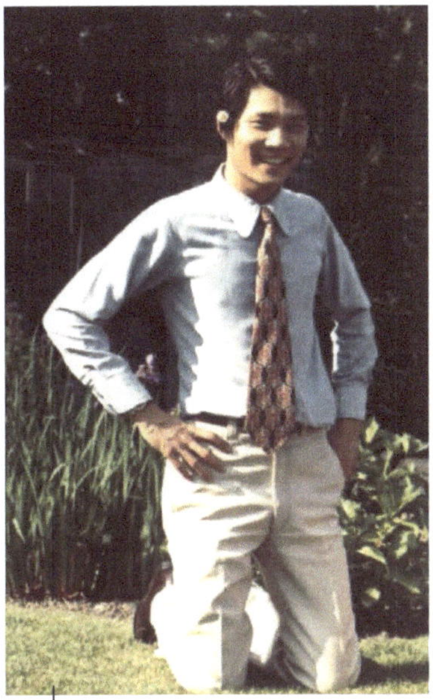

Liege, Belgique 1971

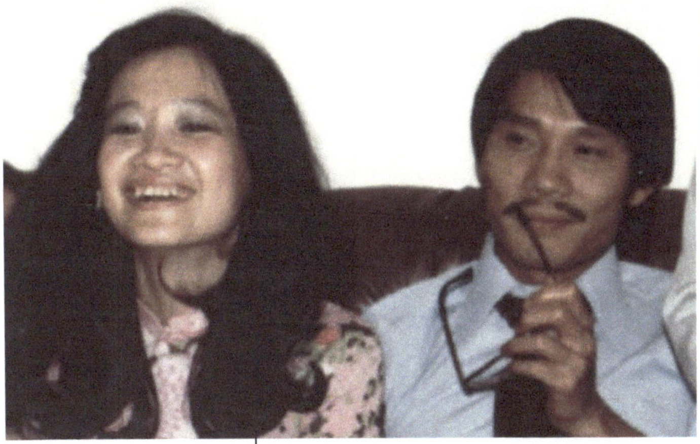

Trần Ngọc Toàn
và phu nhân.

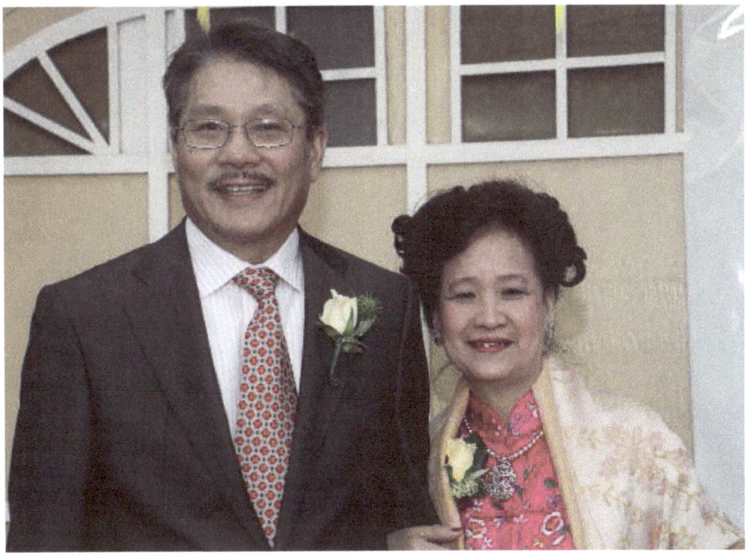

California 2008

Nguyễn Bá TRÁC

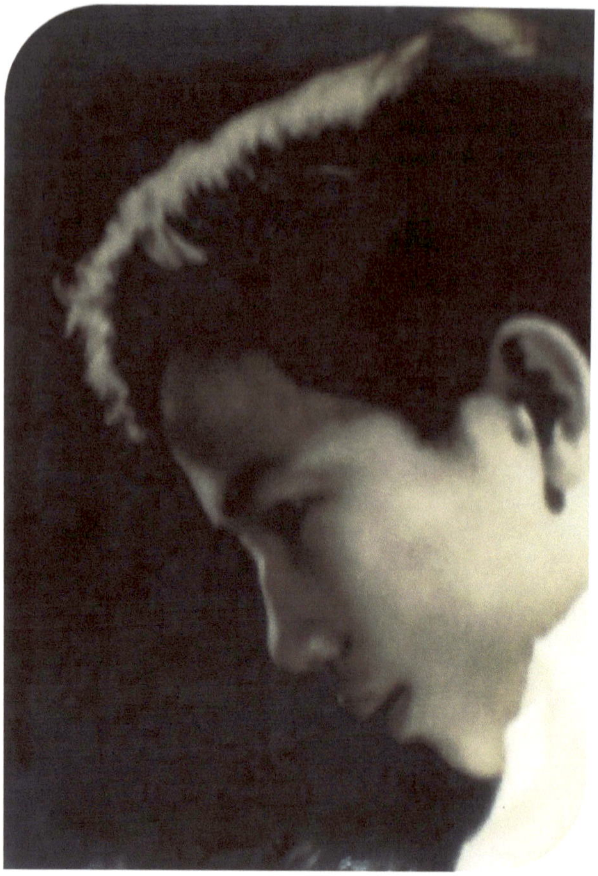

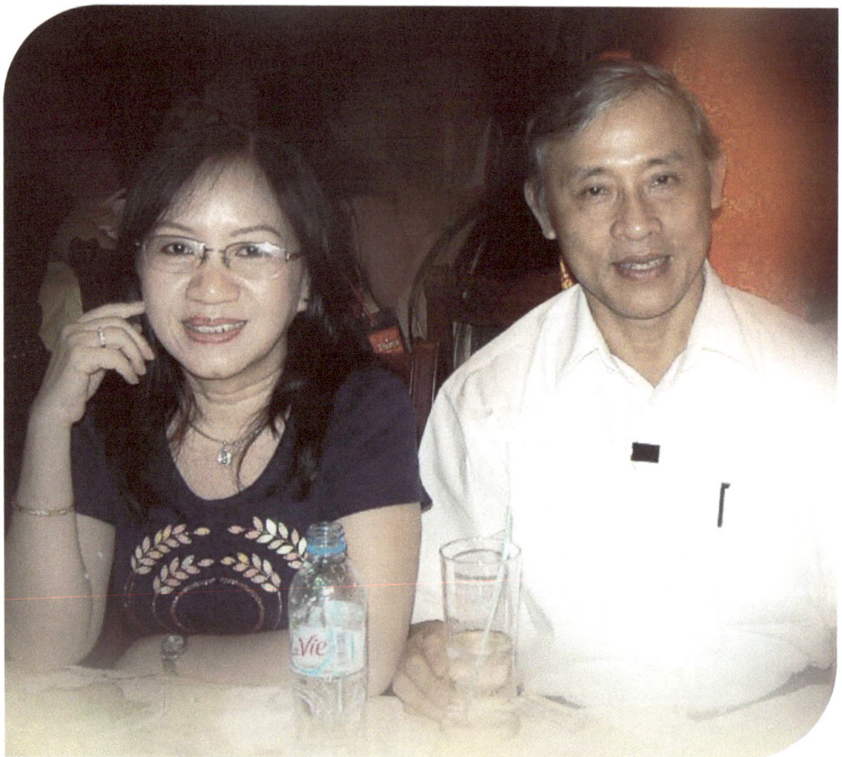

Nguyễn TRẬN

Lương Thị
KHIÊM TRINH

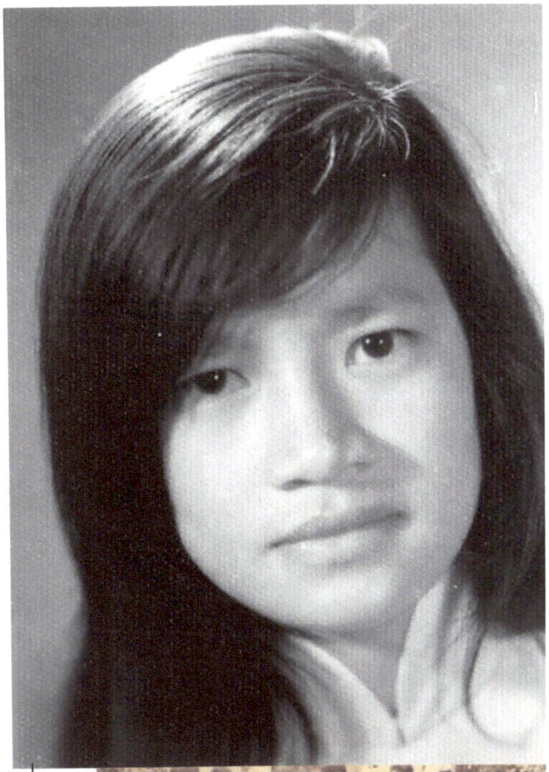

1964

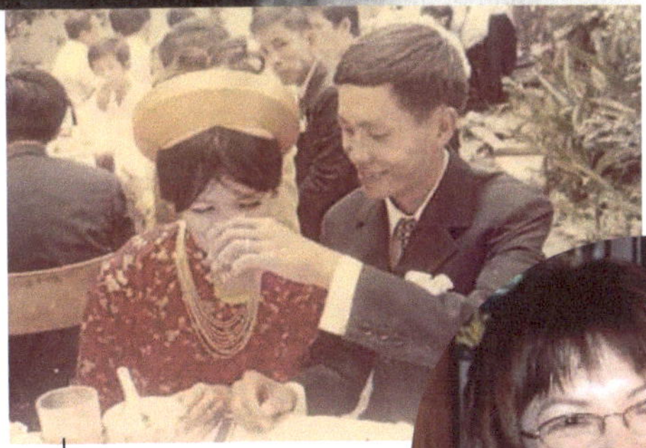

1972

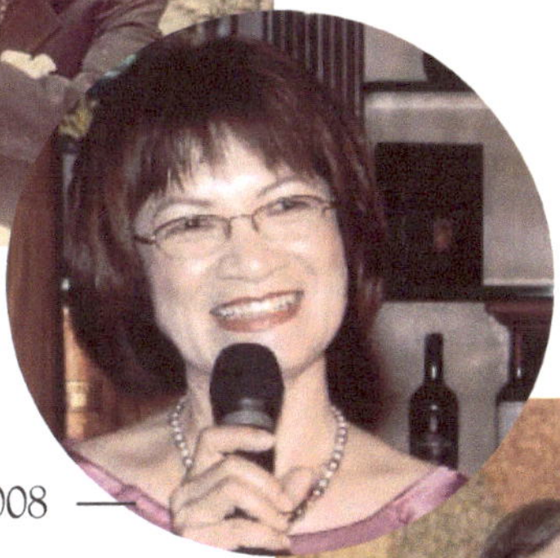

Việt Nam 2008

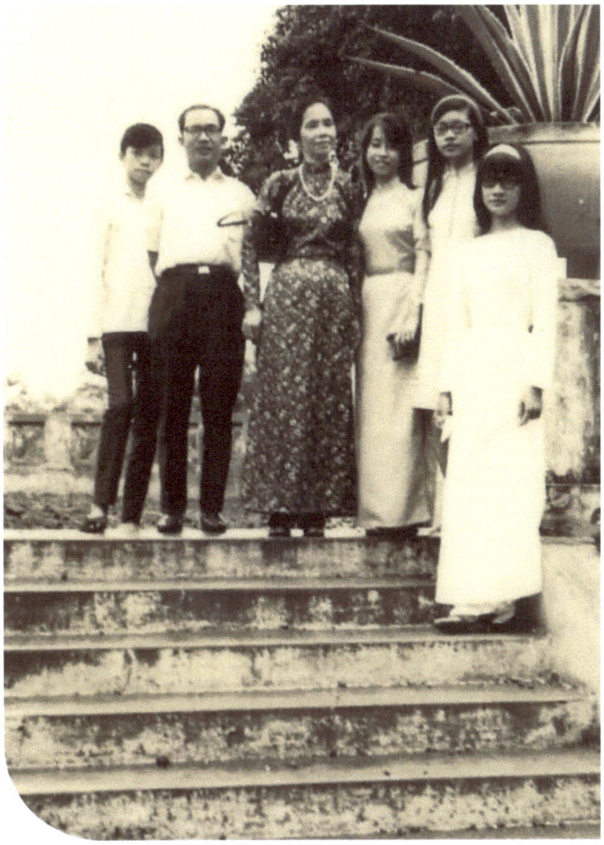

Gia đình Khiêm Trinh
Sài Gòn 1965.

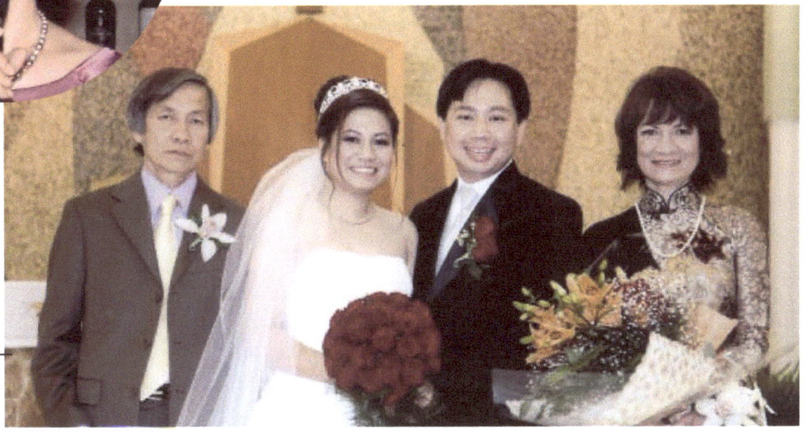

Lương Thị Khiêm Trinh, phu quân Bùi Thanh Đoàn, con gái duy nhất Bùi Hồng Nghi và con rể Hoàng Gia Thụy | California 2008.

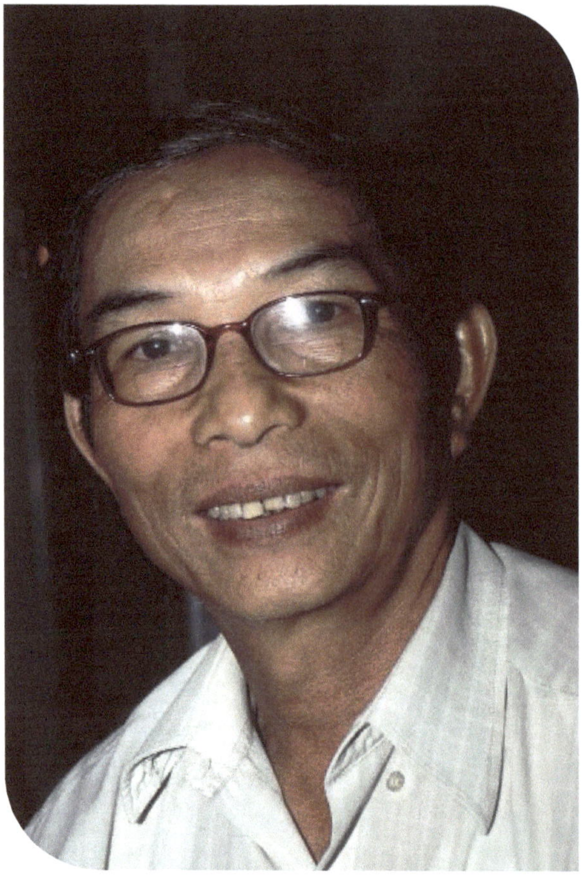

Nguyễn Cao TRIẾT

Nguyễn TRO

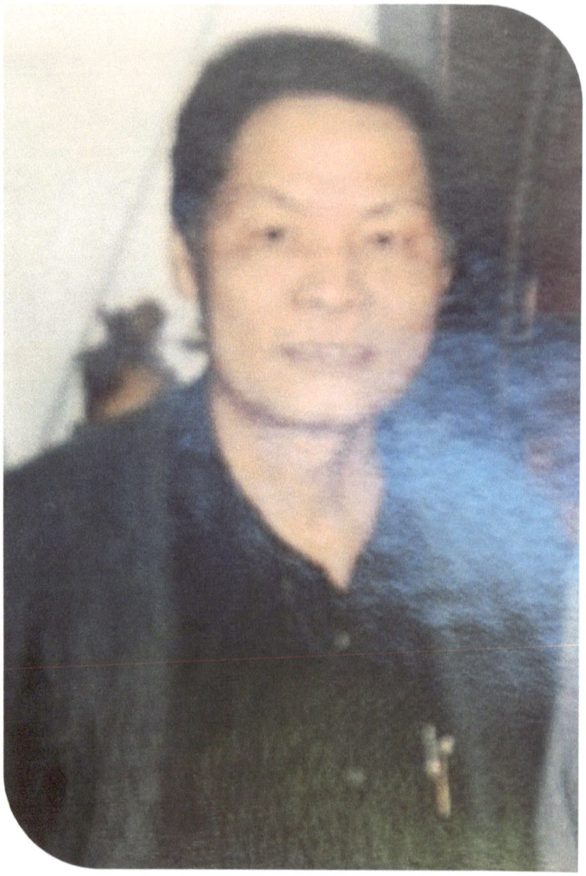

Hồ Thị TRÚC

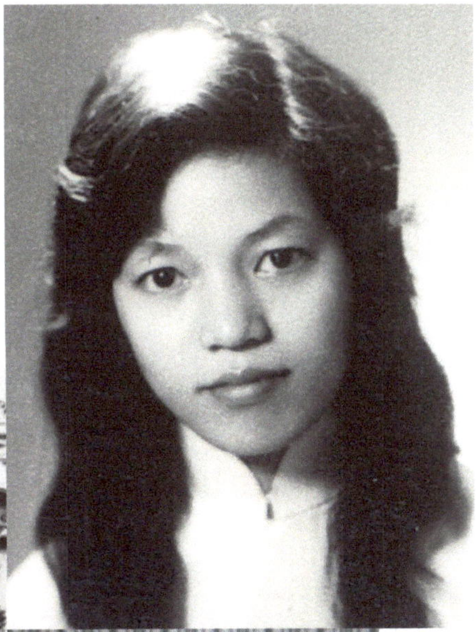

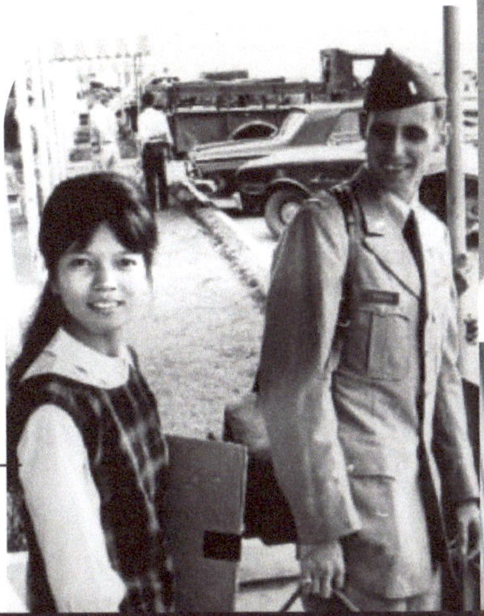

Hồ Thị Trúc và phu quân phi trường Tân Sơn Nhất 1965

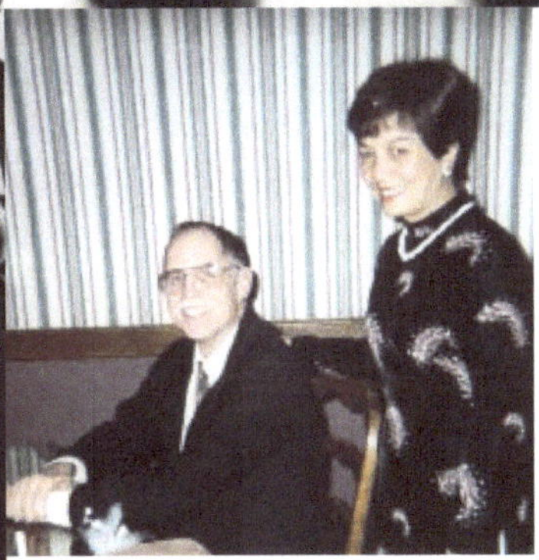

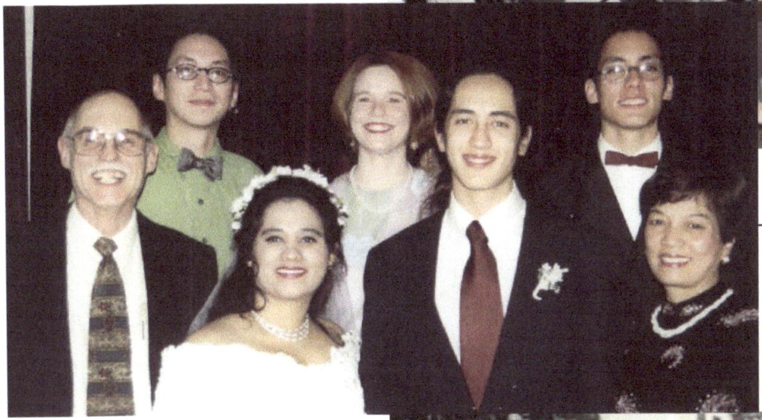

Hồ Thị Trúc và phu quân Jim Deegan, 3 con trai và 2 con dâu. 2000

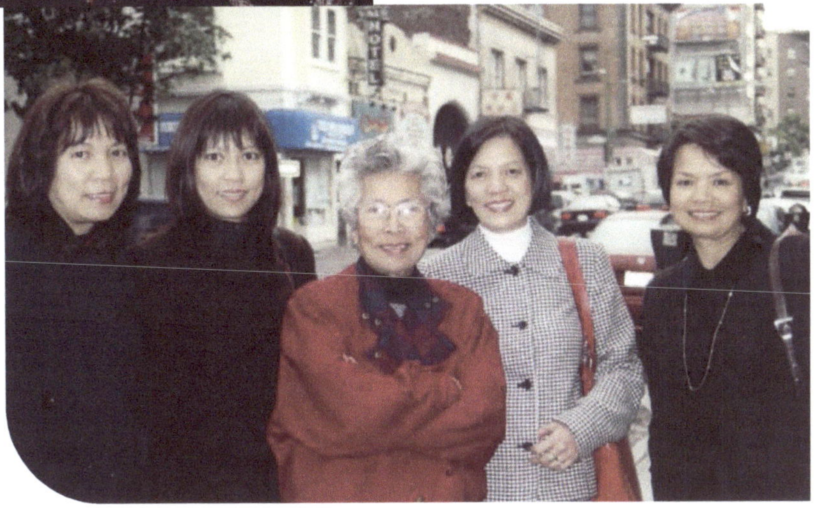

Ngọc, Châu, Má, Trúc, Tú dạo chơi San Francisco 2001

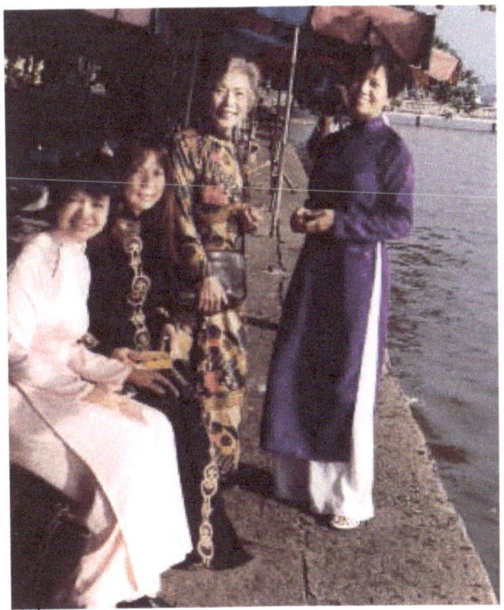

Về thăm bờ sông Hàn, Đà Nẵng 1998.

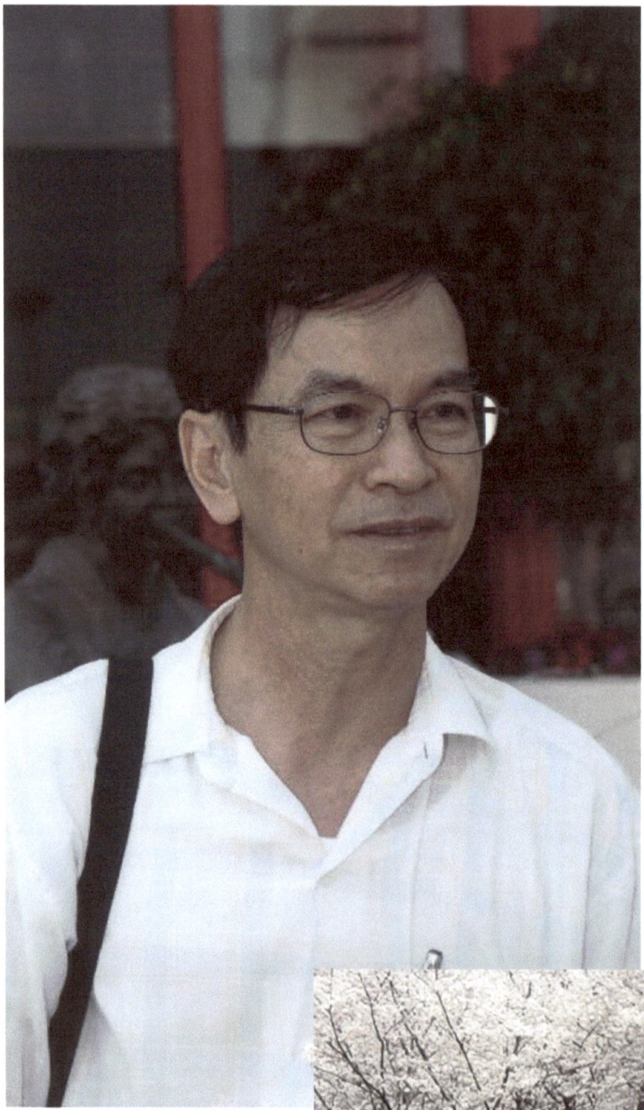

Lê Mạnh TRÙY

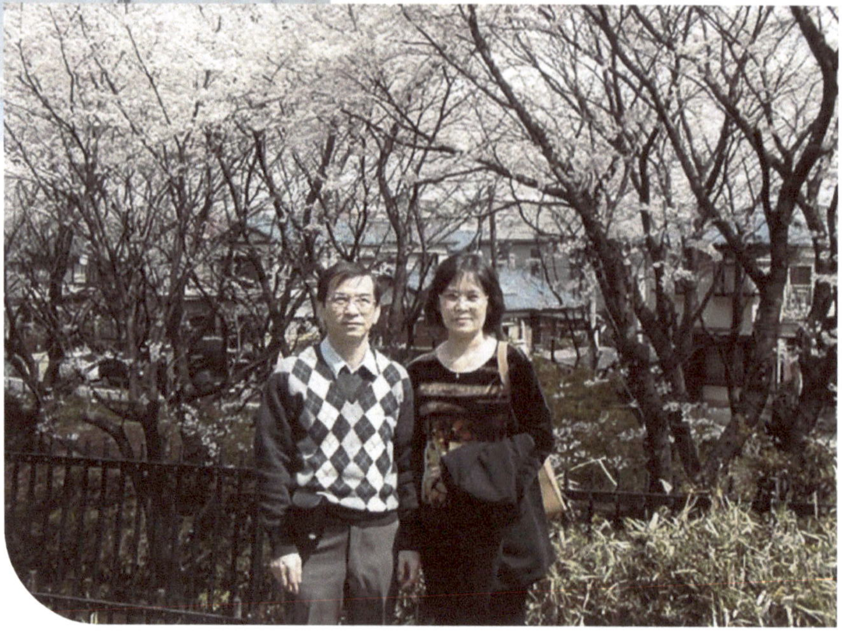

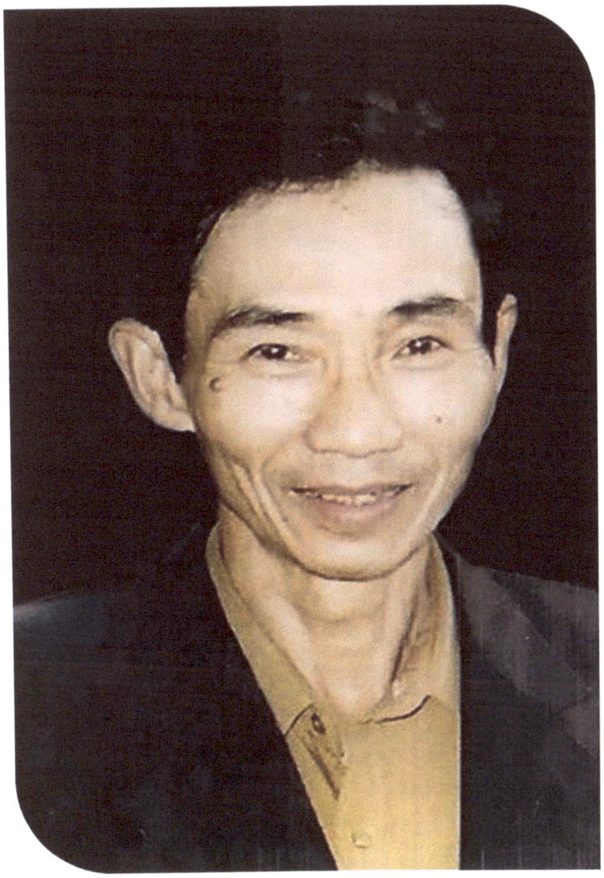

Nguyễn Hữu THU

Lê Văn NHỮ

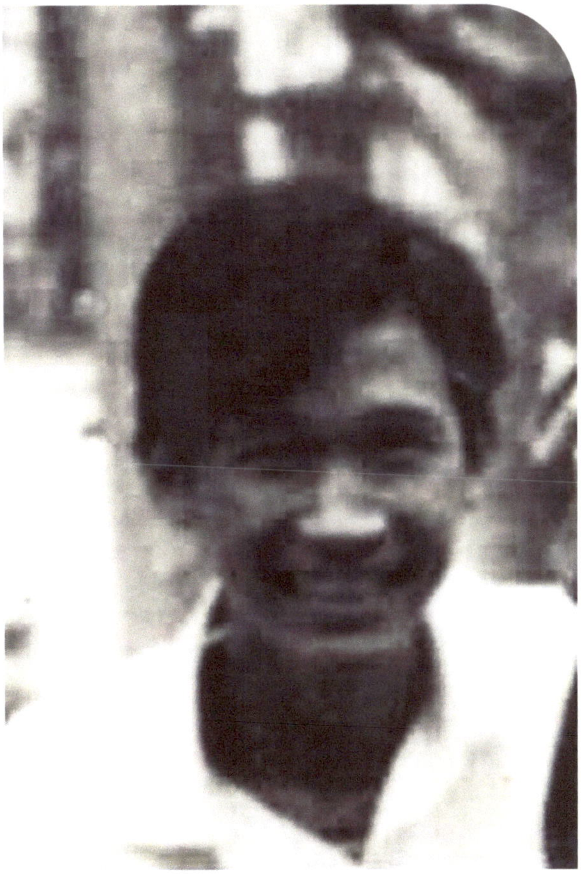

Nguyễn KHẢI

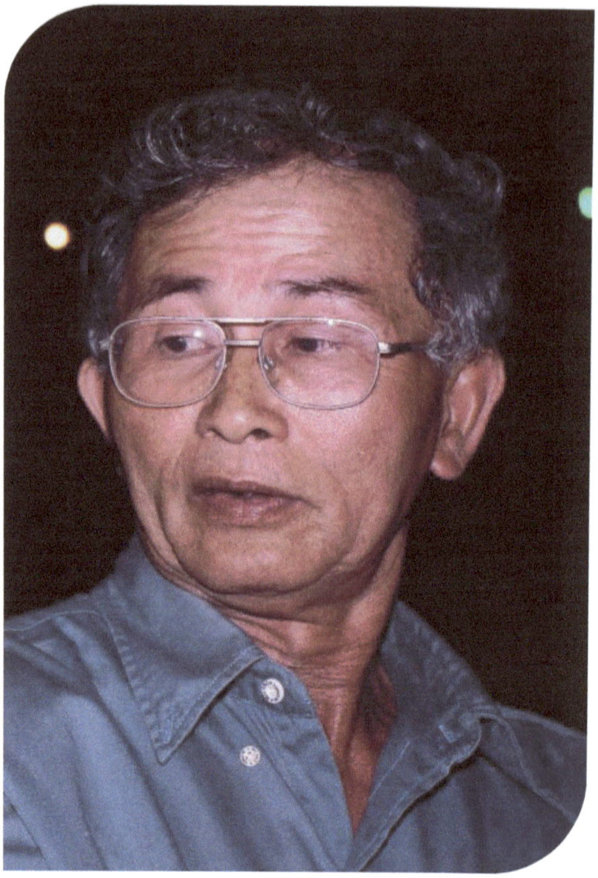

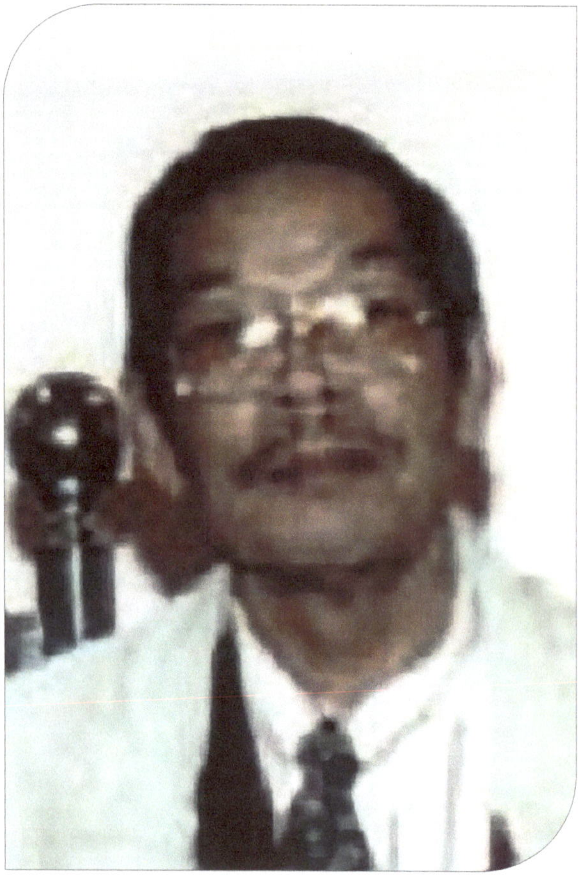

Trịnh XUÂN

Lê Bích TY

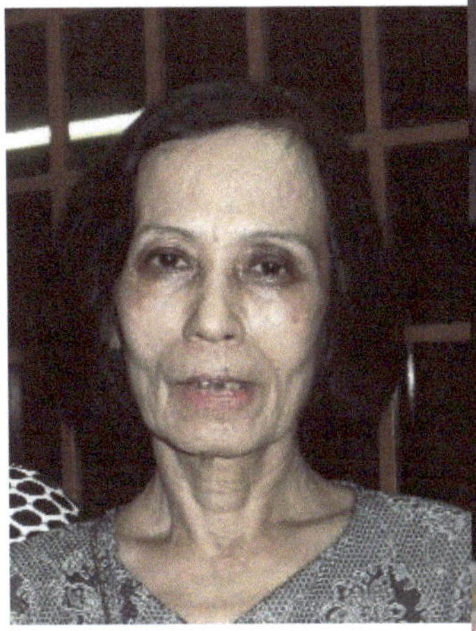

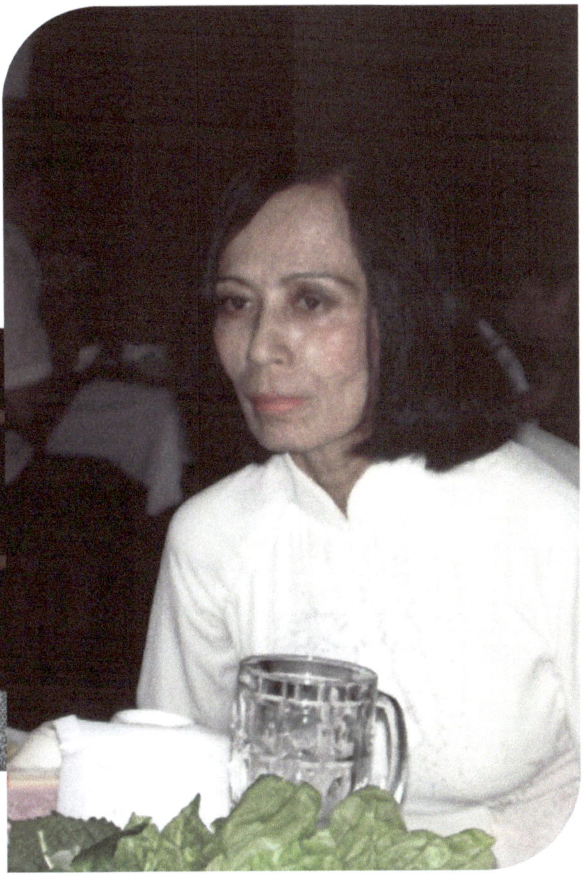

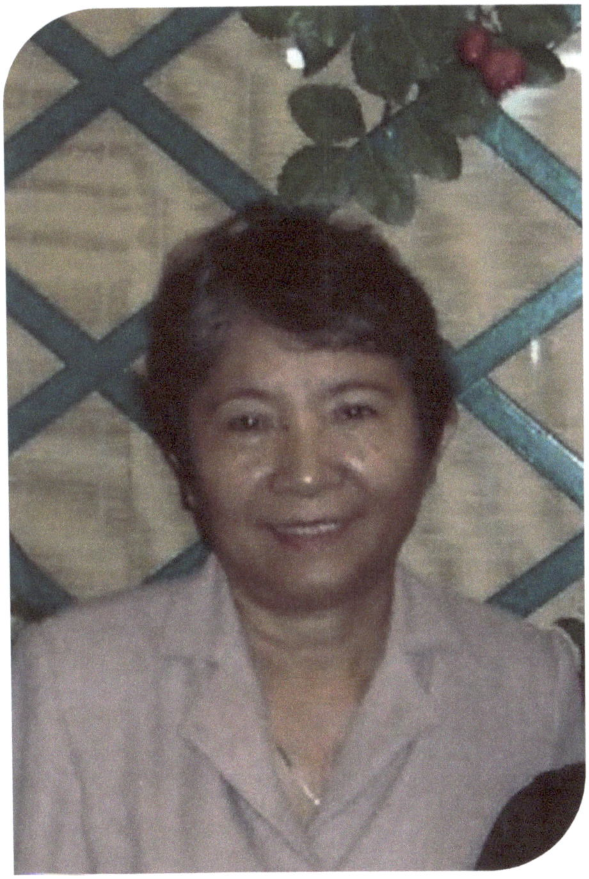

Nguyễn Thị ÚT

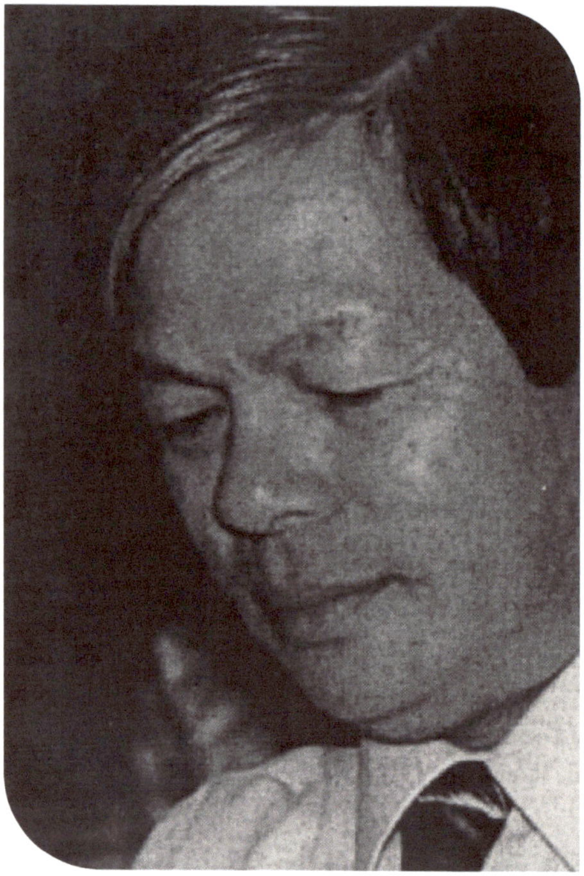

Từ Văn XIN

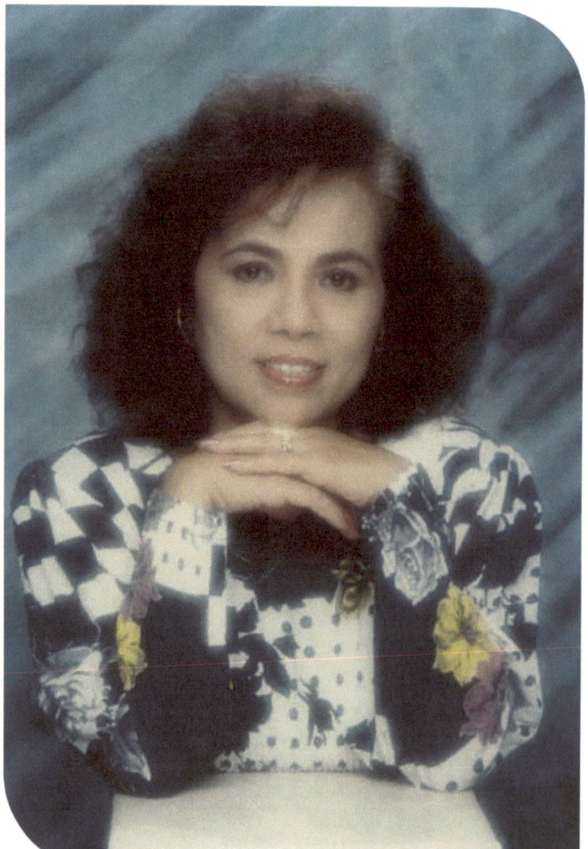

Nguyễn Thị YÊN

Phan Thị YÊN

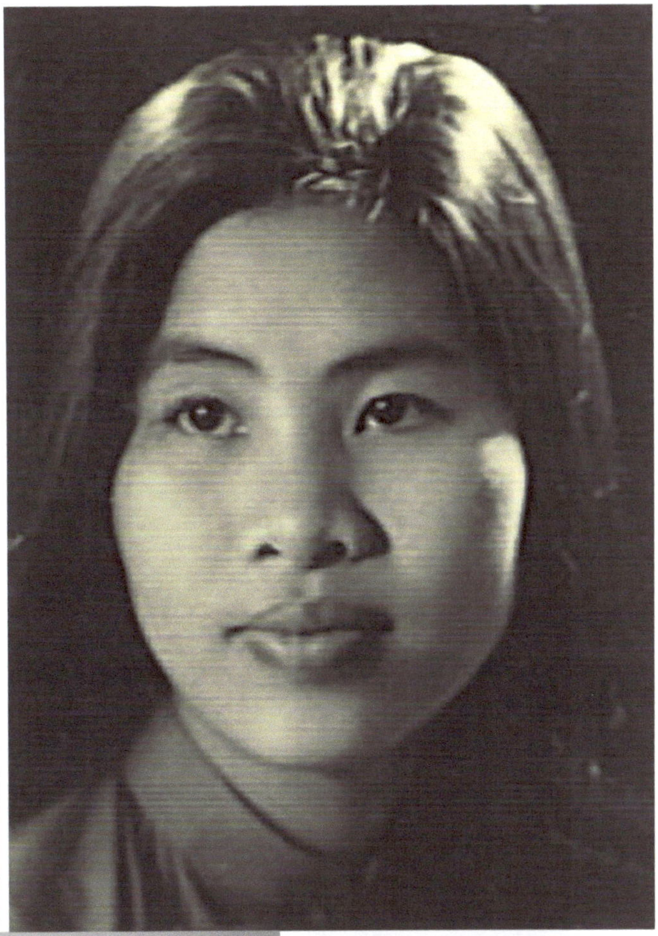

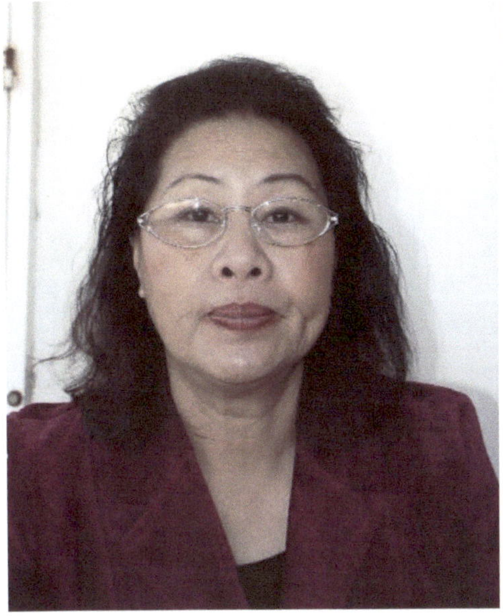

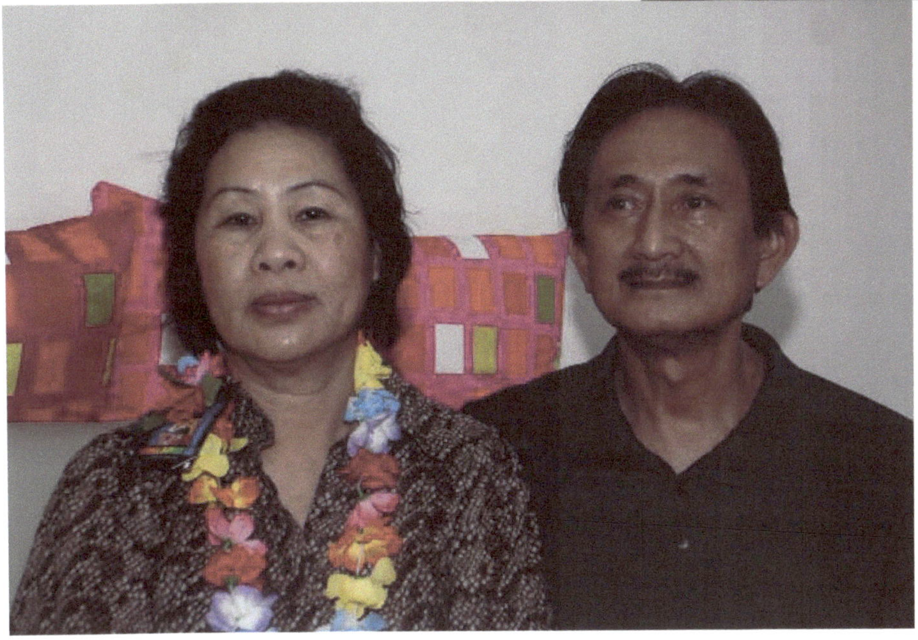

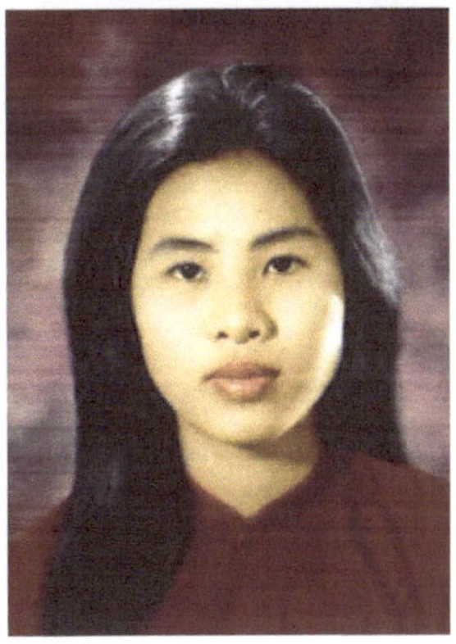

giaTHỤY hồngNGHI

{ Hậu Duệ Nhóm PCT 58-65 }

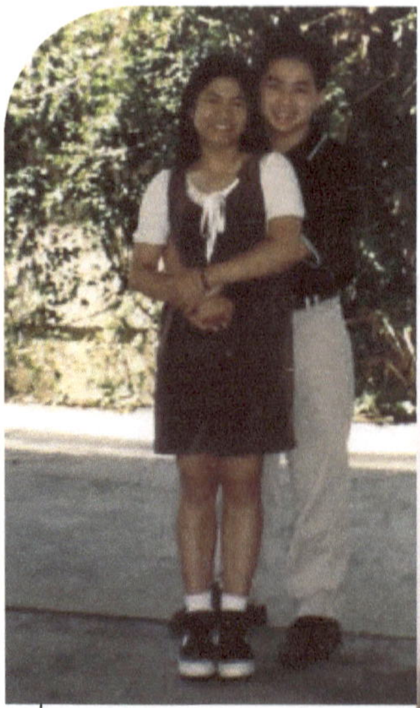

04.1998

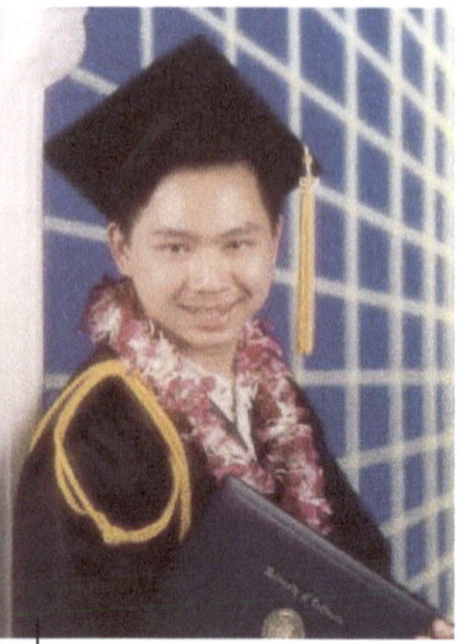

giaThụy tốt nghiệp
Cử Nhân Hóa-Sinh
tại UCLA | 05.1997

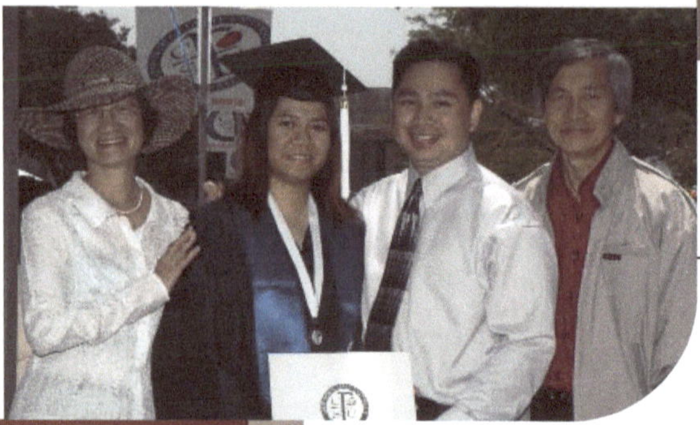

hồngNghi tốt nghiệp
Cử Nhân Thiết Kế Đồ Họa
tại CSUF | 05.2007

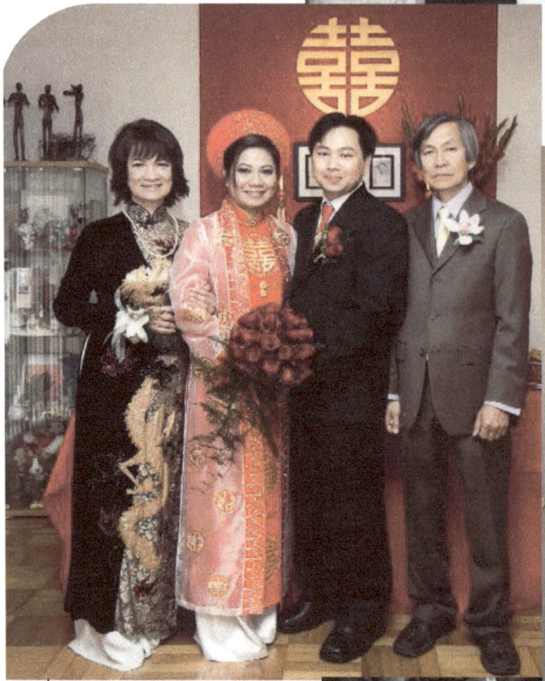

giaThụy hồngNghi,
Mẹ LT Khiêm Trinh, và
Ba Bùi Thanh Đoàn
tại Garden Grove, CA
03.29.2008

...đám cưới sau 3658 ngày quen nhau...

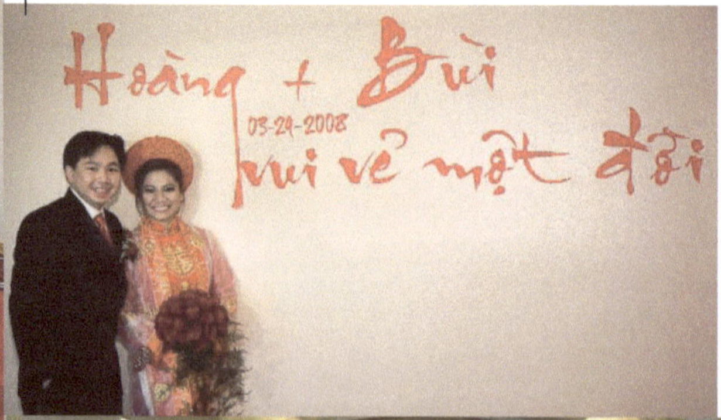

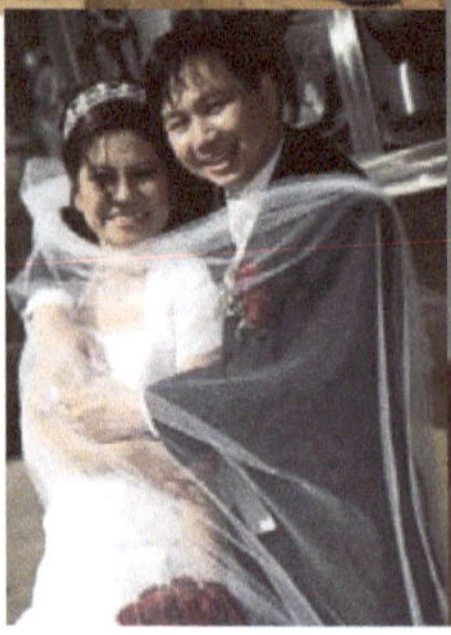

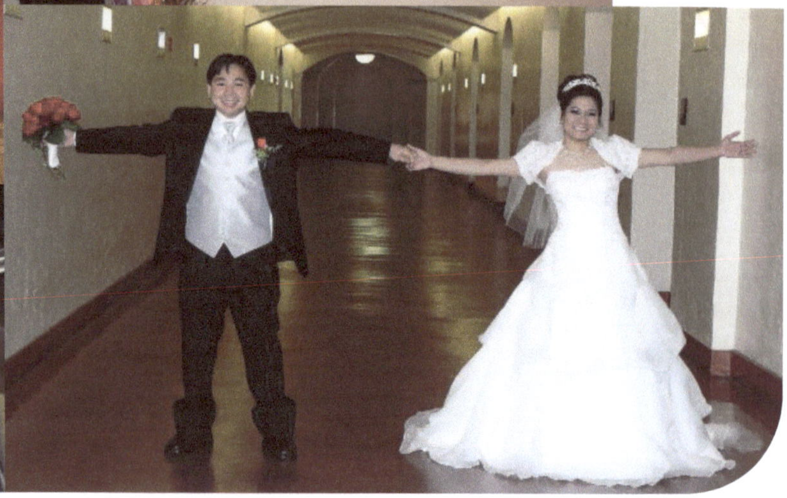

Thầy Cô

{những người đưa đò thầm lặng}

Thầy Cô
Tạ Quốc BẢO

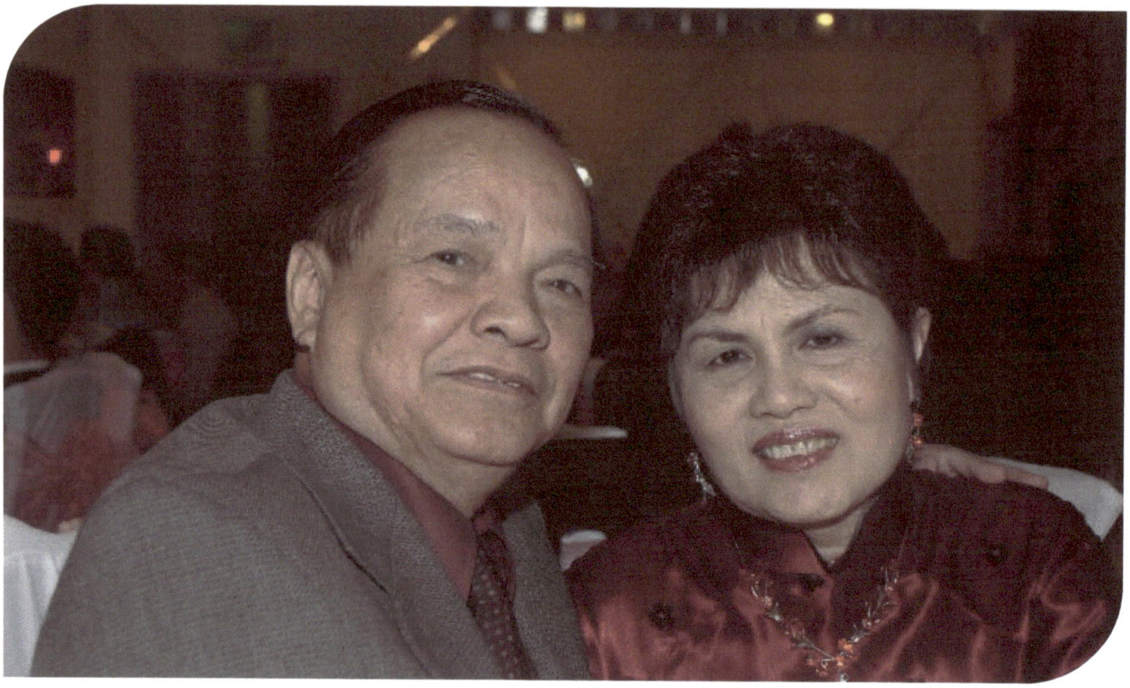

Thầy Cô Trần Hữu
DUẬN

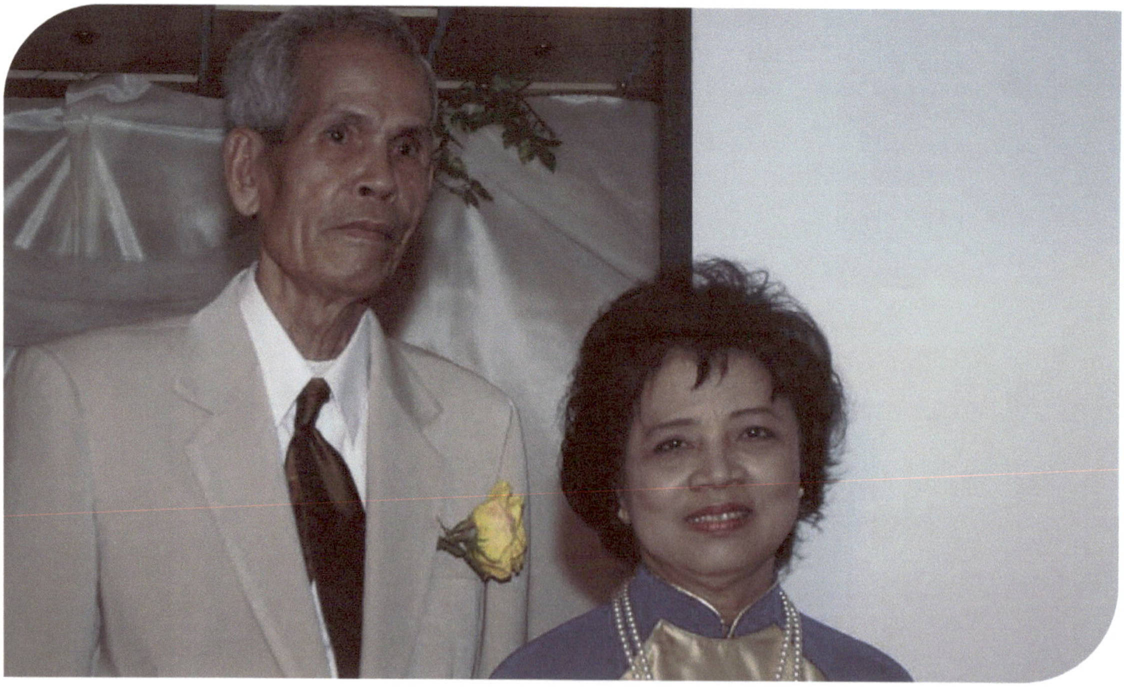

Thầy Nguyễn Văn
ĐÁO

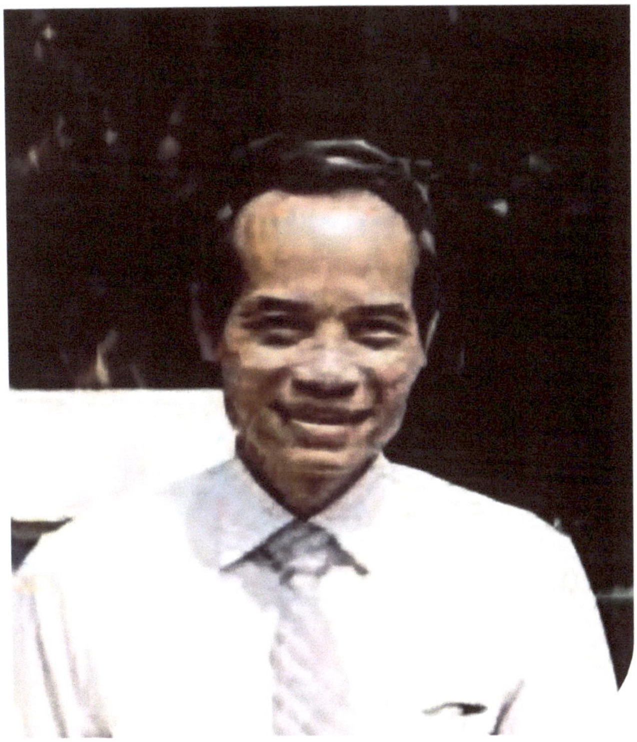

Thầy Cao Huy
HÓA

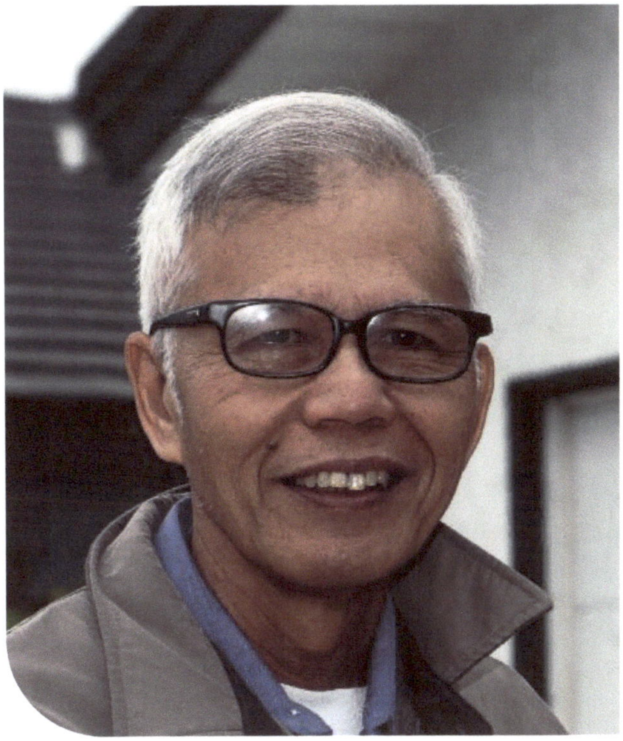

Thầy Trần Đình
HOÀN

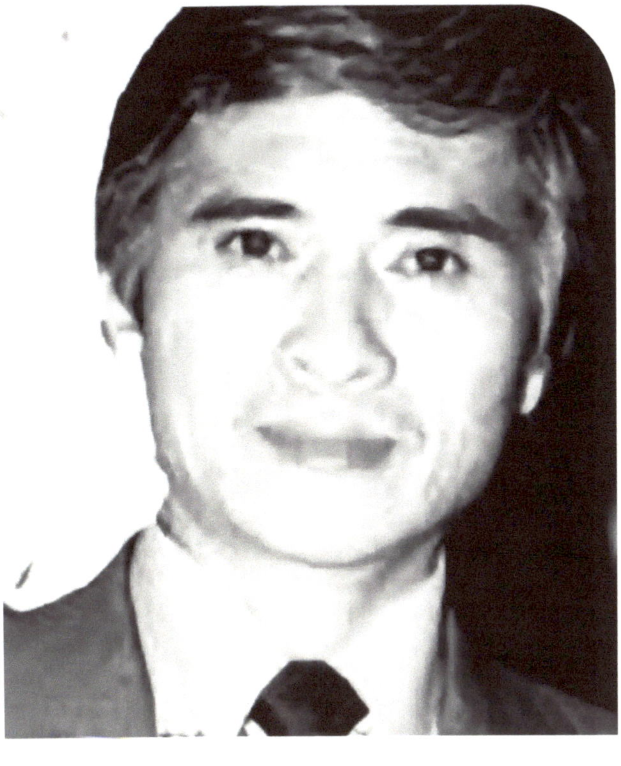

Thầy Nguyễn Trung
HỐI

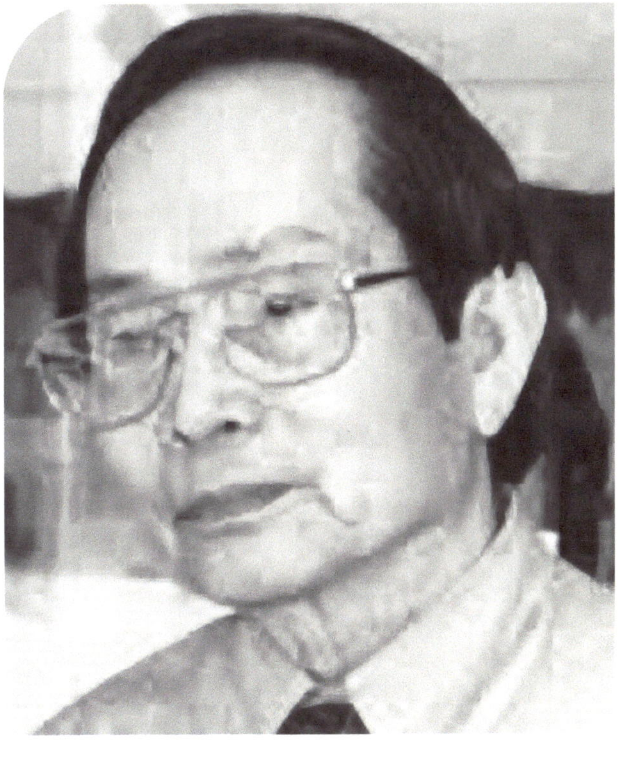

Thầy Nguyễn Văn
KÍNH

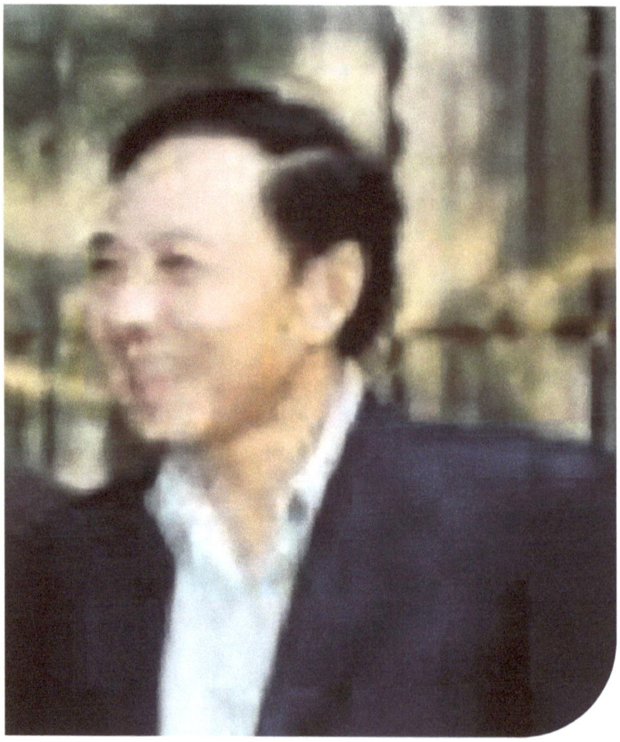

Thầy Phạm Hữu
KHÁNH

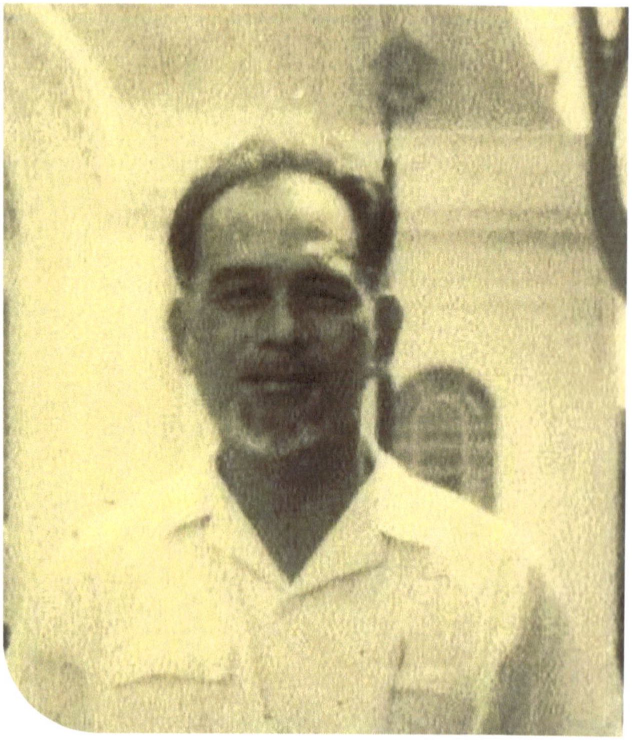

Cô giáo Phan Thanh
GIA LAI

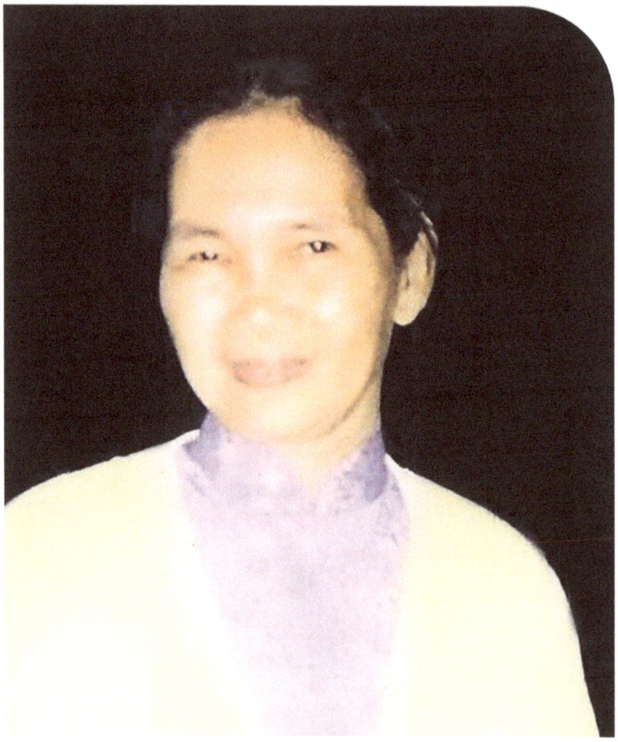

Thầy Tôn Thất
LAN

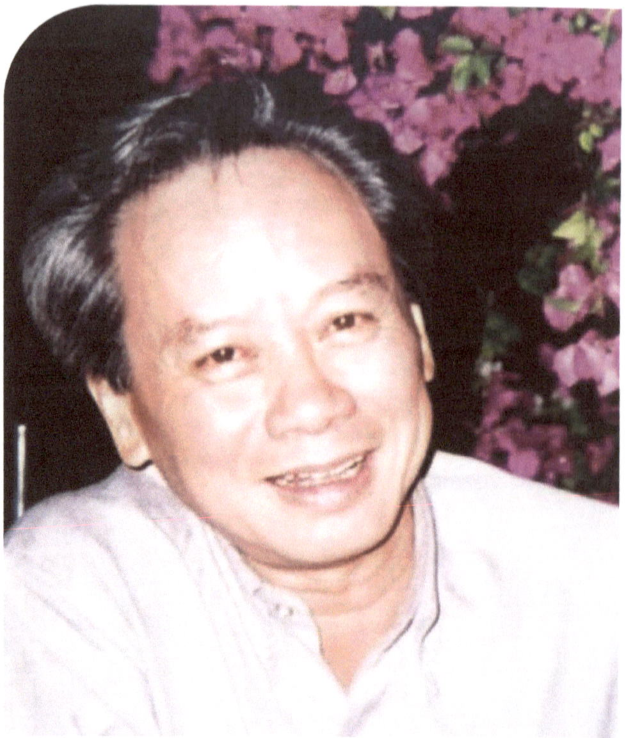

Cô giáo Hoàng Thị
MỘNG LIÊN

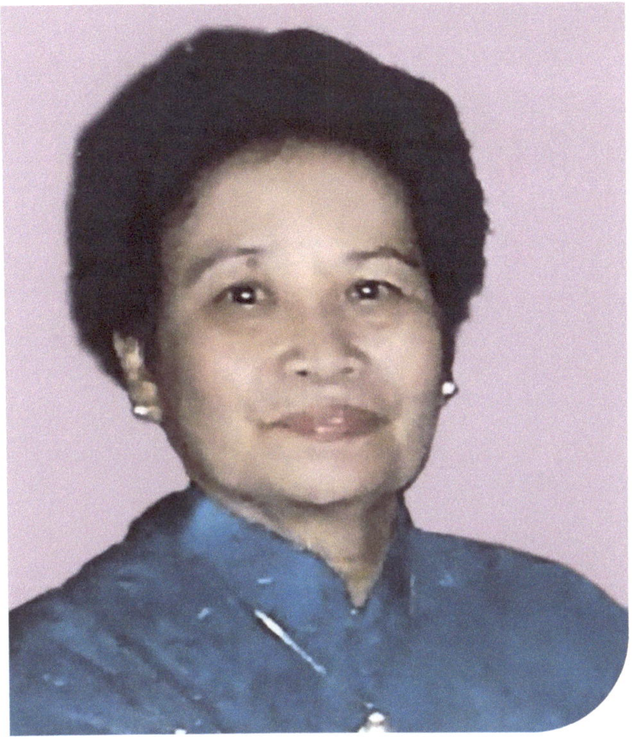

Cô Đặng Thị
LIỆU

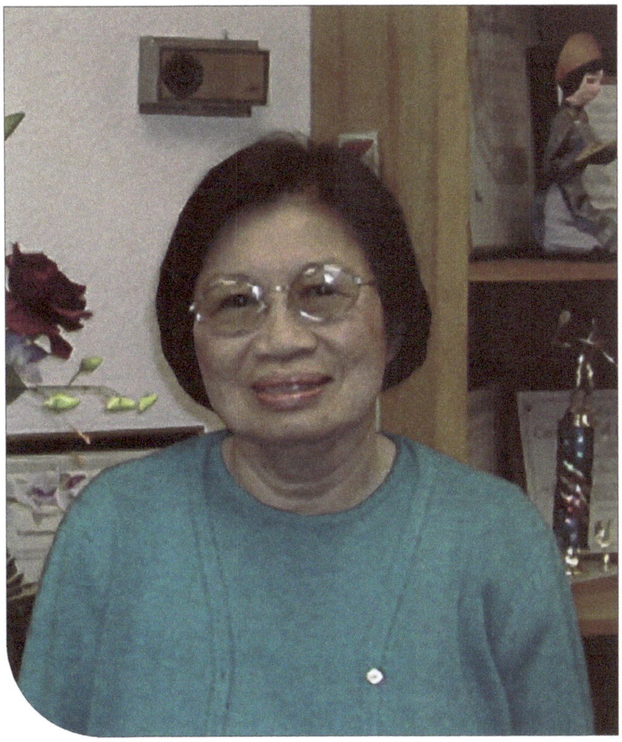

Thầy Lê Quang
MAI

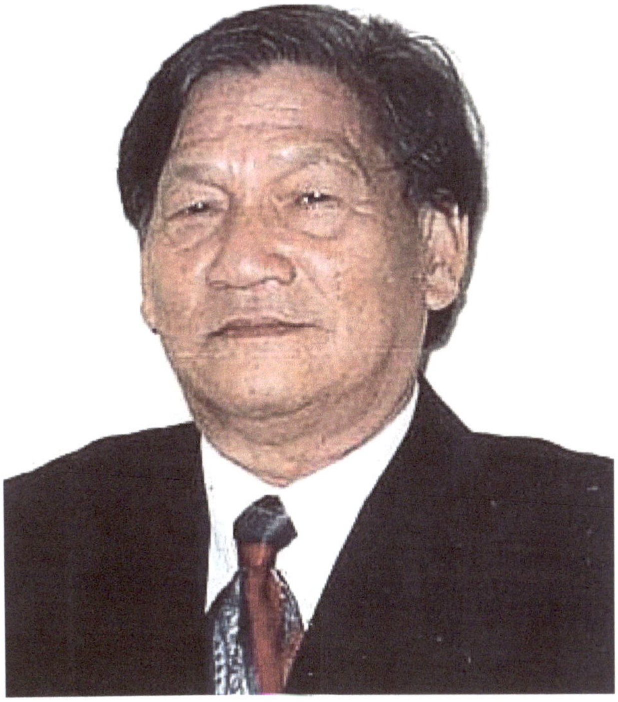

Thầy Nguyễn Đăng
NGỌC

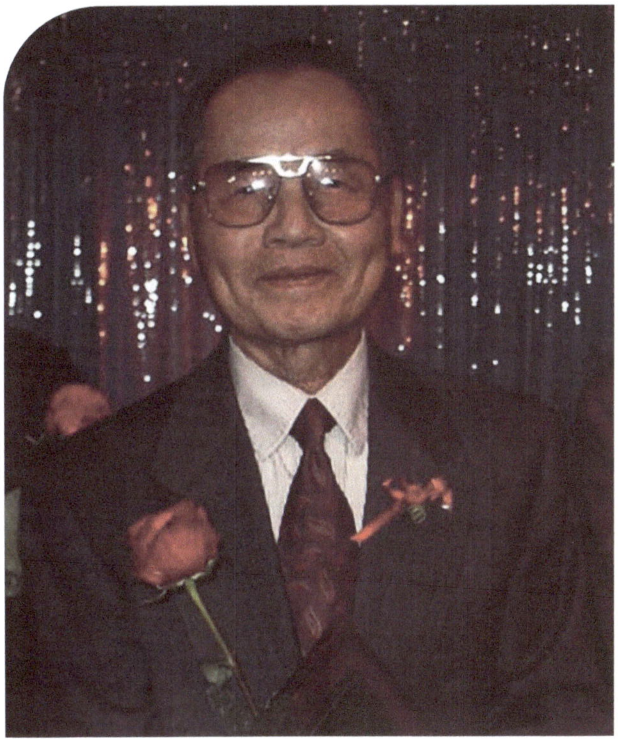

Thầy Cô Giáo

Nguyễn Hoàng OANH

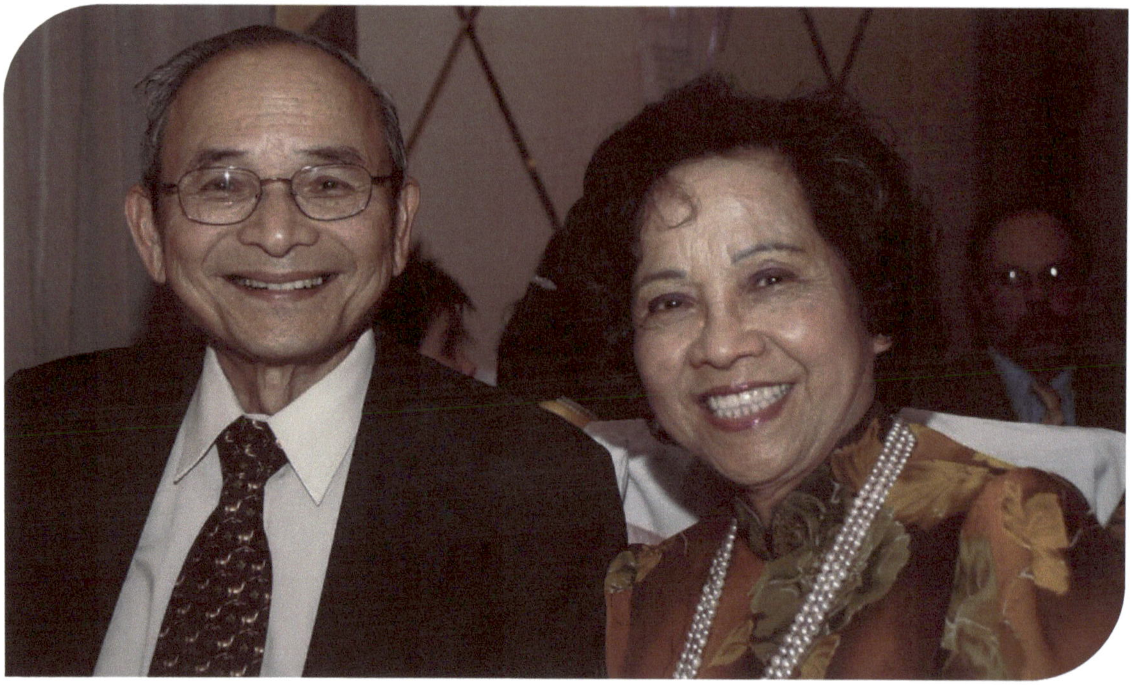

Thầy Trần Đình QUÂN

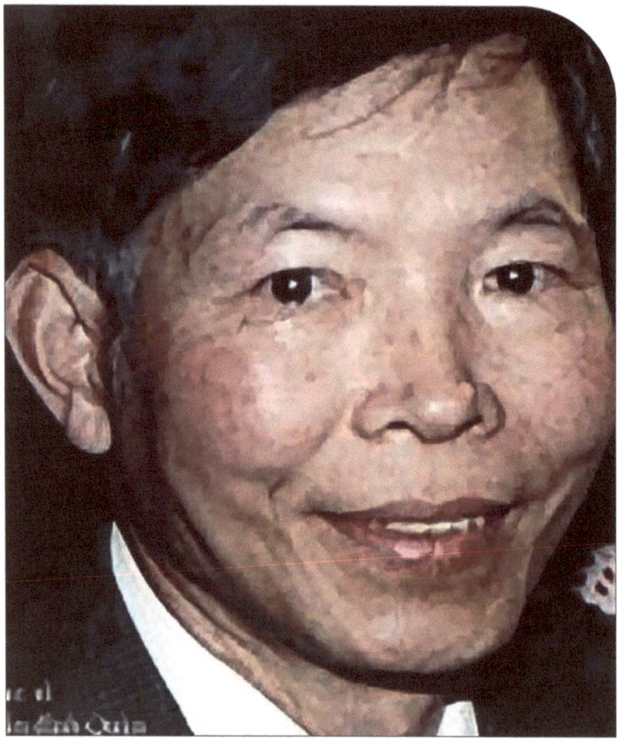

Thầy Hoàng Bích SƠN

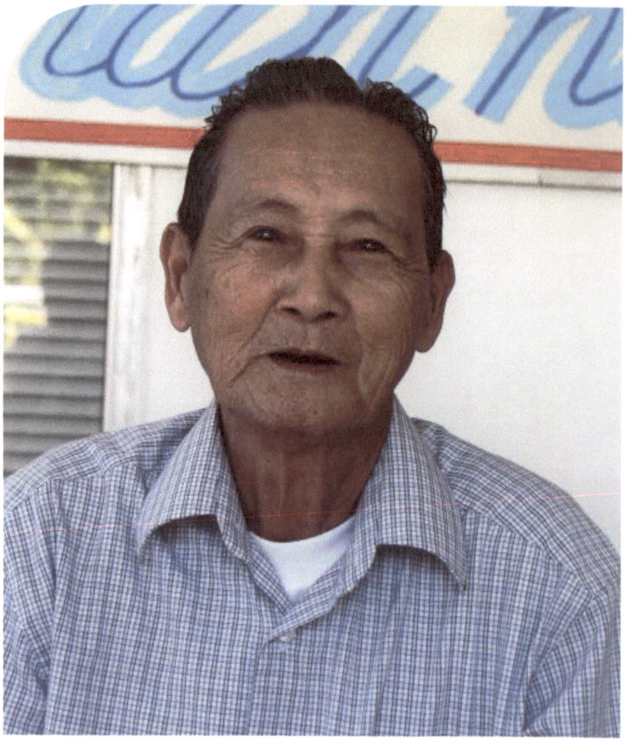

Thầy Bùi
TẤN

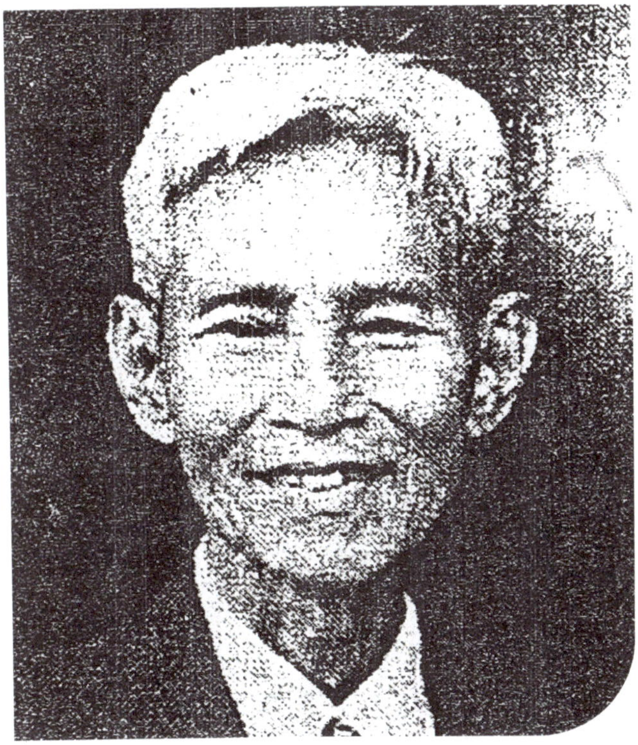

Thầy Trần Đại
TĂNG

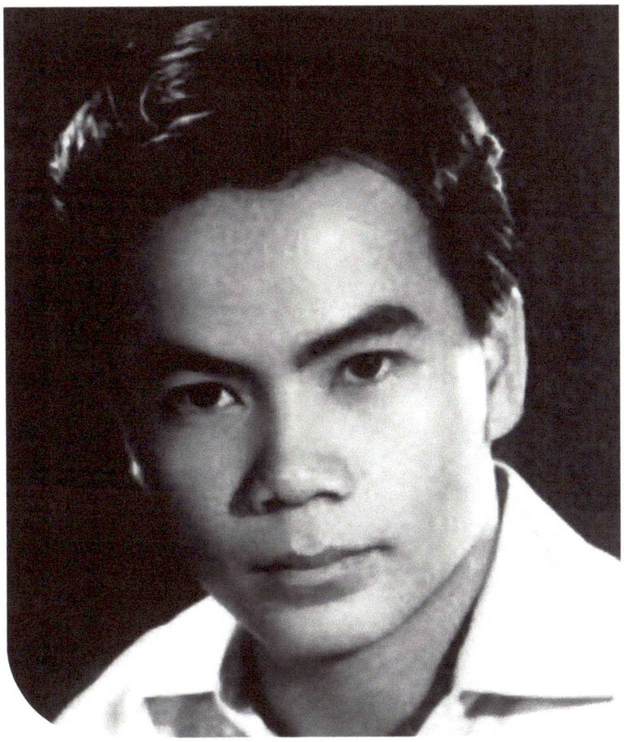

Cô Nguyễn Thị
KIM THÀNH

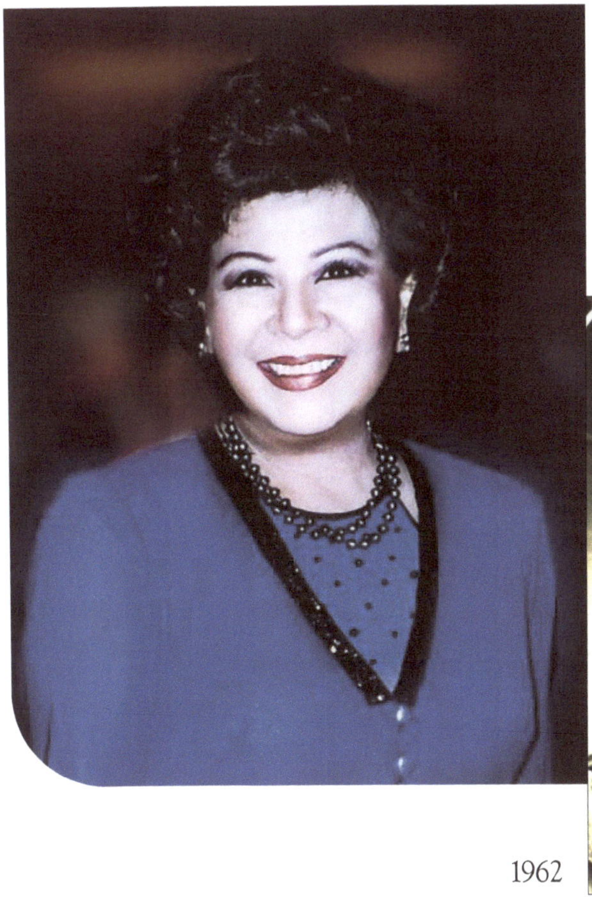

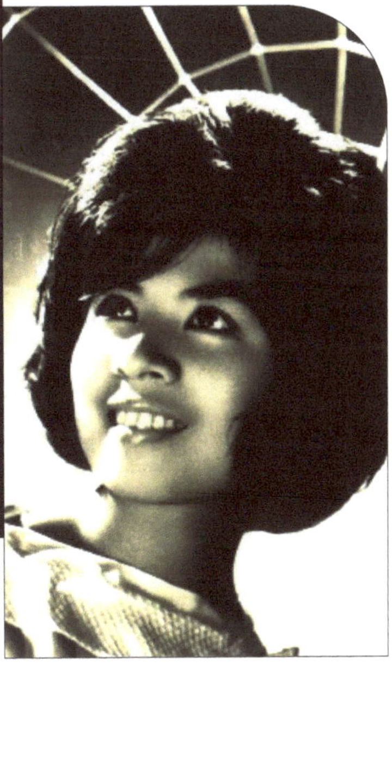

1962

Thầy Dương Quang
TIẾN

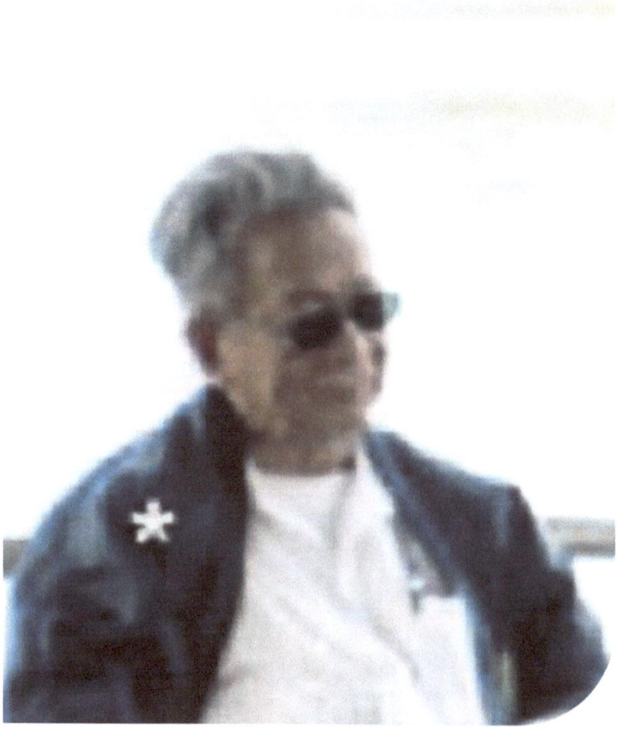

Thầy Nguyễn Ngọc
THANH

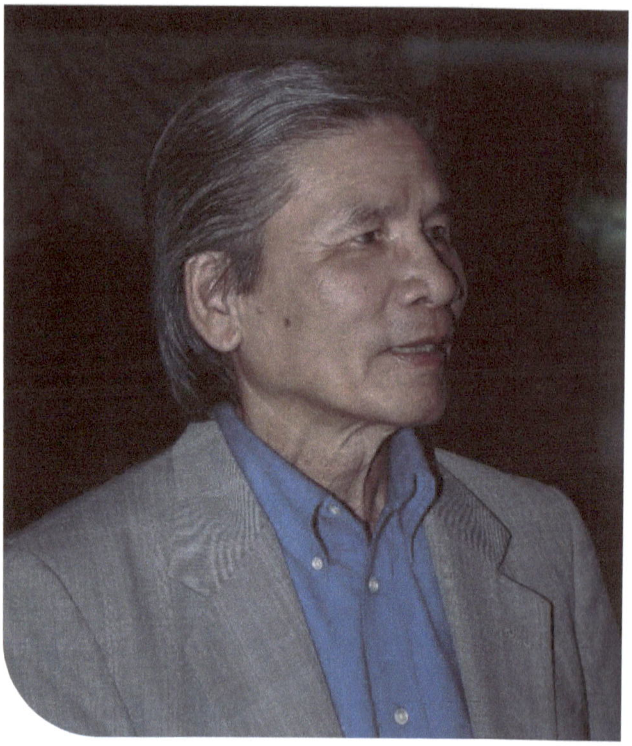

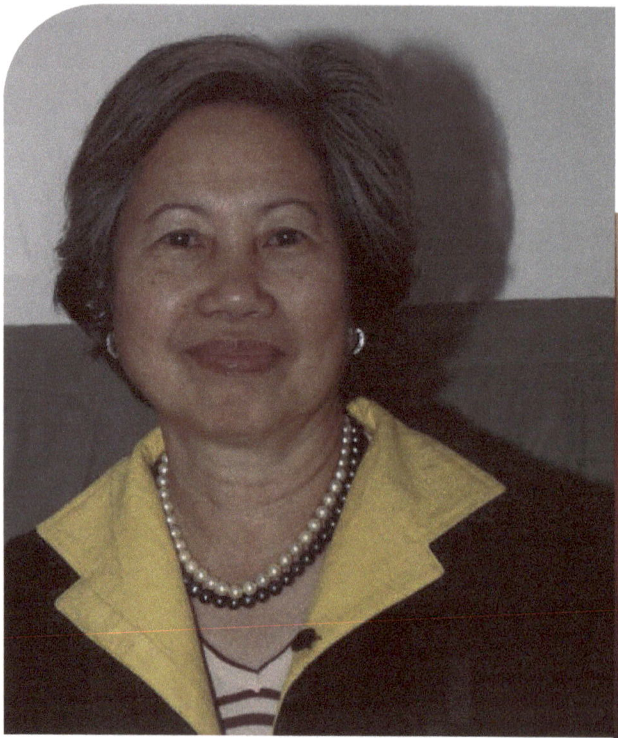

Cô Phan Hiền
VIÊN

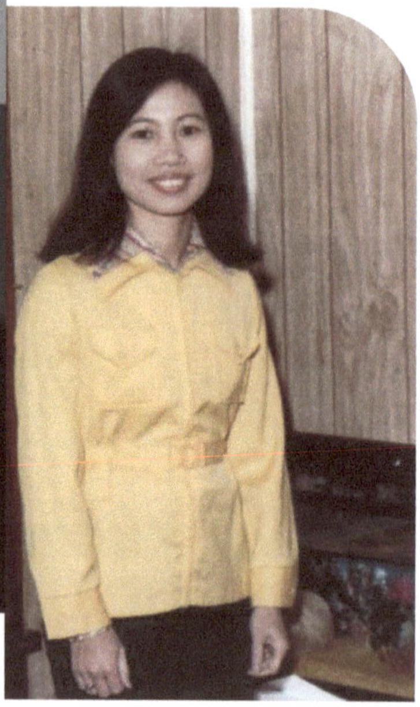

Thầy Nguyễn
TÒNG

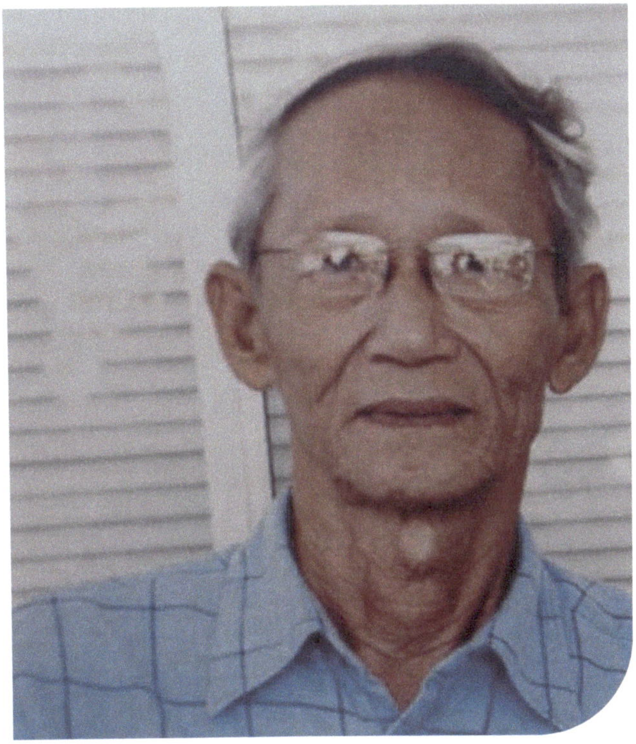

Thầy Lê Long
VIÊN

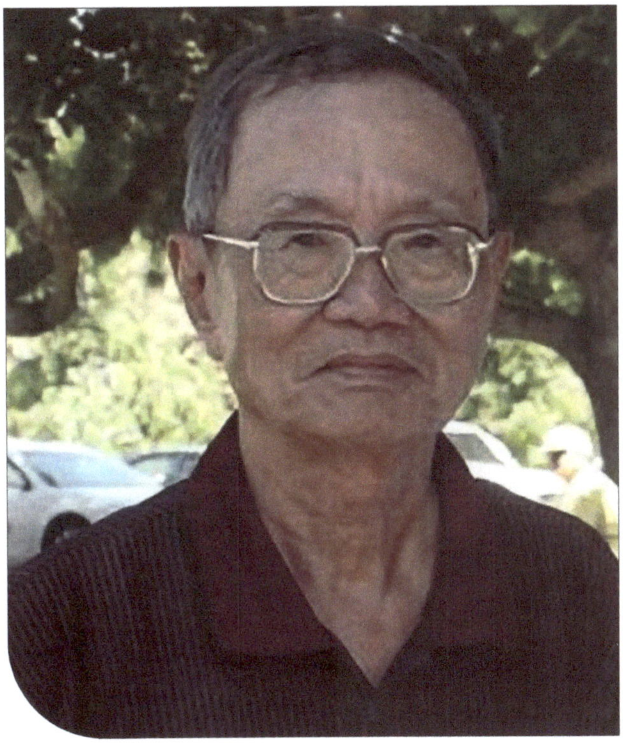

Thầy Nguyễn Bá
VIỆT

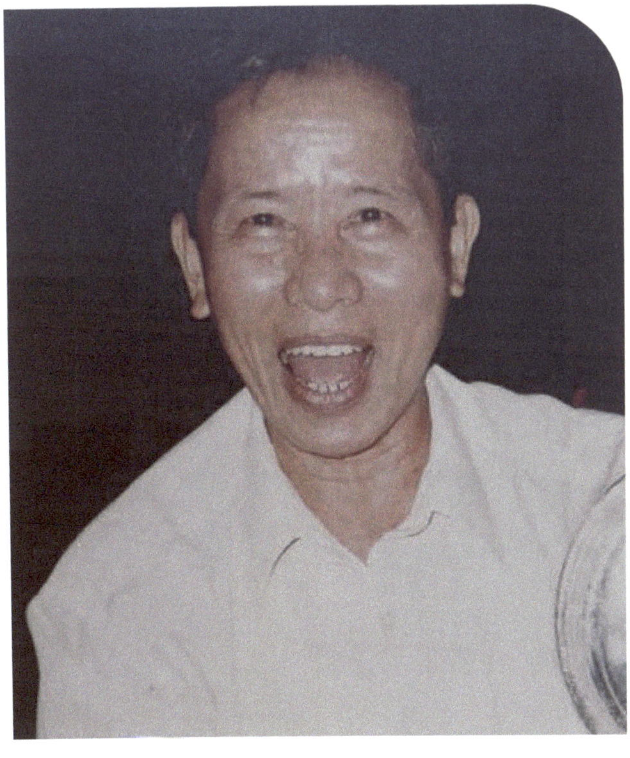

Thầy Vĩnh
VINH

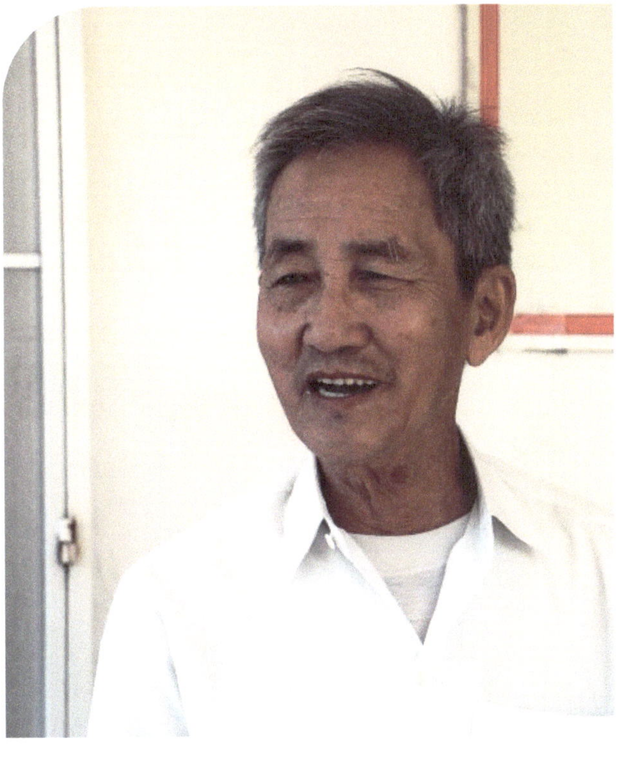

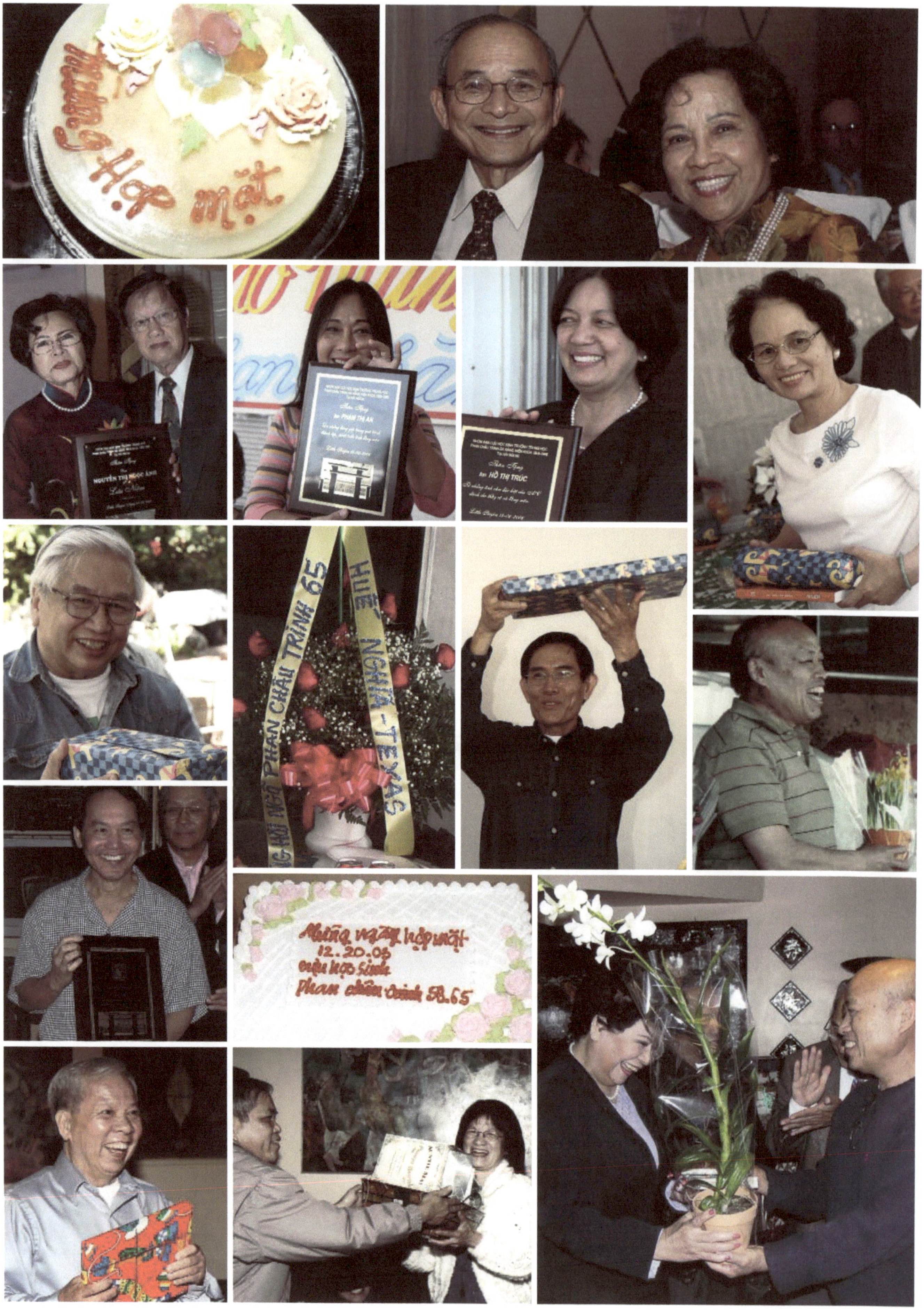
Mừng Họp mặt
PHAN THỊ AN
HỒ THỊ TRÚC
NGUYỄN THỊ NGỌC ÁNH
PHAN CHÂU TRINH 65
HUẾ - NGHĨA - TEXAS
Mừng ngày họp mặt
12.20.08
cựu học sinh
Phan châu trinh 58.65

Thân Hữu
PCT 58-65

Nguyễn Thị ÁI

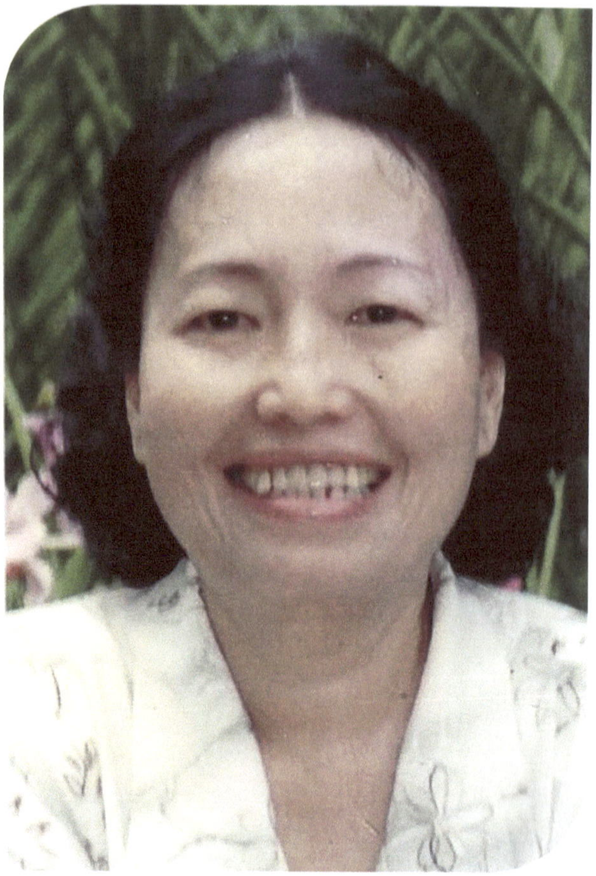

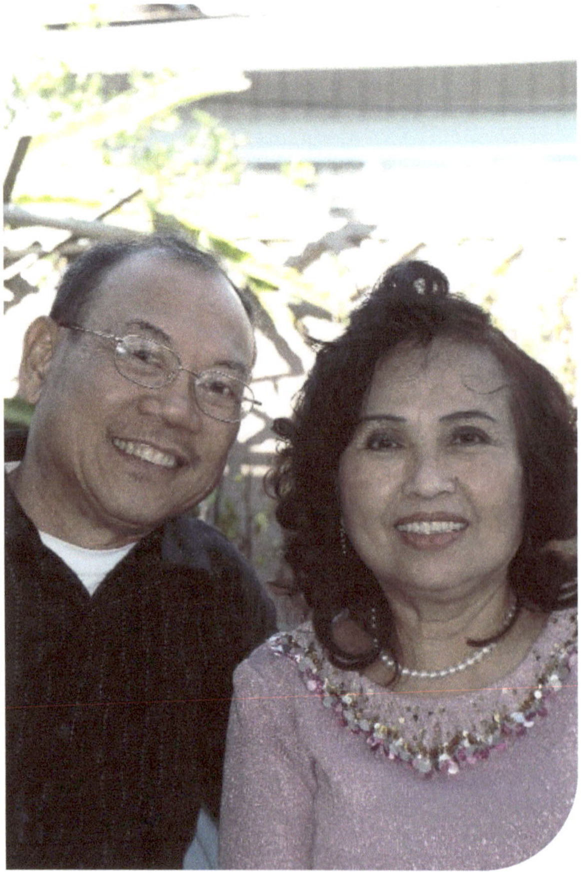

Nguyễn Minh ĐIỀM

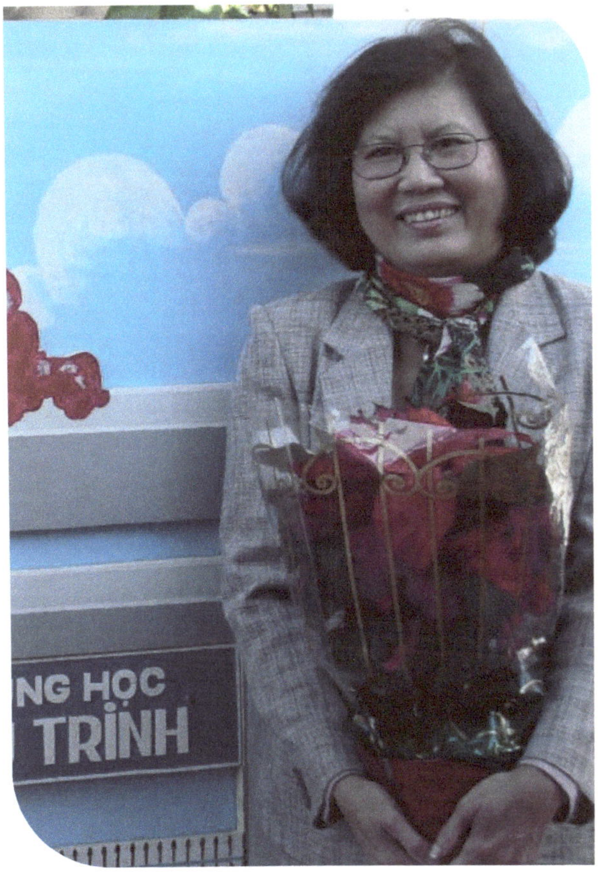

Võ Hồng ĐÓA

Nguyễn Lạc GIAO

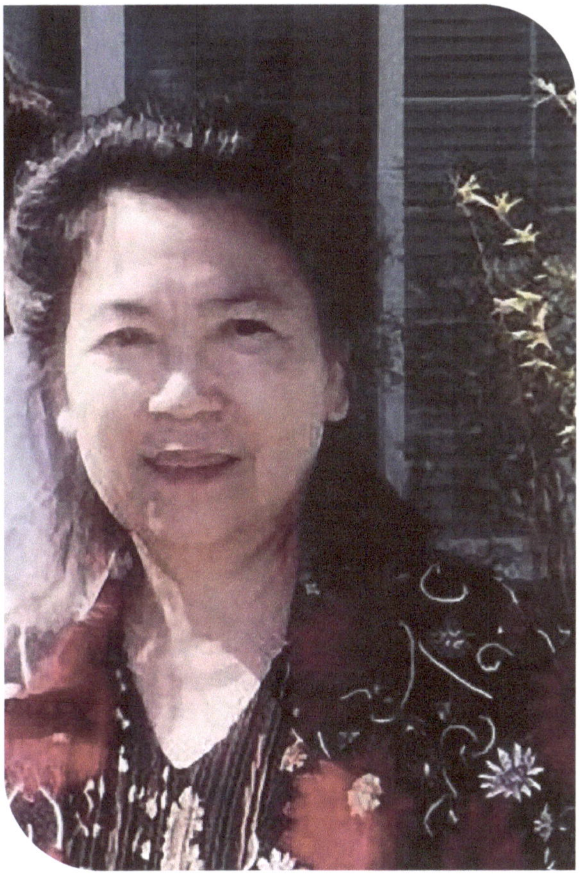

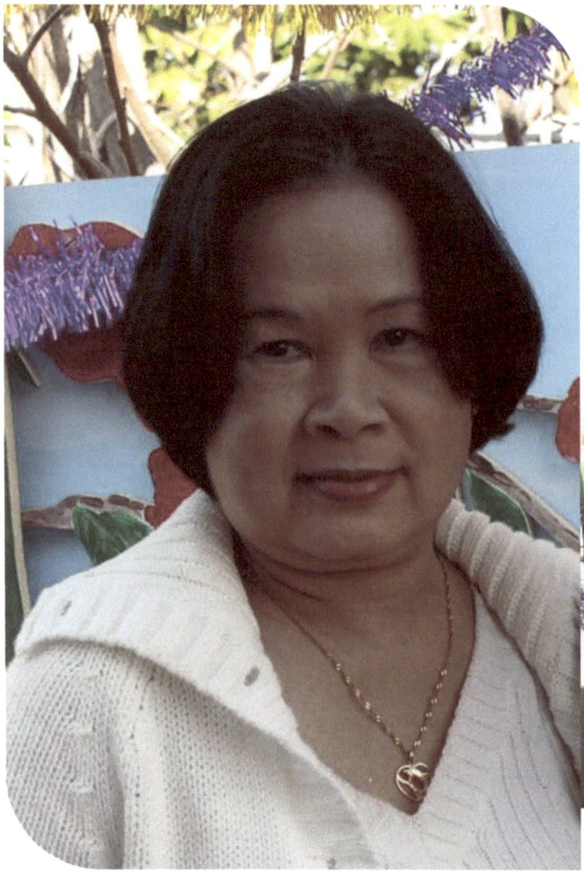

Lê Thị HÂN

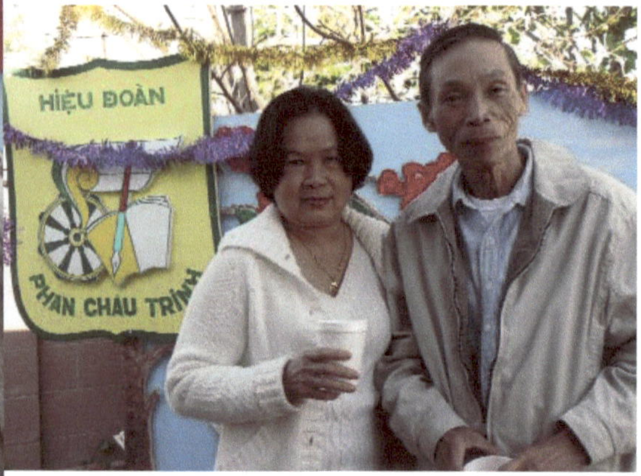

Hoàng HỒNG

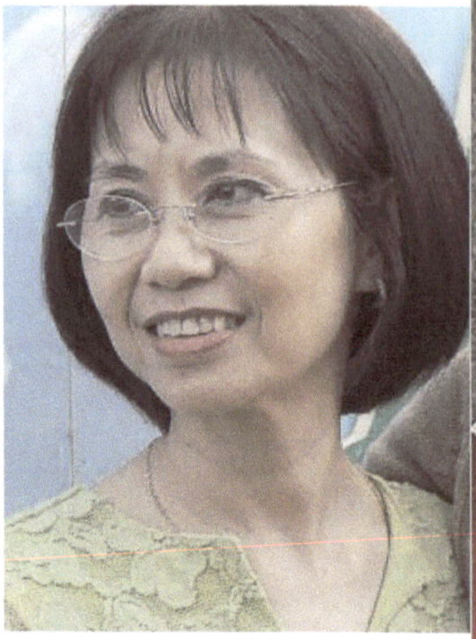

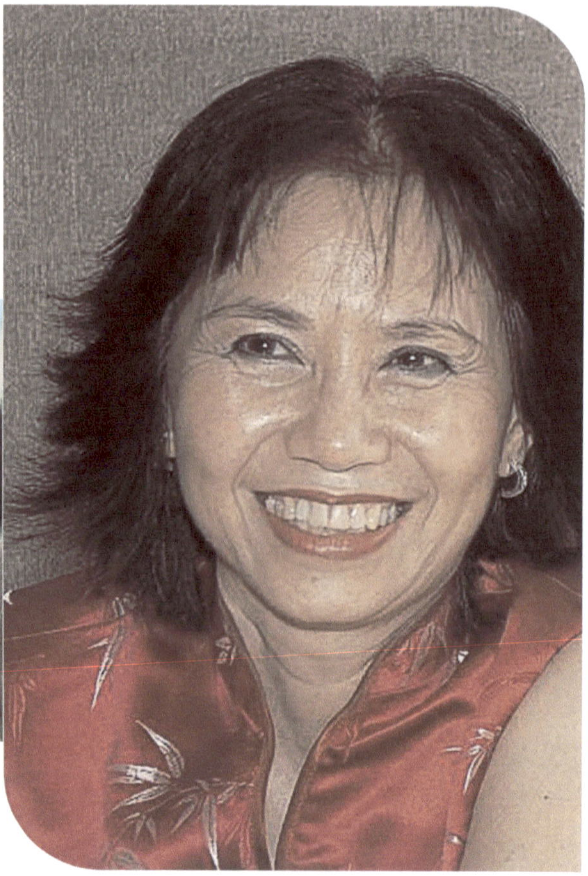

Trịnh Diệu LAN

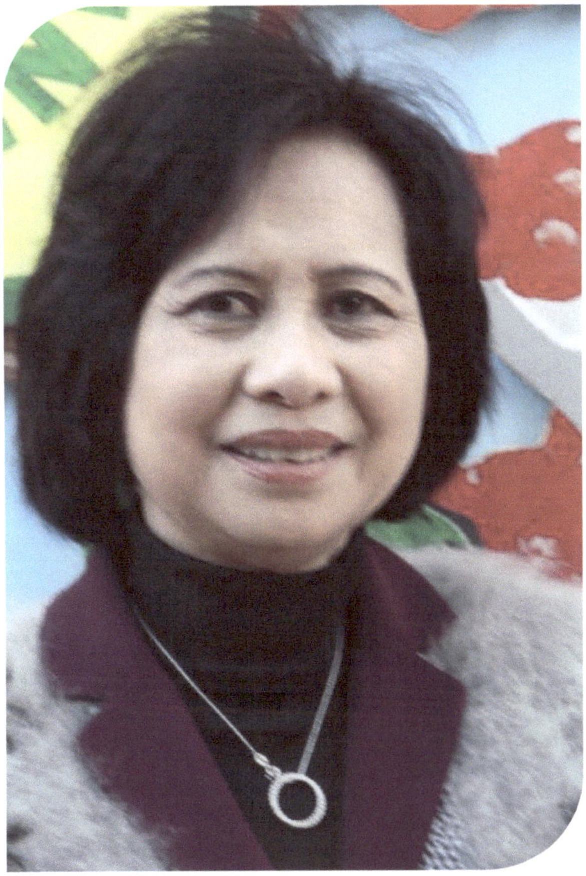

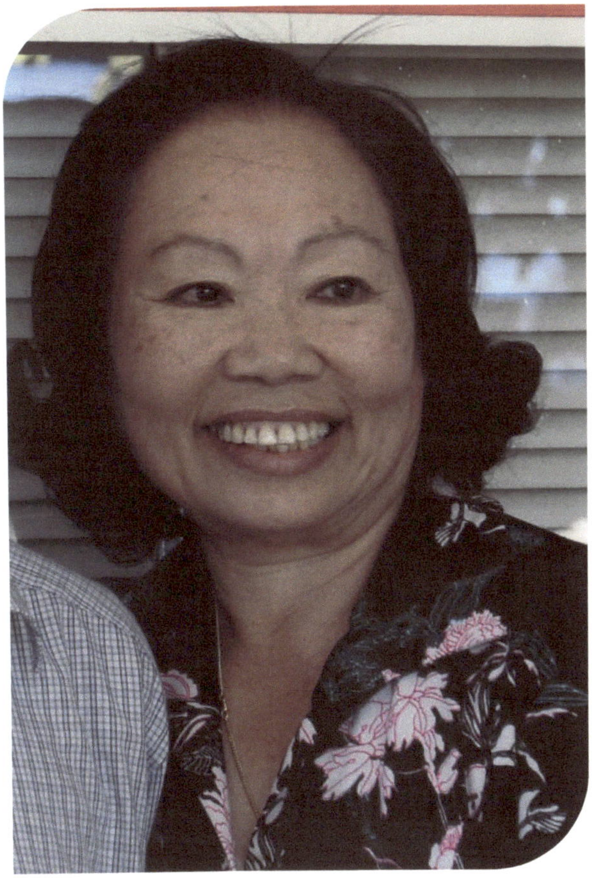

Nguyễn Thị Nhung

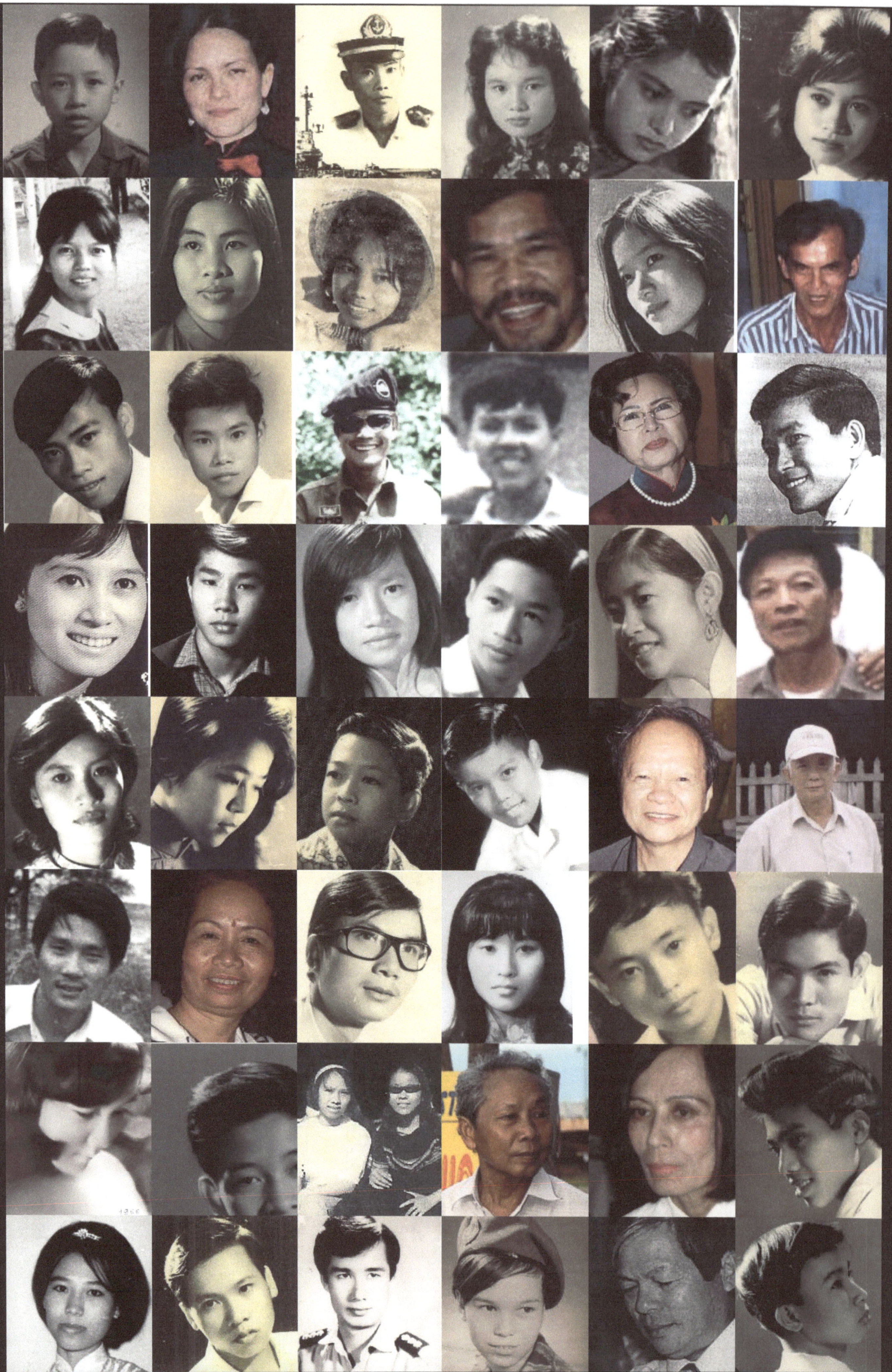

Ai còn? Ai mất

Quách
ẨN

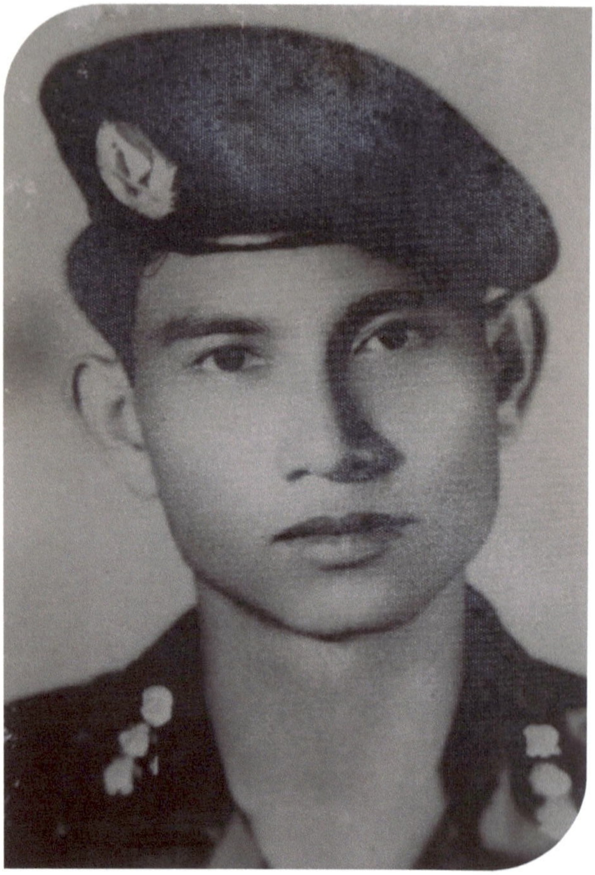

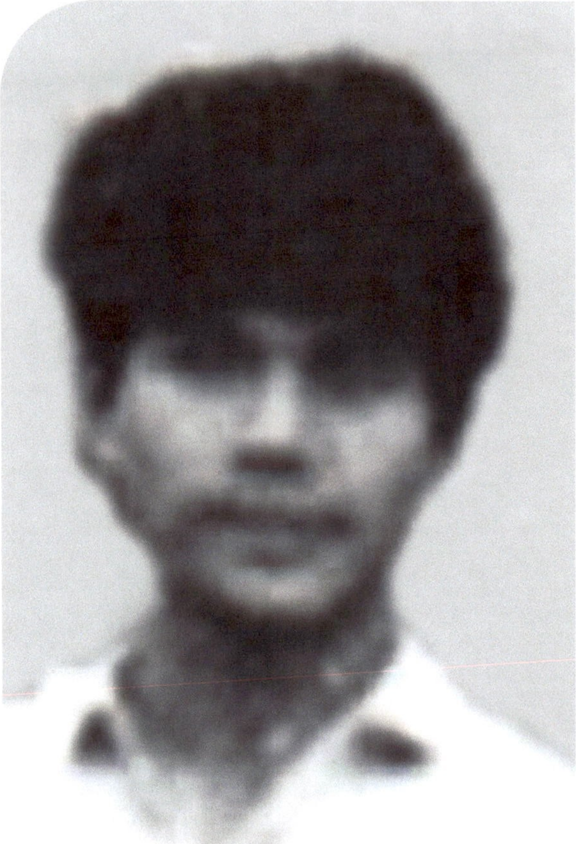

Vũ Văn
BANG

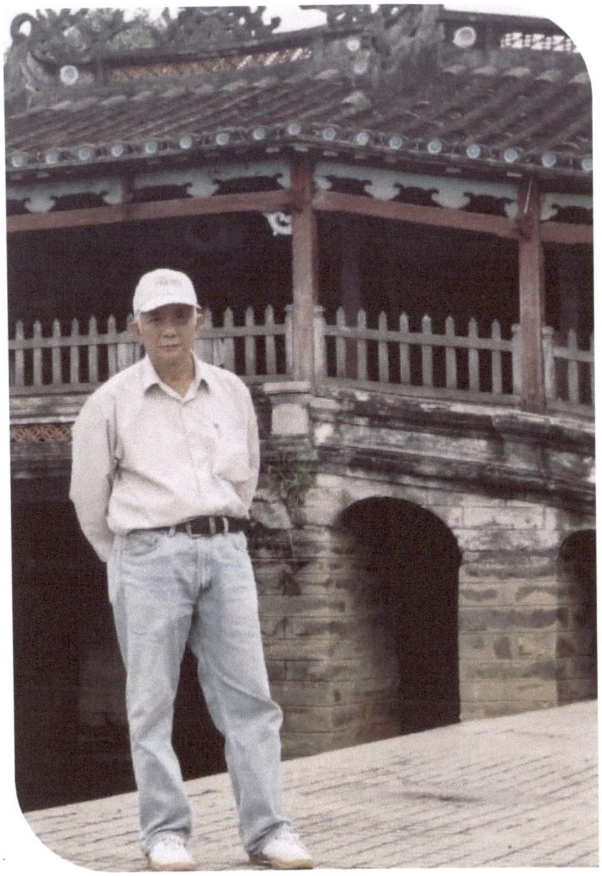

Diêu Đức
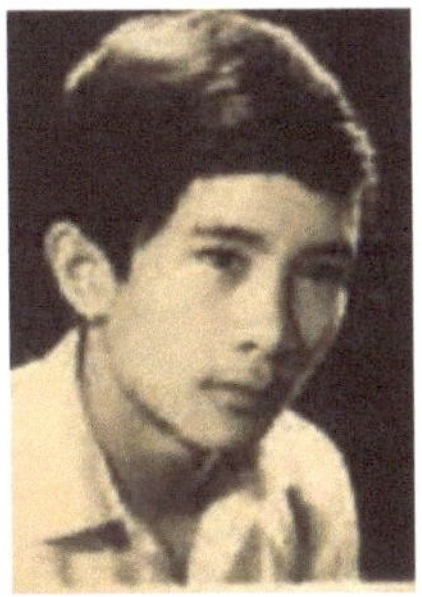

CHÂU

Vũ Minh
CHÍNH

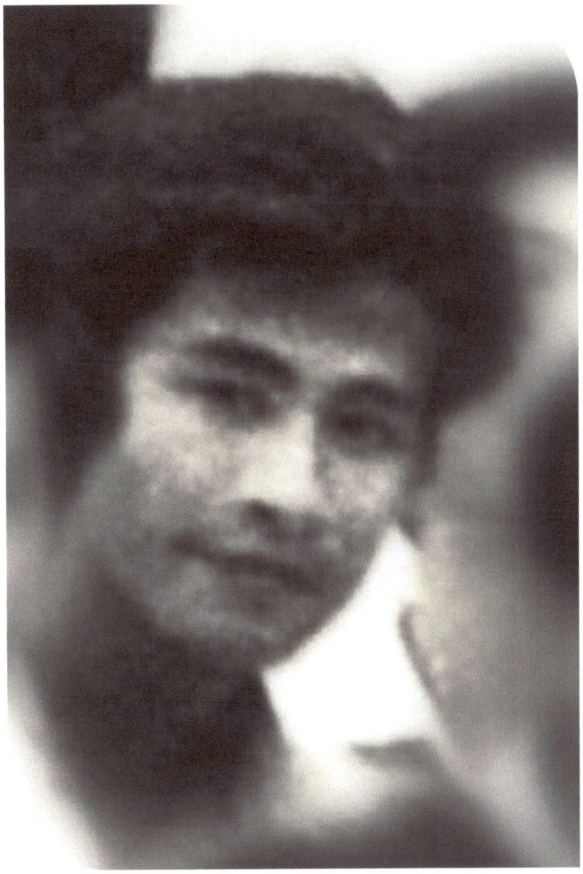

Trần Quốc
ĐẠT

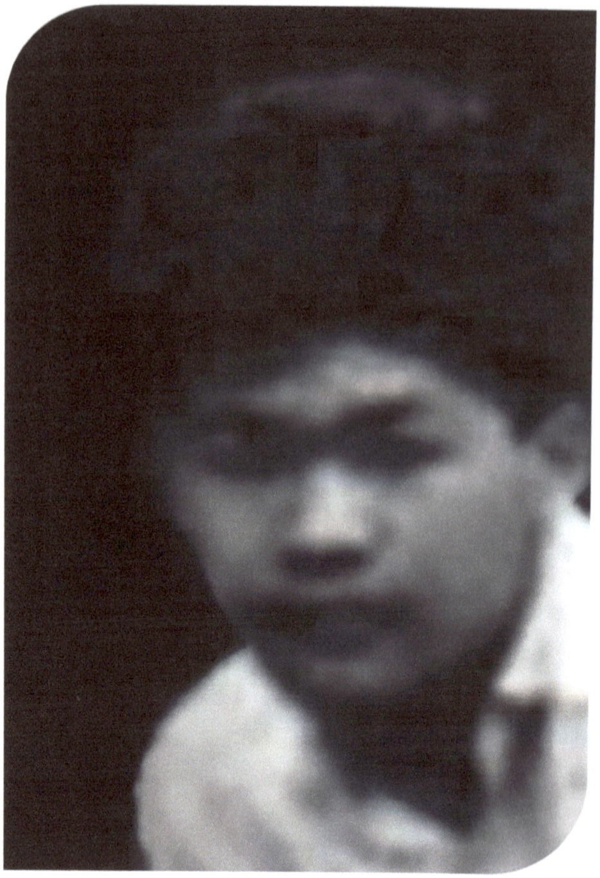

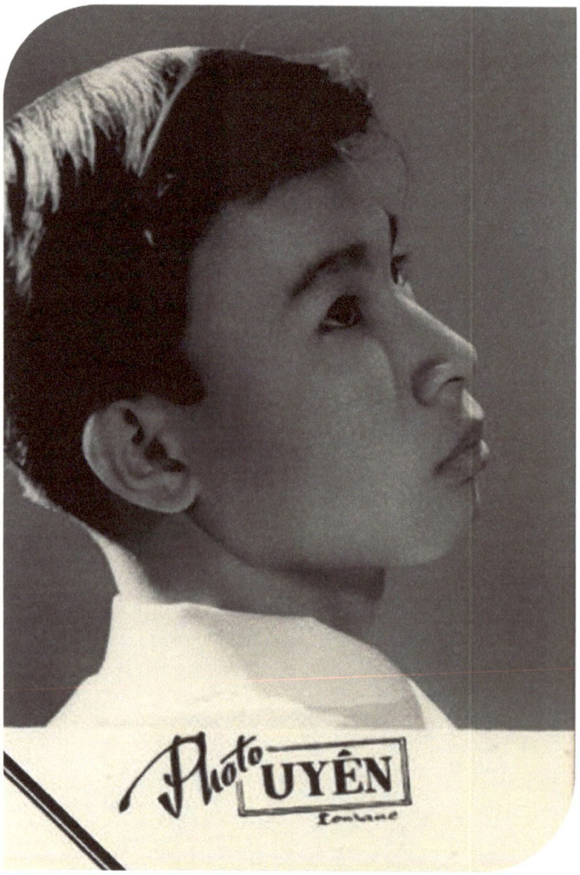

Lê Hữu
ĐỨC

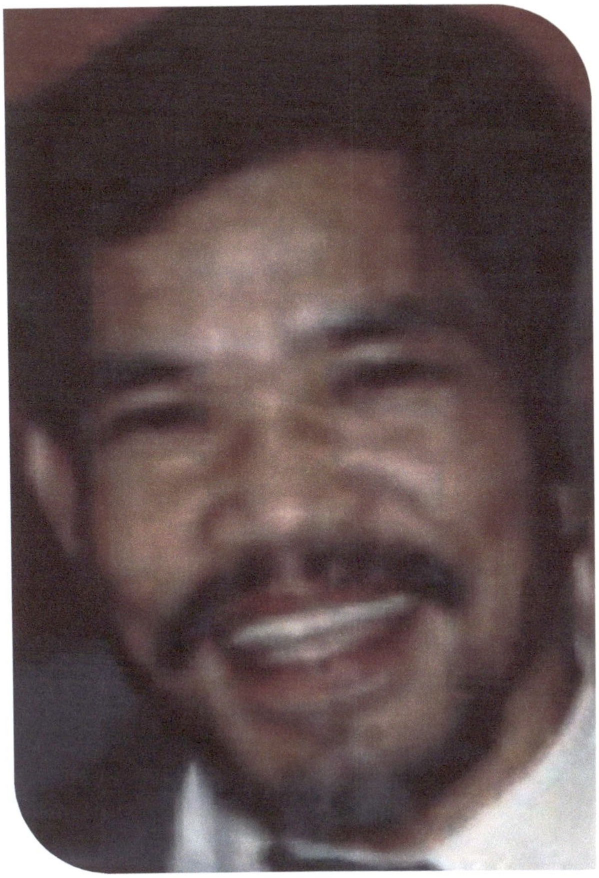

Hoàng
PHÚC

Đỗ
THIỆP

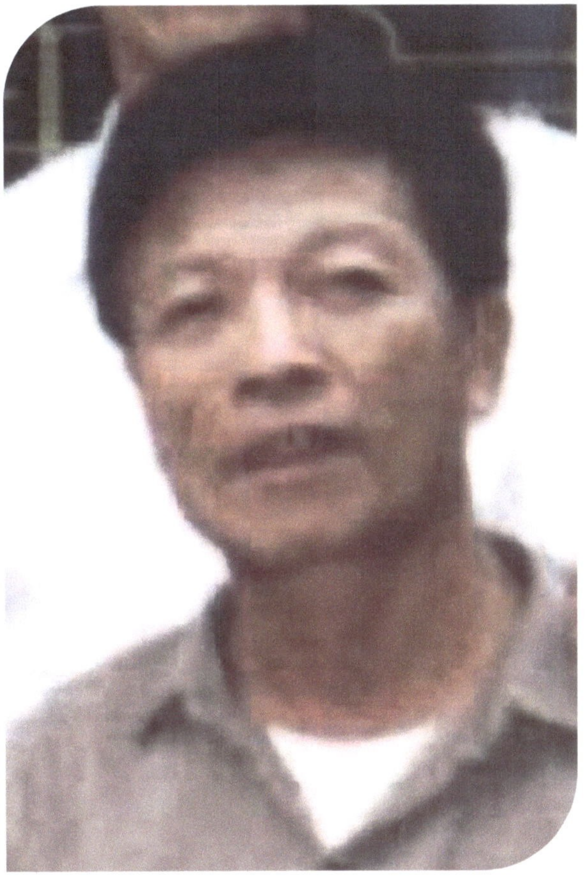

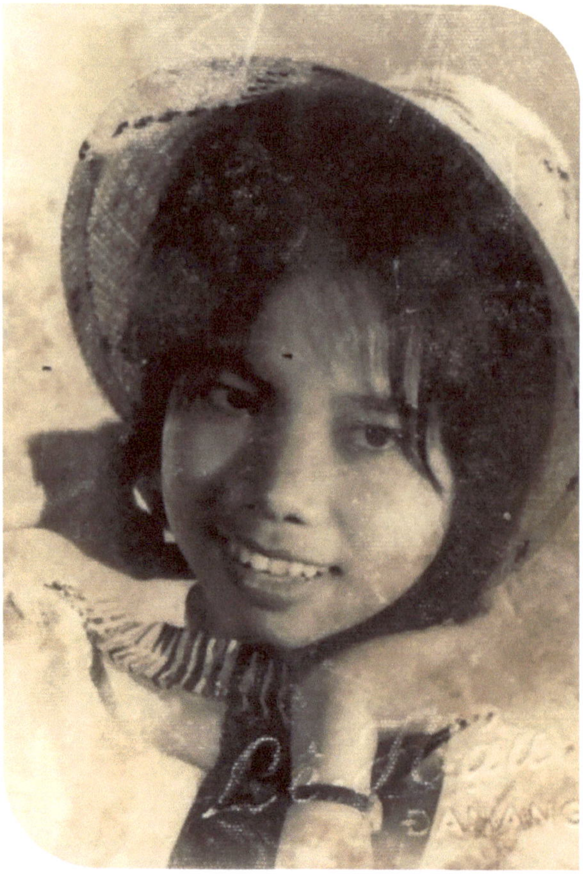

Trần Thị MỘNG TRÂM

HÌNH ẢNH
CỰU HỌC SINH PCT 58-65

Sinh Hoạt

A/C Cựu HS PCT 58-65 đón mừng

Thầy Giáo cũ

tại tư gia Võ Thiệu, Nam California

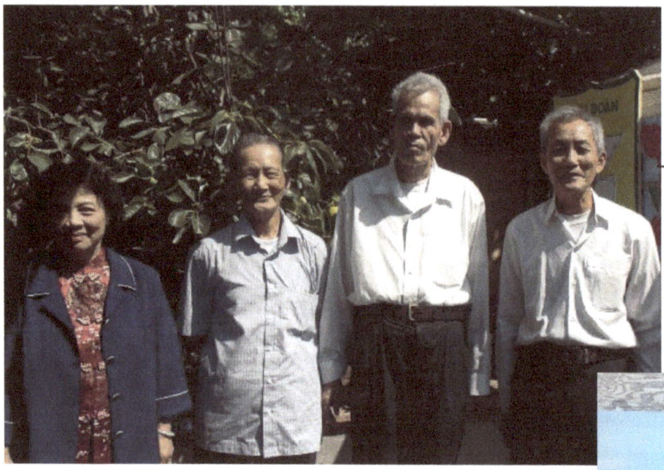

Phu nhân Thầy Duận, Thầy HB Sơn, Thầy TH Duận, Thầy Vĩnh Vinh.

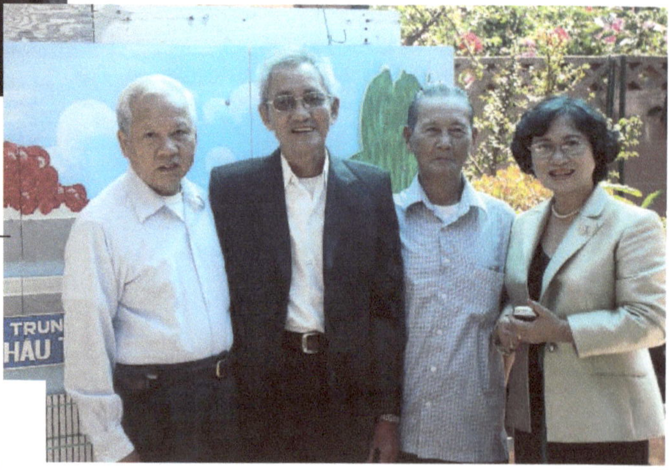

V Thiệu, Thầy Vinh, Thầy Sơn, PTQ Chi.

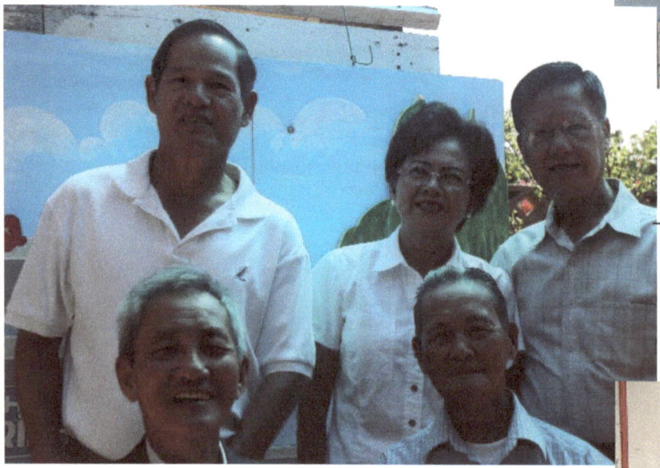

Thầy V Vinh, Thầy HB Sơn, NS Tiệp, NTN Ánh và phu quân.

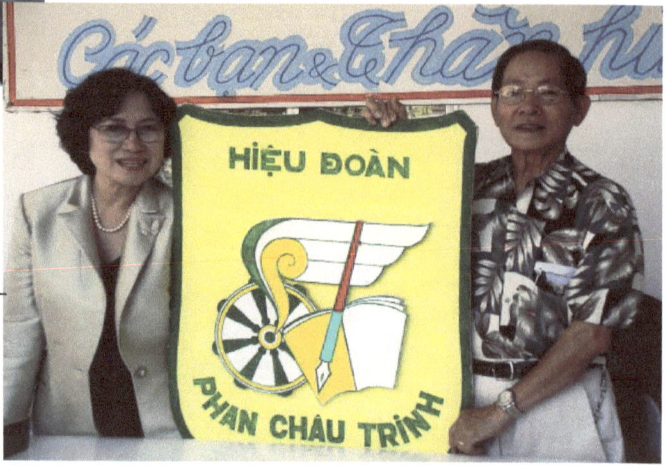

PTQ Chi và phu quân.

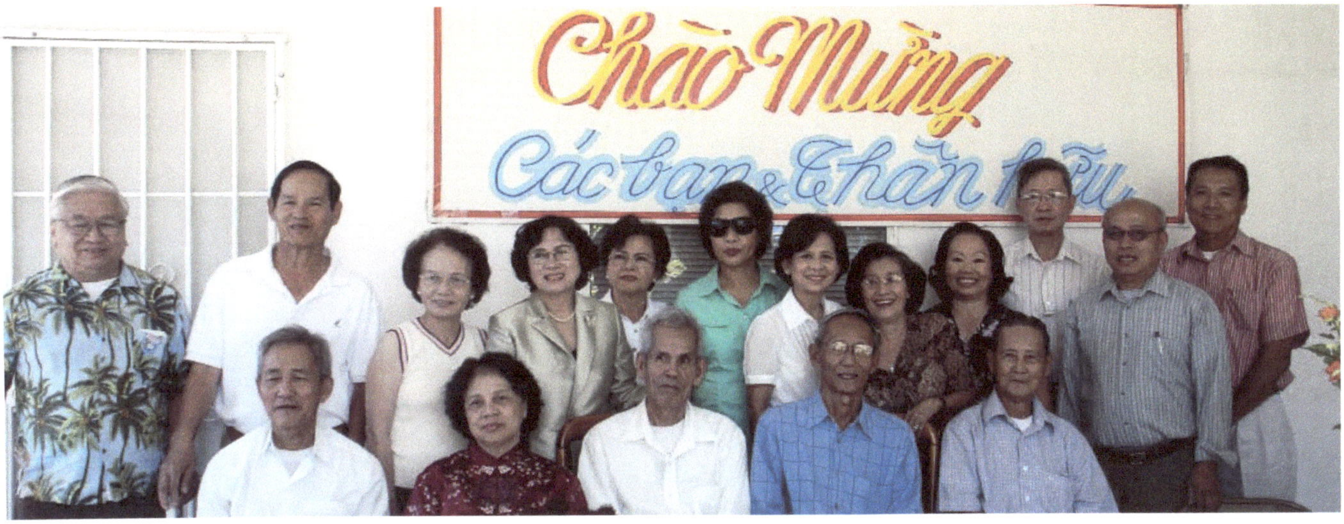

Hàng ngồi: Thầy V Vinh, Thầy cô TH Duận, Thầy N Tòng, Thầy HB Sơn.
Hàng đứng: L Lạc, NS Tiệp, LX Phong, PTQ Chi, NTN Ánh, PT Yên, TD Lan, TT Diệp, NT Nhung, BT Thức, LT Chẩn, LN Chiêu.

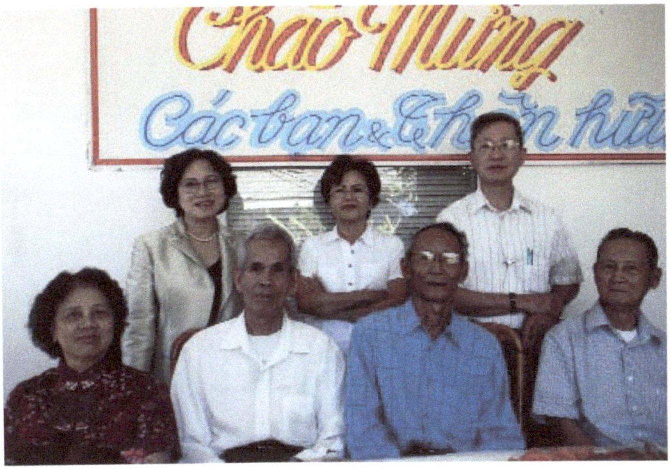

Thầy cô TH Duận, Thầy N Tòng, Thầy TB Sơn, PTQ Chi, NTN Ánh, BT Thức.

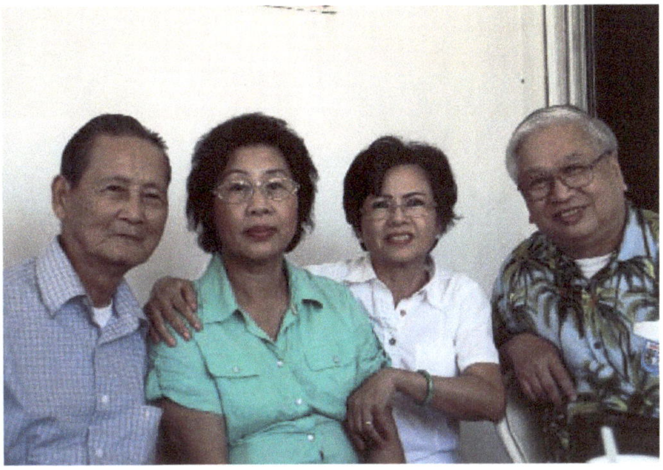

Thầy HB Sơn, PT Yên, NTN Ánh, L Lạc.

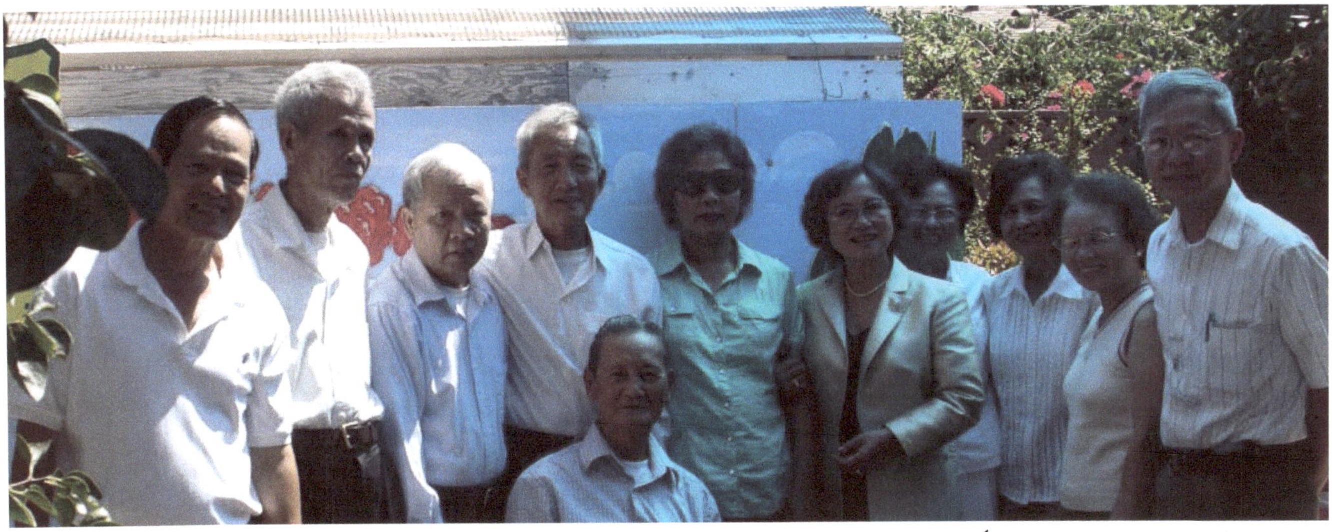

NS Tiệp, Thầy TH Duận, V Thiệu, Thầy V Vinh, PT Yên, PTQ Chi, NTN Ánh, TD Lan, LX Phong, BT Thức, Thầy HB Sơn (ngồi).

Thầy Hoàng Bích Sơn, Lê Long Viên, Vĩnh Vinh và Nguyễn Tòng

du lịch Hoa Kỳ thăm Nam California

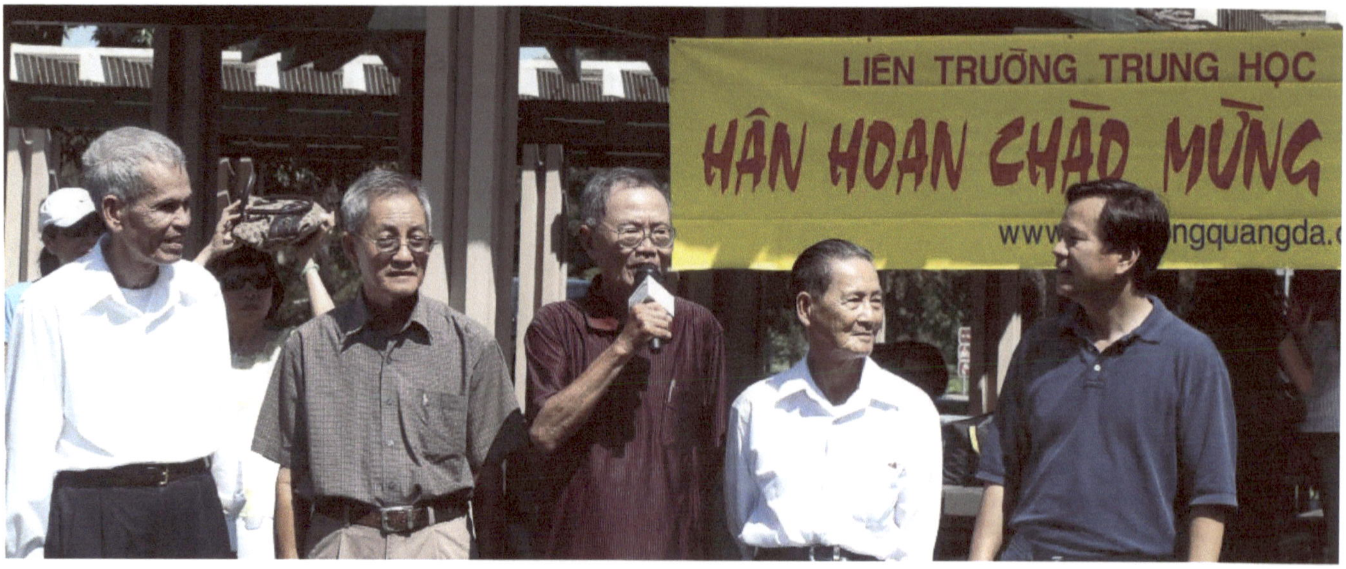

Thầy NH Duận, Thầy V Vinh, Thầy LL Viên, Thầy HB Sơn, NĐ Chương.

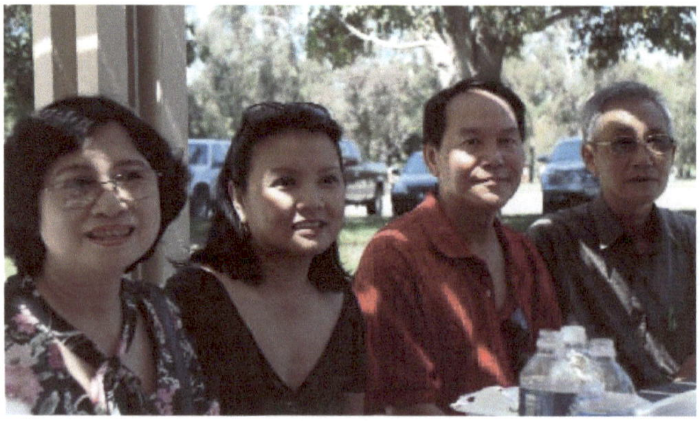

PTQ Chi, L Hân và phu nhân, Thầy V Vinh.

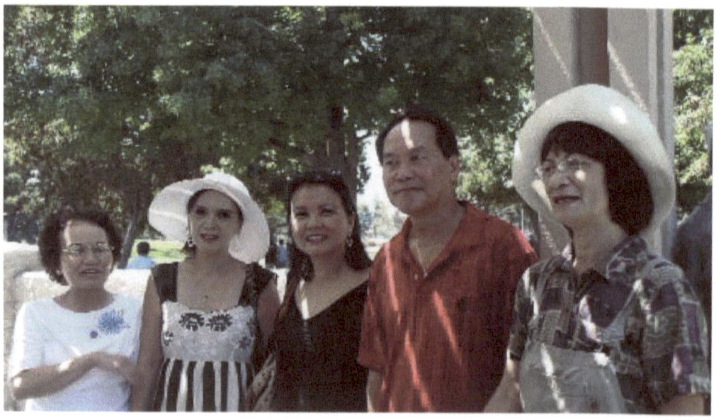

LX Phong, HK Uyên, L Hân và phu nhân, LTK Trinh.

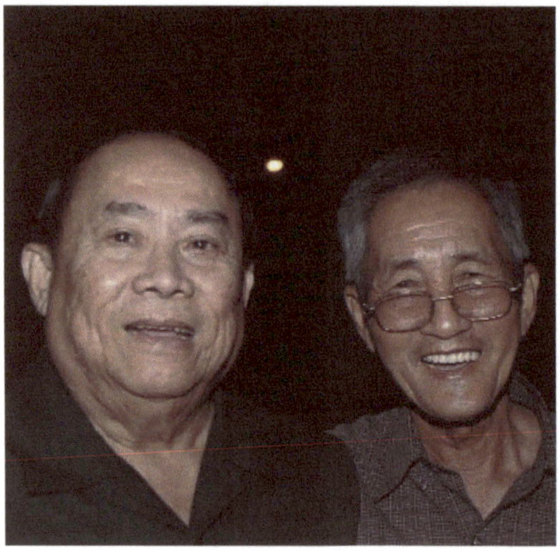

Thầy hiệu trưởng PCT Thái Doãn Ngà, Thầy V Vinh.

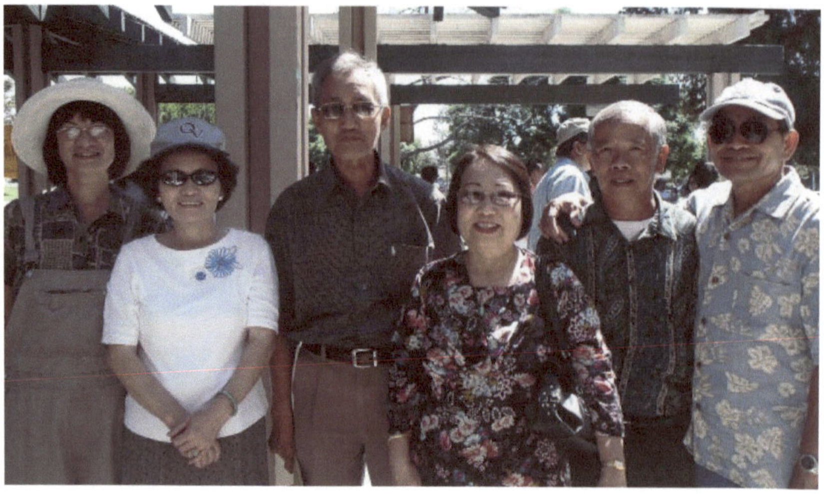

LTK Trinh, LX Phong, Thầy V Vinh, NTM Phượng, TT Hựu, NH Để.

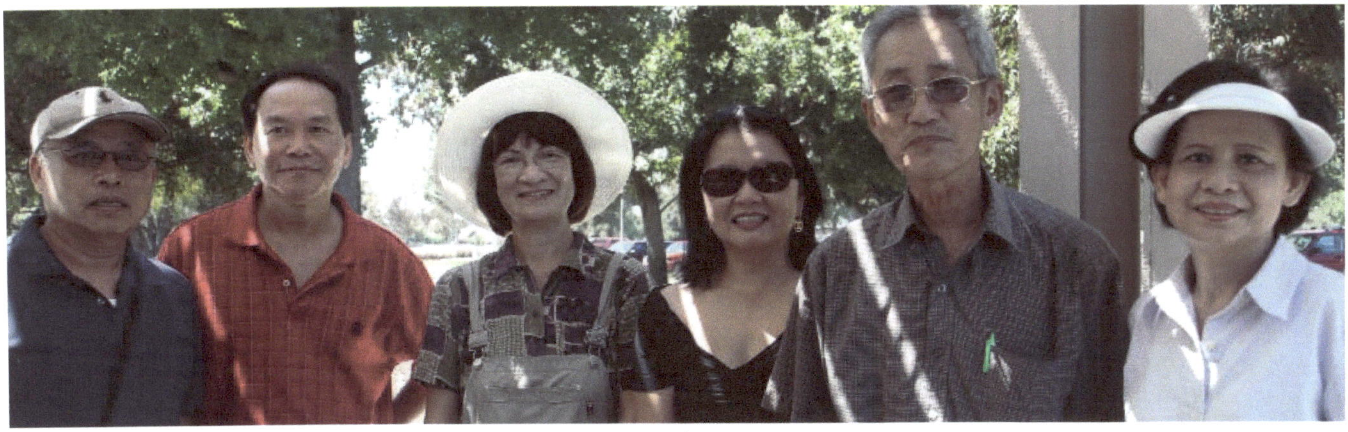

LT Chẩn, L Hân, LTK Trinh, Phu nhân L Hân, Thầy V Vinh, TD Lan.

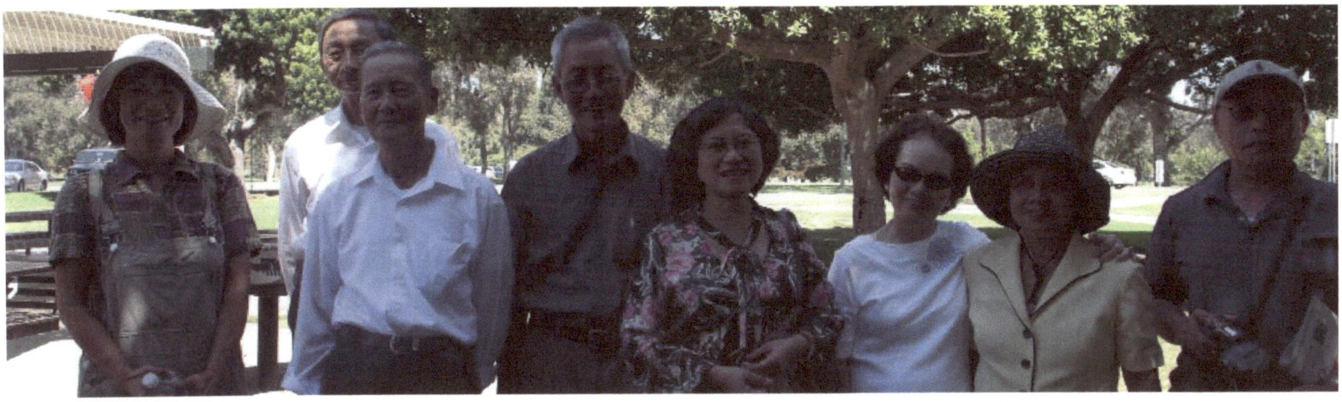

LTK Trinh, Thầy HB Sơn, Thầy V Vinh, PTQ Chi, LX Phong, phu nhân Thầy Duận, LT Chẩn.

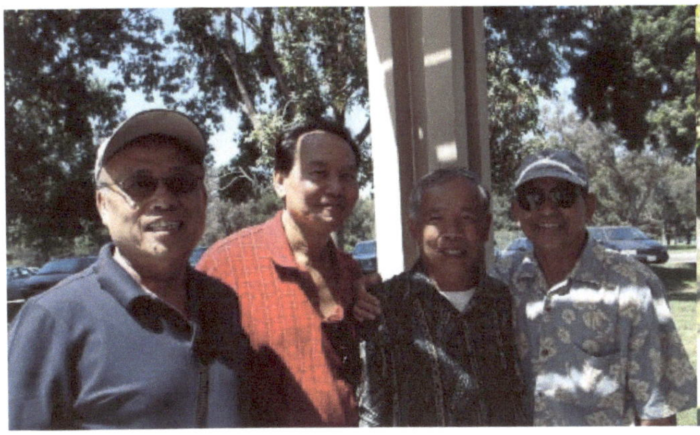

LT Chẩn, L Hân, TT Hựu, NH Để.

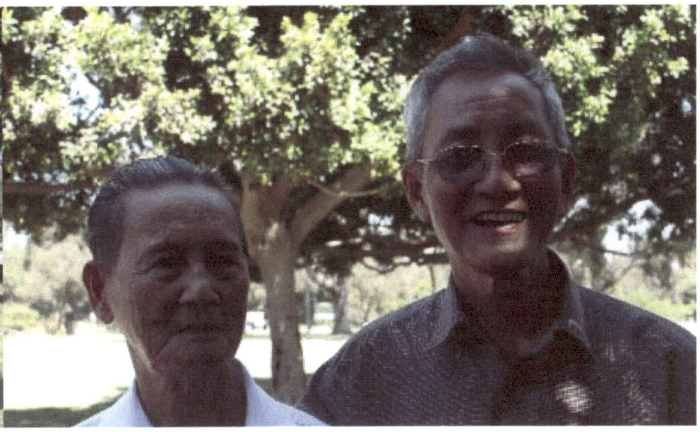

Thầy HB Sơn, Thầy V Vinh.

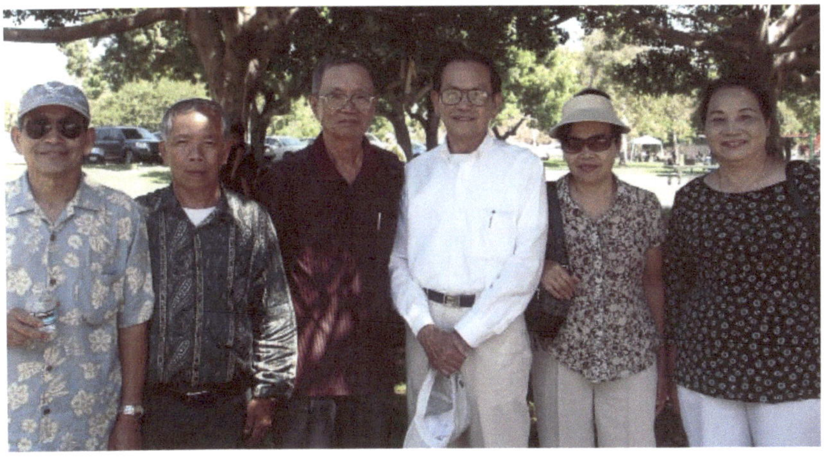

NH Để, TT Hựu, Thầy LL Viên, thân hữu của PCT.

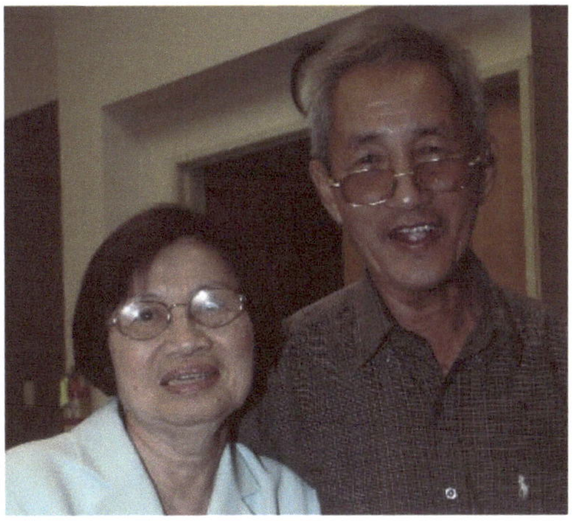

Cô ĐT Liệu và Thầy Vinh.

Thầy Cao Tuy Hóa thăm Cali

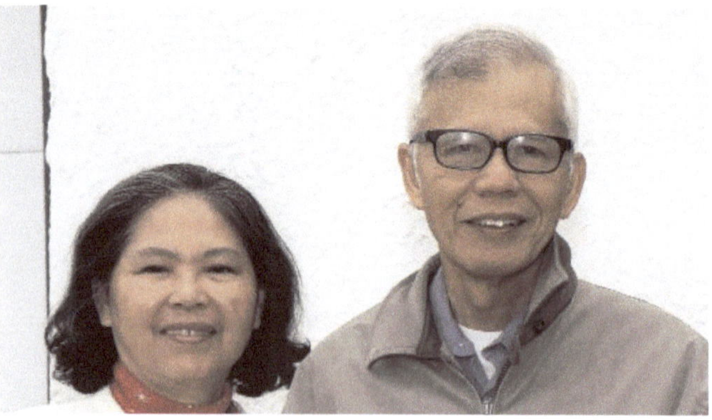
Thầy Cô Cao Huy Hóa.

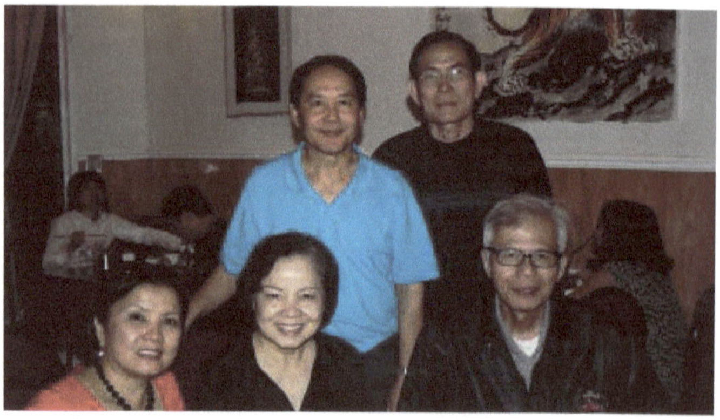
Chú thích hình

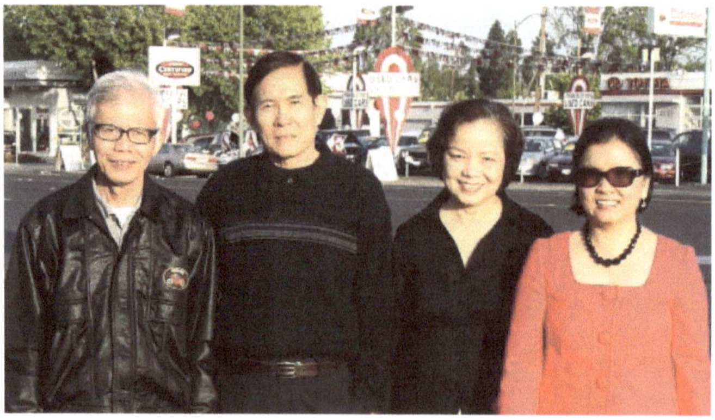
Chú thích hình

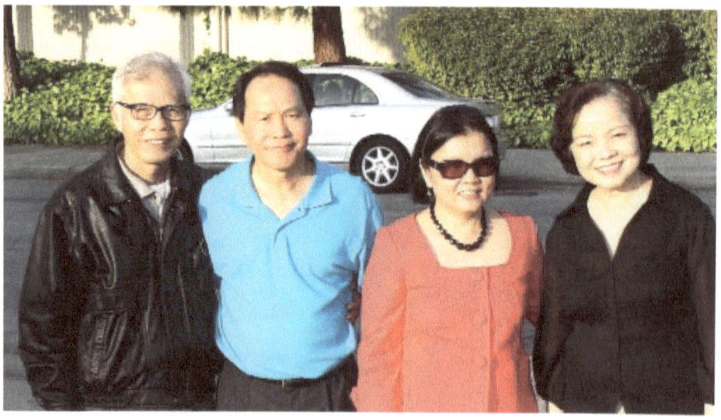
Chú thích hình

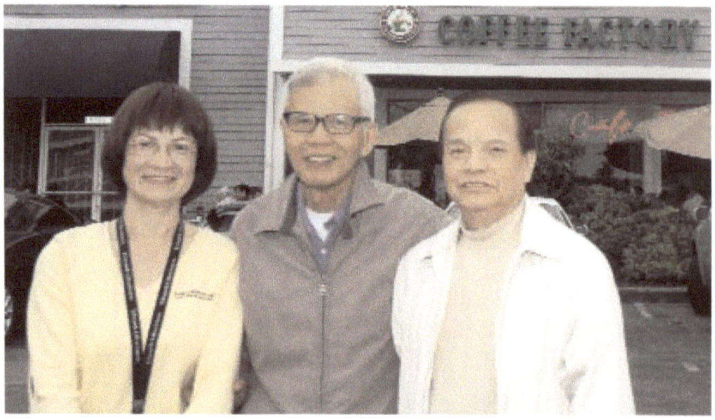

LTK Trinh, Thầy CH Hóa, Thầy TQ Bảo.

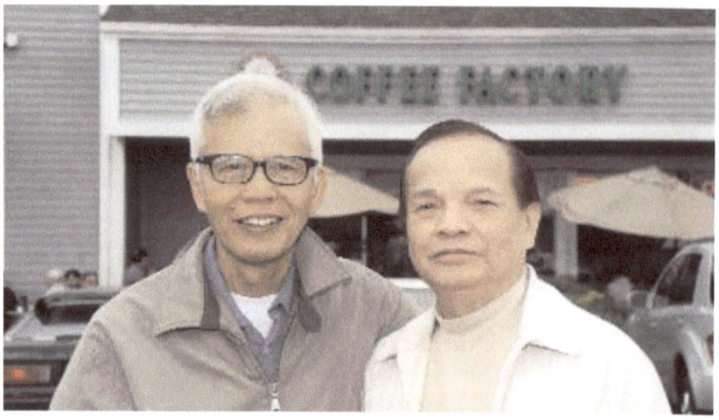

Thầy CH Hóa, Thầy TQ Bảo.

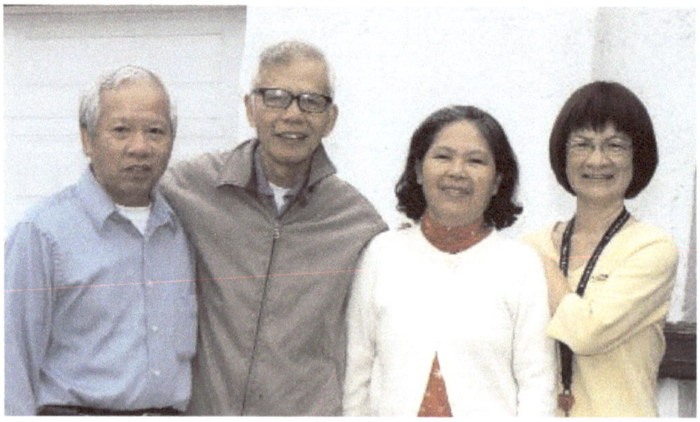
V Thiệu, Thầy Cô CH Hóa, LTK Trinh.

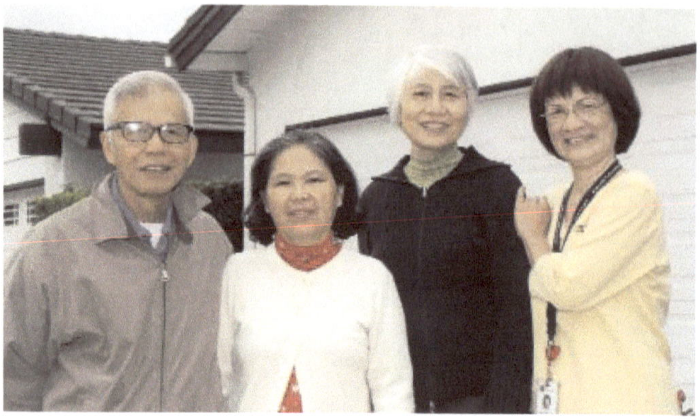
Thầy Cô CH Hóa, Em gái thầy, LTK Trinh.

1998 họp mặt tại Sài Gòn

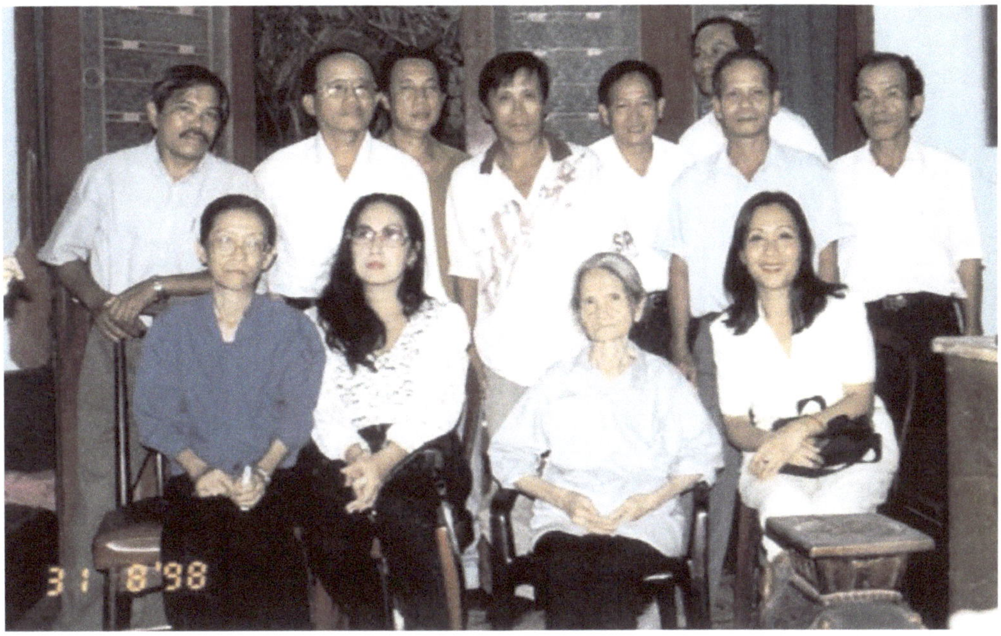

Từ trái hàng đứng: NP Duyên, NN Cường, ĐV Hòa, ĐV Thành, LV Kim, NN Hồi, ĐC Bằng.
Hàng ngồi: LTK Cần, PTQ Cư, Thân Mẫu LTK Trinh, PT An

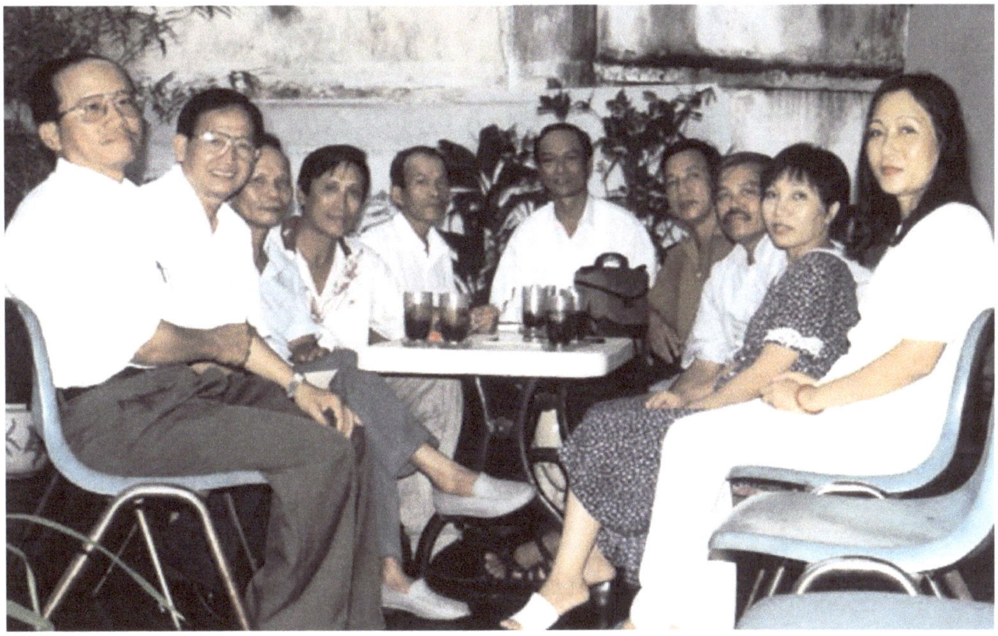

Từ trái: NN Cường, LV Kim, NN Hồi, ĐV Thành, ĐC Băng, NQ Tu, ĐV Hòa, NP Duyên và Phu nhân, PT An tại Sài Gòn.

05.2000 Họp mặt tại Đà Nẵng - Sài Gòn

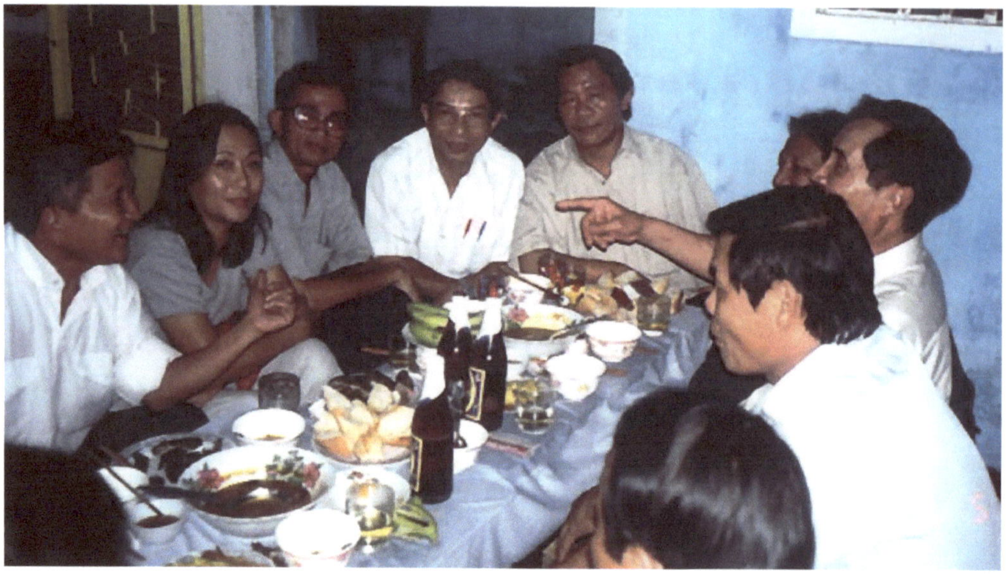

TV Đào, PT An, ? , NC Triết, T Liên, PV Cơ, LK An, N Tro.

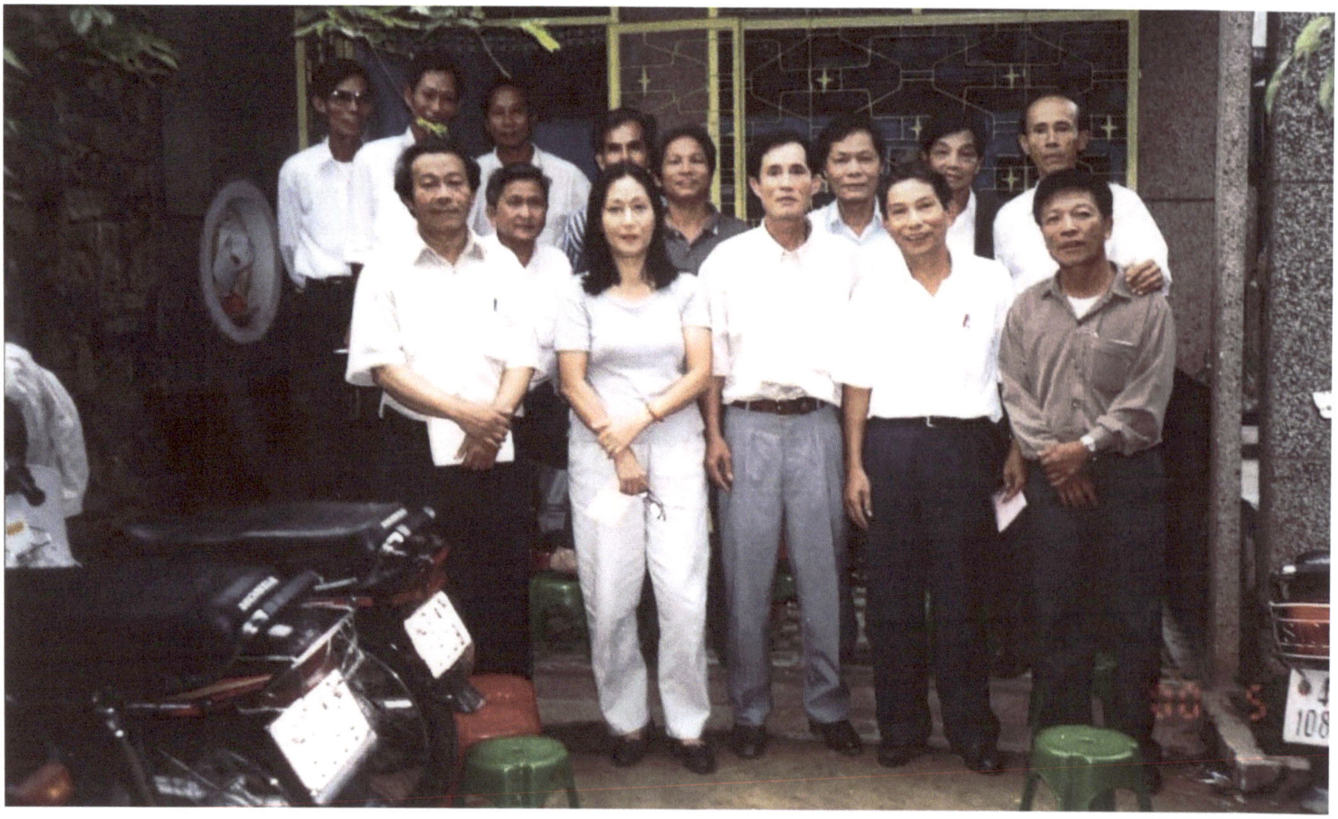

NV Kim, LT Hưng, PX Thanh, TC An, PV Cơ, N Tro, MT Sơn, N Khóa, T Liên, TV Đào, PT An, NC Triết, Đ Thiệp, tại nhà T Liên.

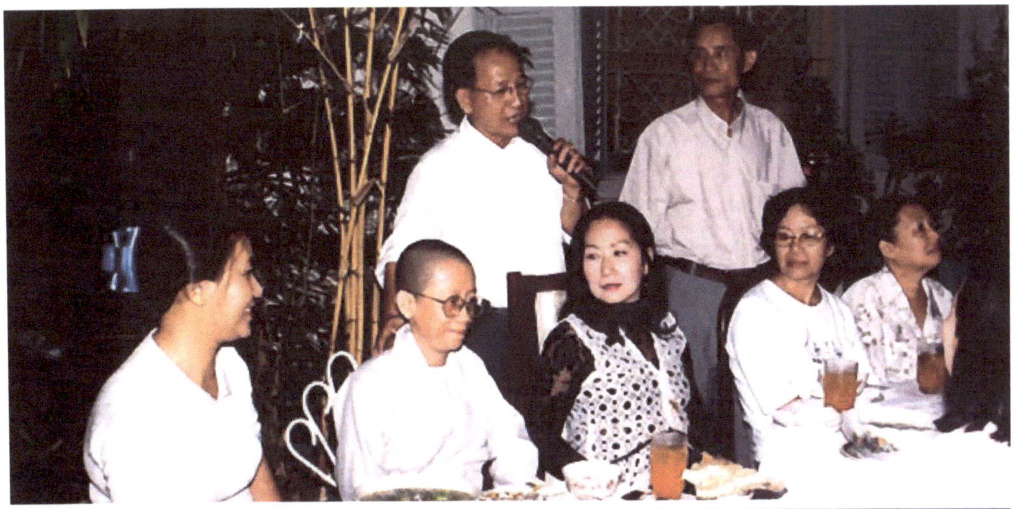

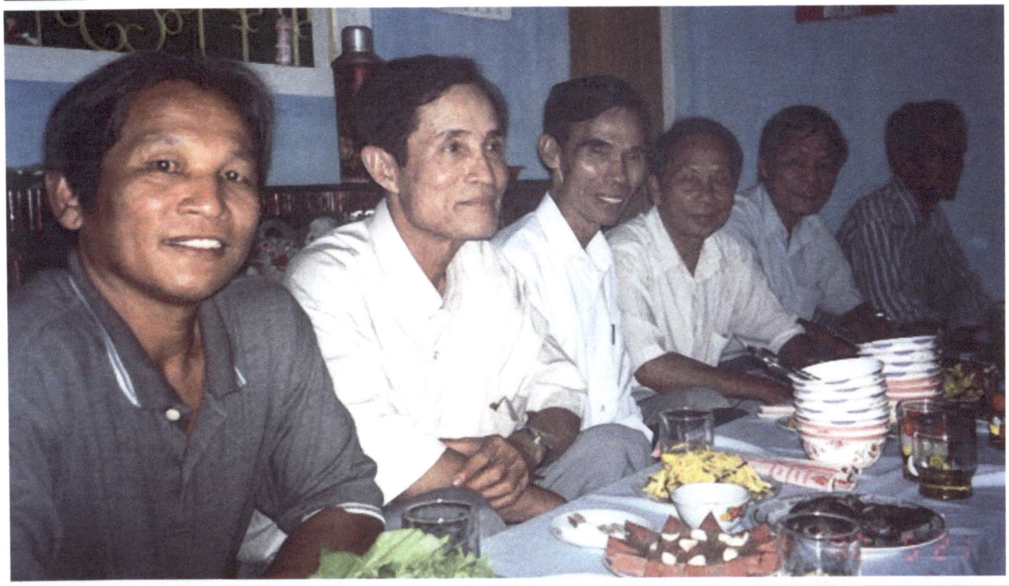

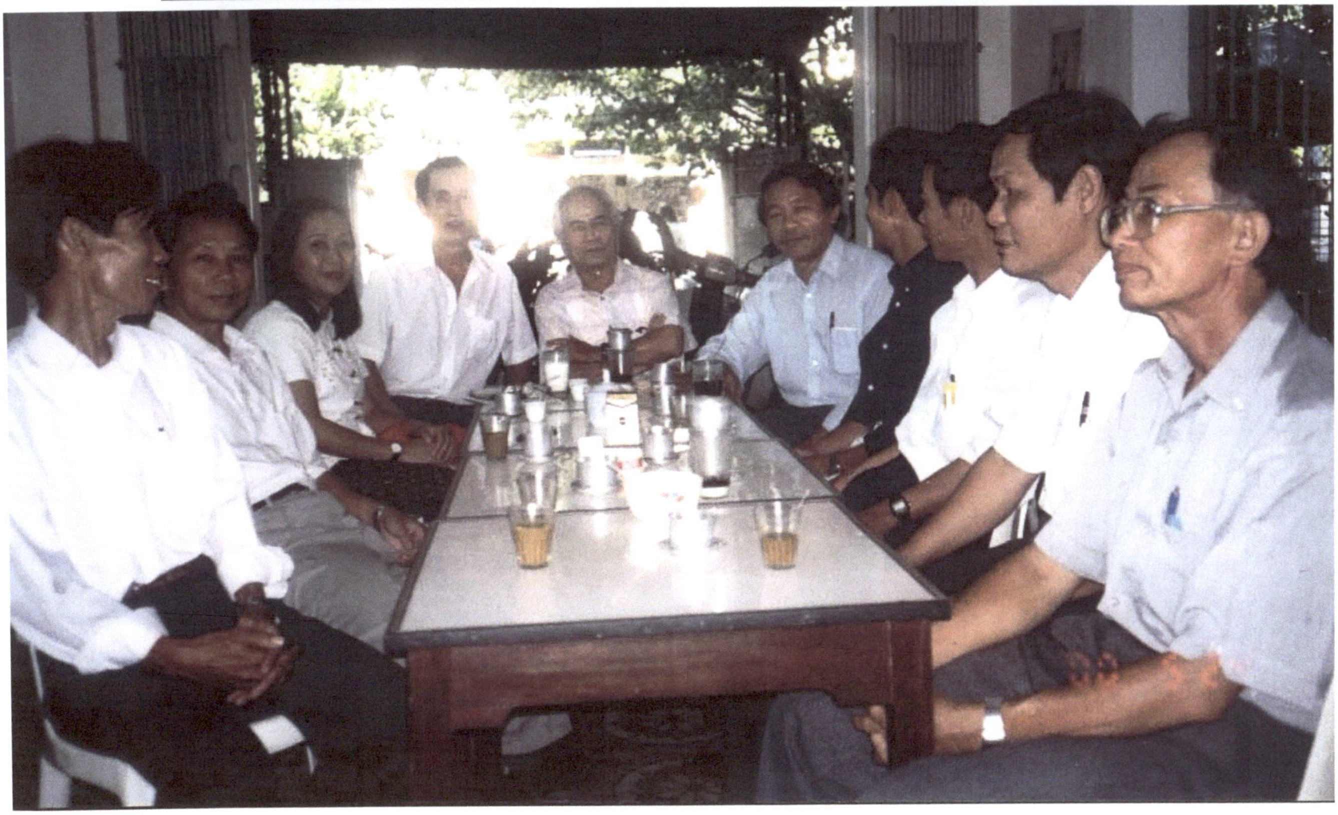

2003

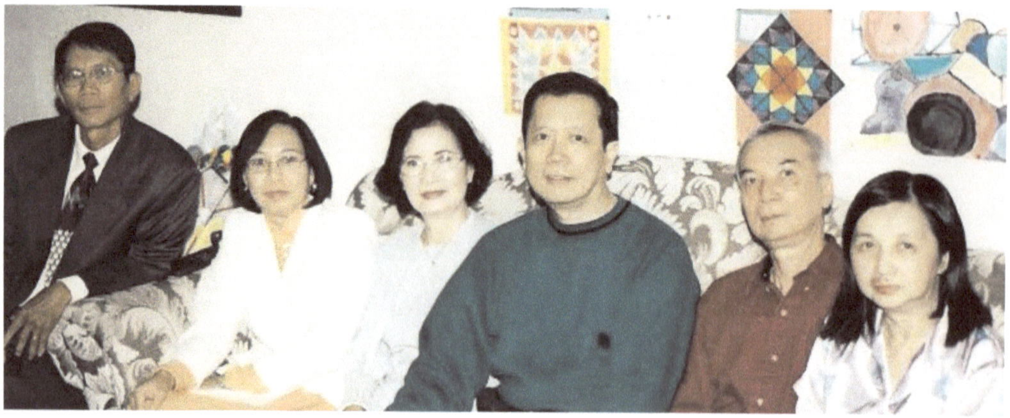

NS Phú và phu nhân, NT Huế và phu quân, NV Diên và phu nhân.

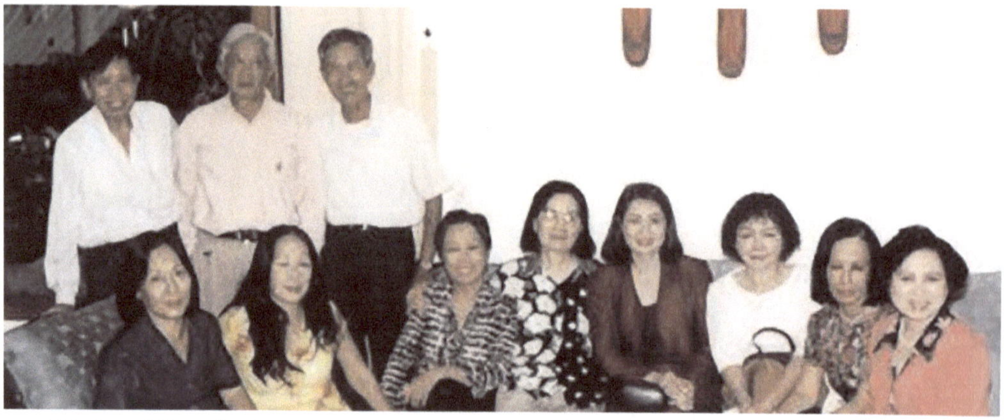

An, Cư, Út, Huế, Phu nhân Thống, Khánh, Ty, Chi. Hàng đứng: Thầy Việt, Châu, Vinh.

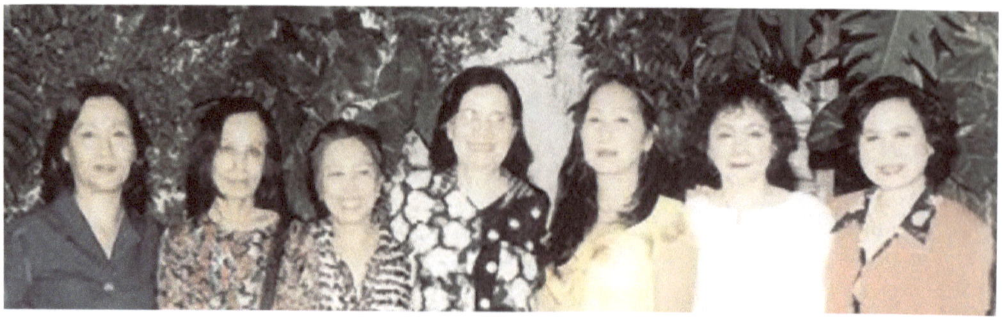

PT An, LB Ty, NT Út, NT Huế, PTQ Cư, NTP Khánh, PTQ Chi

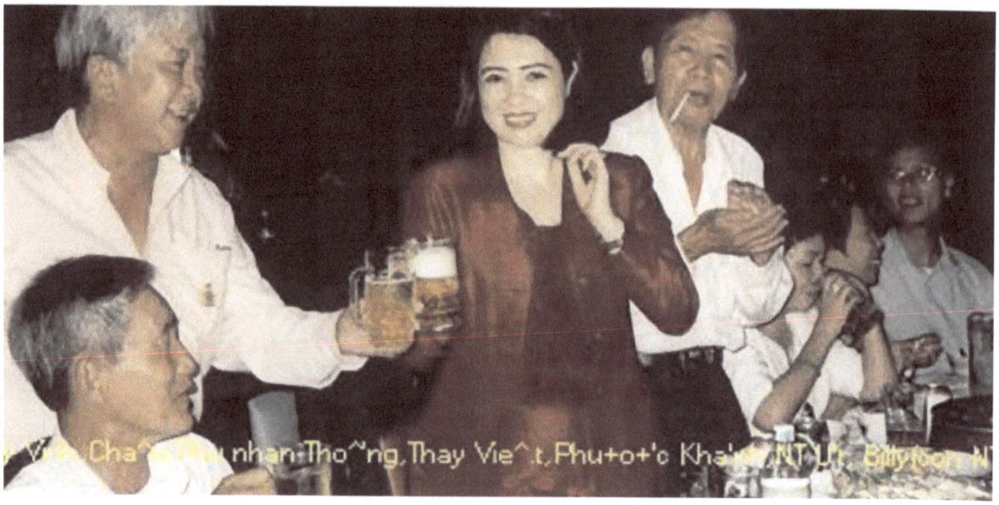

Thầy Vinh, DĐ Châu, NĐ Thống phu nhân, Thầy Việt, NTP Khánh, NT Út (Lệ Hà), Billy (con NT Huế)

2003 Họp mặt tại Cali - nhà Võ Thiệu

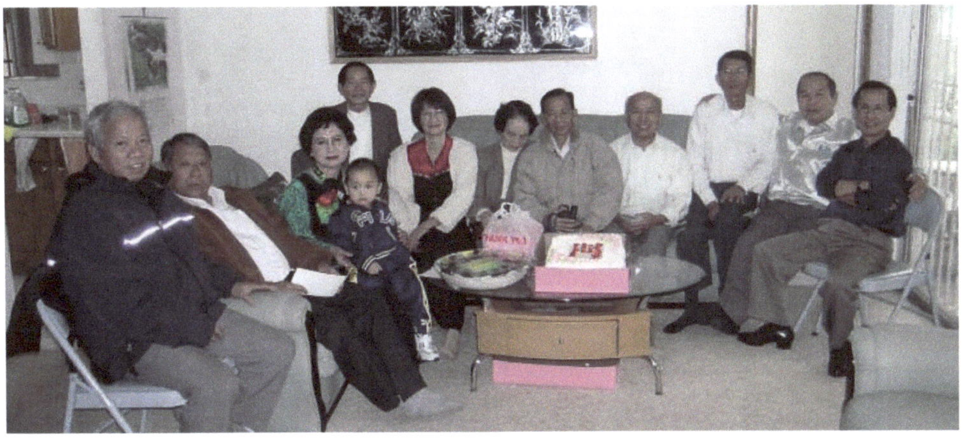

V Thiệu, N Đề, PTQ Chi và phu quân, LTK Trinh, LX Phong và phu quân, LT Chẩn, NS Phú, LH Liêm, TĐ Thủy.

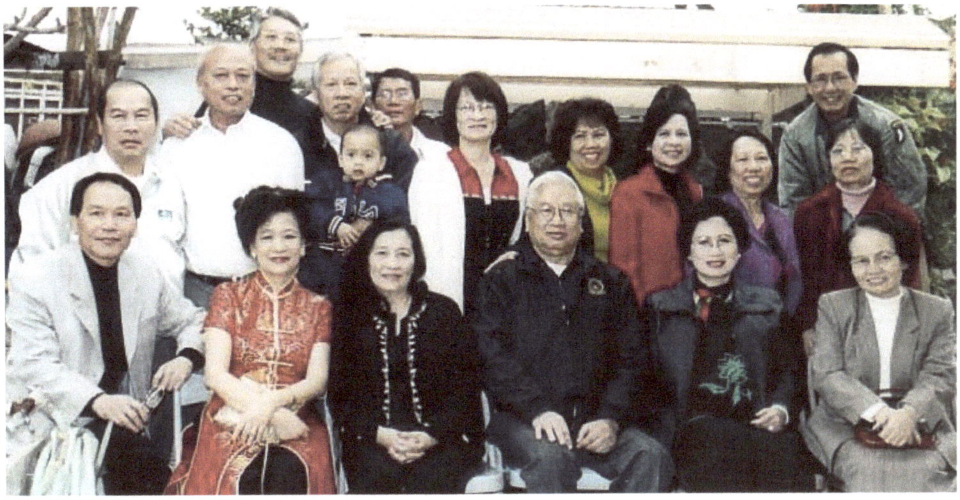

Ngồi: L Hân, TN Toàn phu nhân, TT Diệp, L Lạc, PTQ Chi, LX Phong. | Đứng: LH Liêm, LT Chẩn, TN Toàn, V Thiệu, NS Phú, L Lạc phu nhân, TD Lan, NTM Phượng, V Thiệu phu nhân, TĐ Thủy (đứng khum).

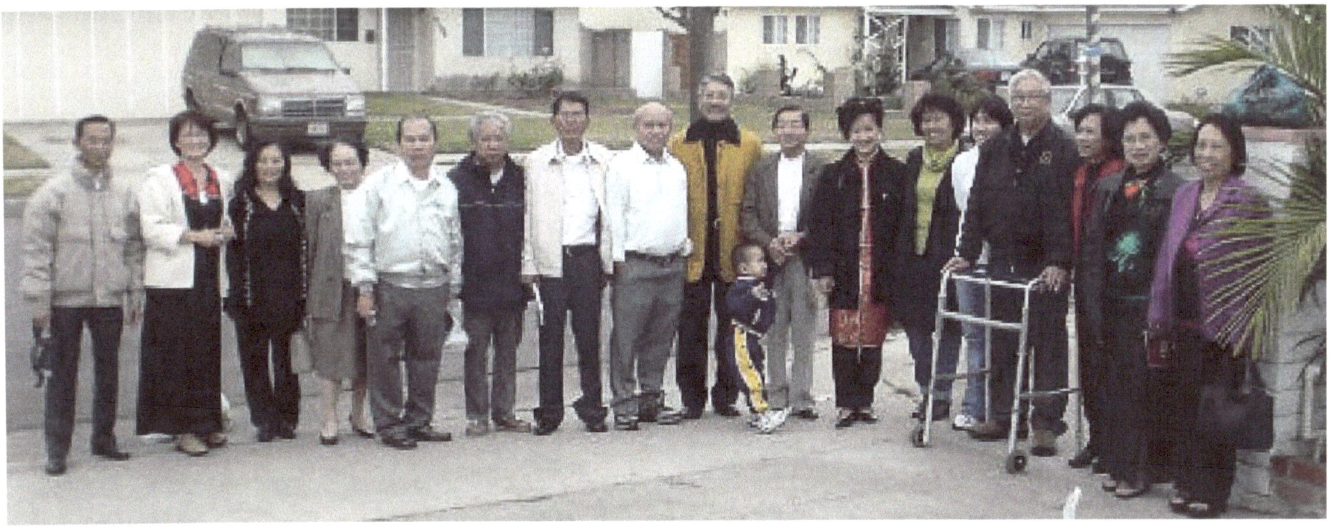

LX Phong phu quân, LTK Trinh, TT Diệp, LX Phong, LH Liêm, V Thiệu, NS Phú, LT Chẩn, TN Toàn, PTQ Chi phu quân, TN Toàn phu nhân, L Lạc phu nhân, ?, TD Lan, PTQ Chi, NTM Phượng.

2004

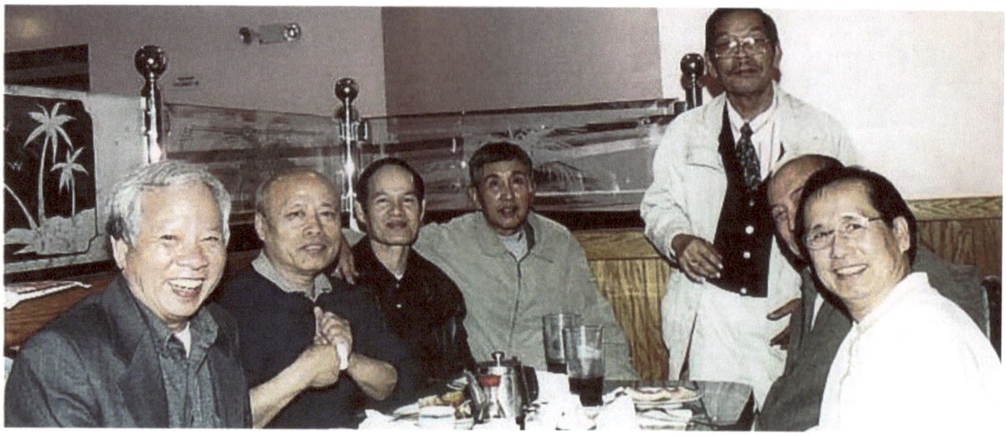

Võ Thiệu, LT Chẩn, NS Tiệp, HN Phố, T Xuân, Phu quân TT Diệp, TD Thủy.

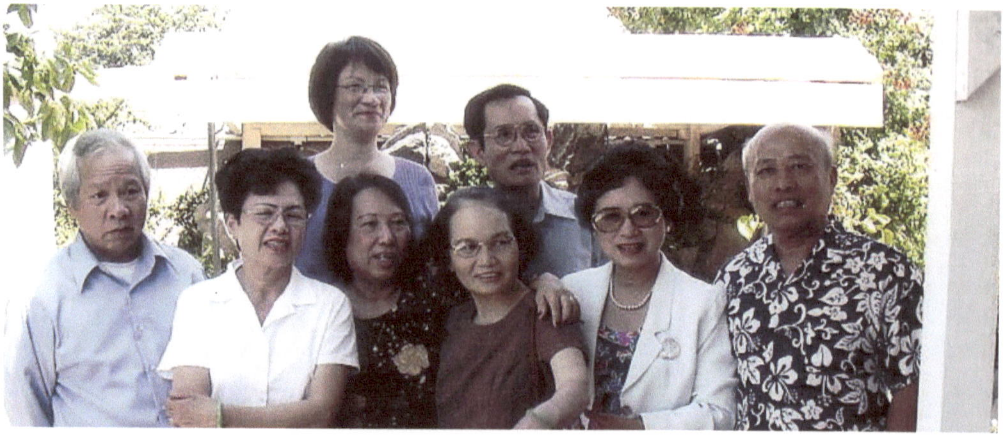

Võ Thiệu, NTN Ánh, NTM Phượng, LX Phong, PTQ Chi, LT Chẩn. | Đứng sau: LTK Trinh, ???

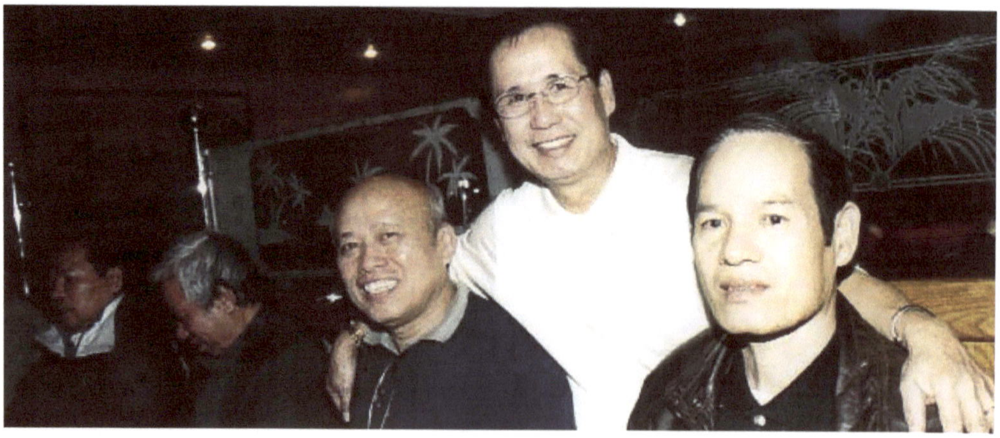

LH Liêm, VThiệu, LT Chẩn, TDThủy, NS Tiệp.

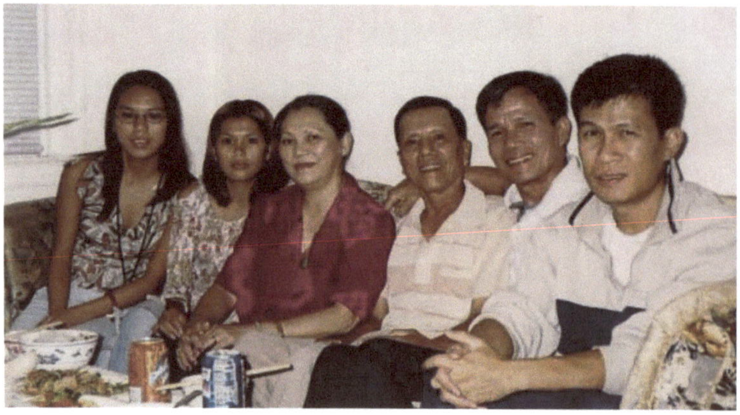

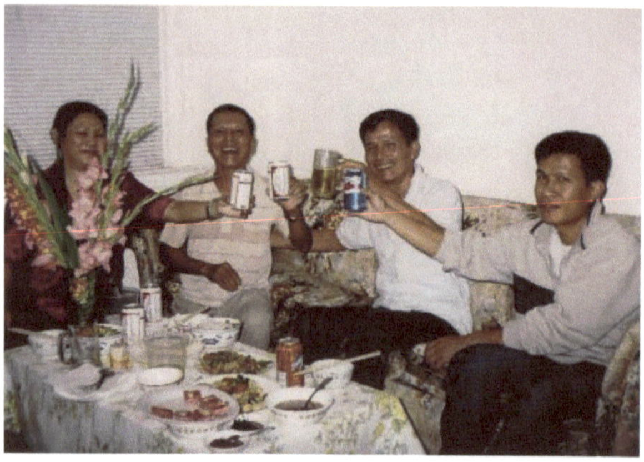

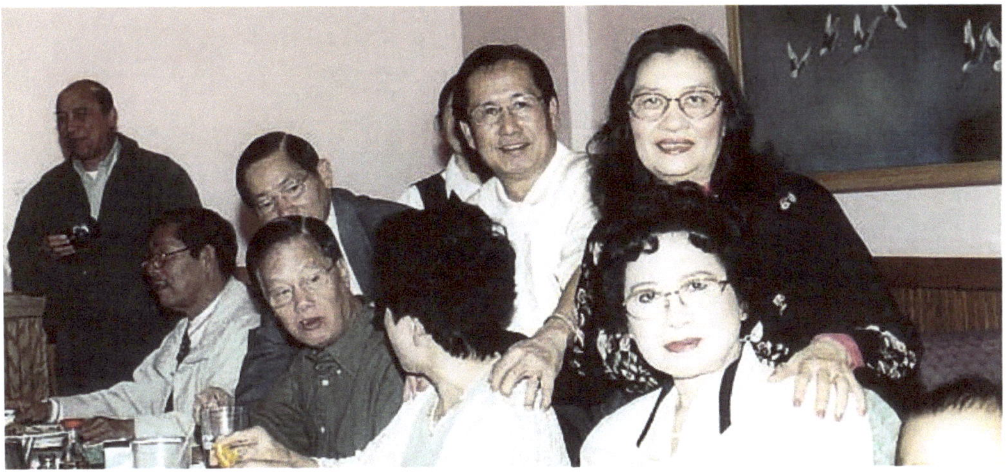

Phu quân Diệp, T Xuân phu quân QChi, NTN Ánh và phu quân, Thủy, Diệp, QChi.

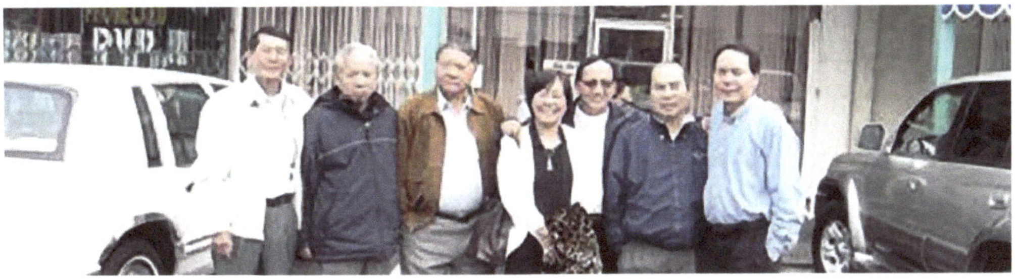

NS Tiệp, VThiệu, NĐề, LV Kim và phu nhân, LH Liêm, L Hân.

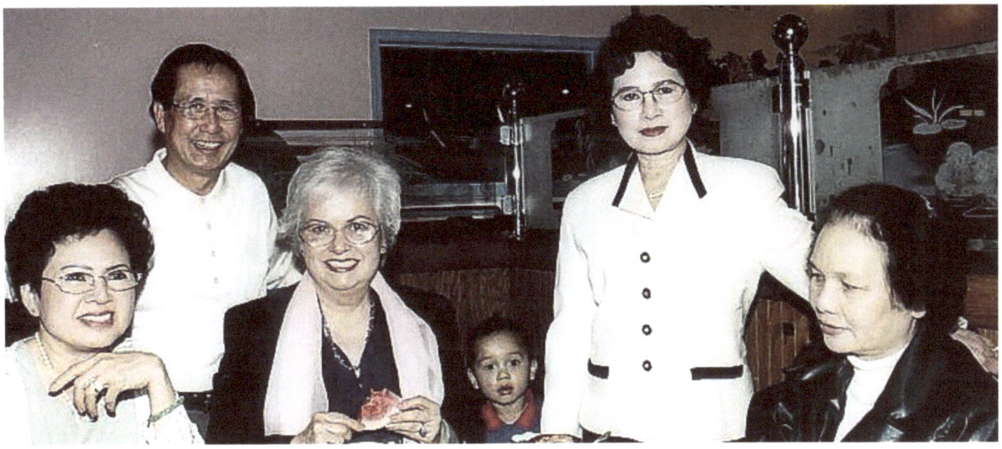

NTN Ánh, TĐ Thủy, PT Duyệt, PTQ Chi, LX Phong.

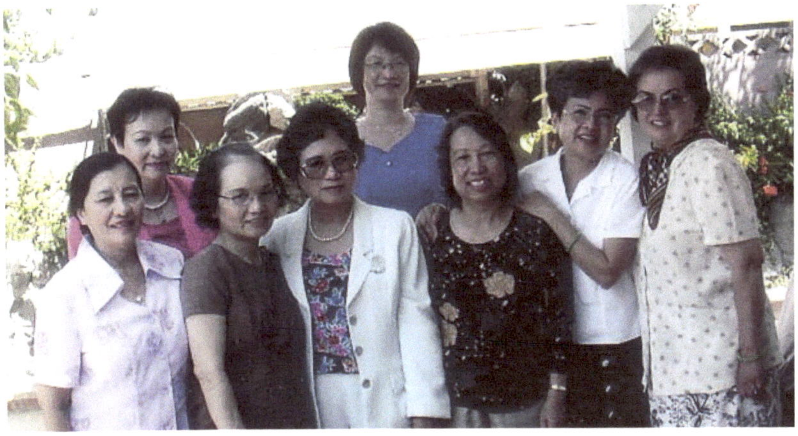

Đứng trước: TT Diệp, LX Phong, PTQ Chi, NTM Phượng, NTN Ánh, TD Duyệt. | Đứng sau: ?, LTK Trinh.

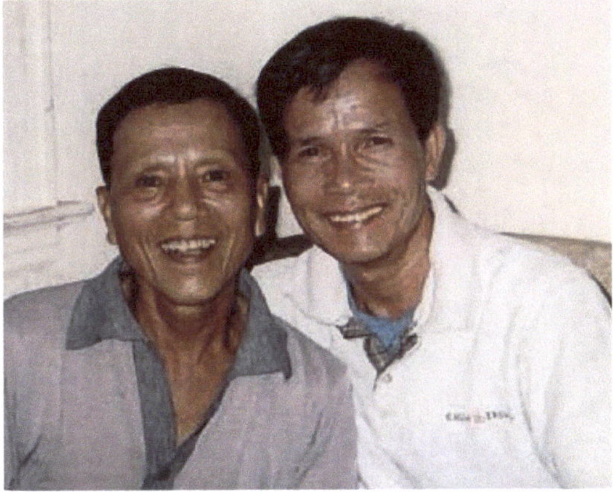

PV Thương, ĐV Cho.

06.2004 họp mặt tại nhà Lê Tự Chẩn

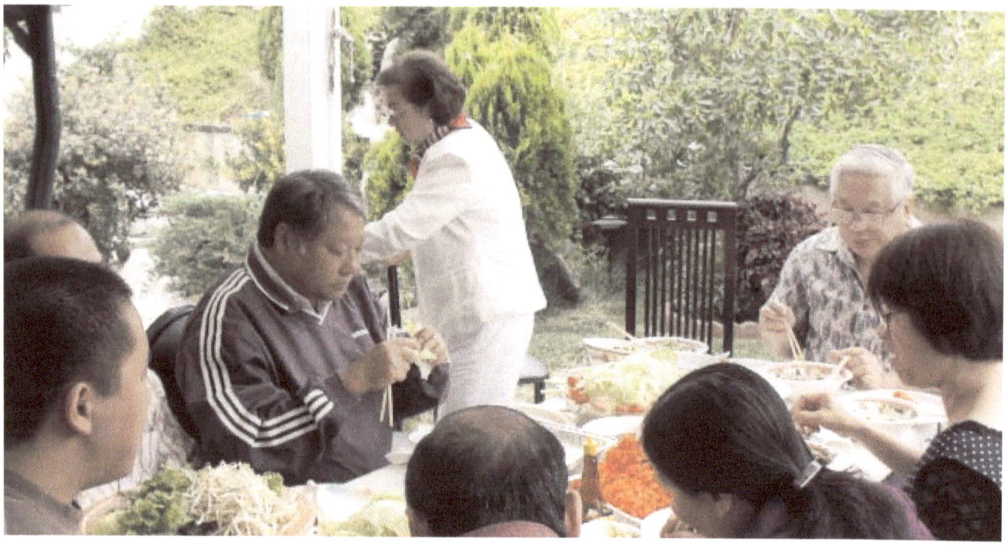

N Đề, PT Duyệt, L Lạc, LTK Trinh.

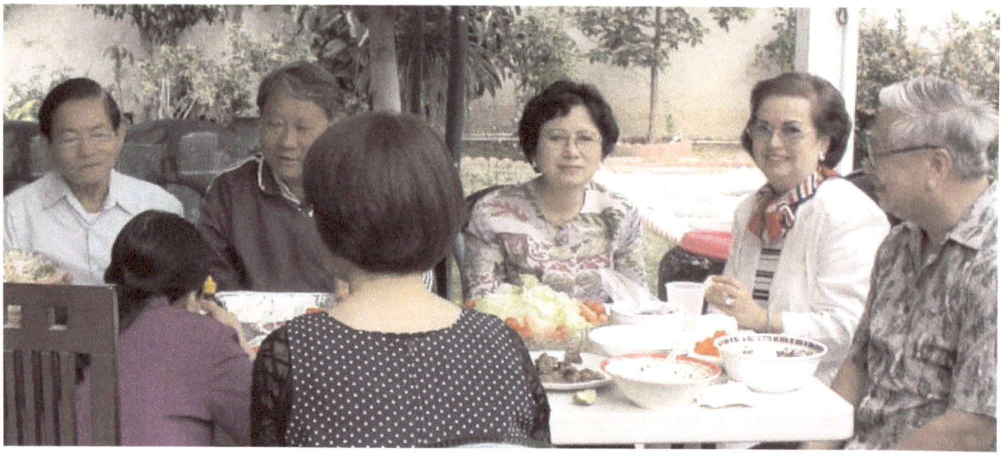

Phu quân PTQ Chi, NH Đề, PTQ Chi, PT Duyệt, L Lạc.

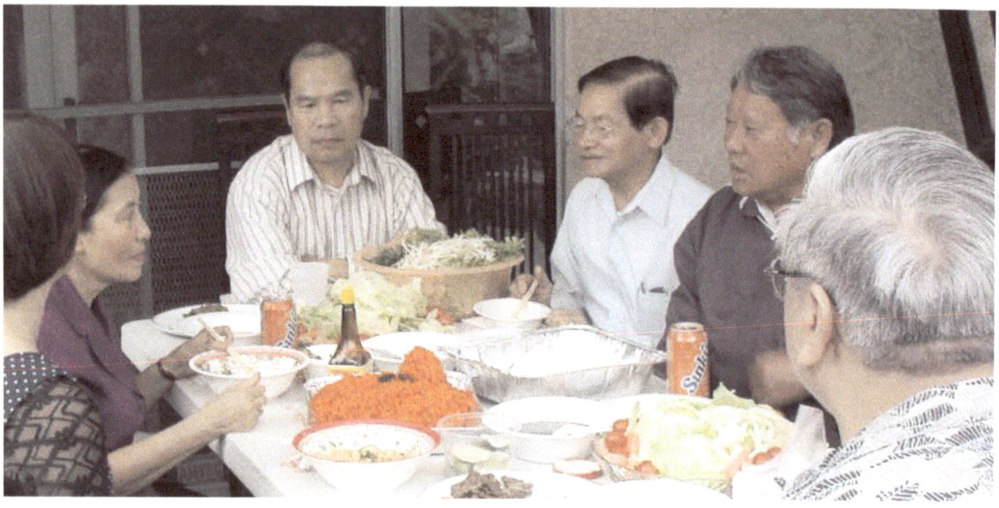

TT Diệp, LH Liêm, Phu quân PTQ Chi, NH Đề.

05.2005 Đà Nẵng và California

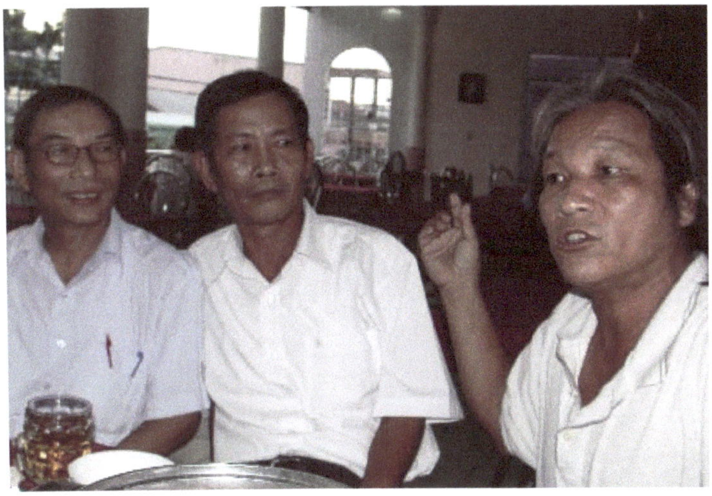

NC Triết, LT Hưng, PV Cơ.

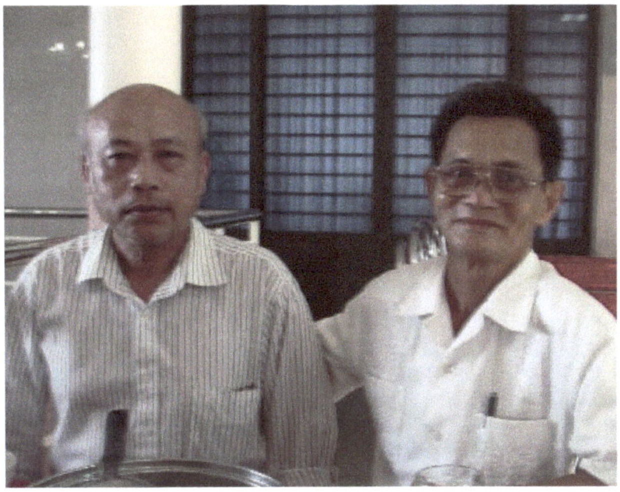

LT Chẩn và Tín.

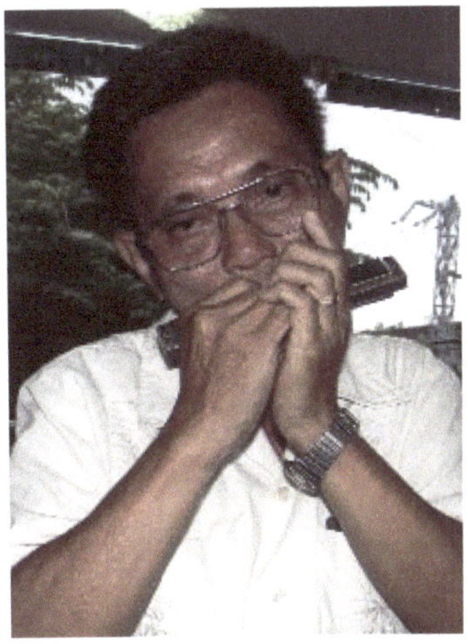

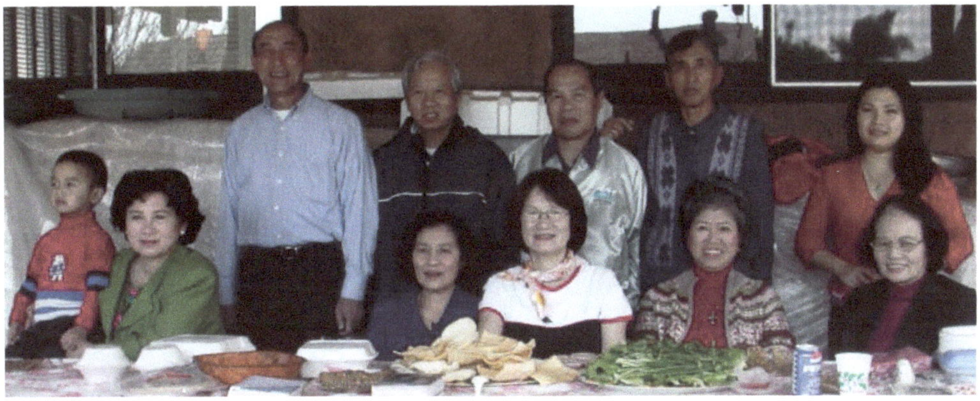

PTQ Chi, TT Diệp, LTK Trinh, ĐTT Nguyệt, LX Phong, phu quân TT Diệp, V Thiệu, LH Liêm, HN Phố, ái nữ chị Nguyệt.

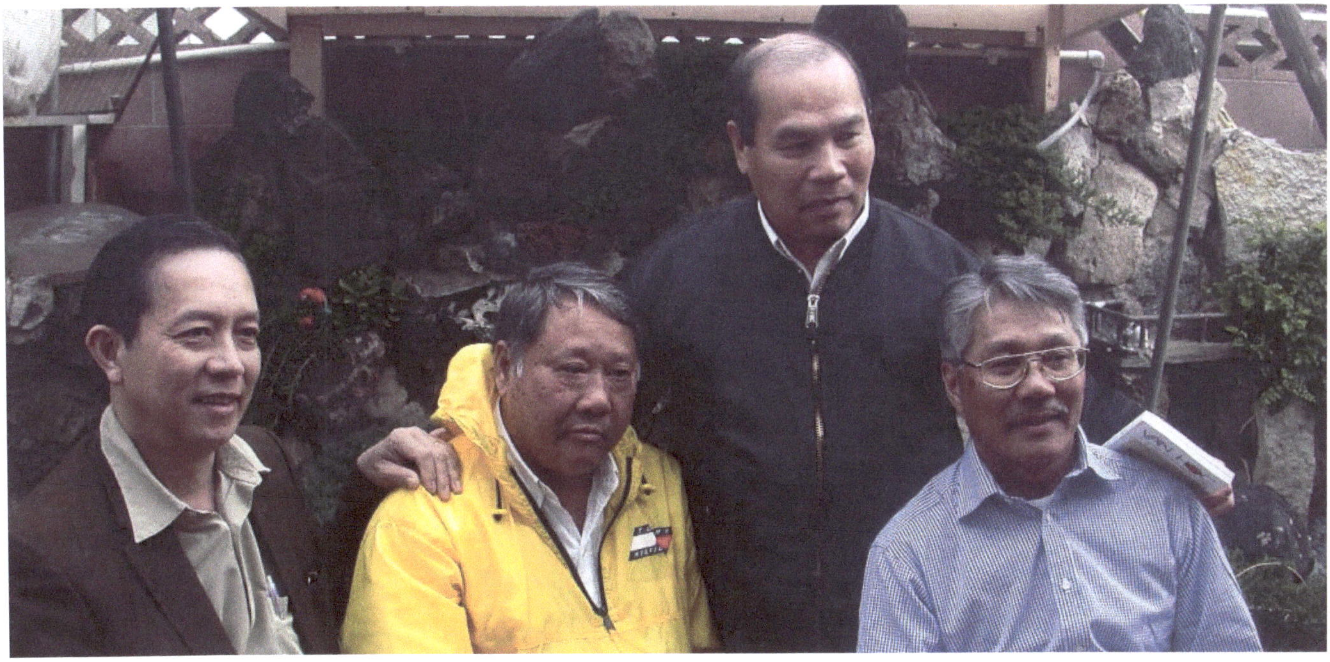

Anh Nghĩa (phu quân NT Huế), N Đề, LH Liêm, TN Toàn.

05.2005 Đám cưới con anh Bằng tại Việt Nam

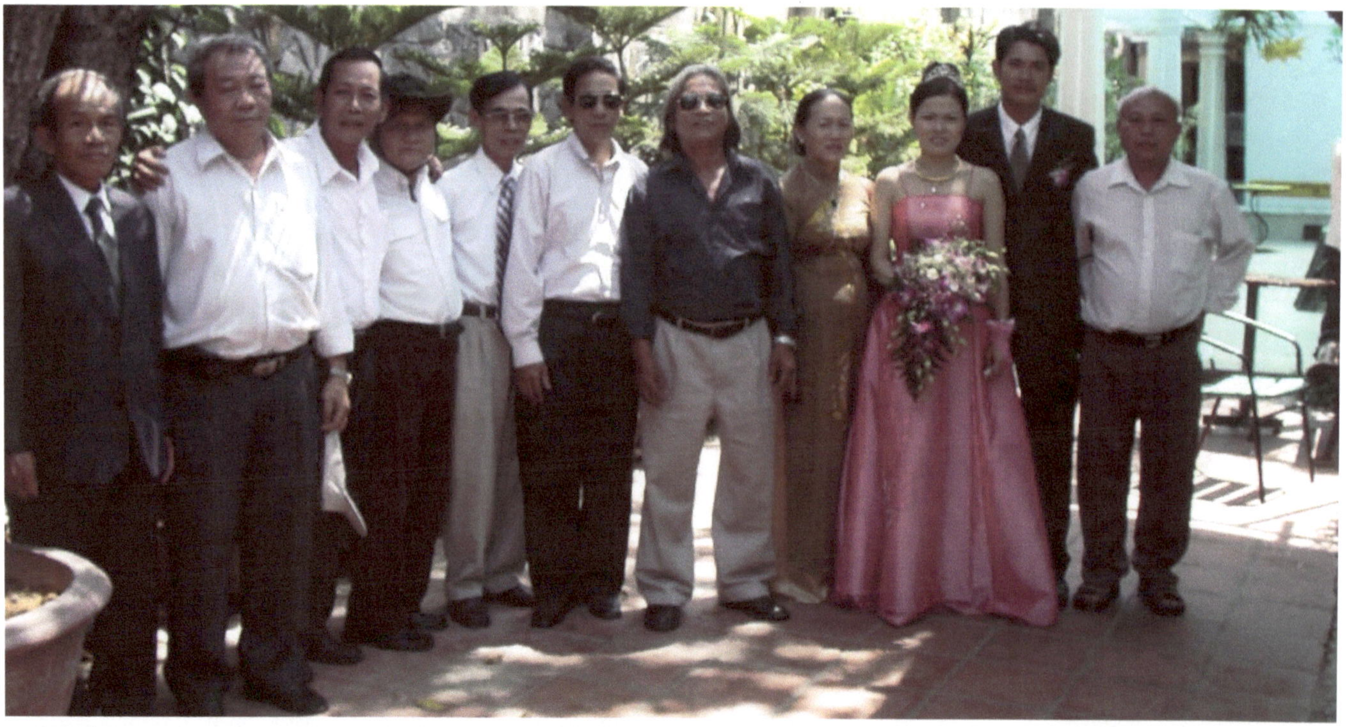

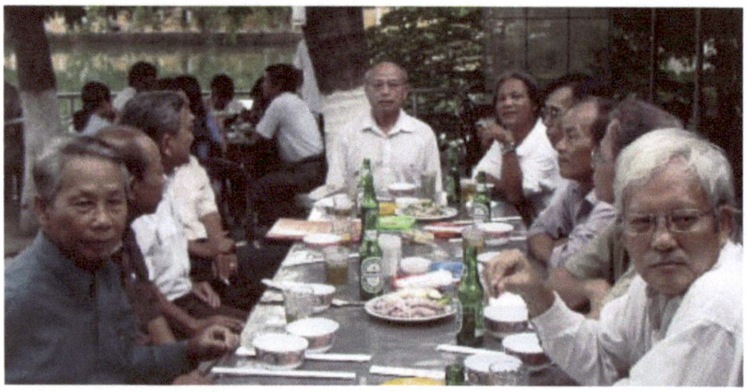

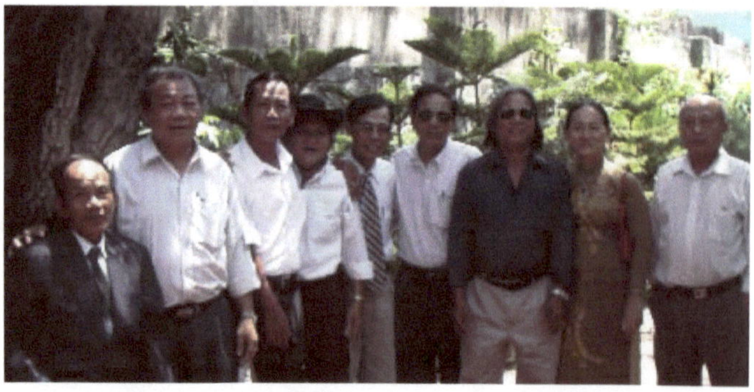

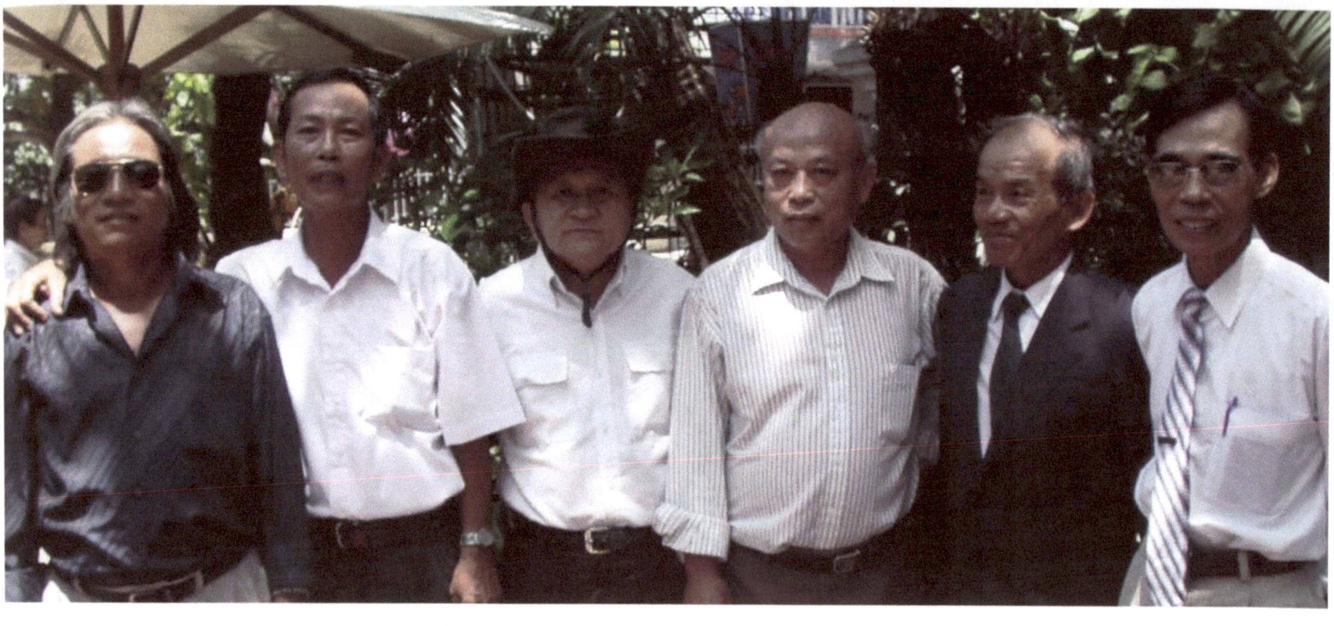

PV Cơ, LT Hưng, TV Đào, LT Chẩn, ĐC Bằng, NV Kim.

07.2005 Đinh Văn Cho và Nguyễn Doãn Kim thăm California.

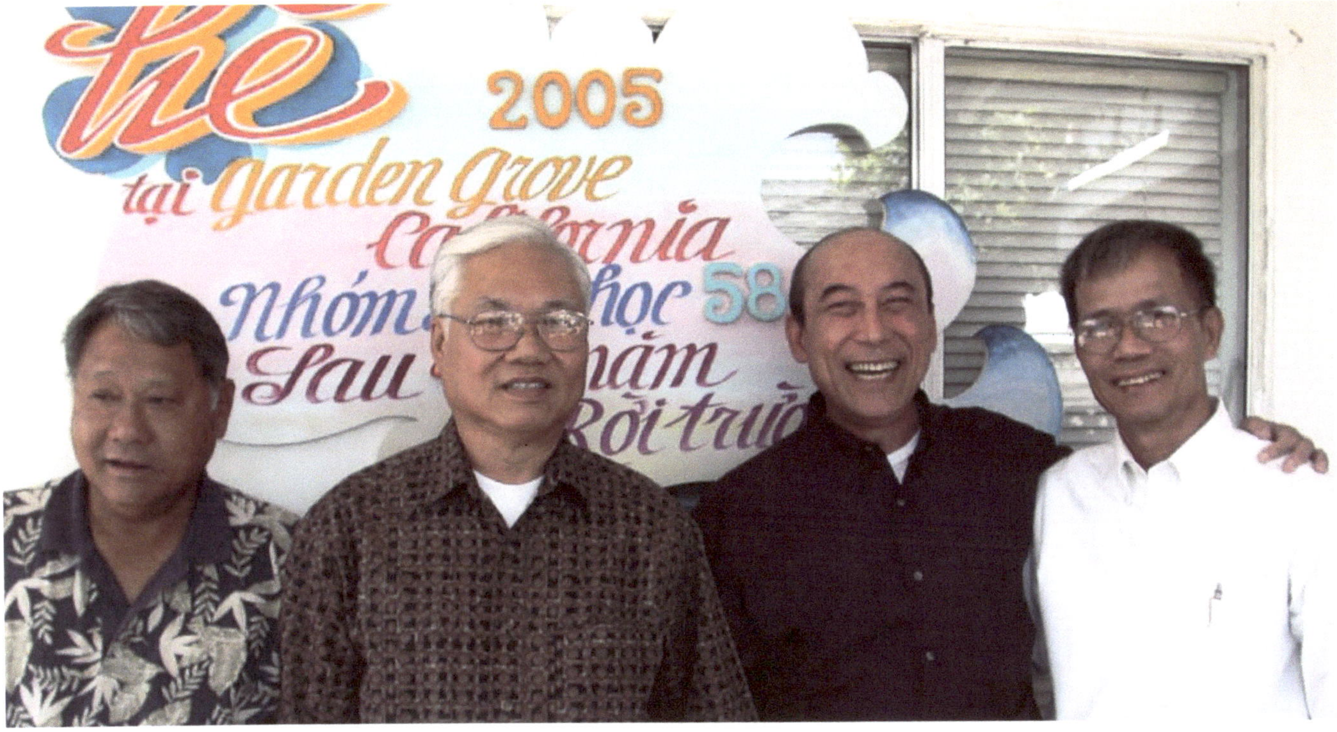

Nguyễn Hữu Đề, phu quân NTN Hoa, Chung Tử Bửu - phu quân TT Diệp và Đinh Văn Cho.

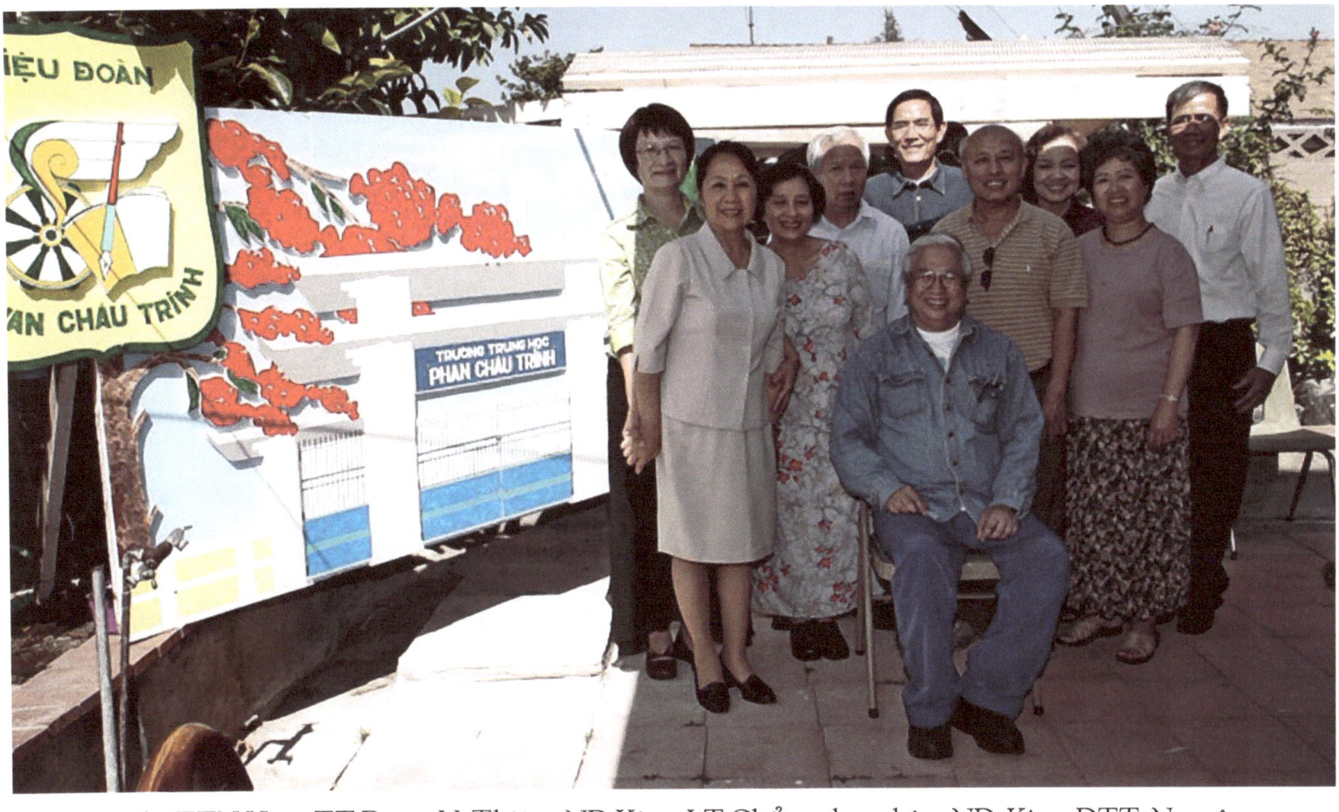

LTK Trinh, TTN Hoa, TT Diệp, V Thiệu, ND Kim, LT Chẩn, phu nhân ND Kim, ĐTT Nguyệt, ĐV Cho, L Lạc (ngồi).

12.2005 Phát Hành Đặc San I
Tổ chức tại tư gia Phạm Thị Quỳnh Chi

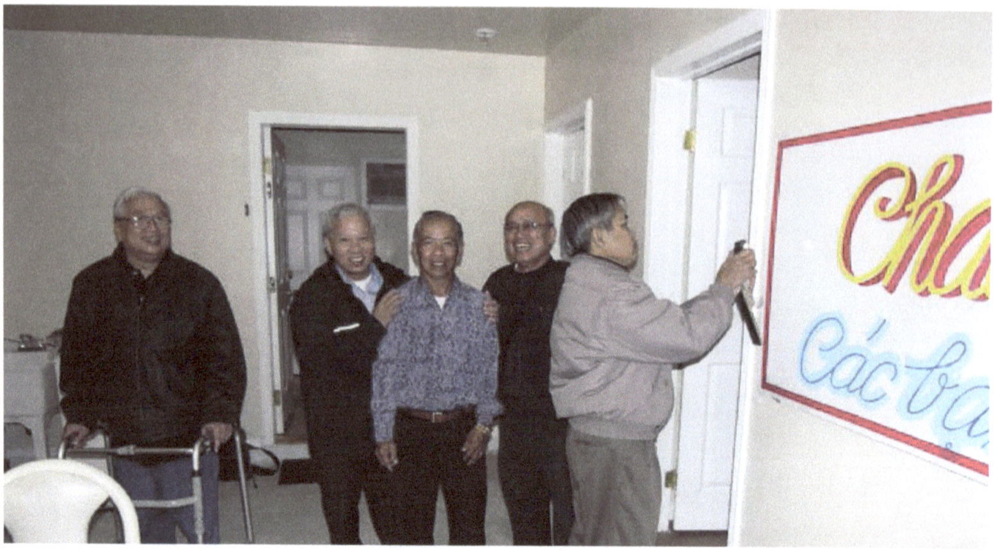

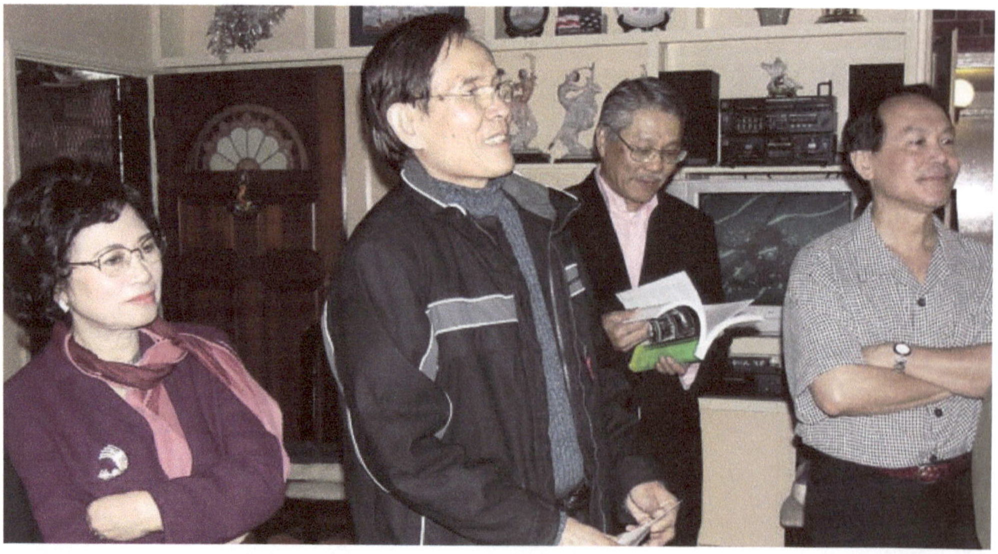

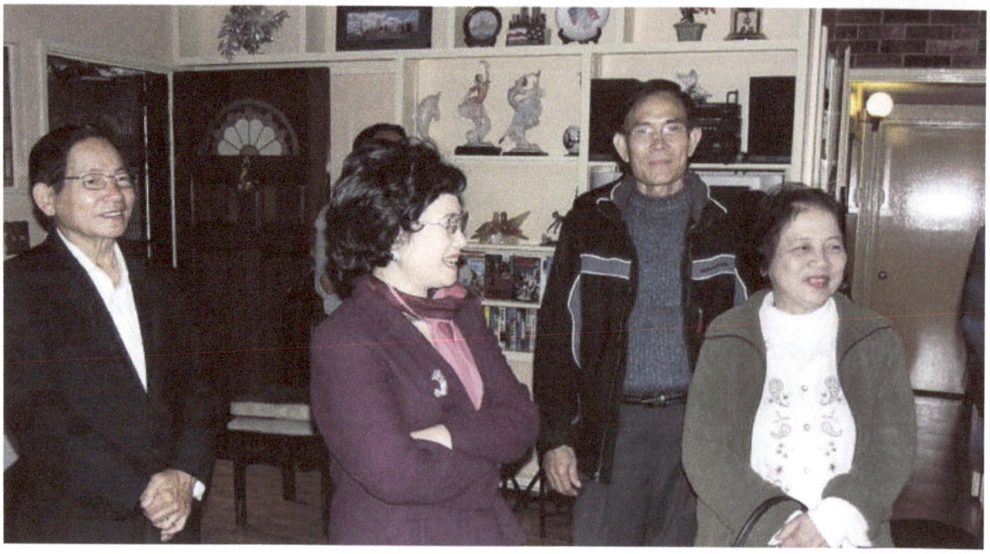

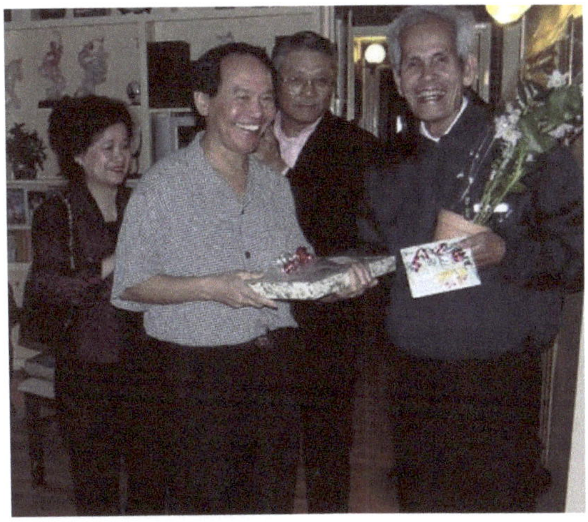

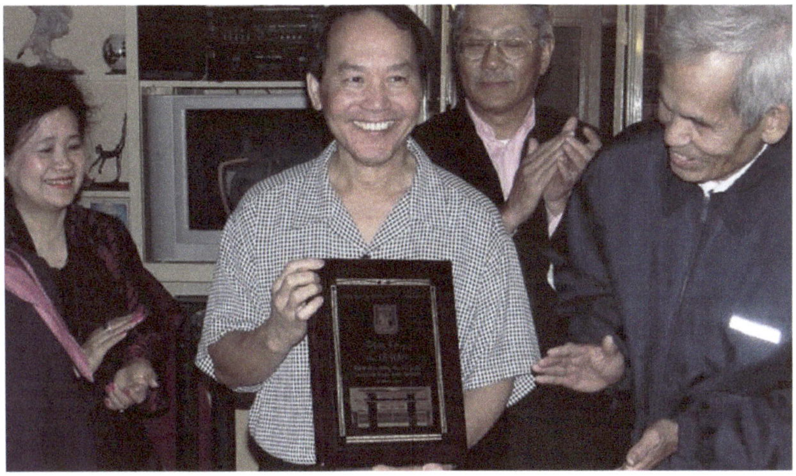

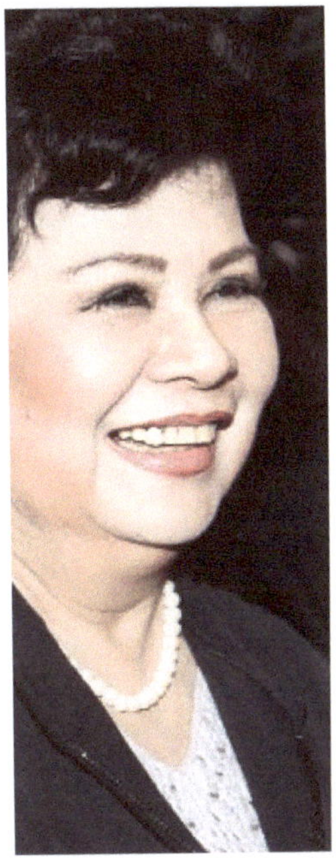

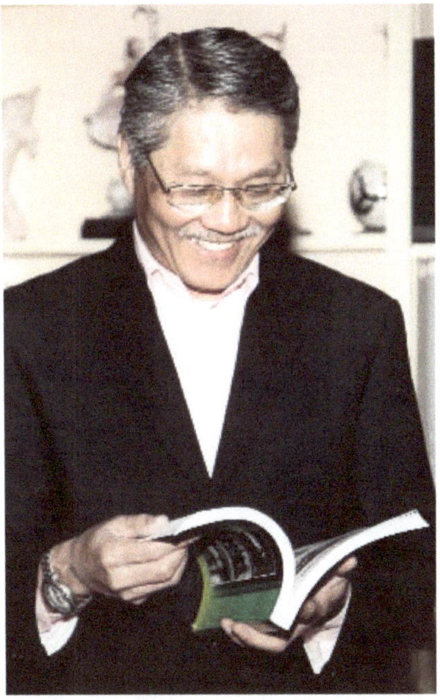

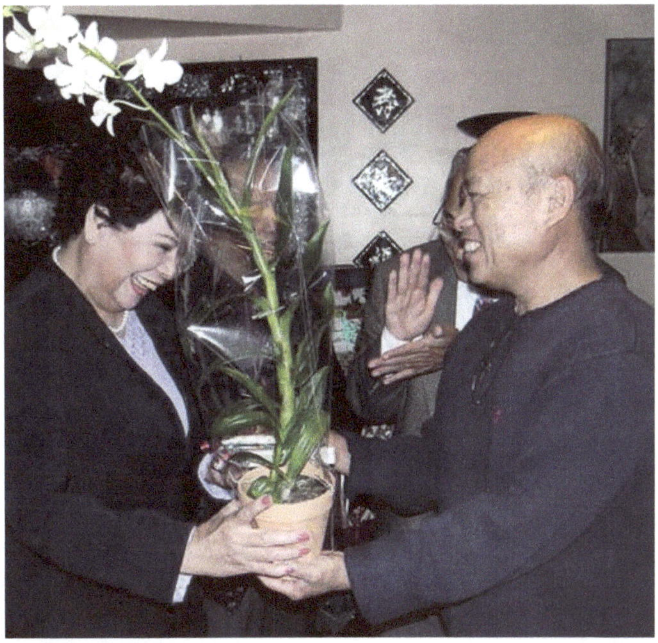

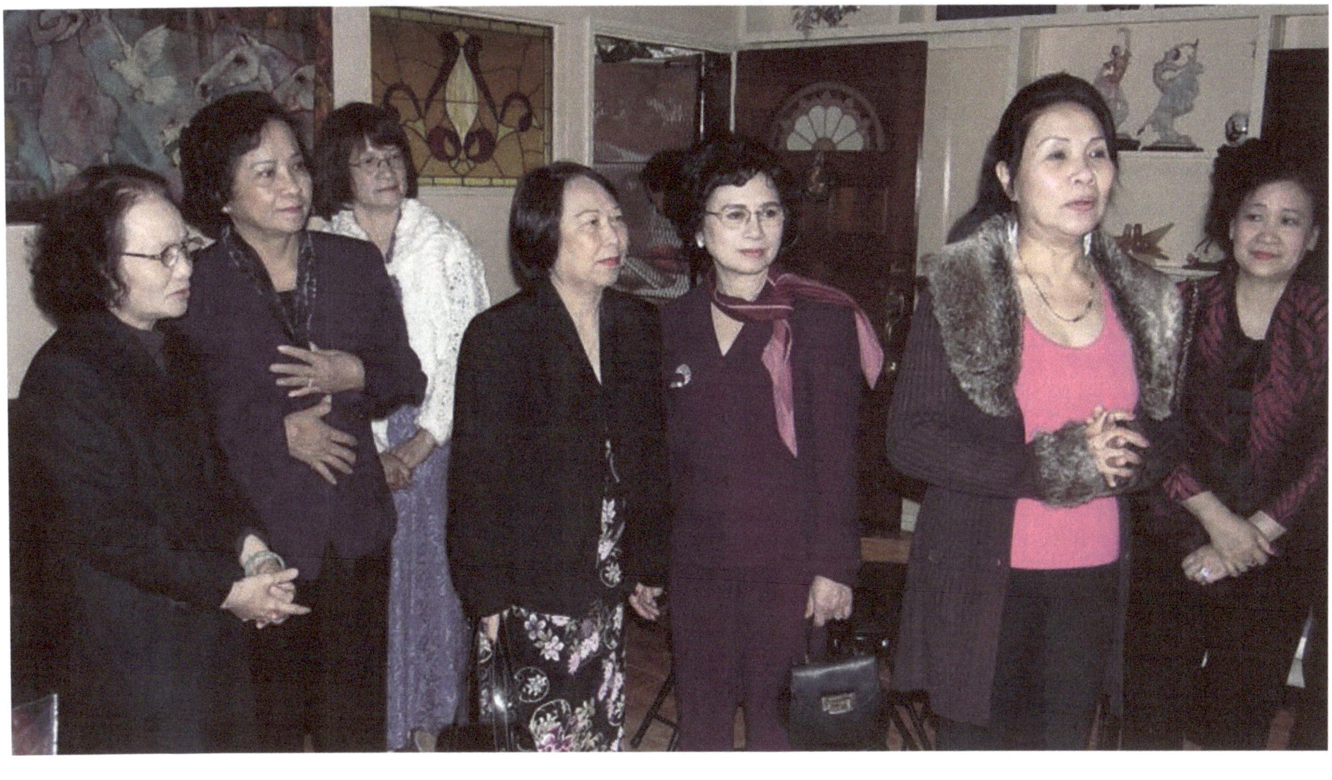

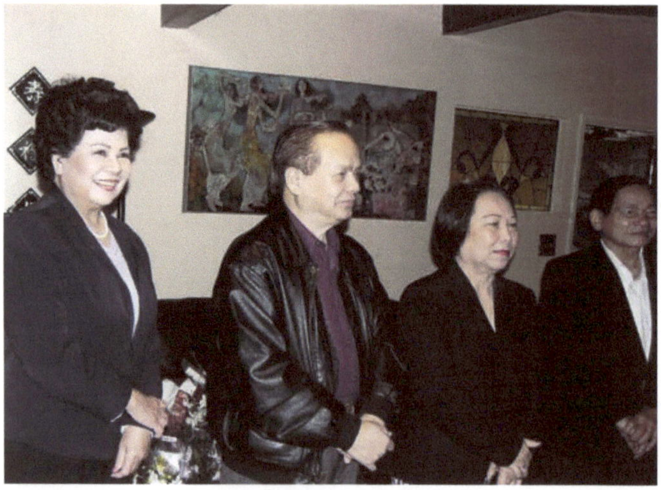

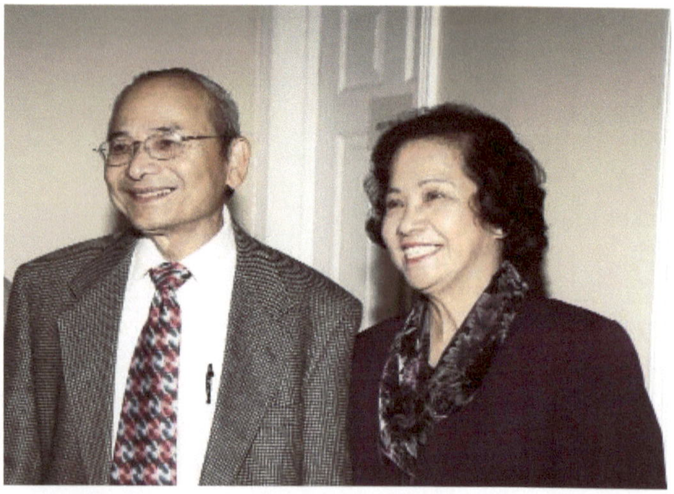

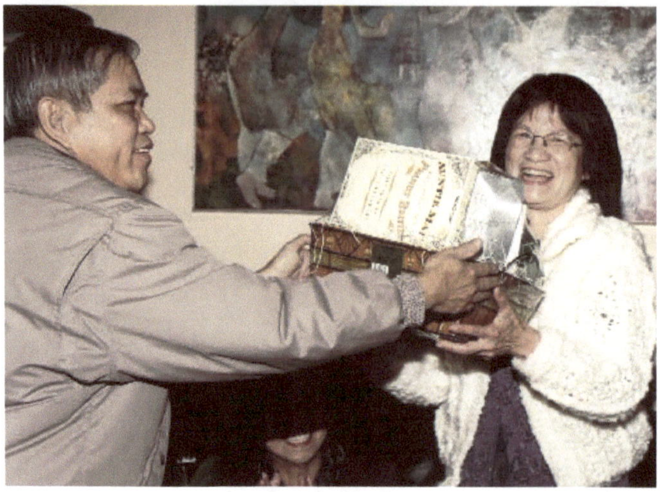

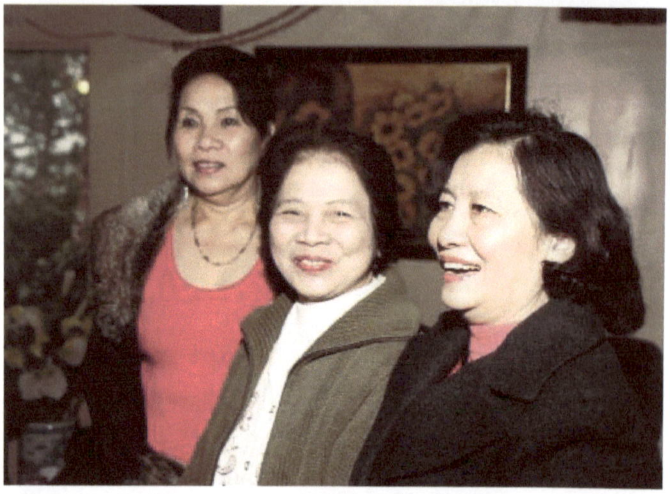

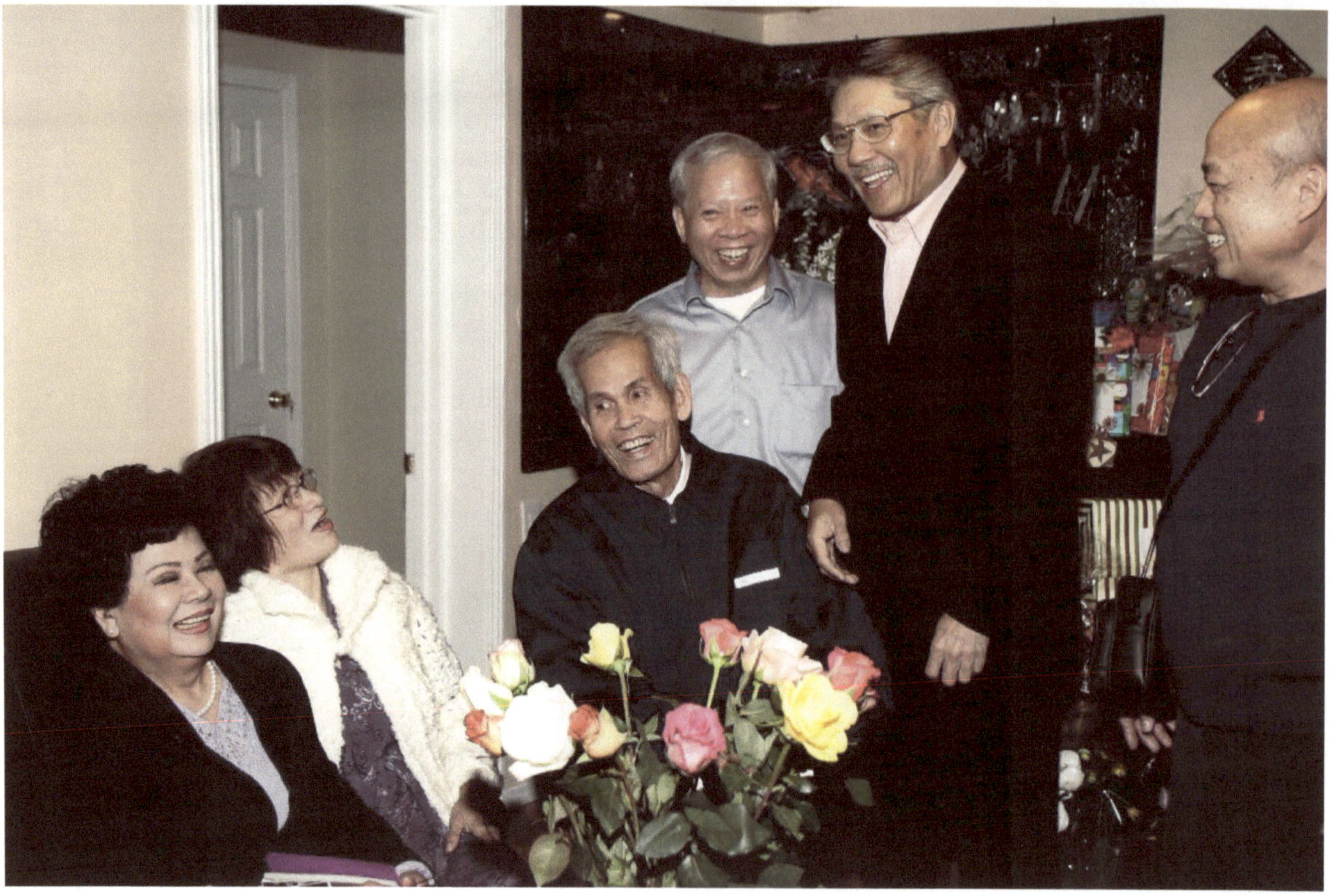

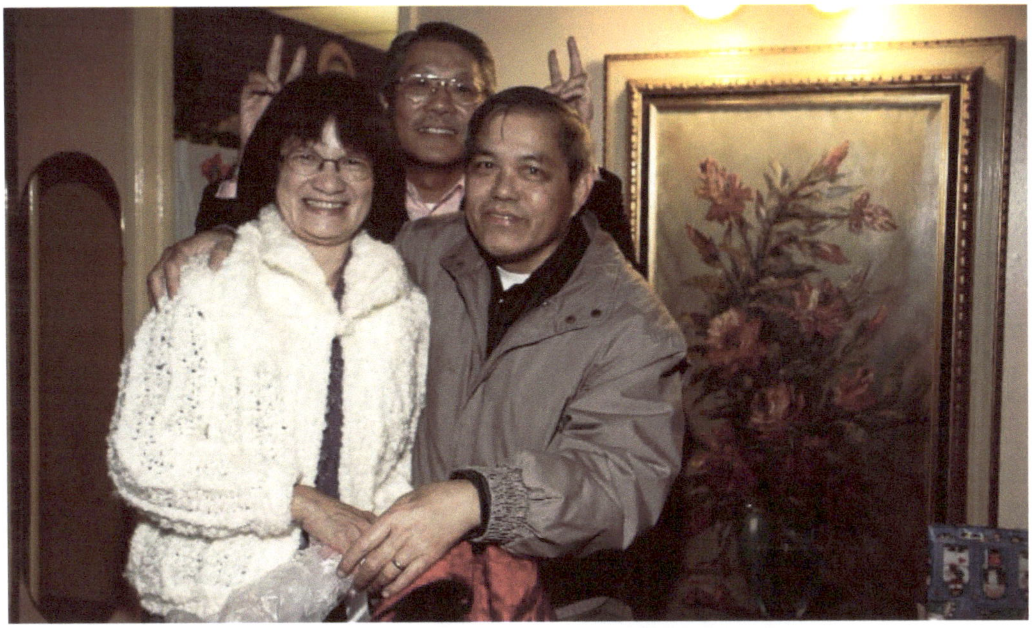

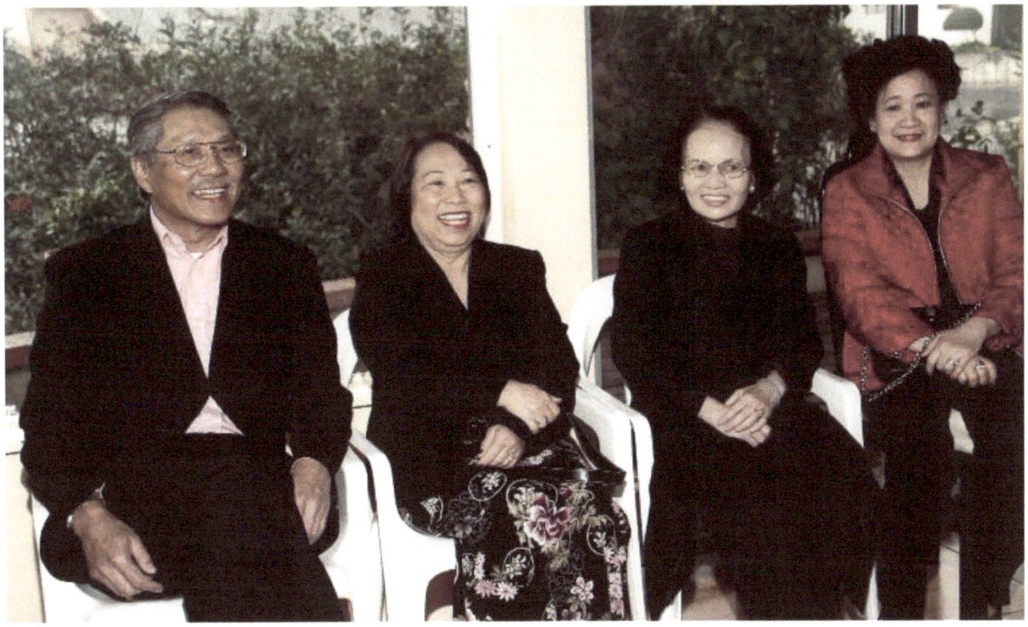

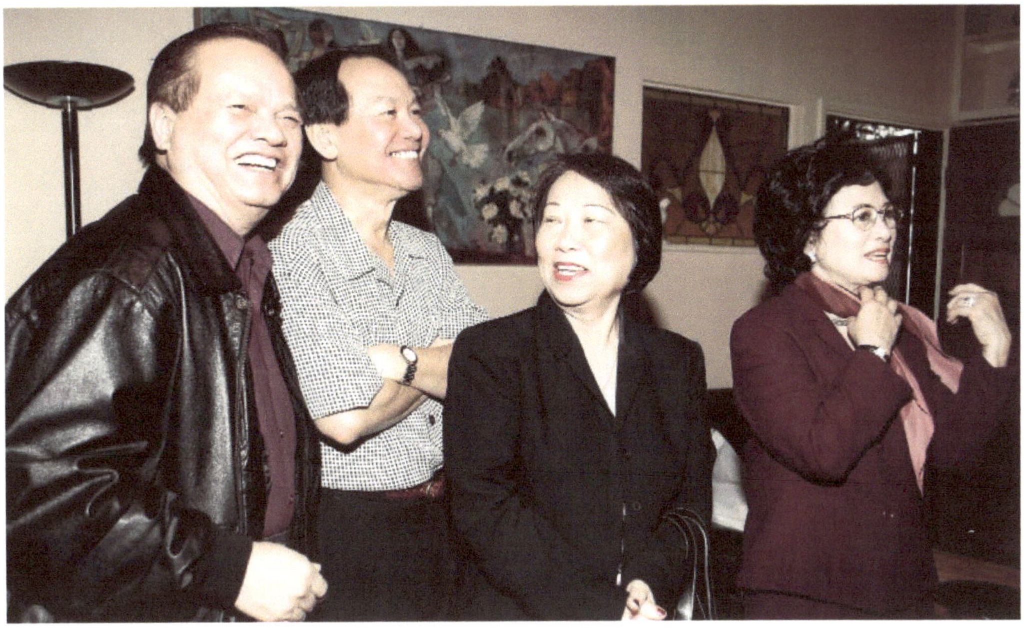

2005 họp mặt tại Bolsa

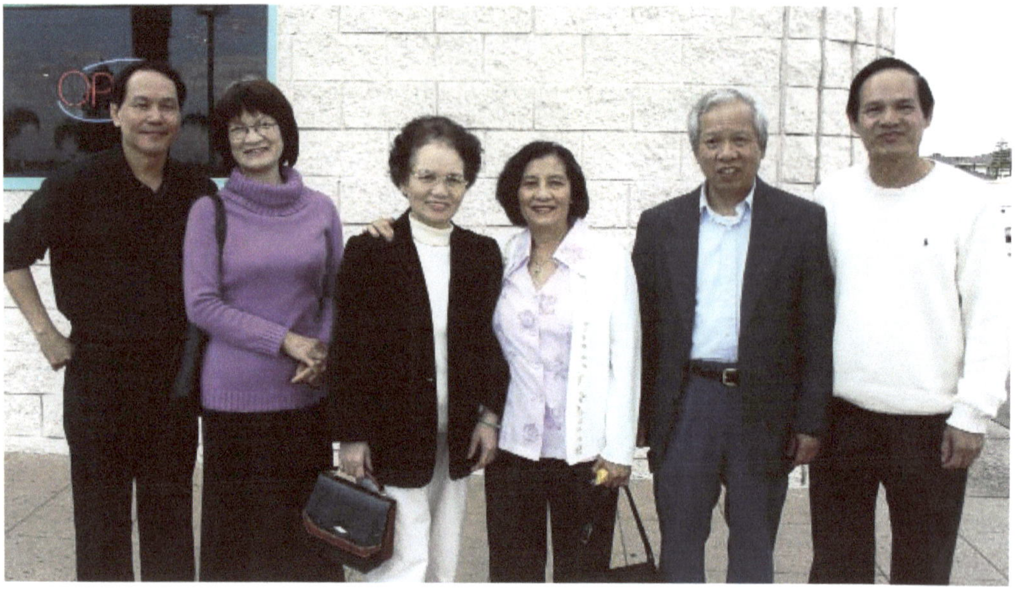

L Hân, LTK Trinh, LX Phong, TT Diệp, V Thiệu, NS Tiệp.

06.2006 San Diego, Nam CA

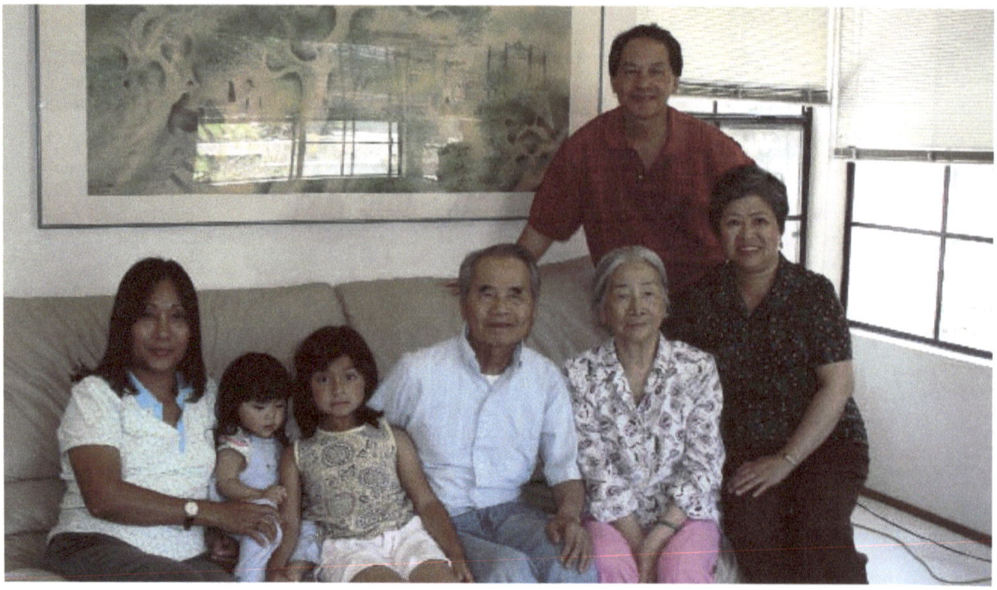

Phạm Thị An, Đoàn Thị Thu Nguyệt và Lê Hân thăm gia đình thầy Hiệu Trưởng Nguyễn Đăng Ngọc tại San Diego, Nam CA, tháng 6/06.

06.2006 Phạm Thị An thăm Texas.

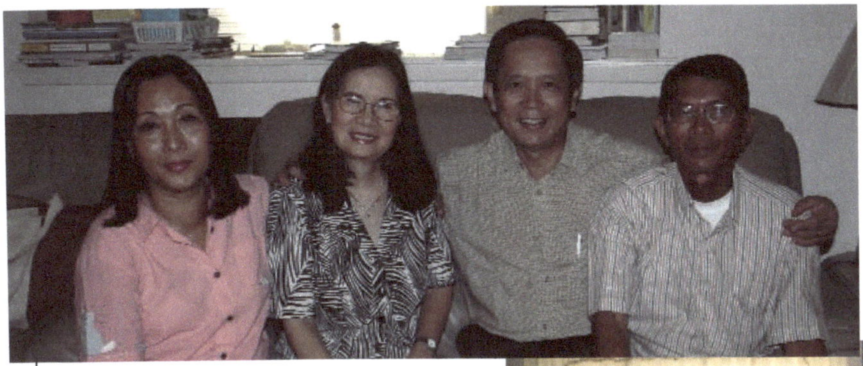

PT An, Huế - Nghĩa, NS Phú.

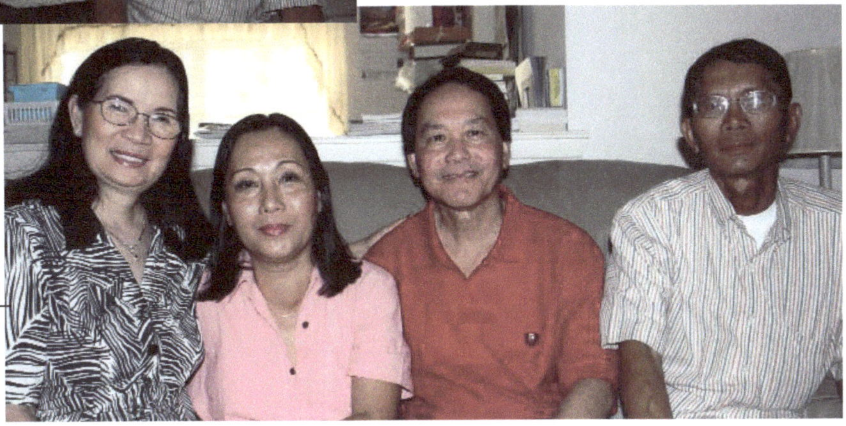

NT Huế, PT An, L Hân, NS Phú.

28.12.2007 Lê Hân và các bạn tại San Jose

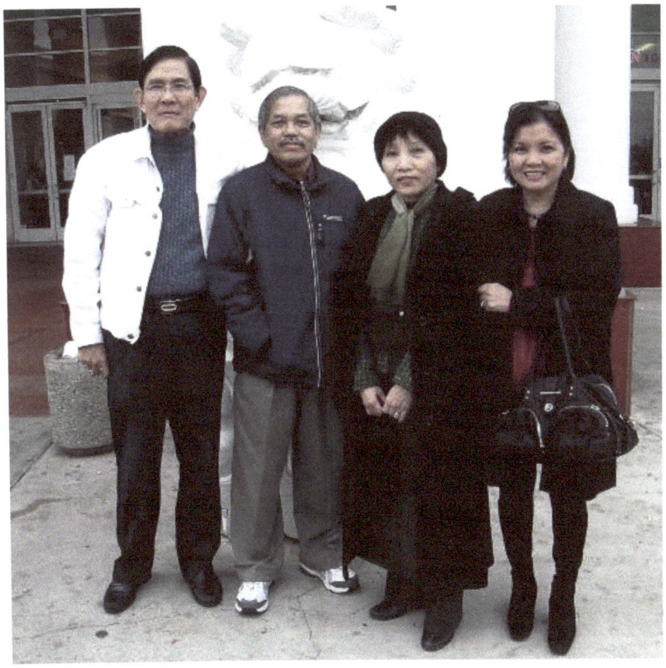

ND Kim, NP Duyên và phu nhân, phu nhân L Hân.

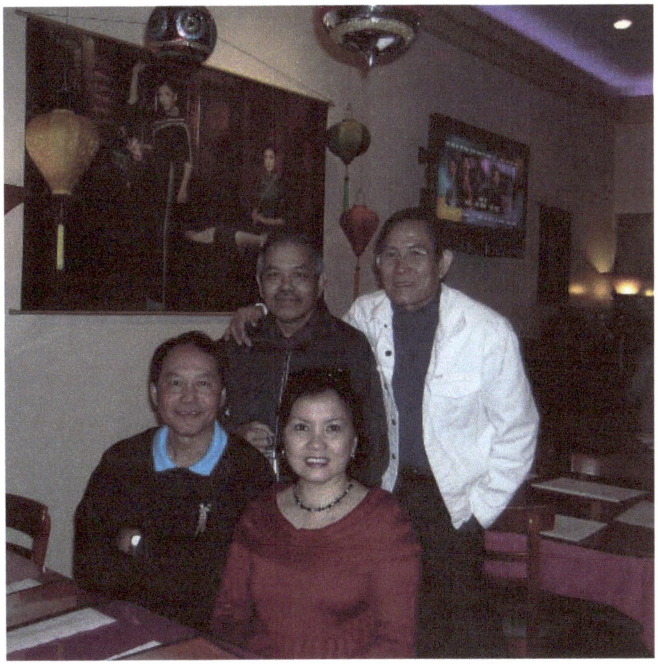

NP Duyên, ND Kim, L Hân và phu nhân.

03.2006 Đà Nẵng

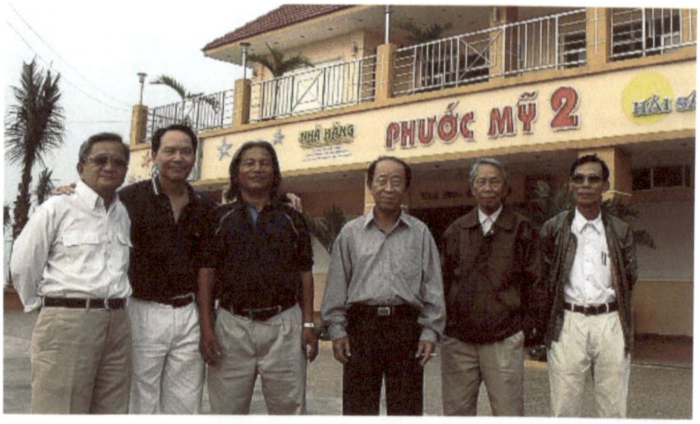

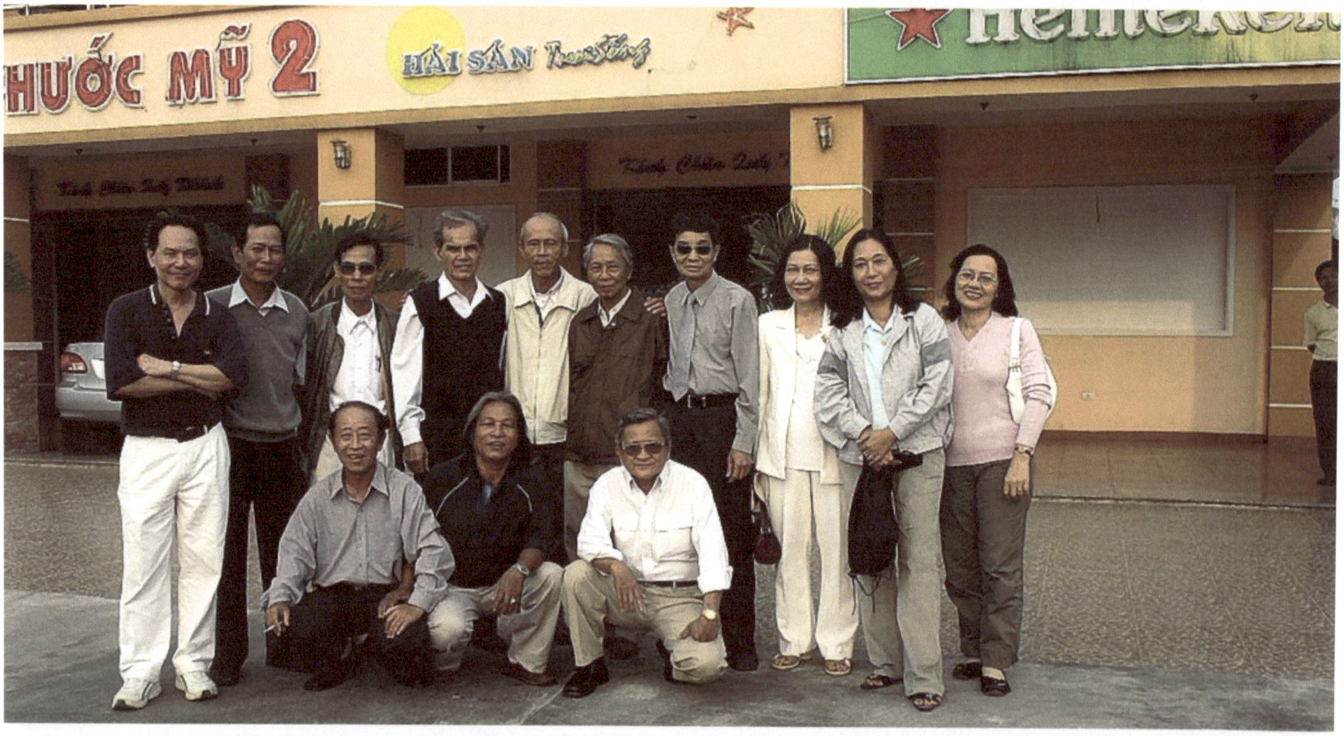

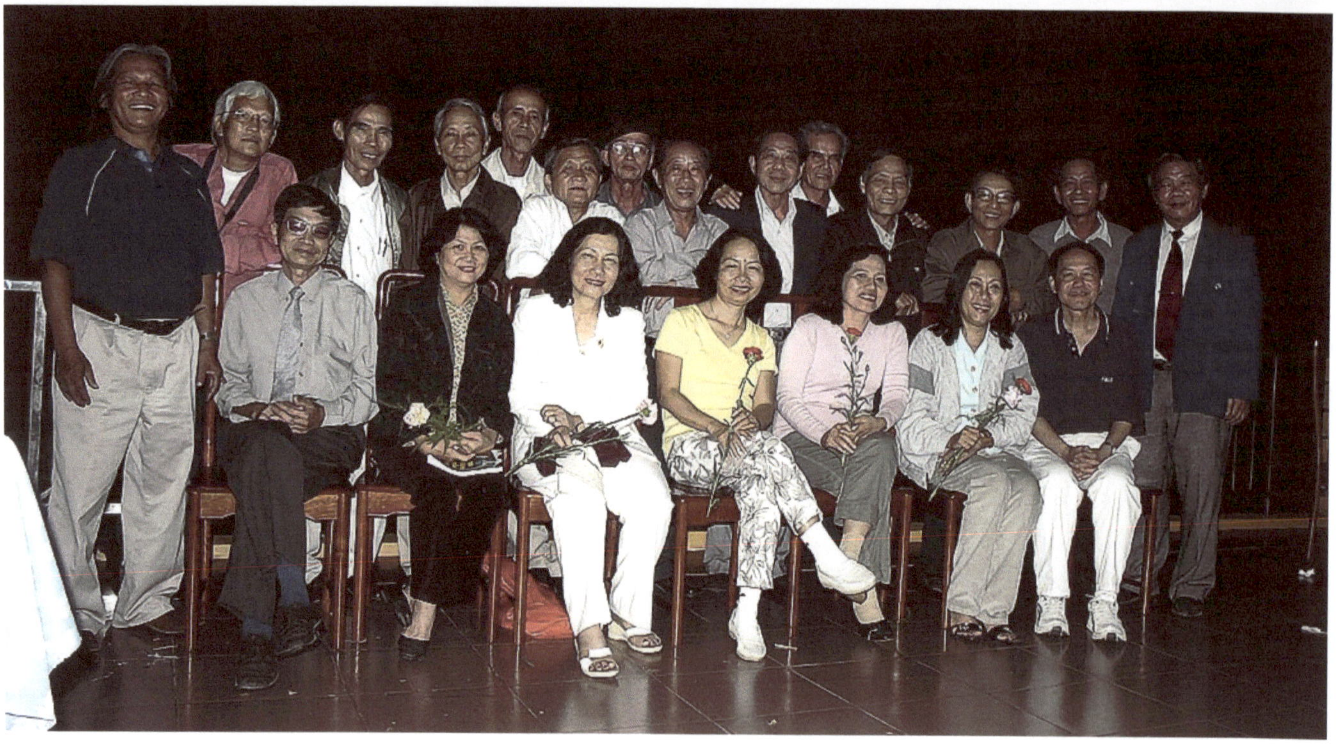

12.2006 Nguyễn Đức Thống và Phu Nhân du lịch Hoa Kỳ thăm bạn bè tại Quận Cam.

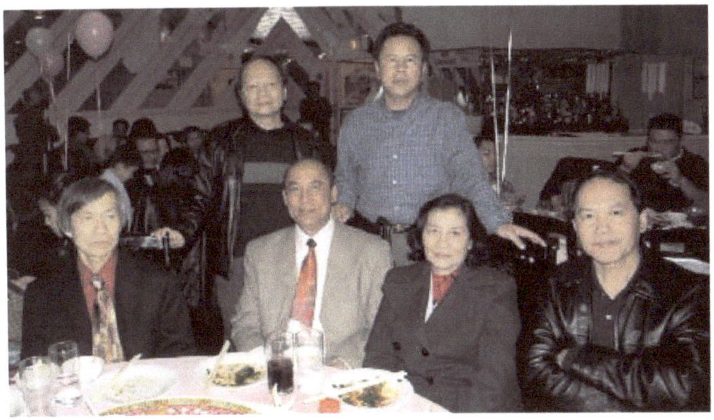

Phu quân LTK Trinh, NT Diệp và phu quân, L Hân, NĐ Thống, NĐ Chương.

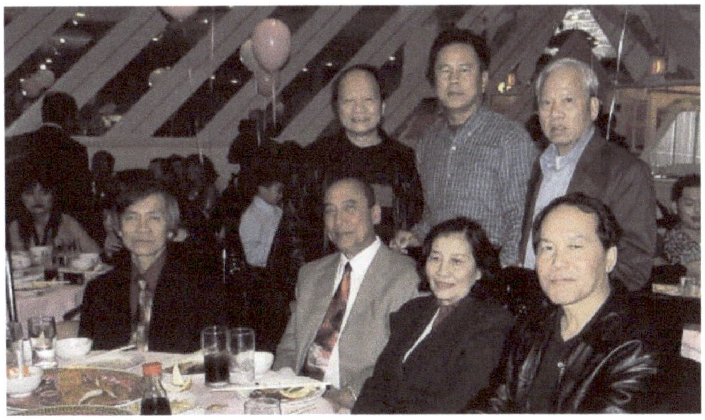

Phu quân LTK Trinh, NT Diệp và phu quân, L Hân, NĐ Thống, NĐ Chương, V Thiệu

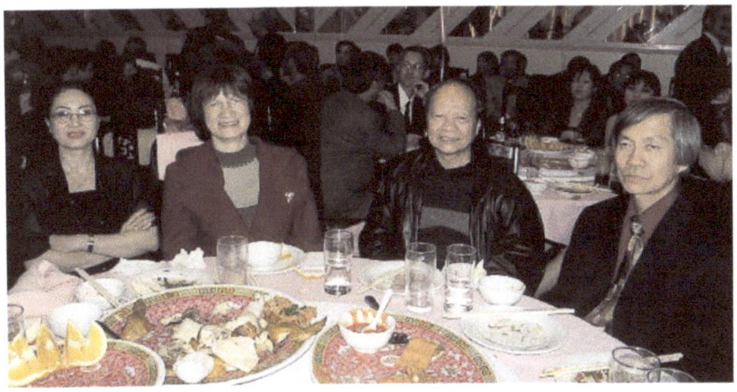

Phu nhân NĐ Thống, LTK Trinh, NĐ Thống, Phu quân LTK Trinh.

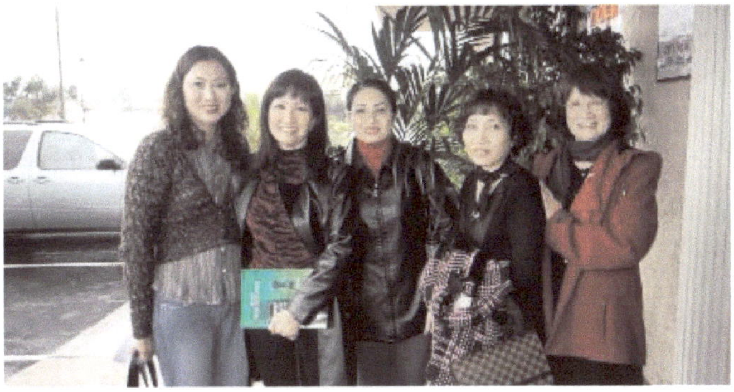

Phu nhân NĐ Chương, Thân hữu PCT 65, Phu nhân NĐ Thống, NP Duyên, LTK Trinh.

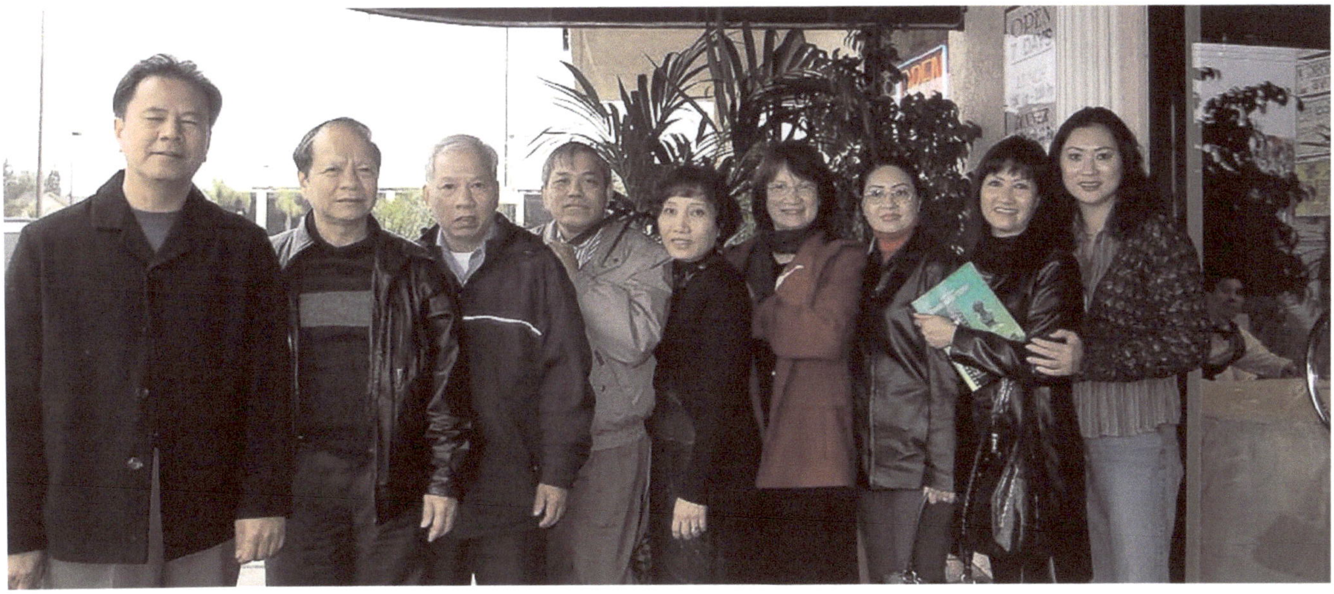

NĐ Chương, NĐ Thống, V Thiệu, NP Duyên và phu nhân, LTK Trinh và phu nhân NĐ Thống, thân hữu, Phu nhân NĐ Chương.

26.12.2006 Họp mặt tại nhà Võ Thiệu

V Thiệu, Thầy Cô Tạ Quốc Bảo, Thầy Cô Duận, Cô Thầy Hoàng Oanh, L Lạc, LN Chiêu, LT Hân phu quân, LH Liêm, N Đề, HN Phố, N Điềm và phu nhân, LTK Trinh, PTQ Chi và phu quân, PT Yên, TT Hựu và phu nhân, LX Phong, TD Lan, LT Hân.

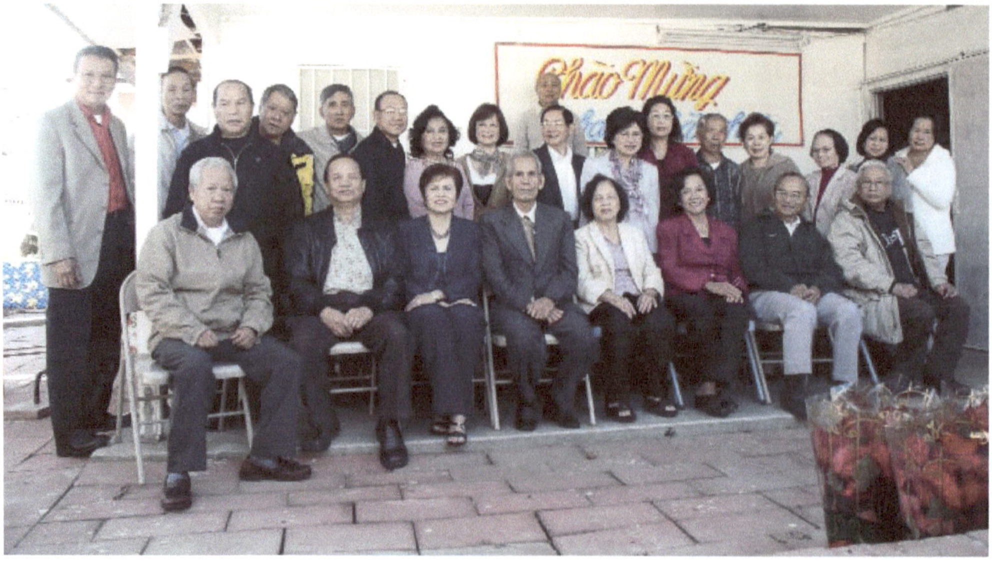

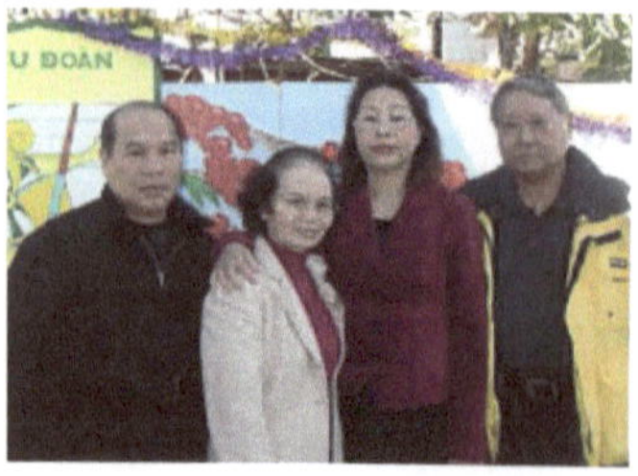

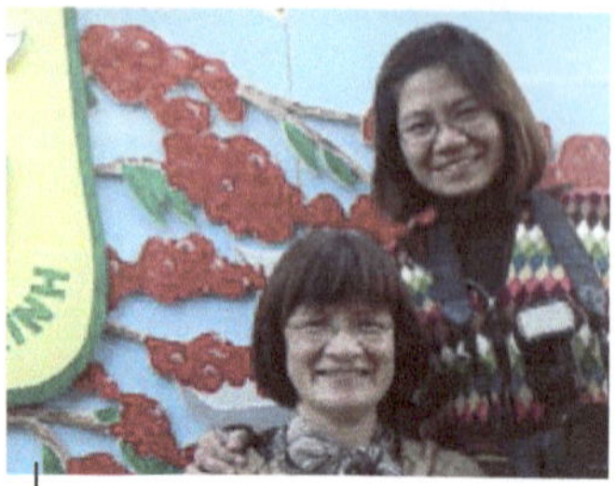

LTK Trinh và ái nữ.

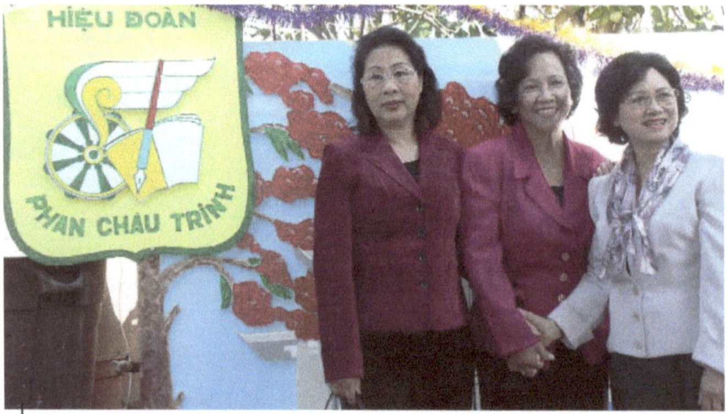

PT Yên, Cô Hoàng Oanh và PTQ Chi.

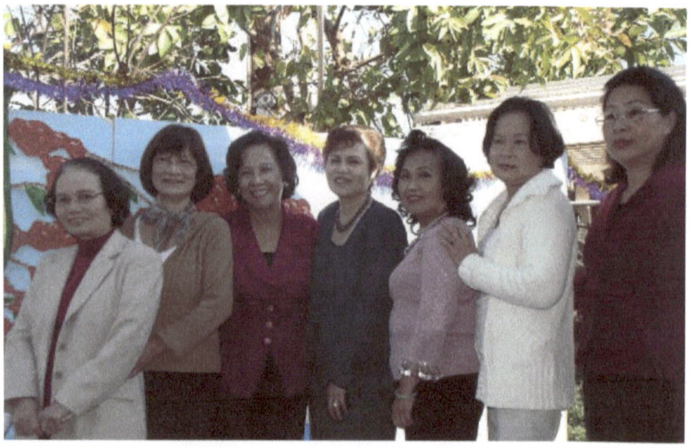

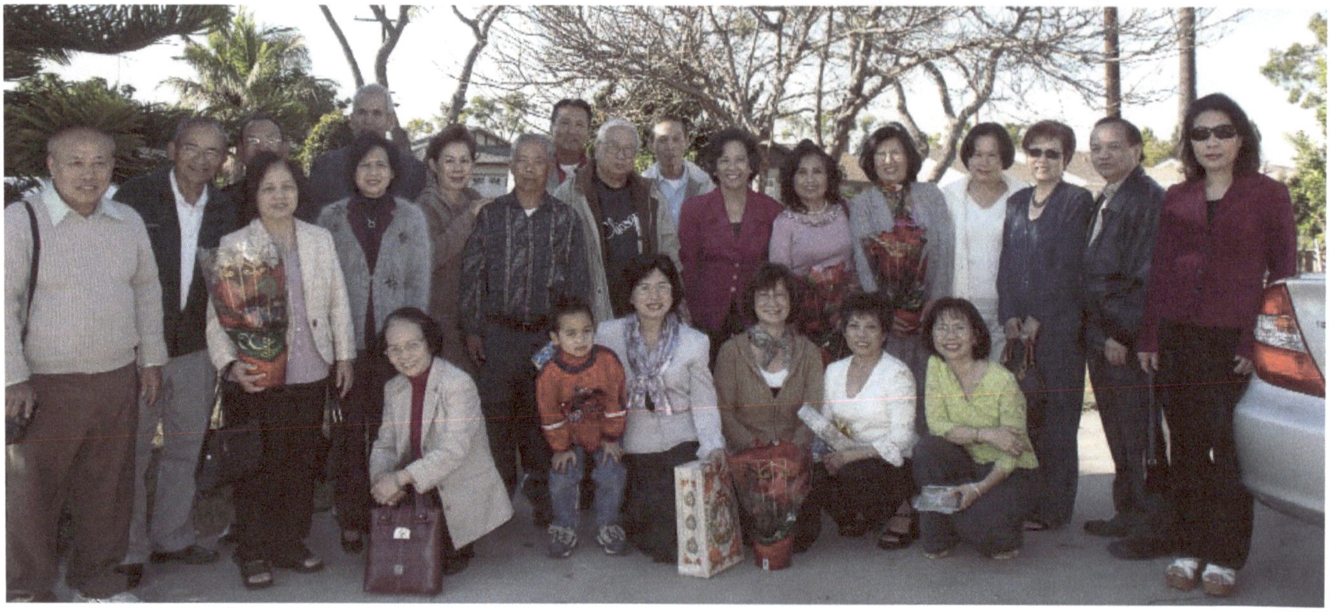

18.06.2006 Phạm Thị An thăm California, họp mặt tại tư gia Võ Thiệu.

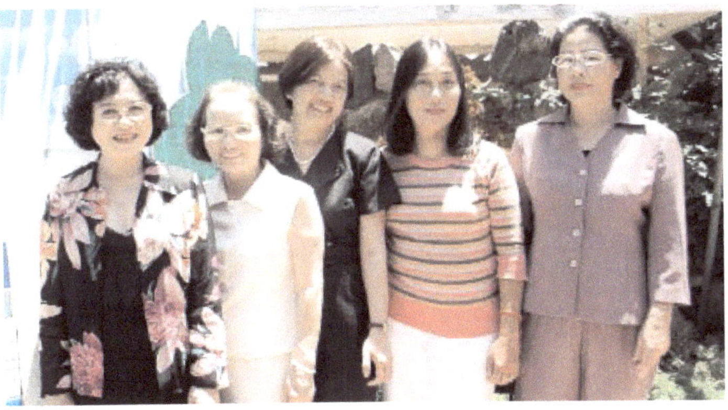

PTQ Chi, LX Phong, HT Trúc, PT An, PT Yên

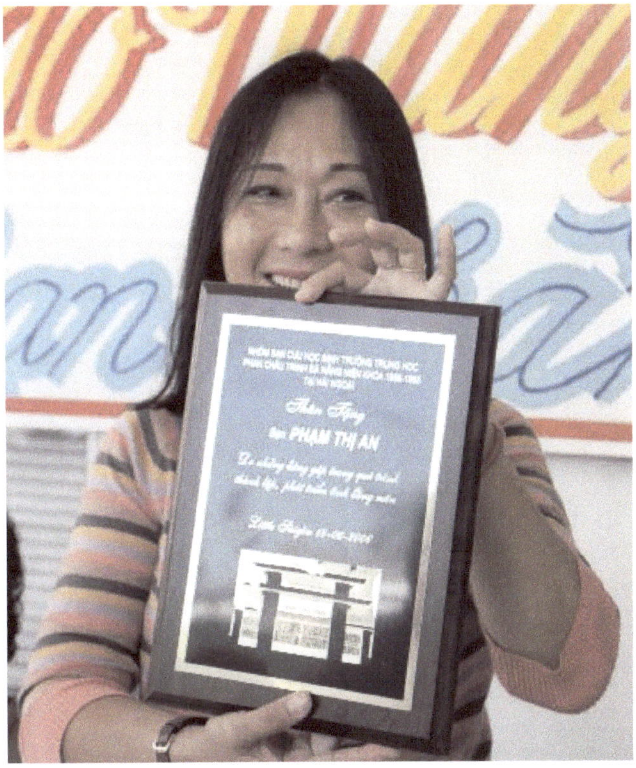

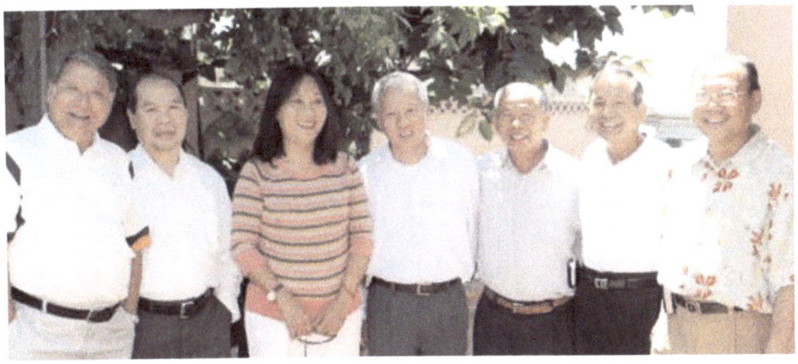

N Đề, LH Liêm, PT An, V Thiệu, TT Hựu, NH Để, N Điềm.

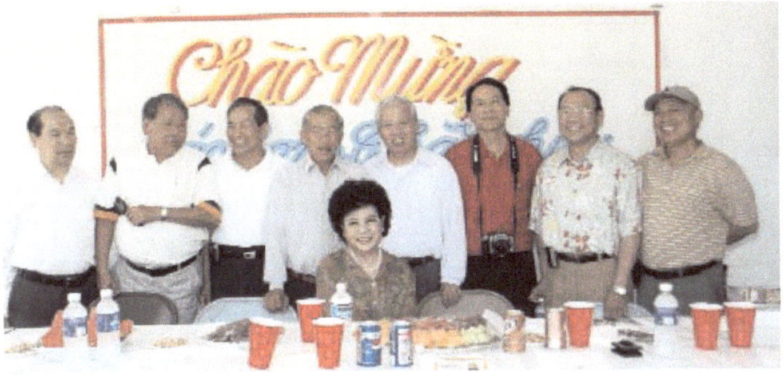

LH Liêm, N Đề, NH Để, TT Hựu, V Thiệu, L Hân, N Điềm, LT Chẩn, Cô Kim Thành (ngồi).

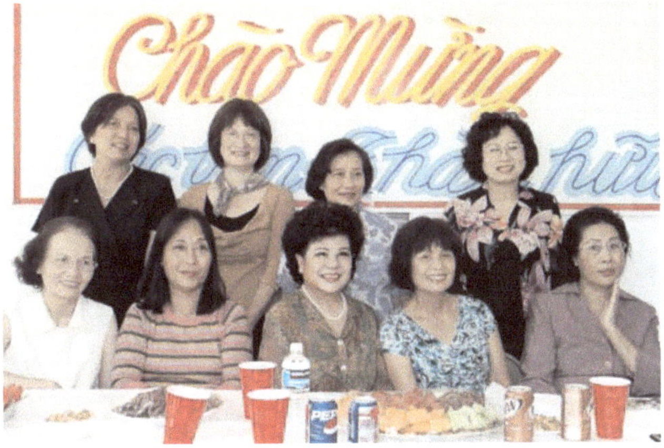

HT Trúc, LTK Trinh, TT Diệp, PTQ Chi, LX Phong, PT An, Cô Kim Thành, PT Thu, PT Yên.

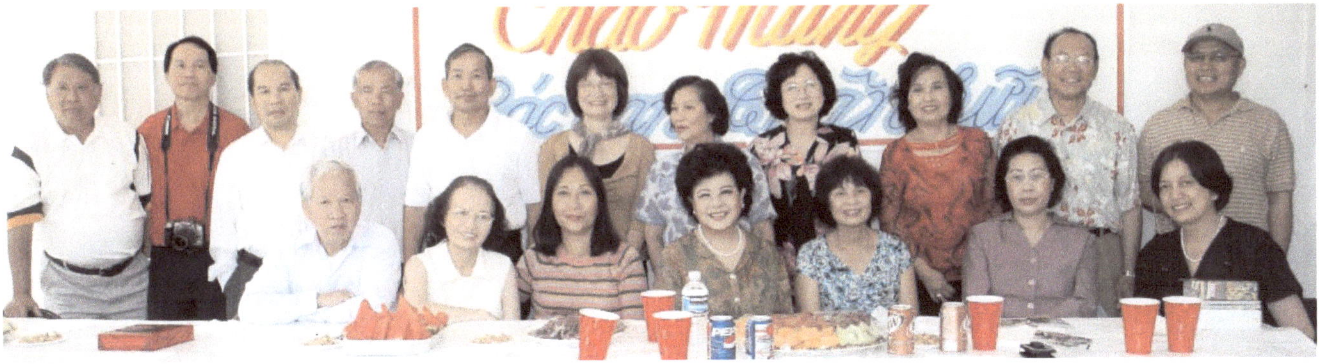

N Đề, L Hân, LH Liêm, TT Hựu, NH Để, LTK Trinh, TT Diệp, PTQ Chi, N Điềm và phu nhân, LT Chẩn, V Thiệu, LX Phong, PT An, Cô Kim Thành, PT Thu, PT Yên, HT Trúc.

06.2008 Trần Việt Hùng in San Jose

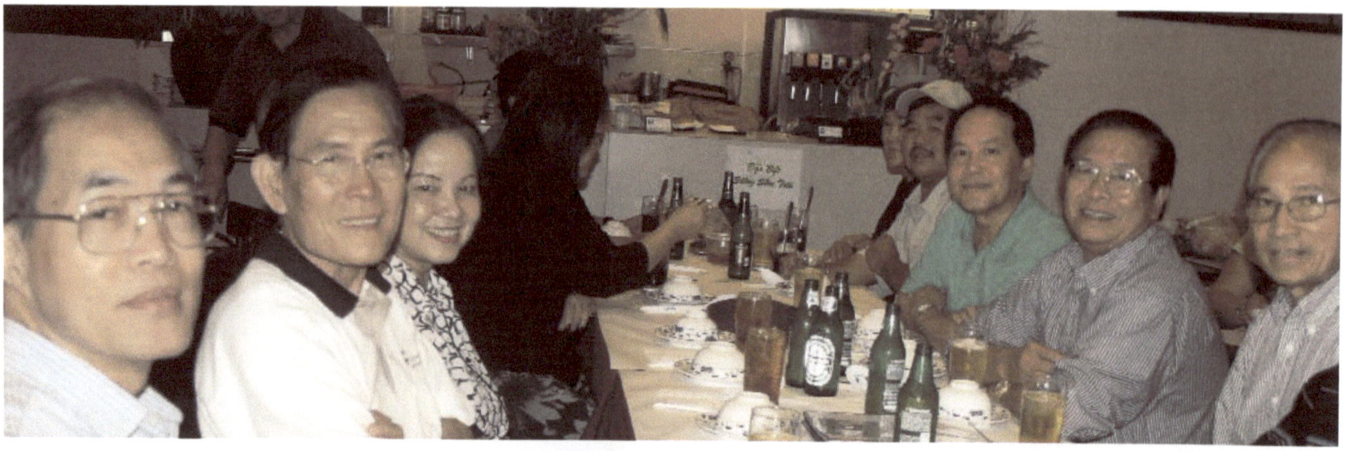

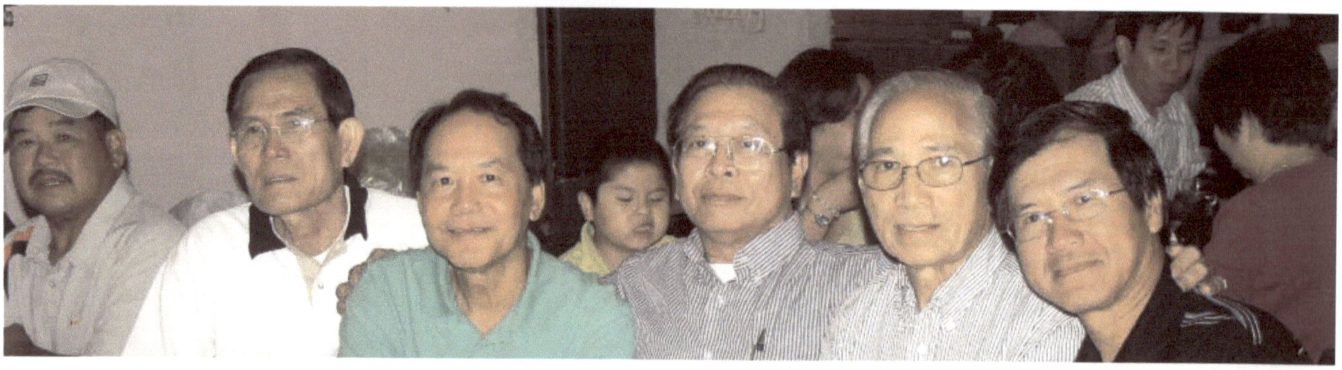

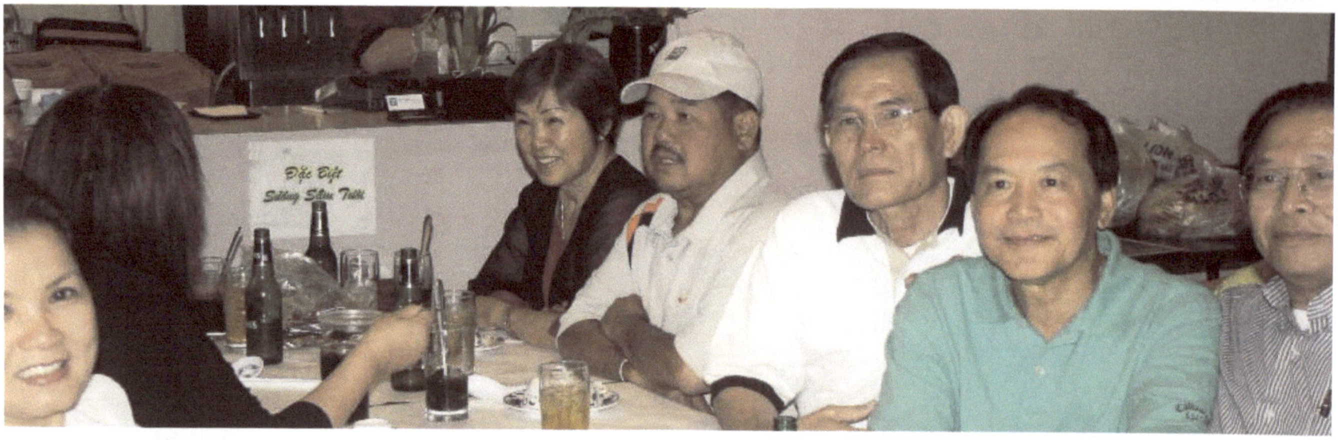

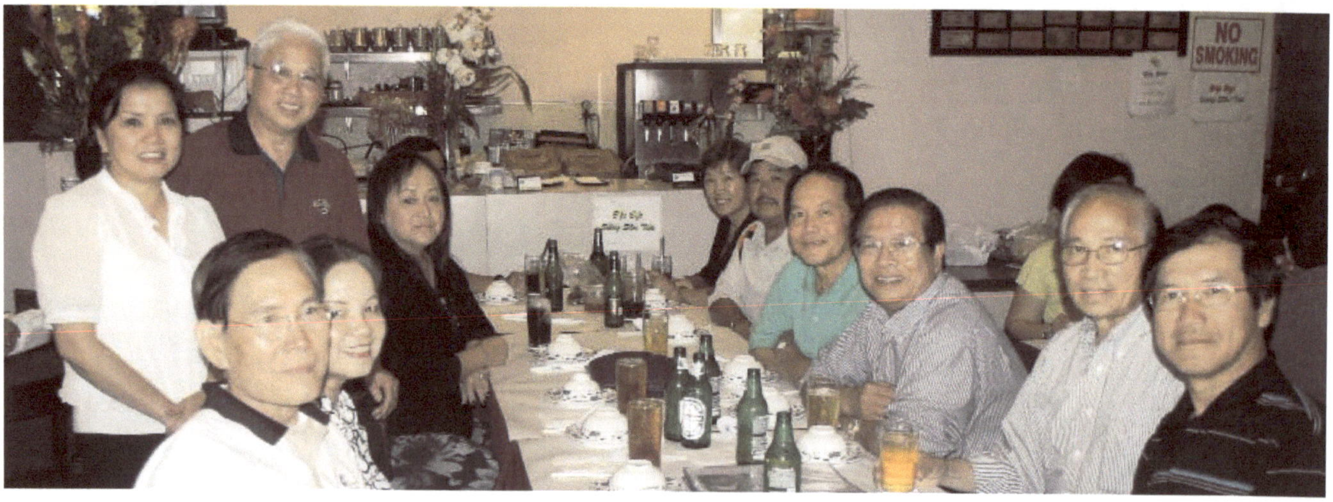

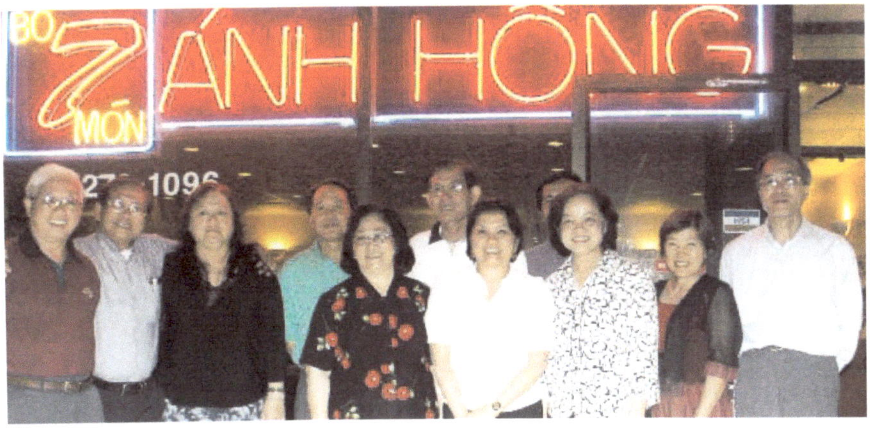
BÒ 7 MÓN
ÁNH HỒNG

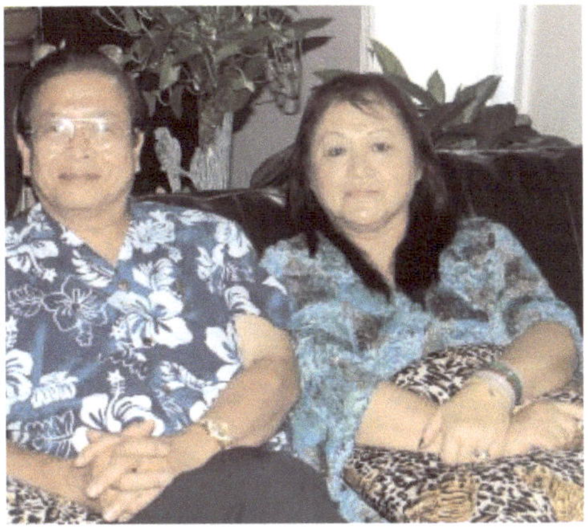

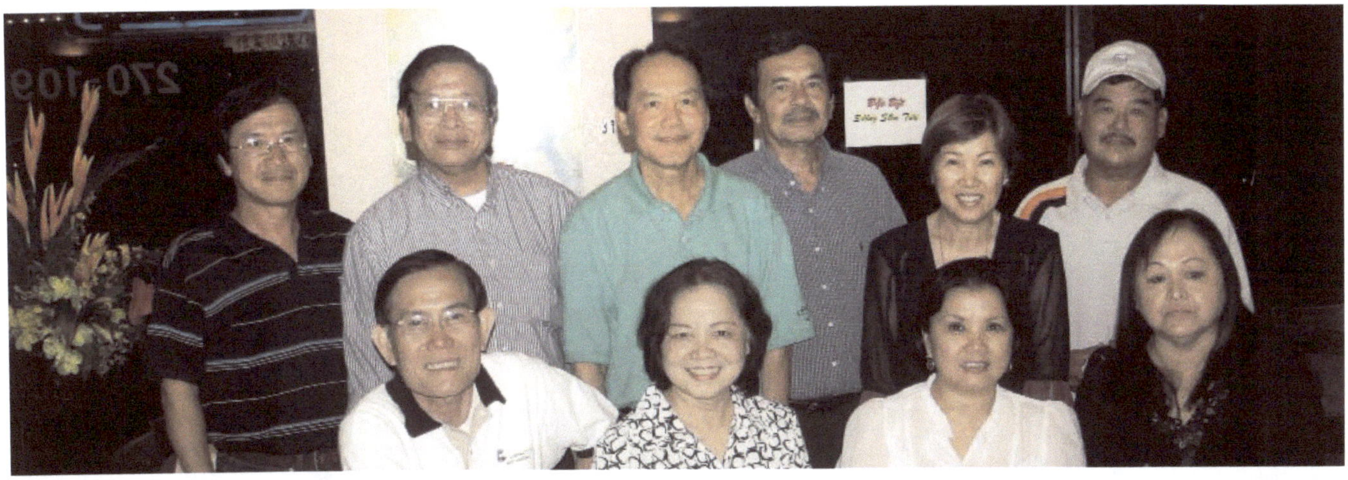

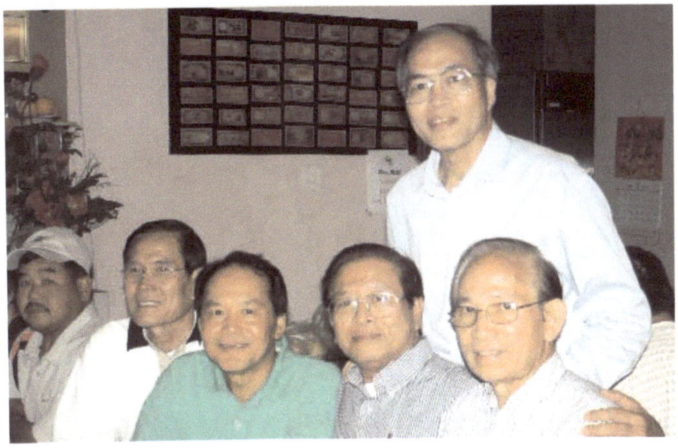

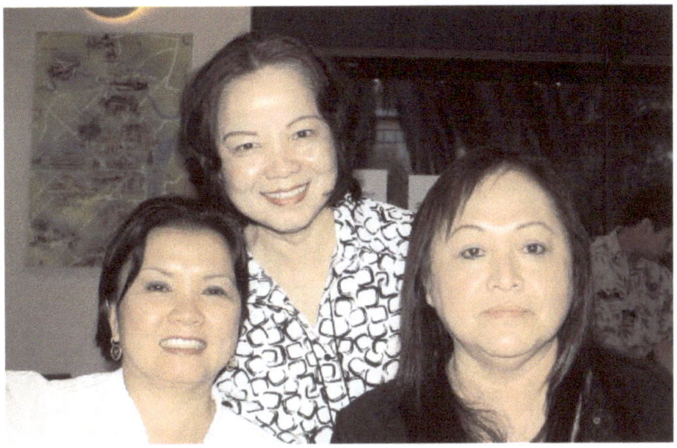

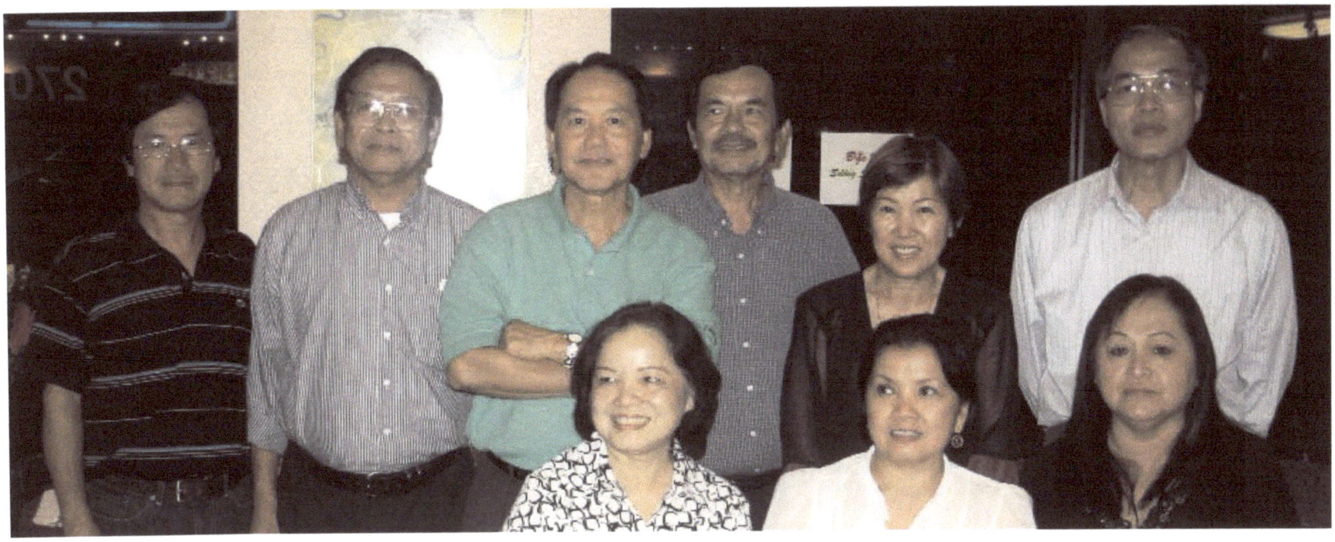

04.2008
Khiêm Trinh họp bạn tại Sài Gòn

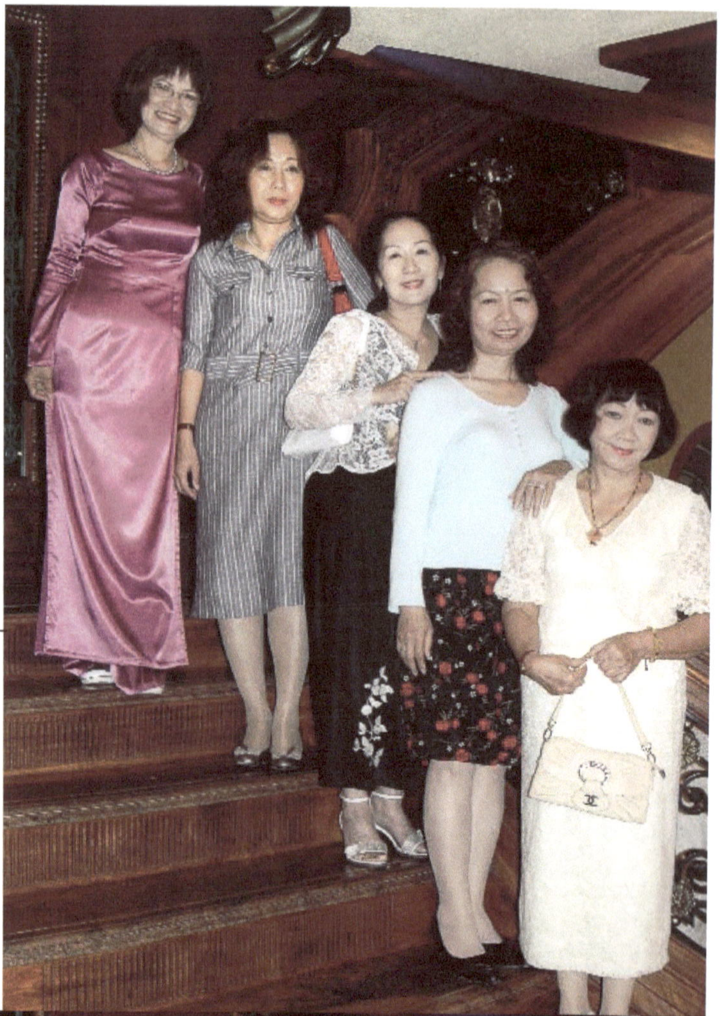

LTK Trinh, P T An, PTQ Cư, Xuân Lộc, Tố Nga.

PT An, T Nga, X Lộc, LTK Cần, M Mận, PTQ Cư, LTK Trinh, Phu nhân NĐ Thống, LV Kim, NN Hồi, N Trận và phu nhân, ĐC Bằng, PV Cơ, NĐ Thống, TV Đào, H Ngộ.

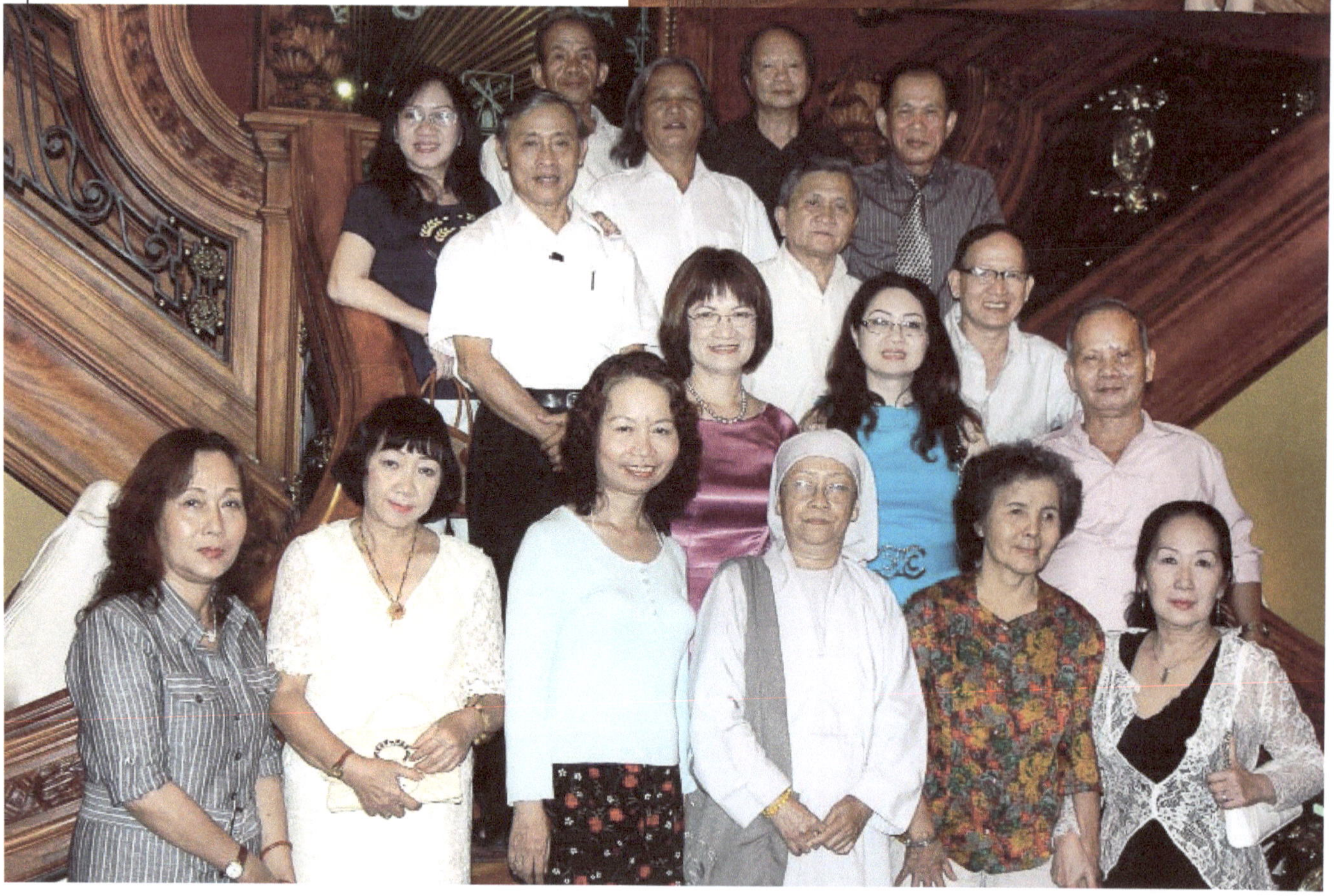

Hoàng Ngộ, Nguyễn Đức Thống thăm California.

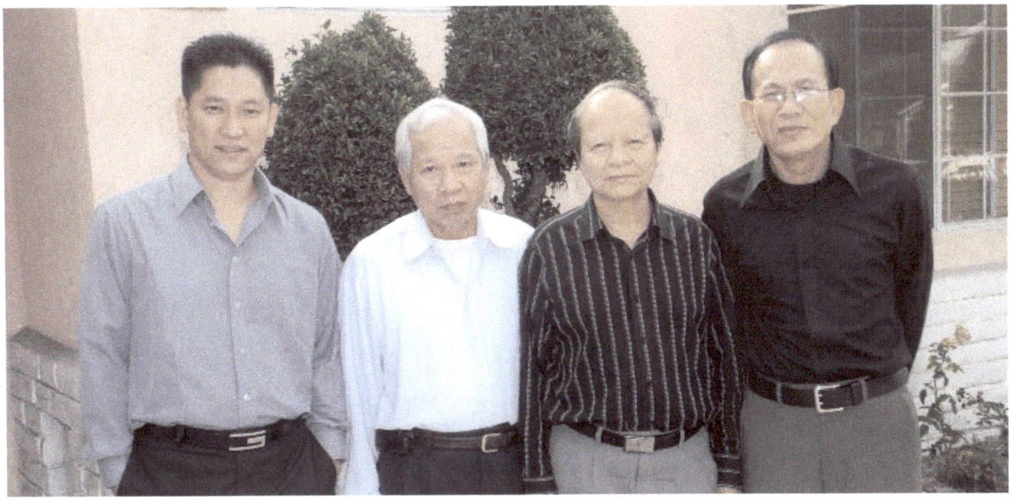

Con H Ngộ, V Thiệu, NĐ Thống, H Ngộ. Tại tư gia V Thiệu.

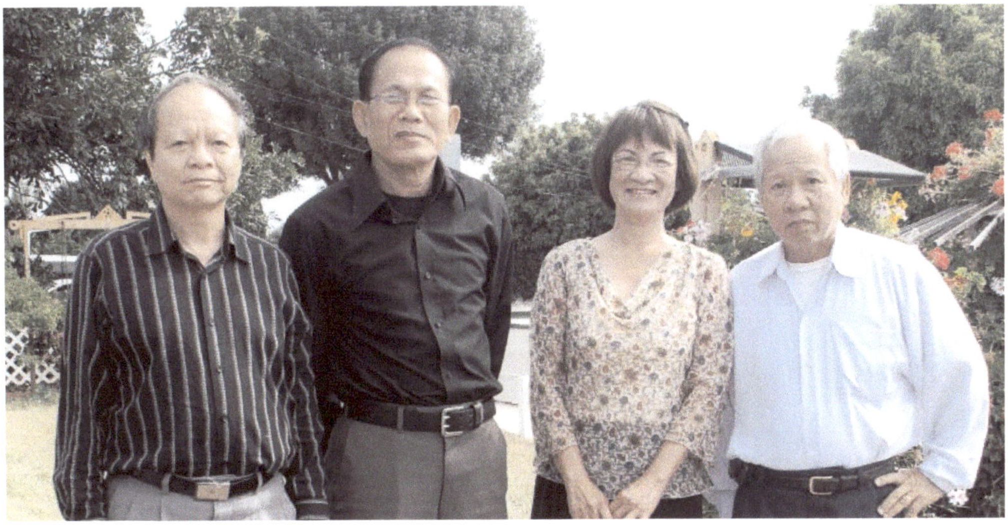

NĐ Thống, H Ngộ, LTK Trinh, V Thiệu. Tại tư gia LTK Trinh.

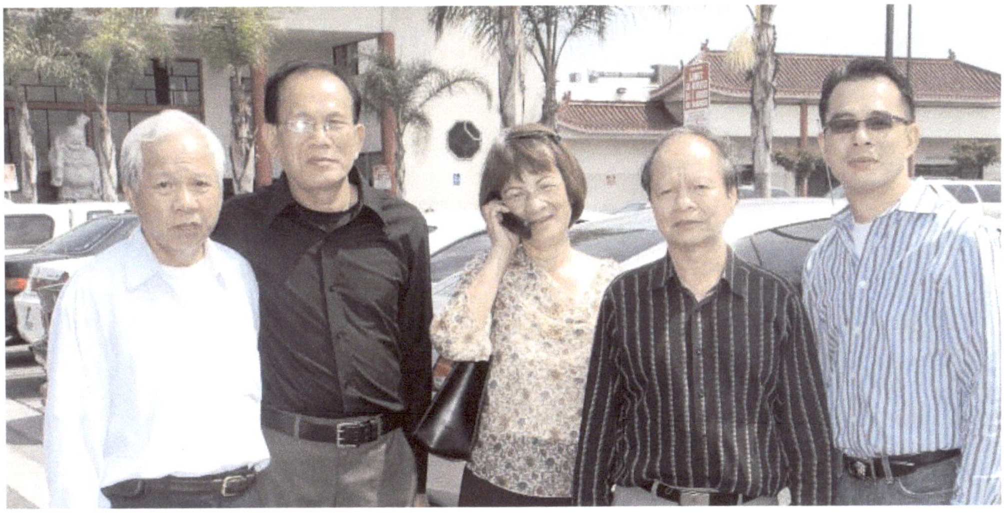

V Thiệu, H Ngộ, LTK Trinh, NĐ Thống, con H Ngộ. Tại một khu phố trên đường Bolsa, California.

Kim - Đề - Thiệu tại San Jose

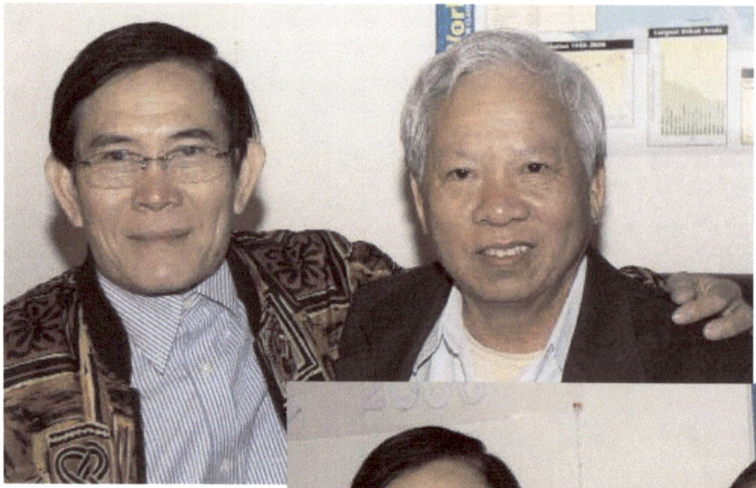

ND Kim, V Thiệu.

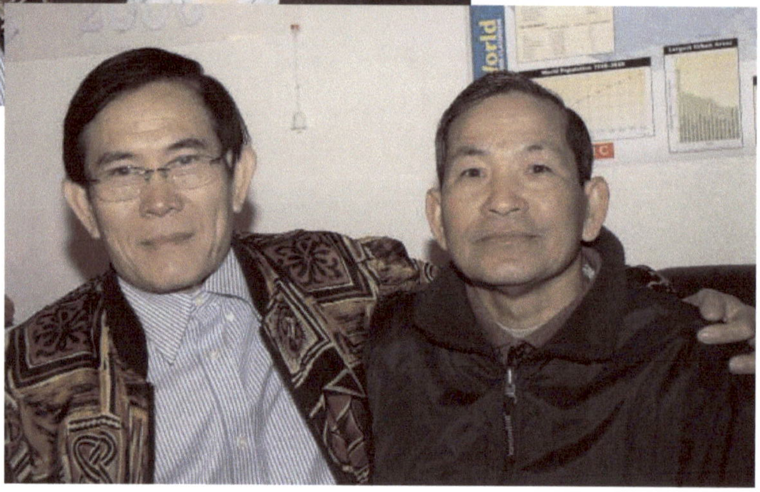

ND Kim, NH Để.

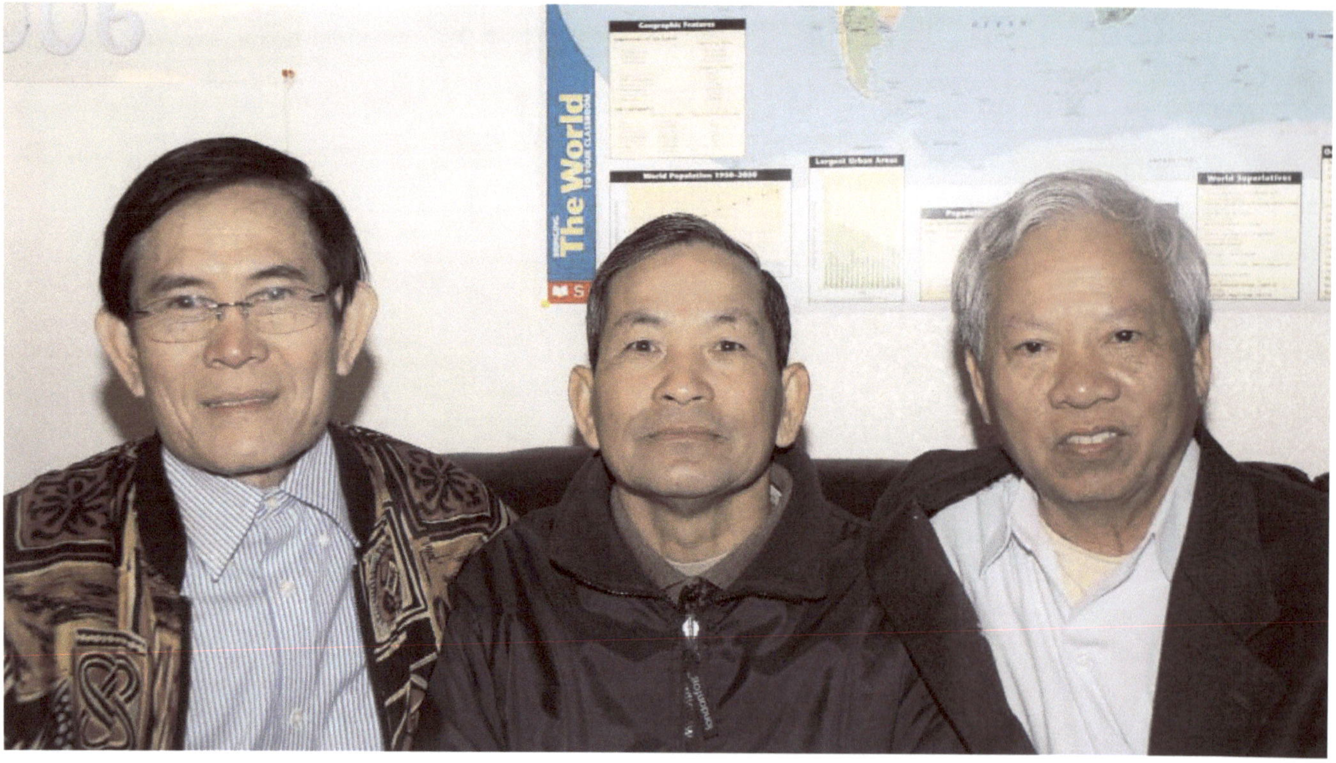

ND Kim, NH Để, V Thiệu.

Họp mặt tại Đà Nẵng

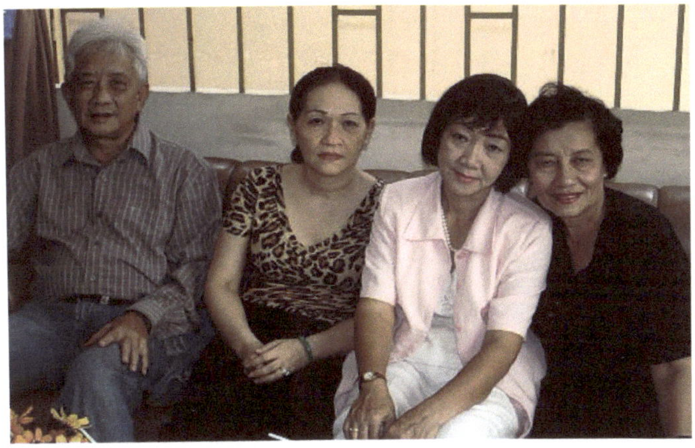
Tại nhà Diêu Đức Châu.

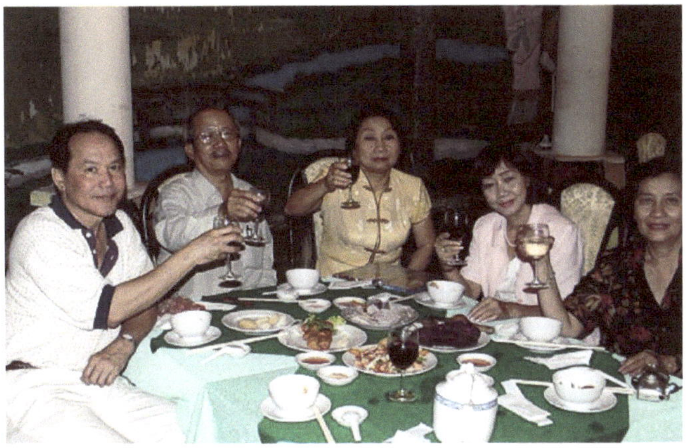
Tại nhà Nguyễn Nam Cương.

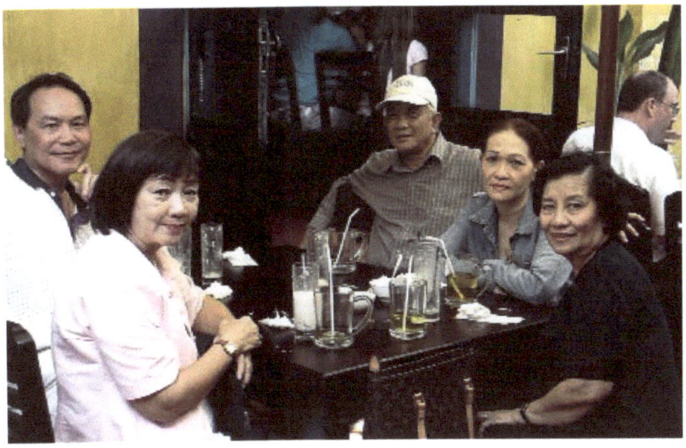
Tại nhà hàng Quán Ngon.

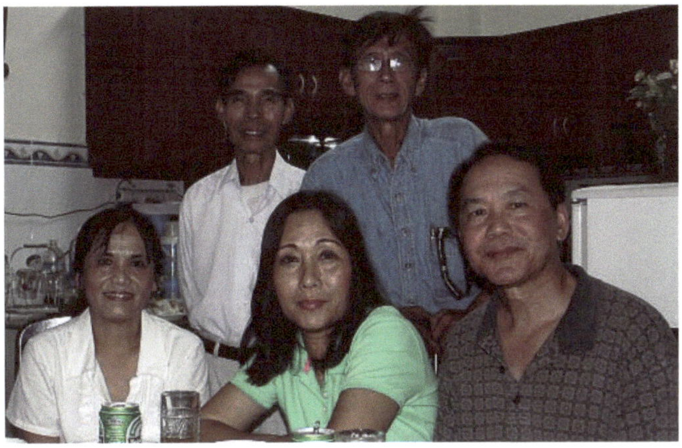
Tại nhà Sồ Hạnh.

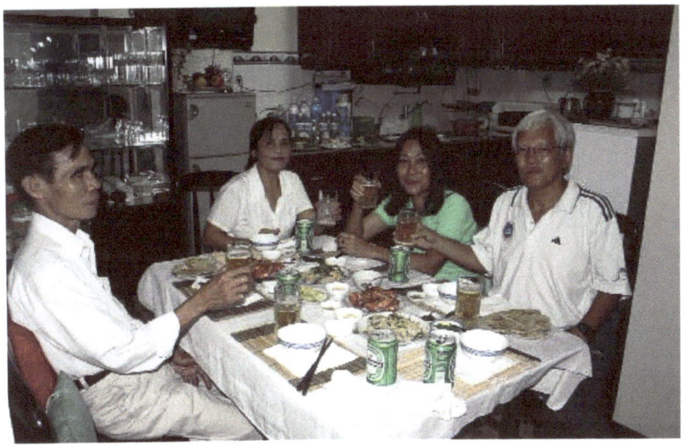
Tại nhà So Hanh.

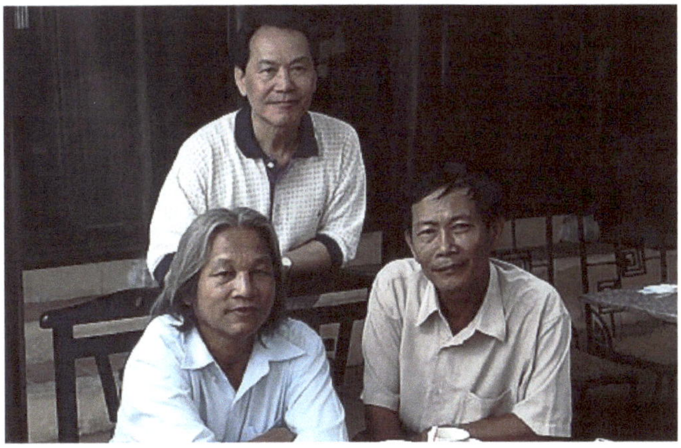
Với Cơ và Hưng.

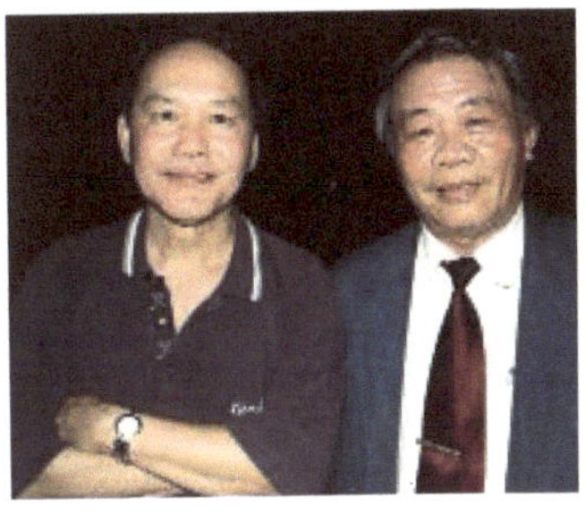

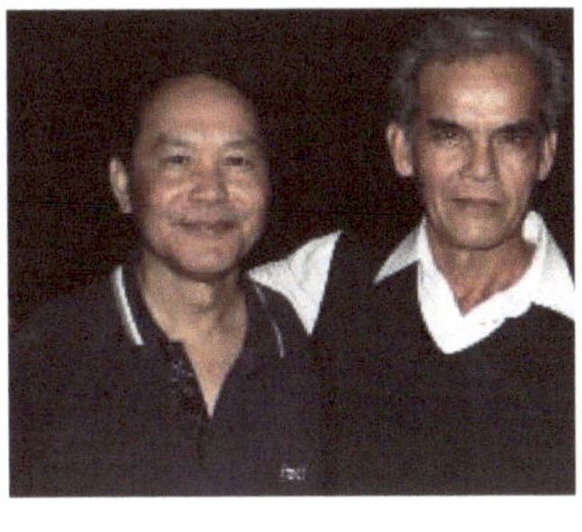

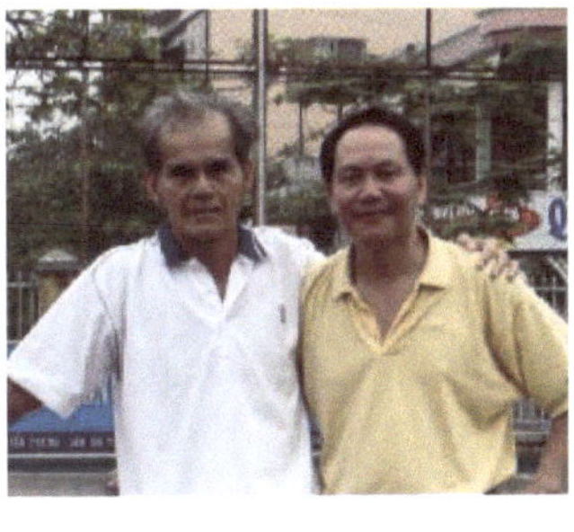

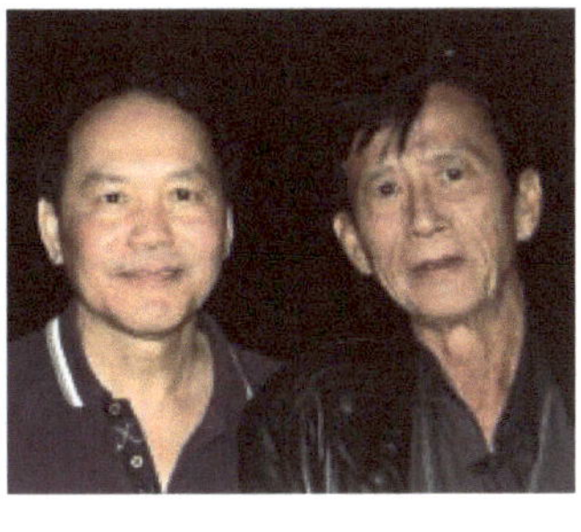

Lê Tự Chẩn họp mặt tại Đà Nẵng và Sài Gòn

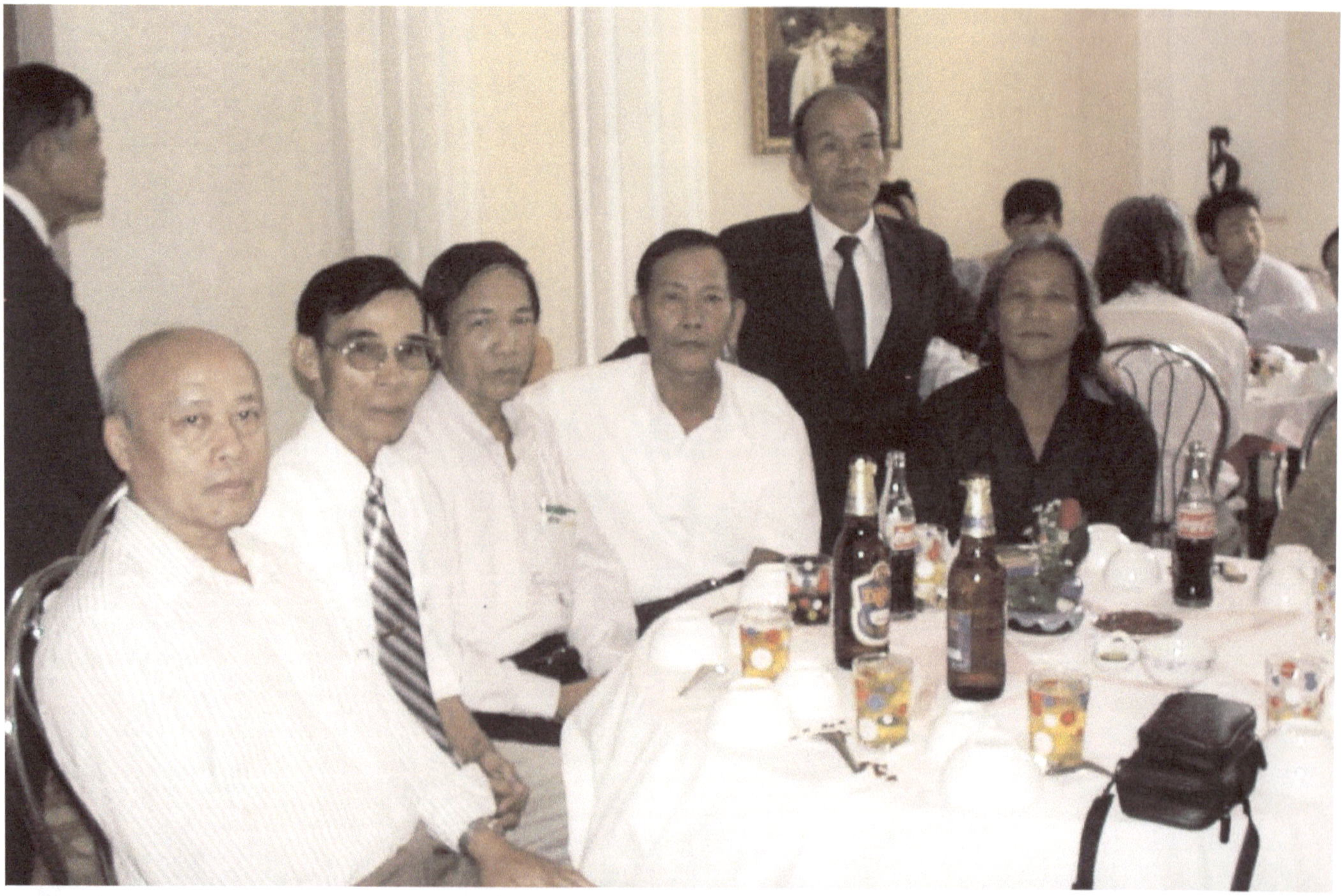

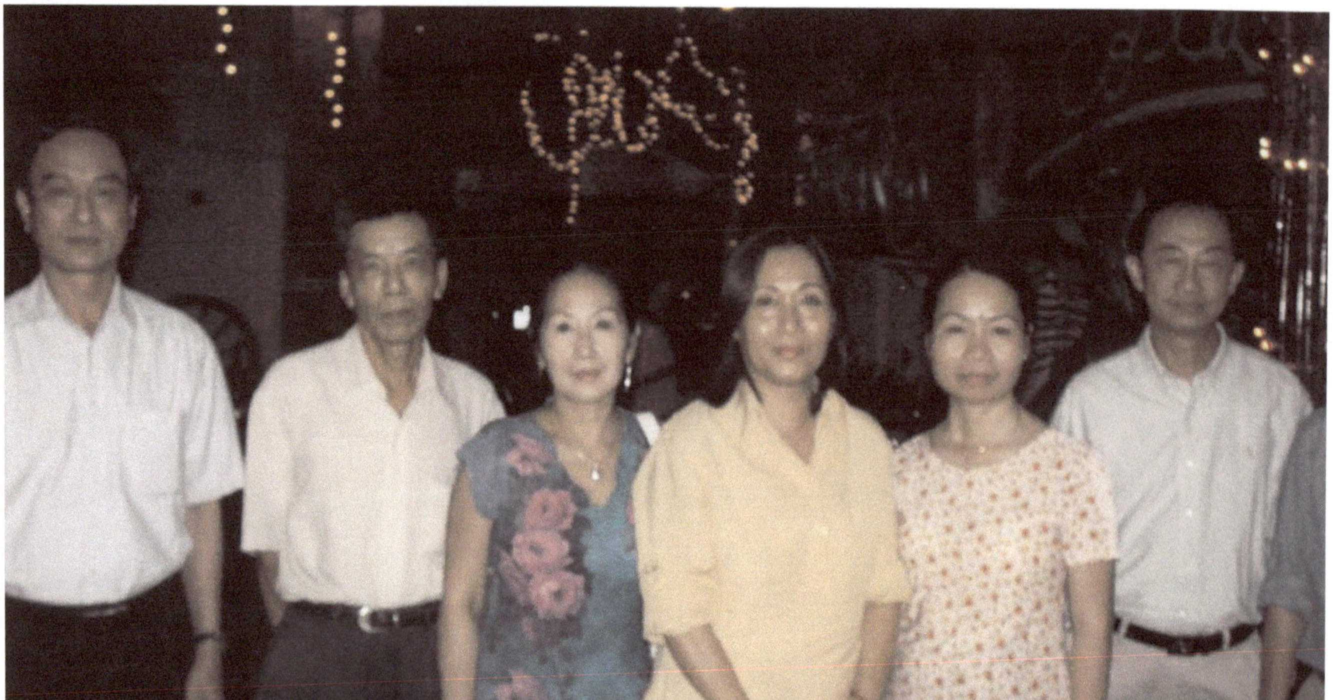

NQ Tư, BV Đào, PTQ Cư, PT An, X Lộc, NK Cang.

Từ Văn Xin về Việt Nam

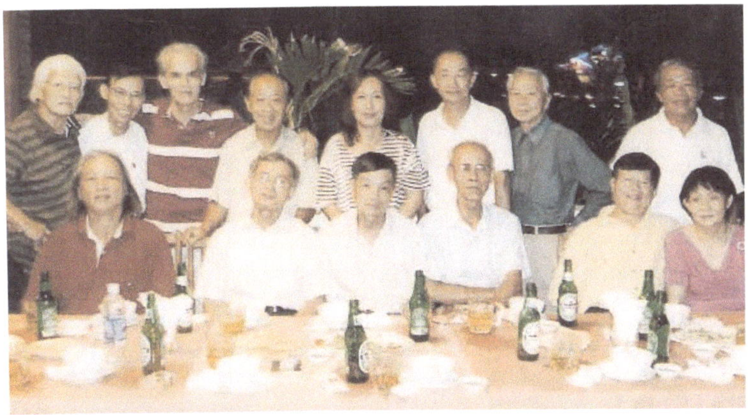

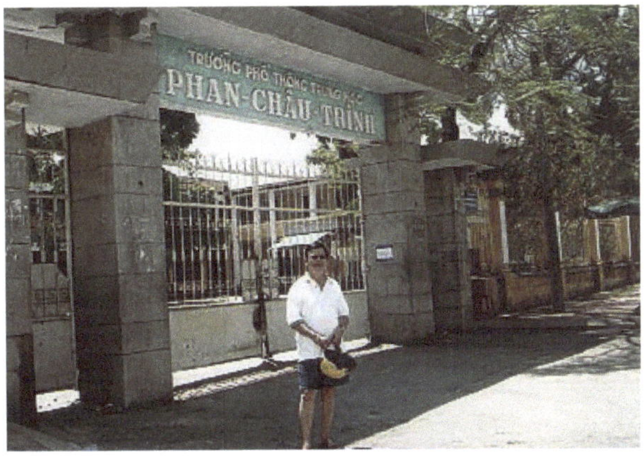

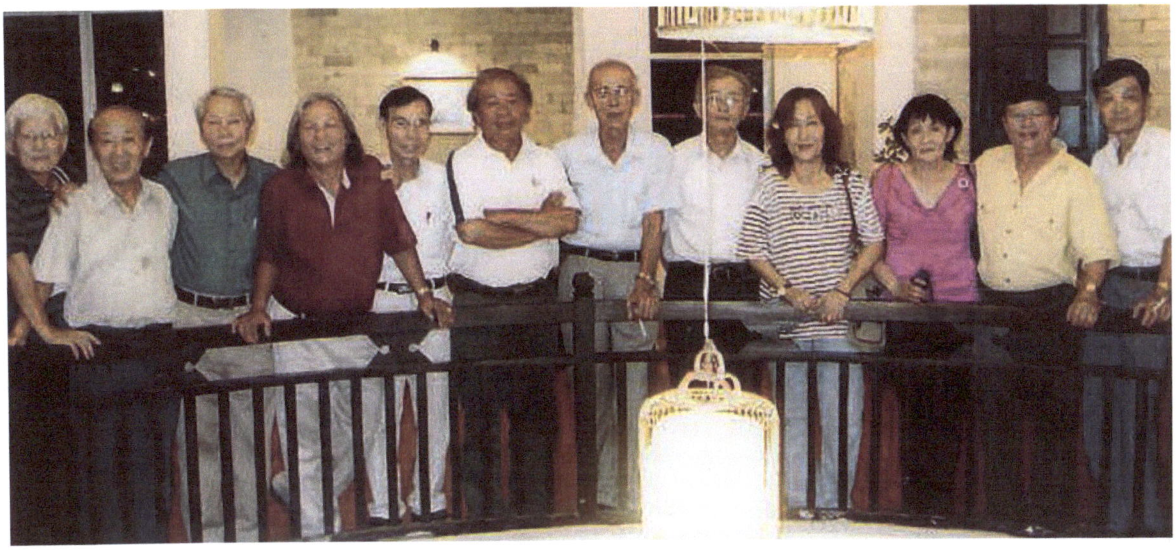

Họp mặt tại Mississauga, Canada

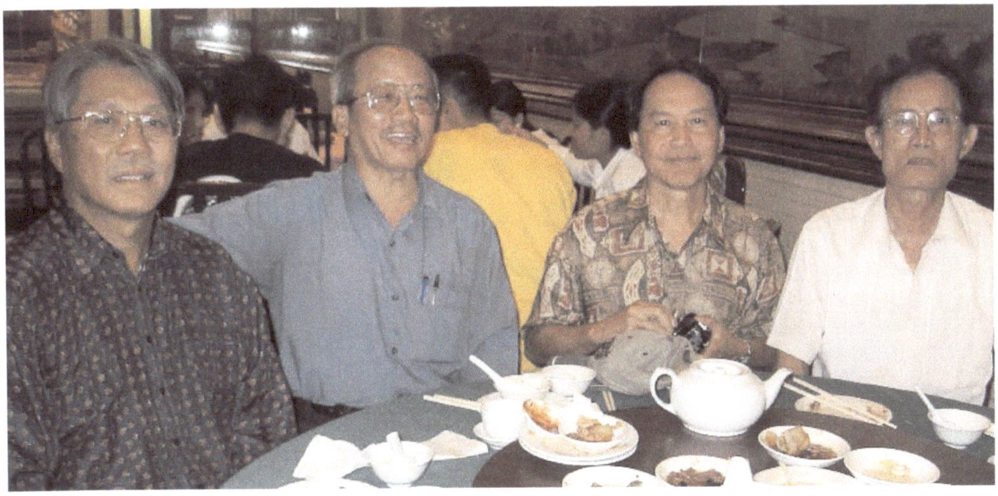

TN Toàn, NN Cường, L Hân, LK An.

Lê Mạnh Trùy thăm California

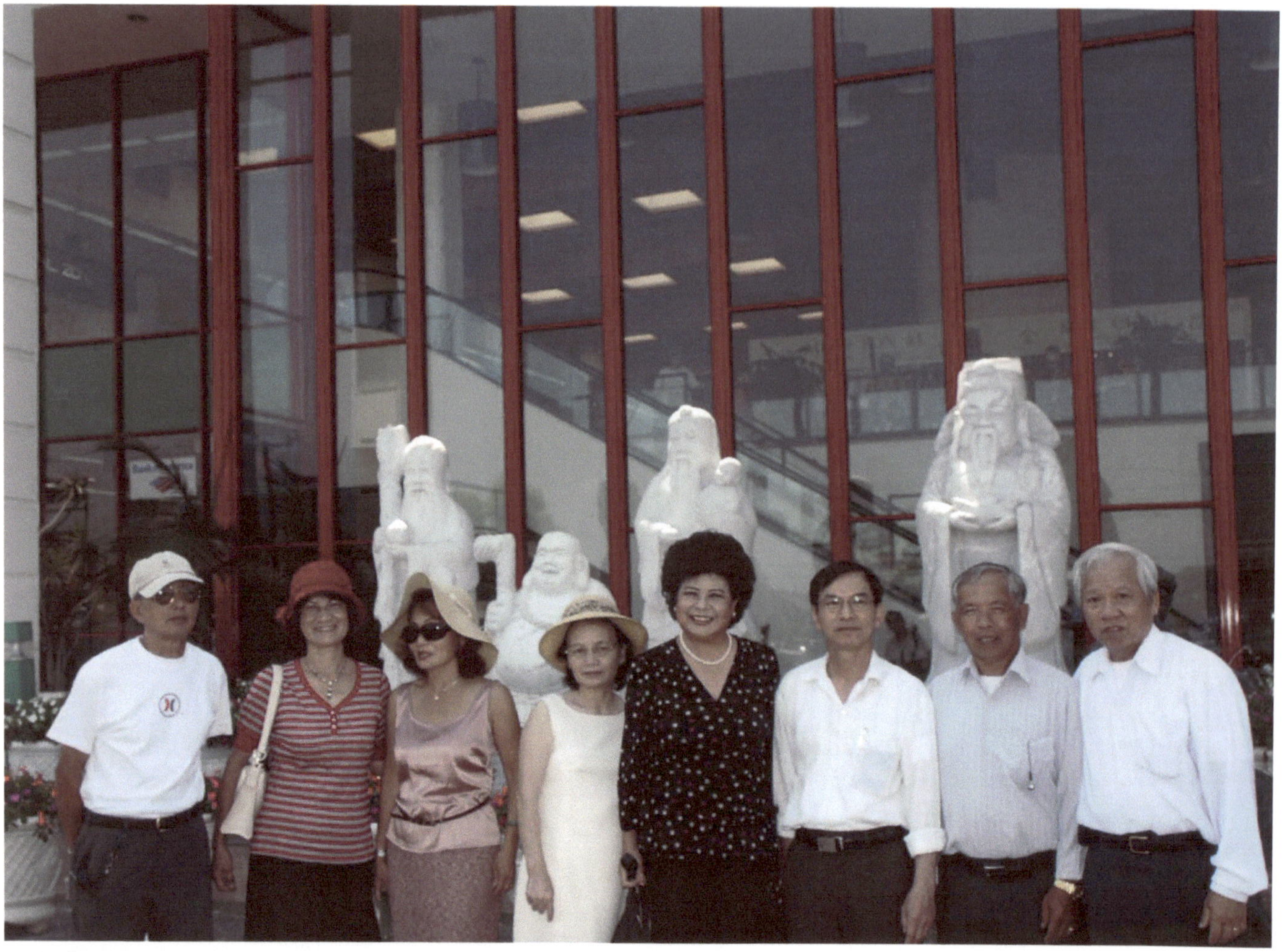

HN Phố, LTK Trinh, TNC Lan, LX Phong, Cô Kim Thành, LM Trùy, TH Hựu, V Thiệu.

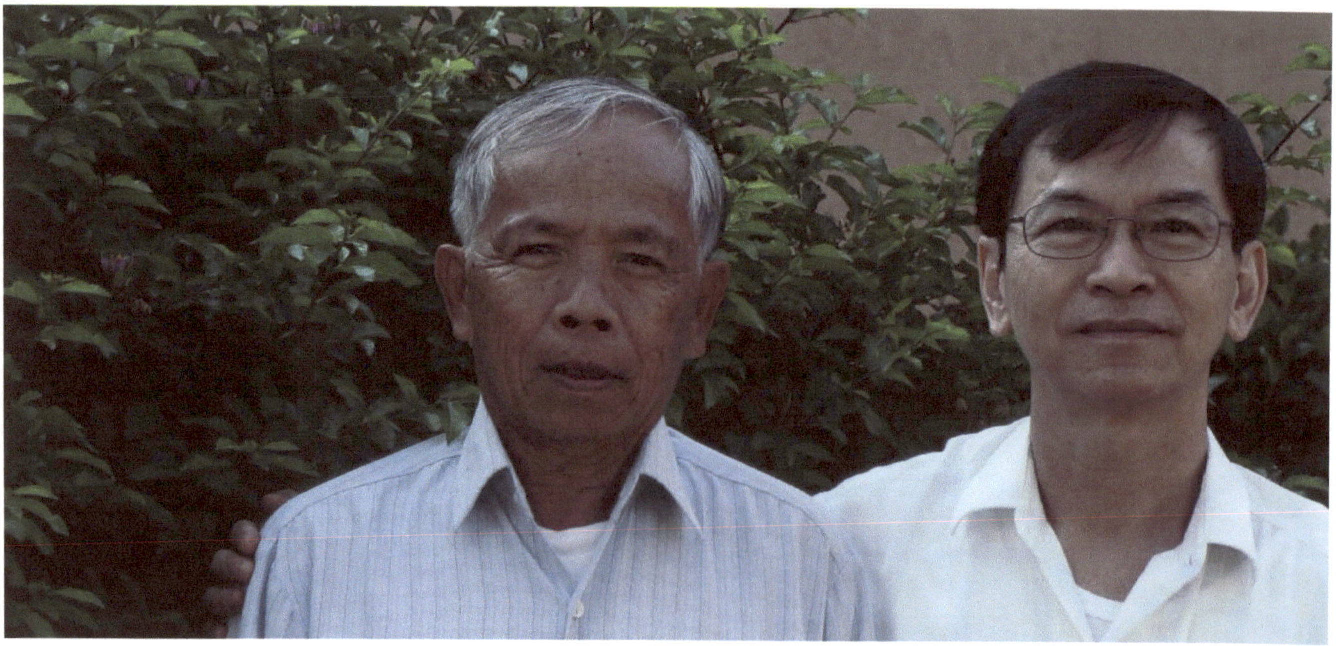

TT Hựu và LM Trùy.

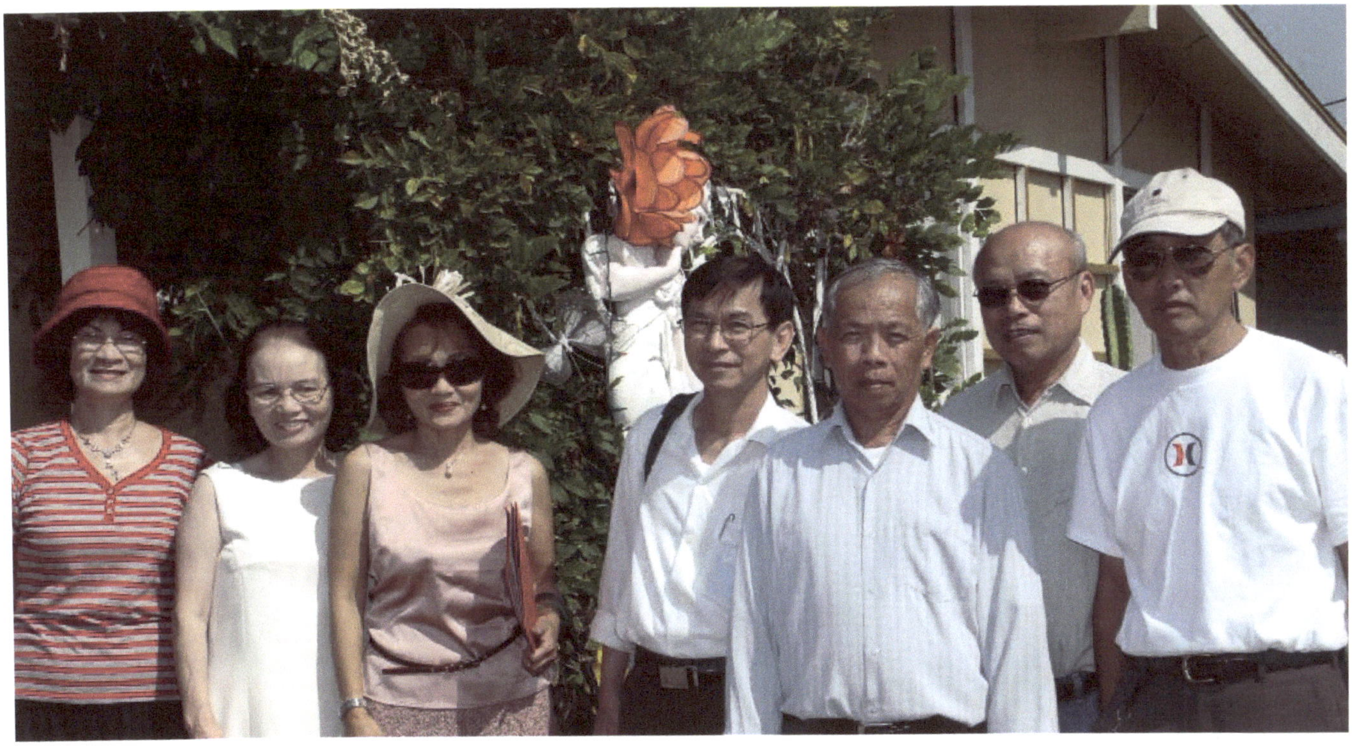

LTK Trinh, LX Phong, TNC Lan, LM Trùy, TT Hựu, LT Chẩn, HN Phố.

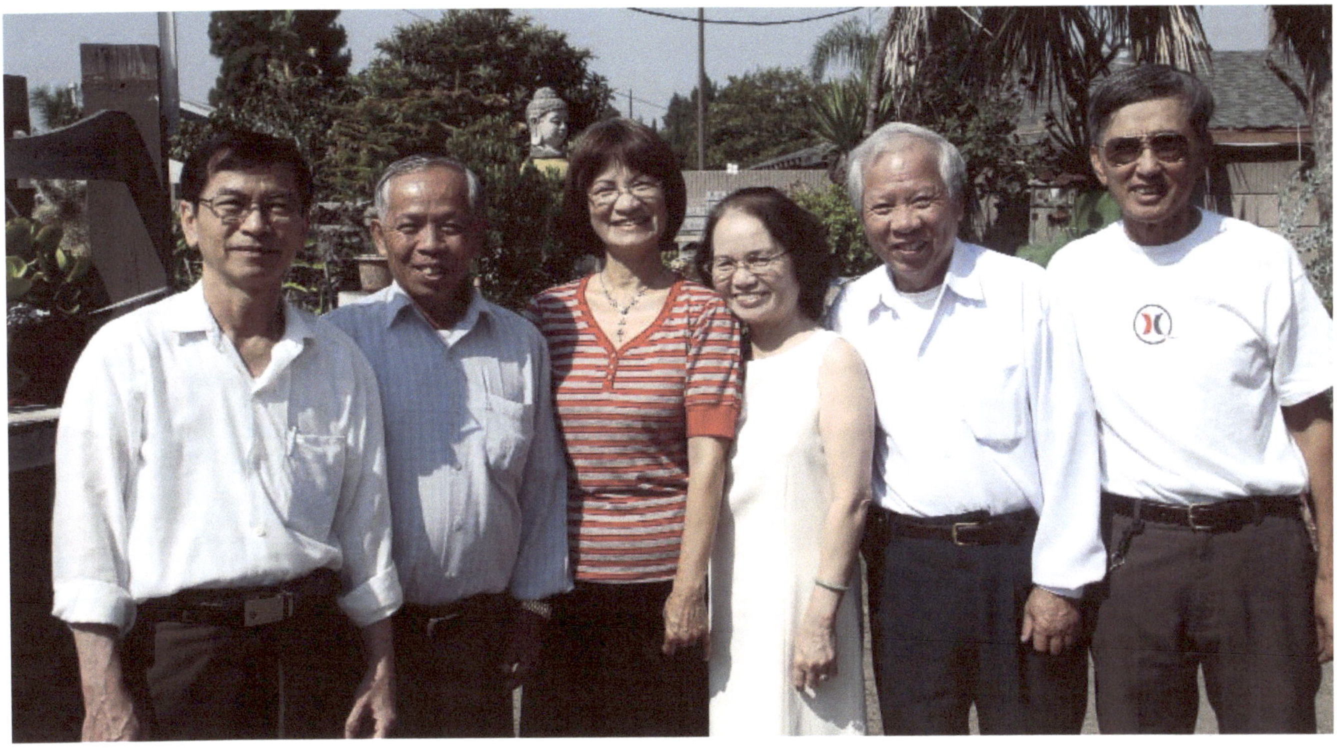

LM Trùy, TH Hựu, LTK Trinh, LX Phong, V Thiệu, HN Phố.

Lê Tự Sồ, Hạnh, Phương Kỳ thăm California

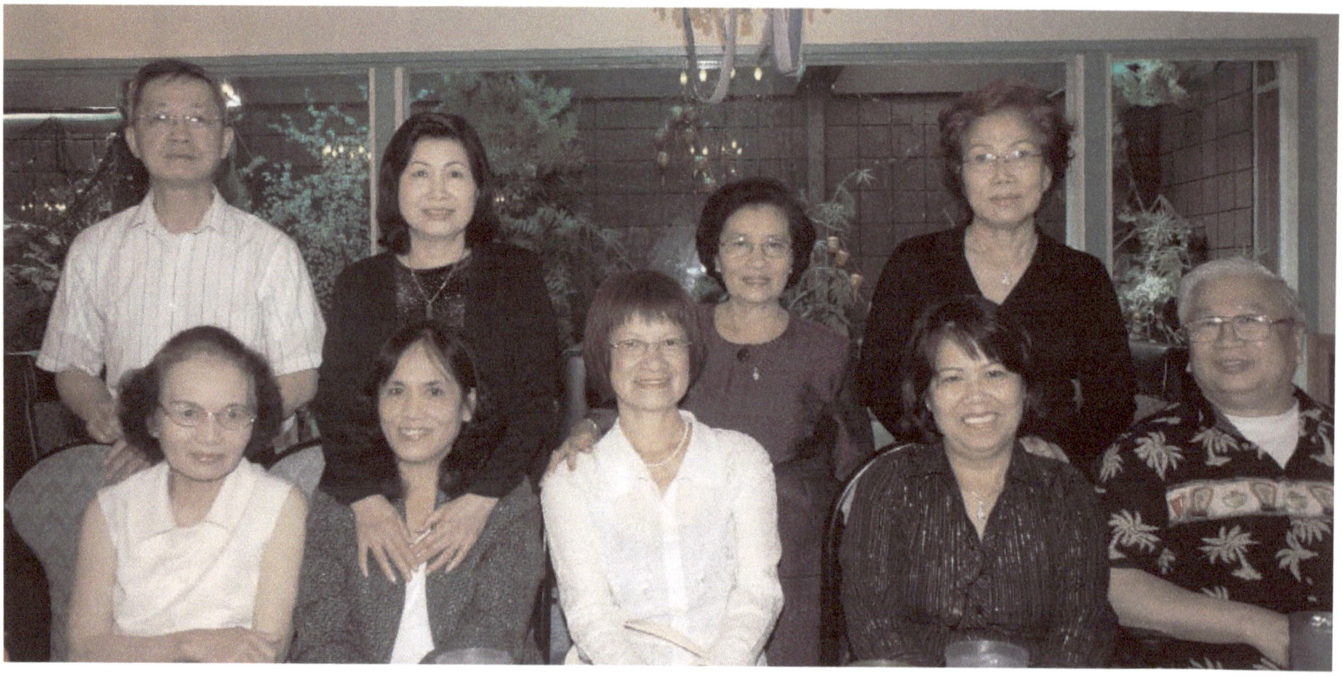

Hàng đứng: BT Thức, LT Phương Kỳ, TT Diệp, phu nhân LT Chẩn.
Hàng ngồi: LX Phong, MT Hạnh, LTK Trinh, Lê Lạc và phu nhân.

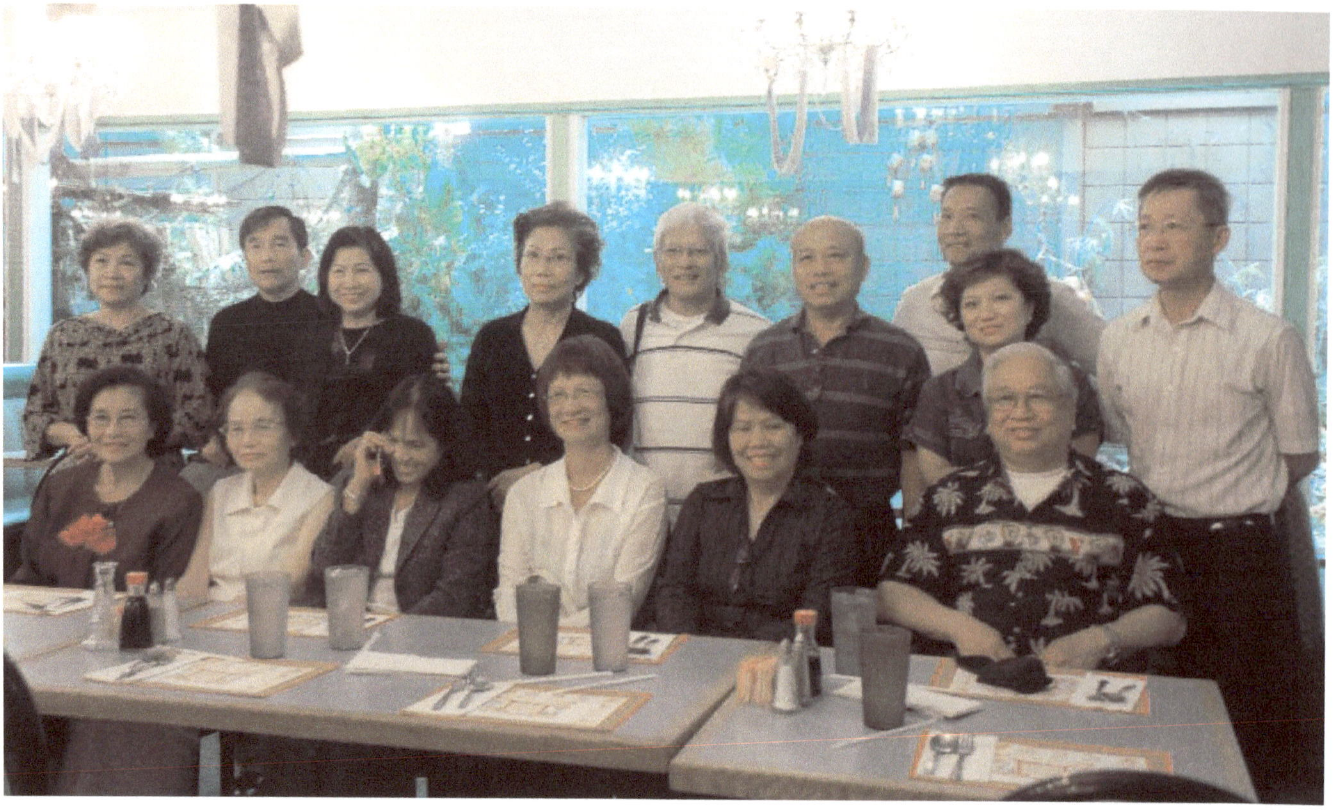

Hàng đứng: Thân hữu, LT Phương Kỳ và phu quân, LT Chẩn và phu nhân, LT Sồ, LT Chẩn, LV Chiêu, BT Thức và phu nhân.
Hàng ngồi: TT Diệp, LX Phong, MT Hạnh, LTK Trinh, L Lạc và phu nhân.

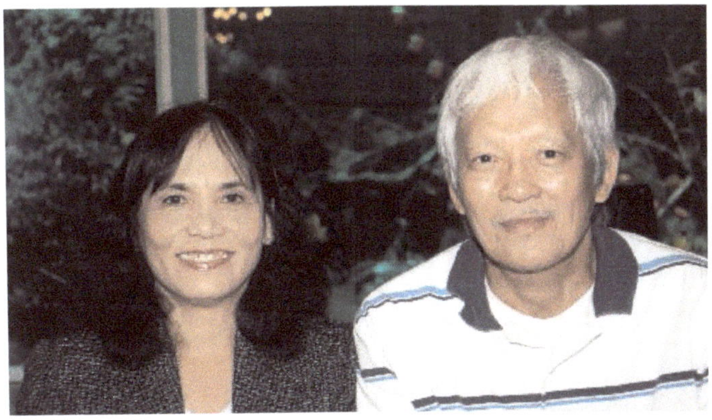

MT Hạnh và LT Sồ

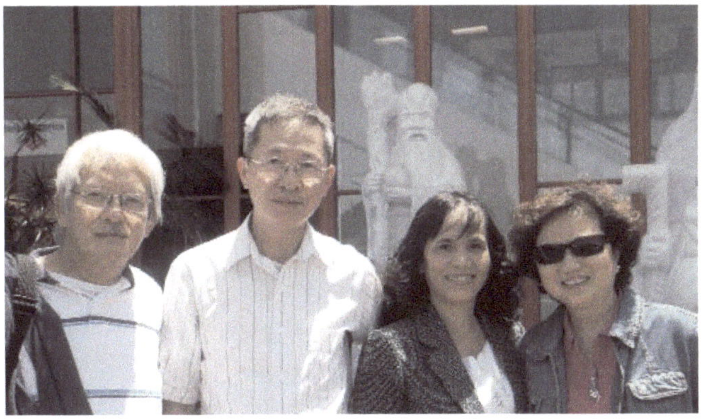

LT Sồ, BT Thức, Hạnh, phu nhân BT Thức

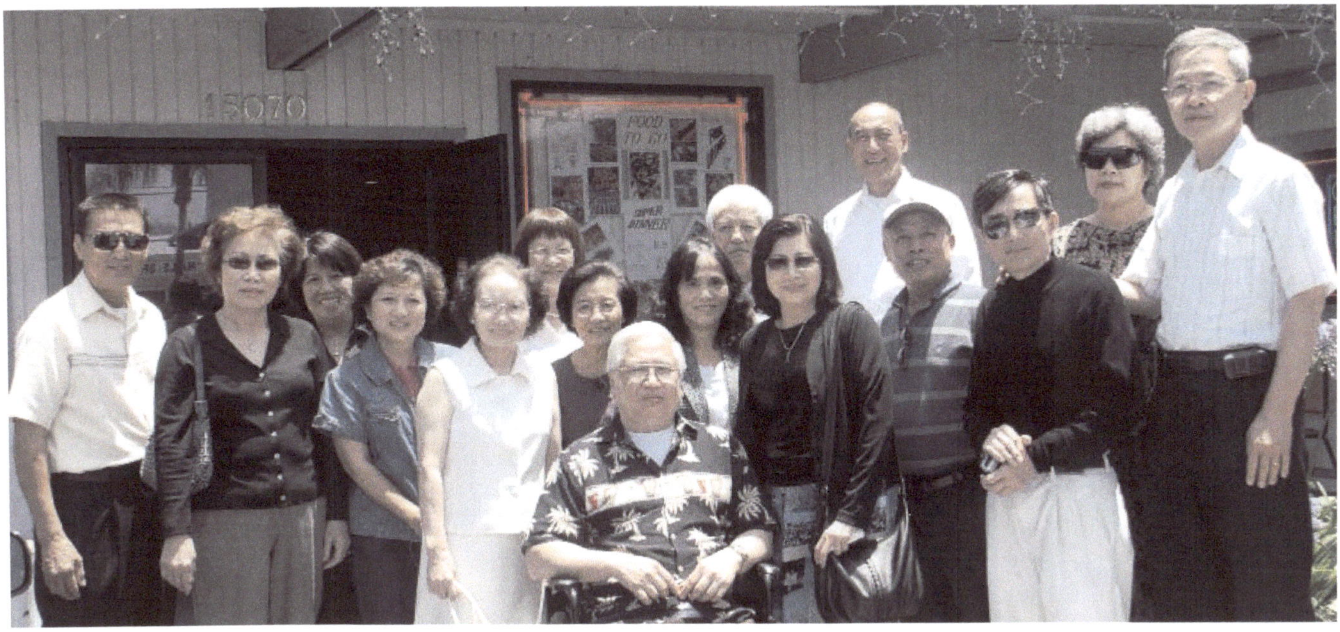

LN Chiêu, phu nhân LT Chẩn, phu nhân L Lạc, phu nhân BT Thức, LX Phong, LTK Trinh, TT Diệp, L Lạc, LT Sồ và phu nhân, LP Kỳ, CT Bửu, LT Chẩn, phu quân PKỳ, thân hữu, BT Thức.

Gia đình thân hữu Nguyễn Thị Ái

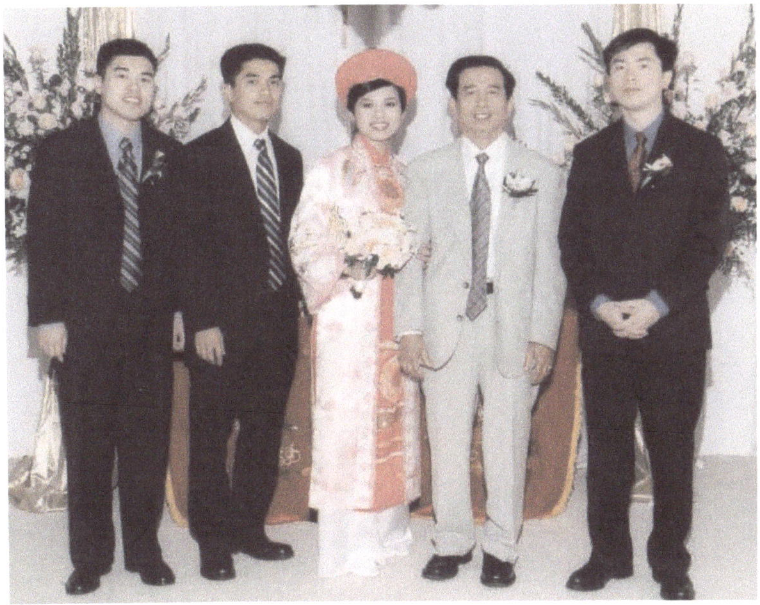

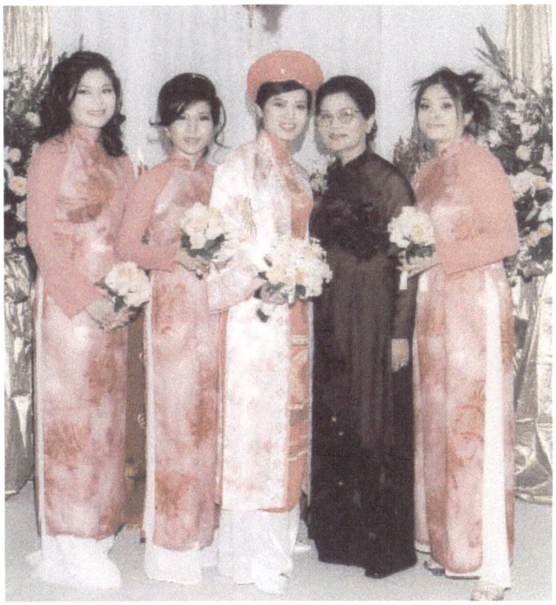

Họp Mặt Tại Saigon

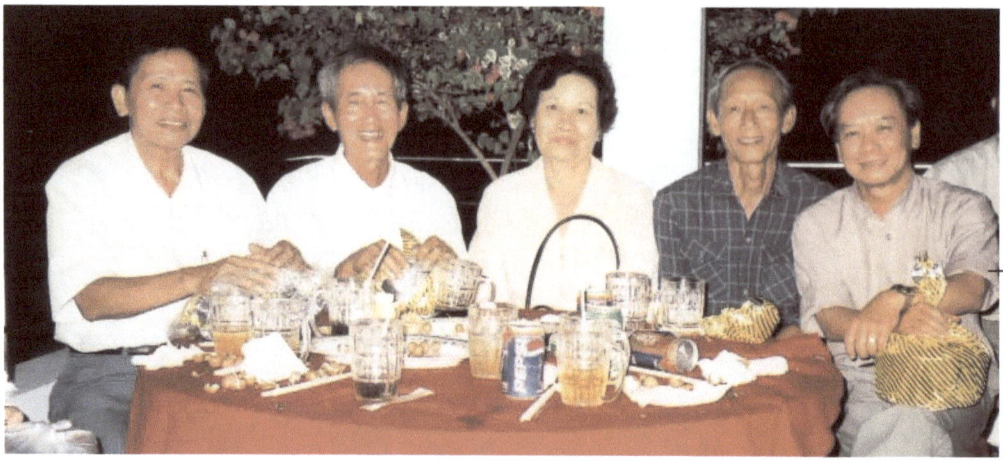

Thầy Việt, Thầy Vinh, Cô Mộng Liên, Thầy Tòng, Thầy Lan.

Hàng ngồi:
Cô HTM Liên, Thầy V Vinh, Thầy NB Việt, Thầy TĐ Tăng, Thầy TT Lan.
Hàng đứng:
Phu nhân N Trận, Hồng Trâm, Tố Nga, PT An, NN Cường, N Trận, LH Đăng, H Ngô, NQ Tư, LV Kim.

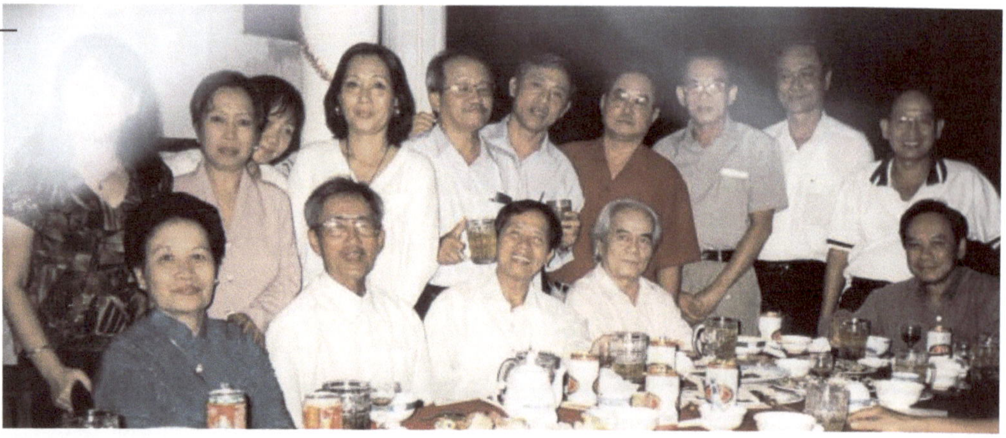

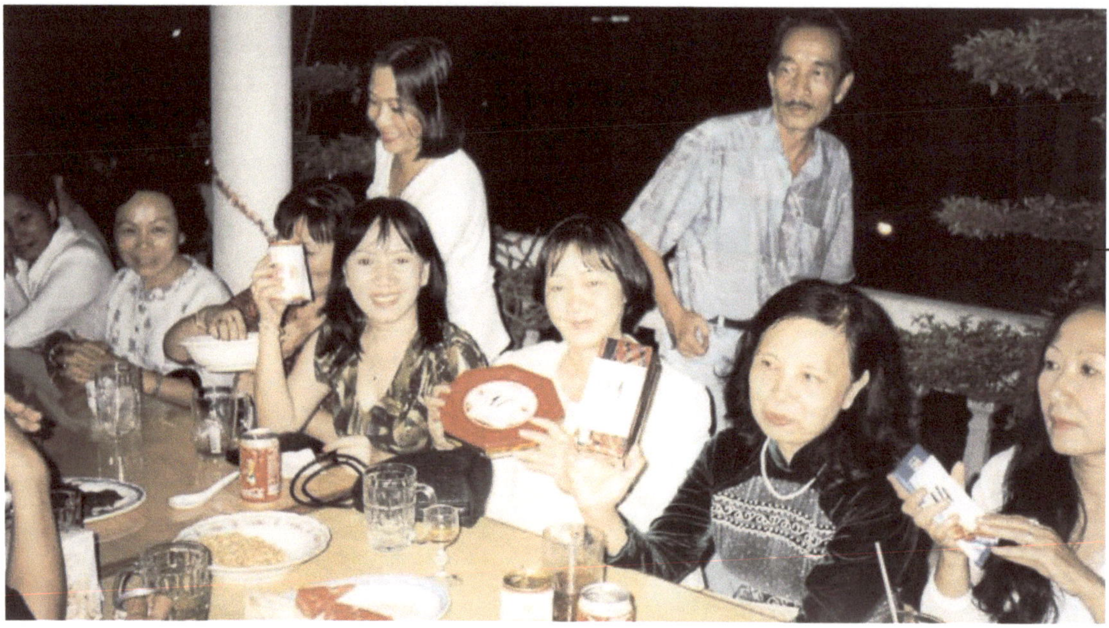

Hàng ngồi: Phu nhân của các anh NN Chấn, HB An, TT Sâm, N Trận, NTT Nga, TT Đương, PTQ Cư.
Hàng đứng: PT An, NV Phước.

Phạm Vũ Thịnh thăm California

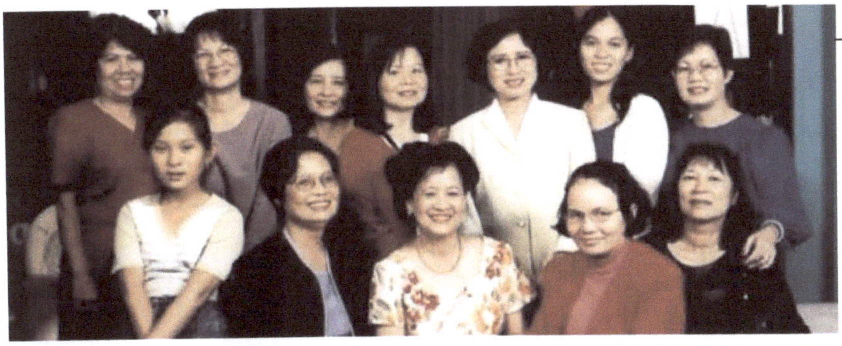

Hàng ngồi từ trái: Cháu LH Liêm, PT Thu, TN Toàn Phu Nhân, LX Phong, PV Thịnh & Phu nhân. Hàng đứng: L Lạc Phu Nhân, LTK Trinh, TT Diệp, LT Mỹ, PTQ Chi, Hạnh (ái nữ chị Thu), LH Liêm Phu Nhân.

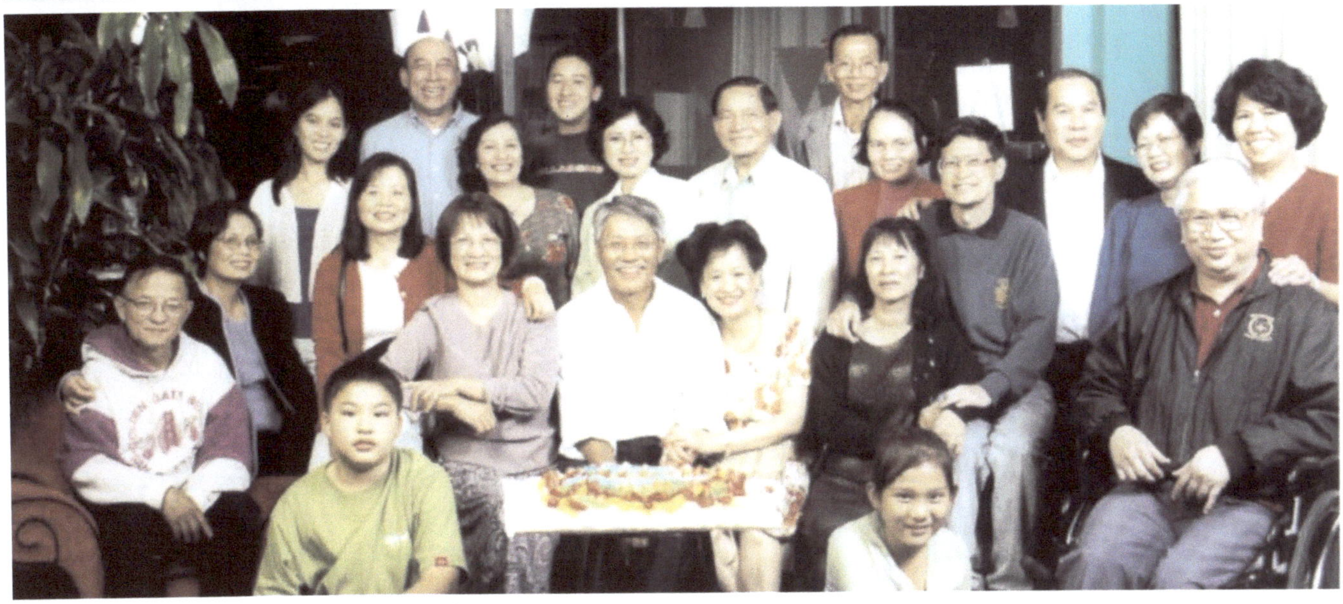

Từ trái: PT Phu & Phu quân & Ái nữ Hạnh, LT Mỹ, LTK Trinh, TT Diệp & Phu quân & Quý nam Peter, PTQ Chi & Phu quân, TN Toàn & Phu nhân, LX Phong & Phu quân, PV Thịnh & Phu nhân, LH Liêm & Phu nhân, L Lạc & Phu nhân. Hai cháu nhỏ là cháu của LH Liêm.

Nguyễn Hữu Để thăm Nam California

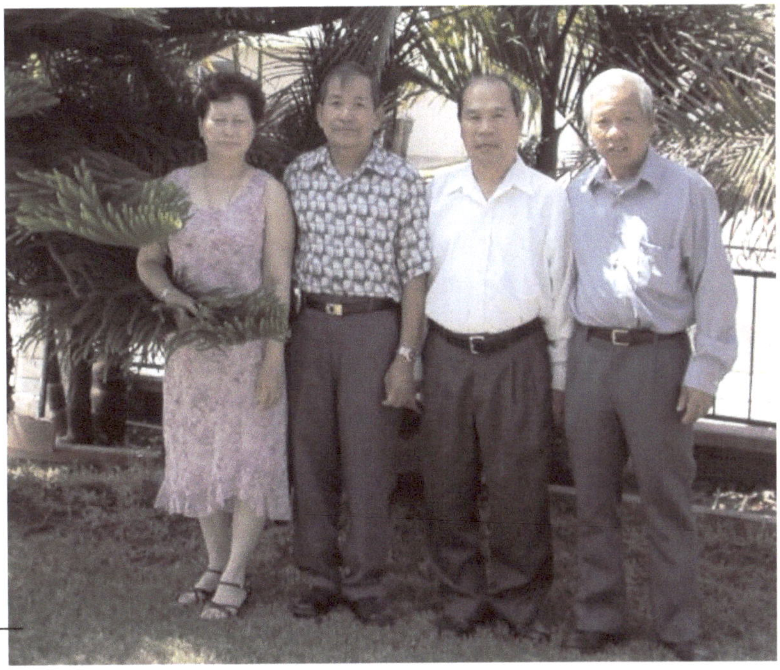

Phu nhân NH Để, NH Để, LH Liêm, V Thiệu.

Lê Hân và các bạn PCT 65

tại Đà Nẵng, Sài Gòn và Nam Bắc California

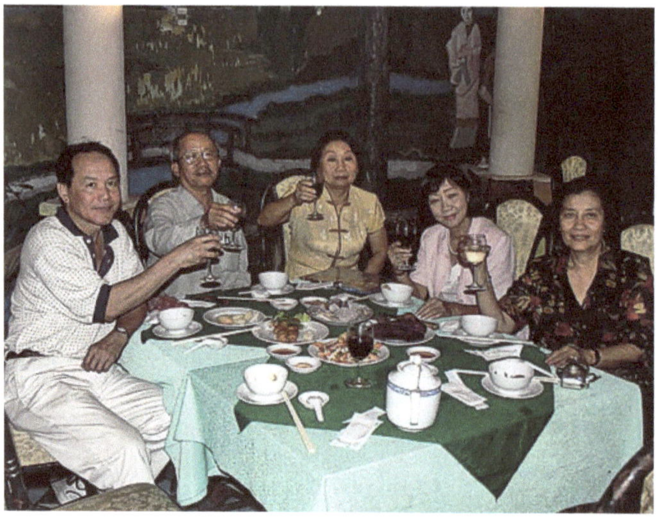

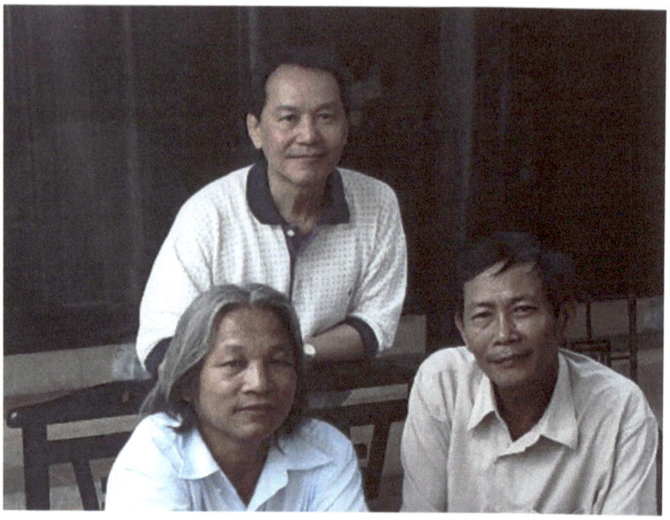

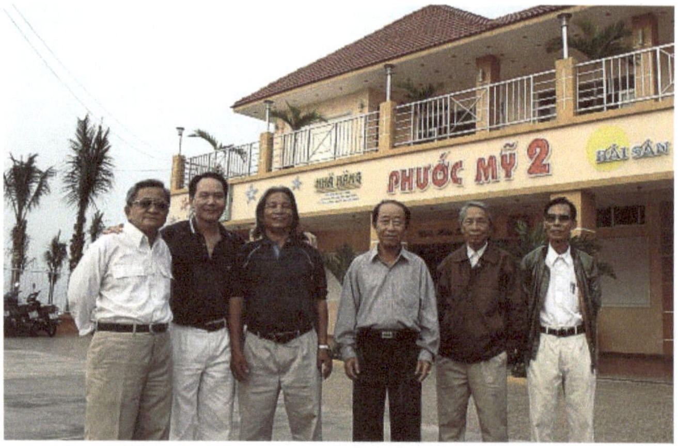

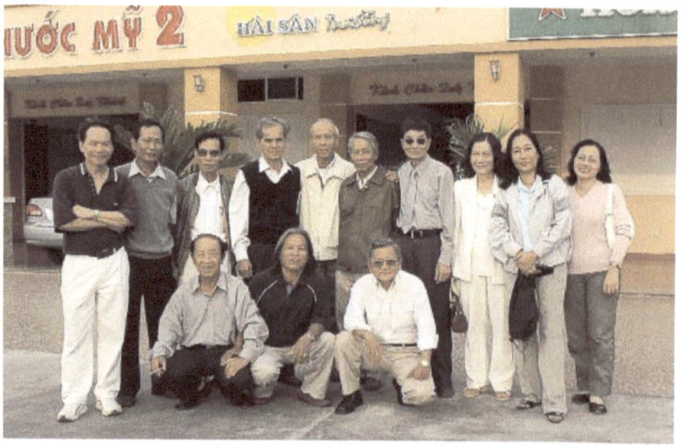

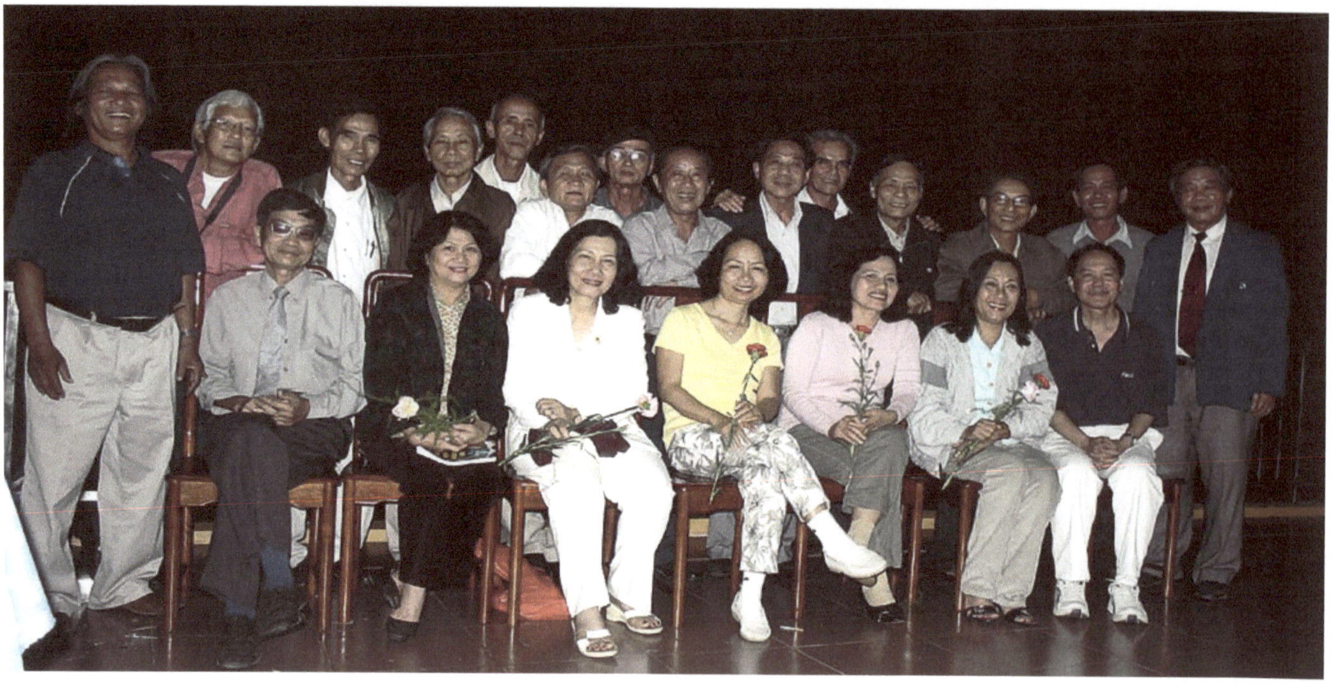

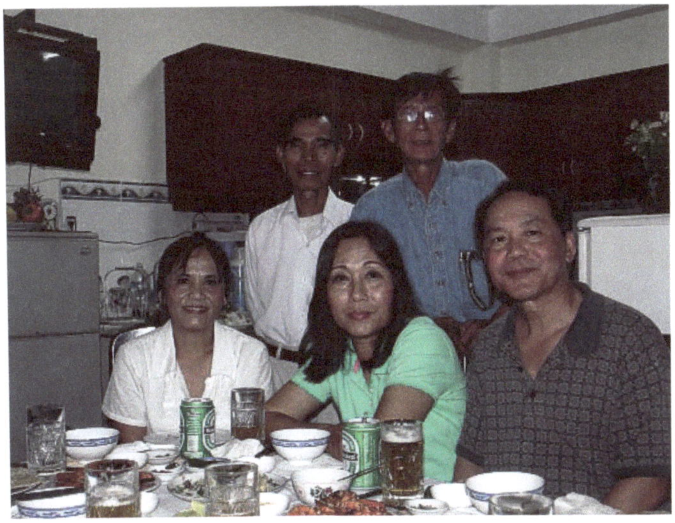

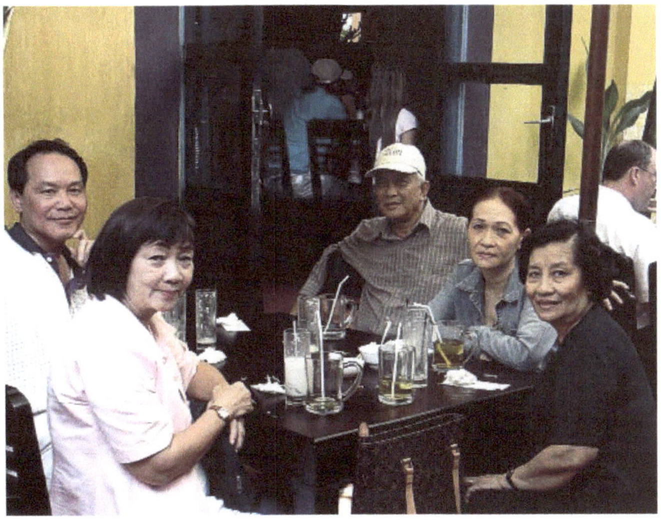

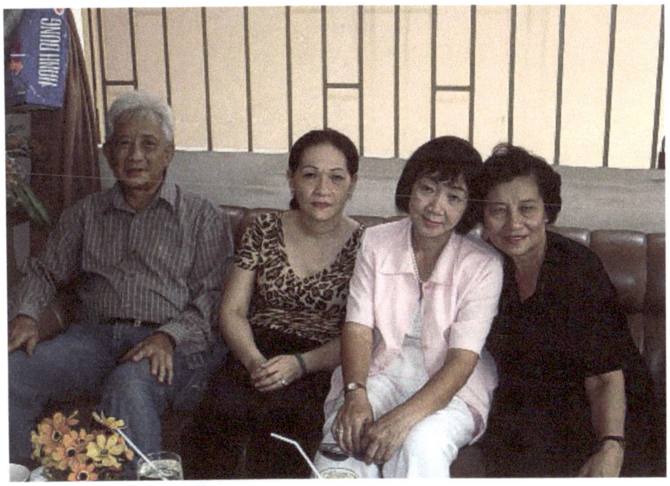

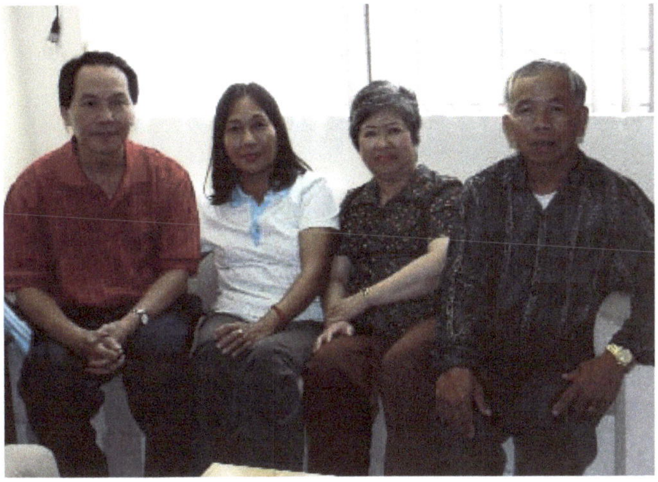

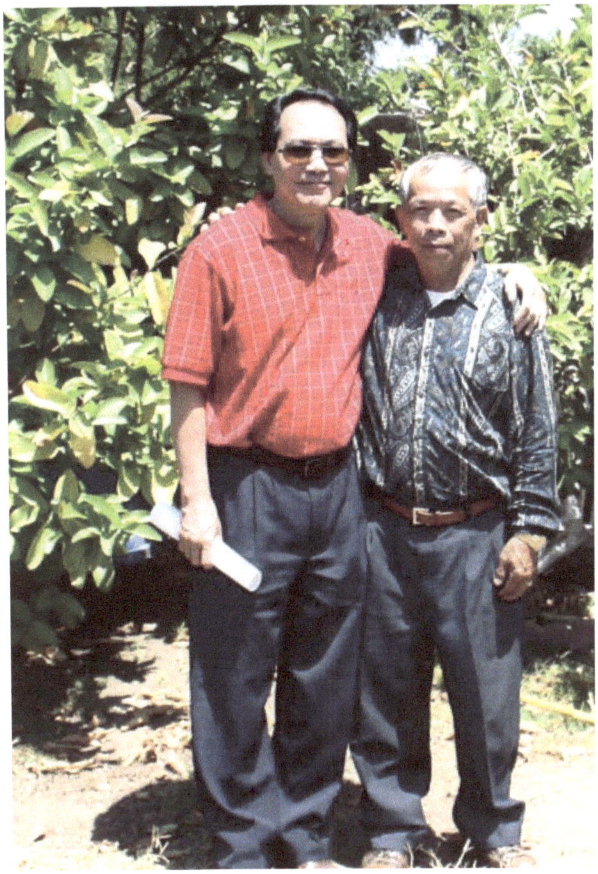

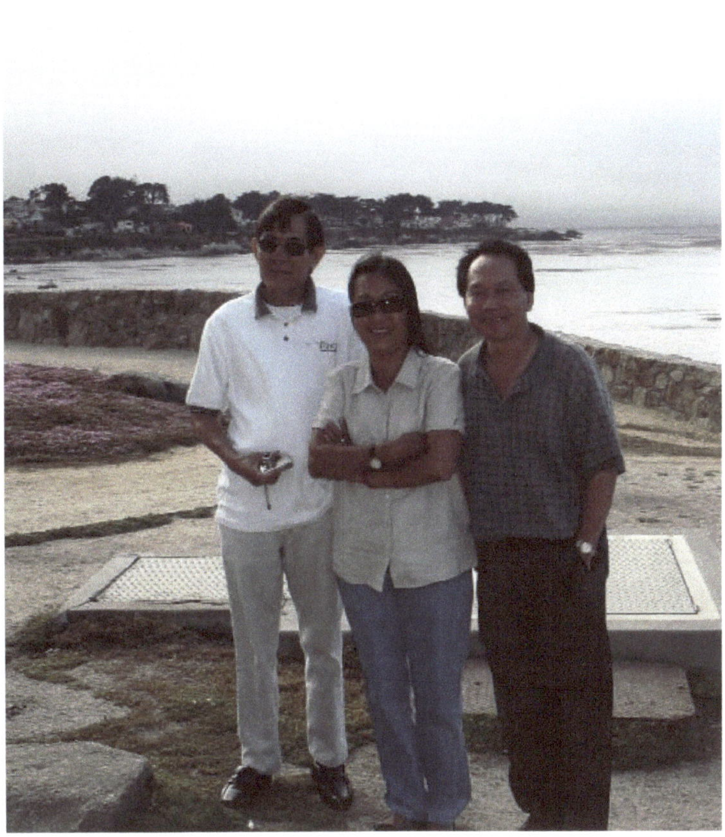

Trương Khả Quý thăm Cali

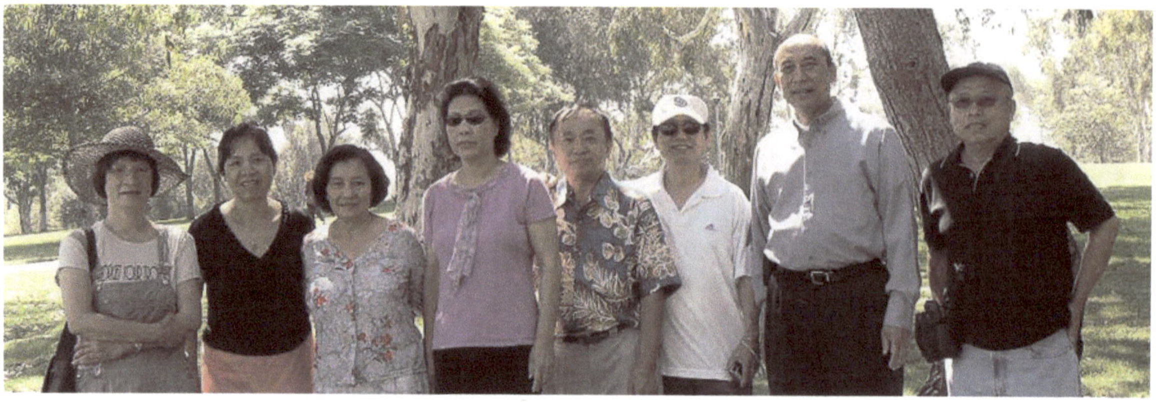

LTK Trinh, Phu nhân TK Quý, TT Diệp, PT Yên, TK Quý, TĐ Thủy, Phu quân TT Diệp, LT Chẩn.

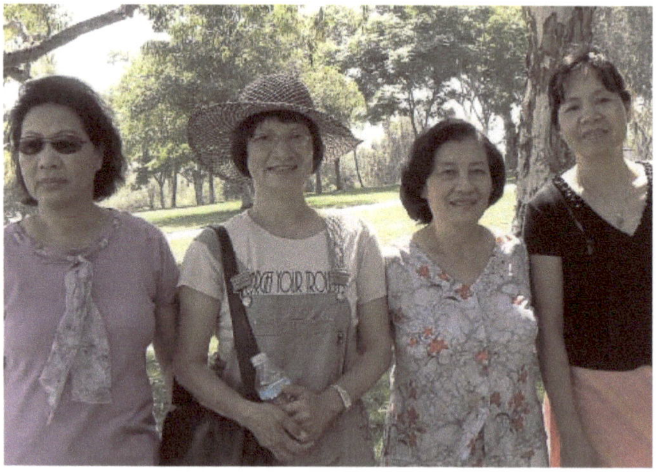

PT Yên, LTK Trinh, TT Diệp, Phu nhân TK Quý.

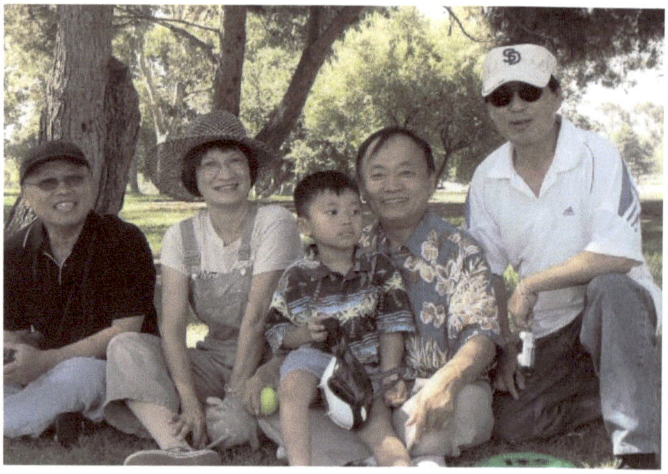

LT Chẩn, LTK Trinh, TK Quý và con trai, TĐ Thủy.

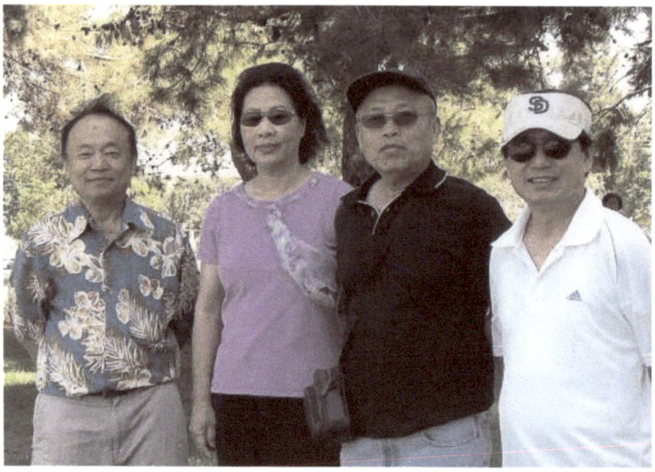

TK Quý, PT Yên, LT Chẩn, TĐ Thủy.

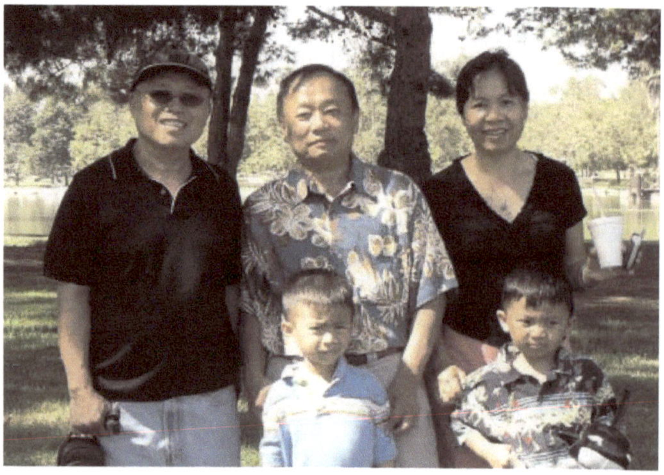

LT Chẩn, TK Quý và phu nhân cùng 2 con.

Trần Ngọc Toàn thăm Cali

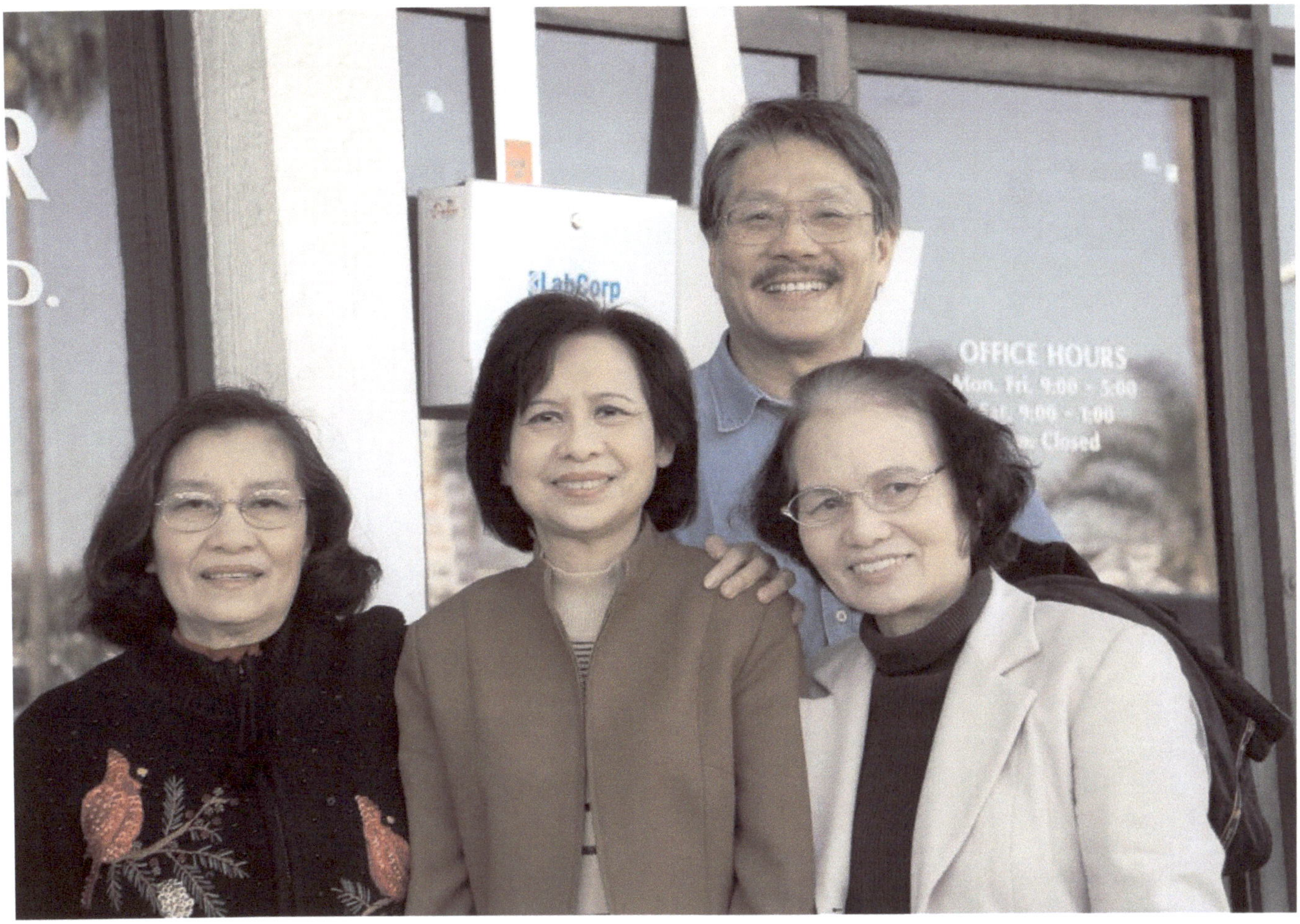

TT Diệp, TD Lan, TN Toàn, LX Phong.

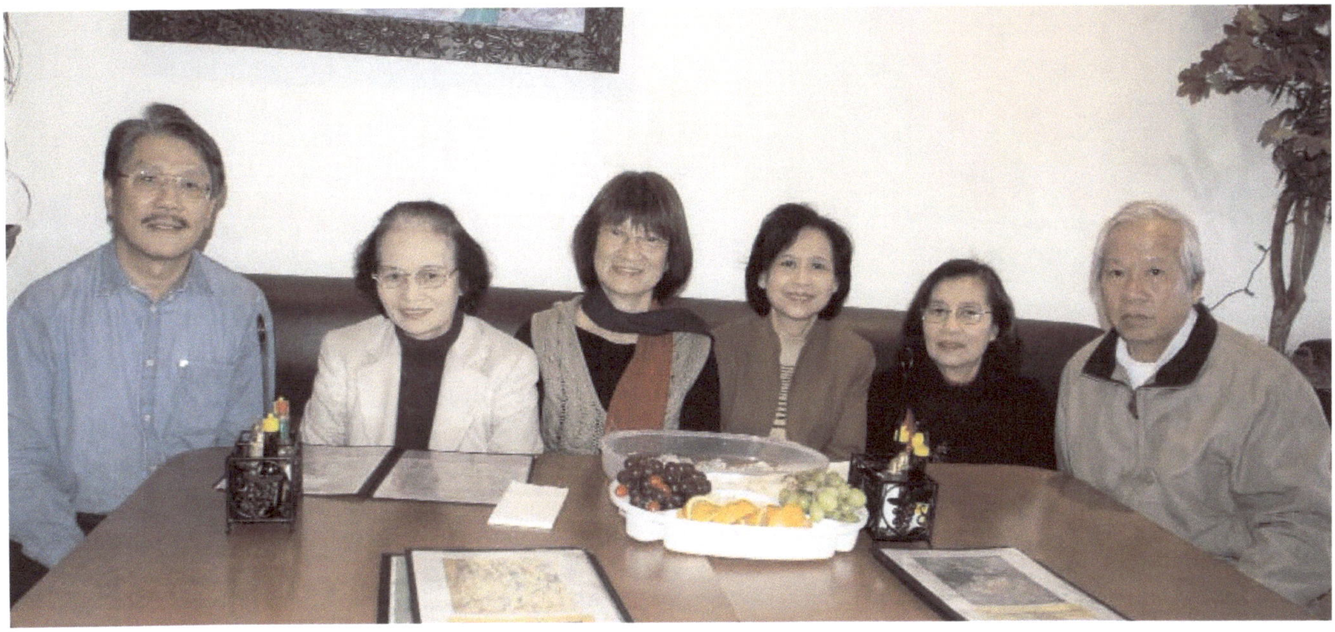

TN Toàn, LX Phong, LTK Trinh, TD Lan, TT Diệp, V Thiệu.

Võ Thiệu thăm bạn tại Đà Nẵng, Sài Gòn

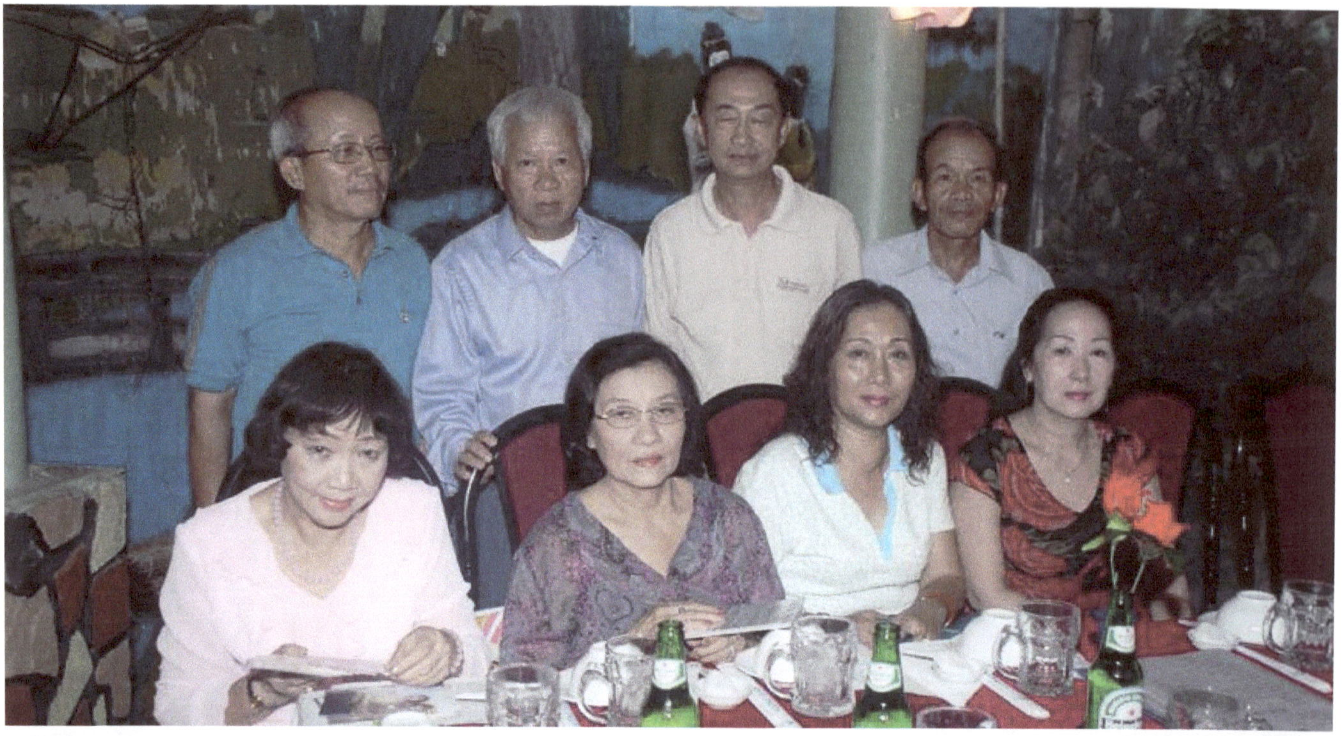

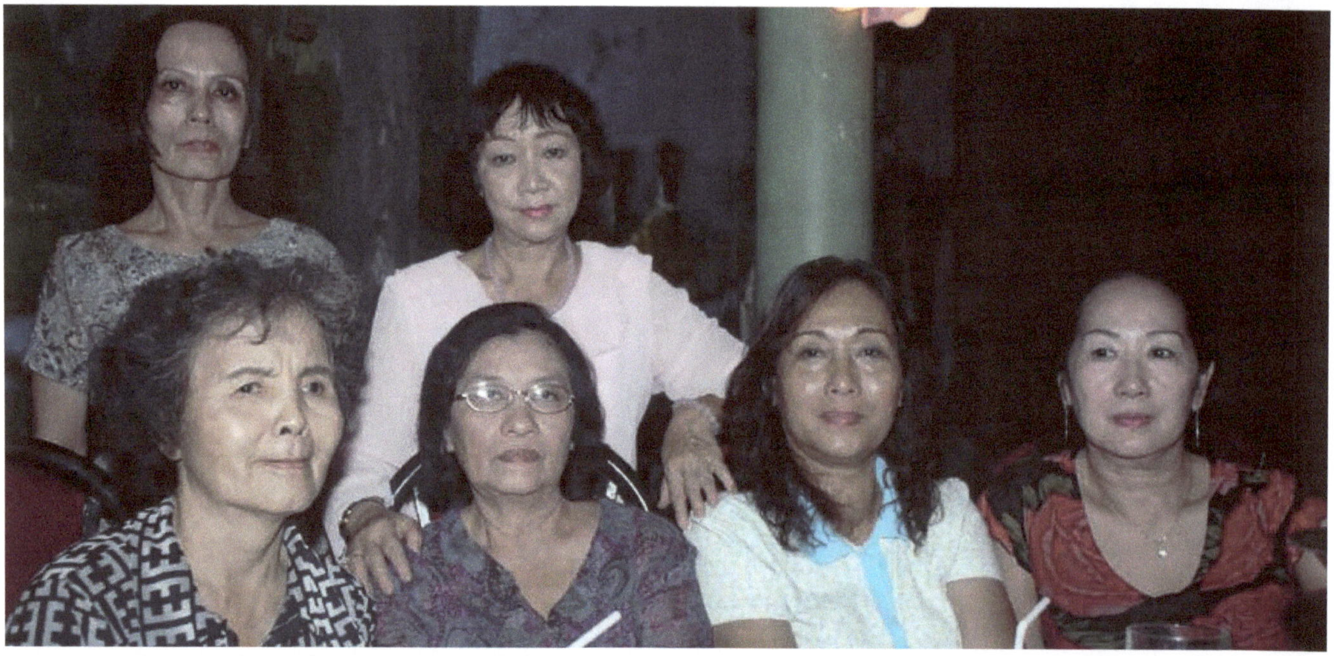

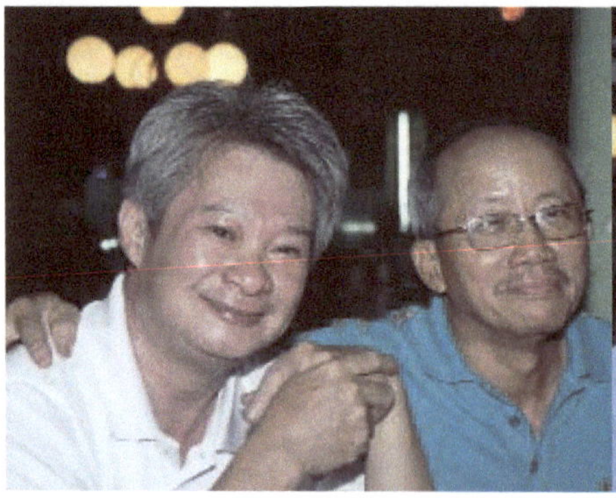

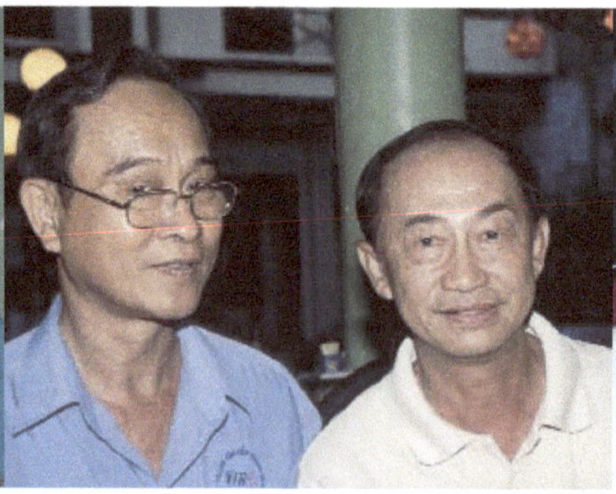

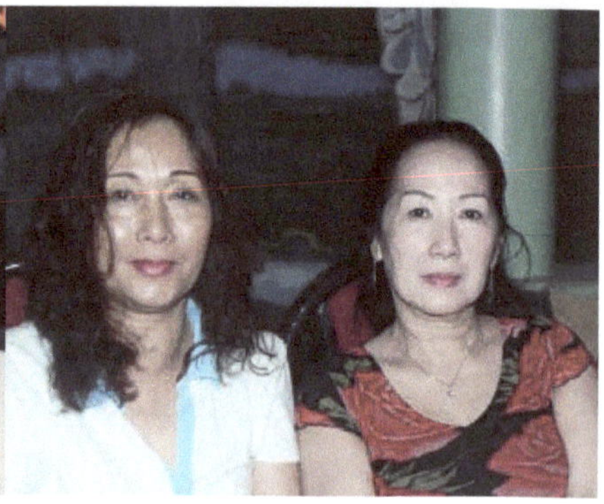

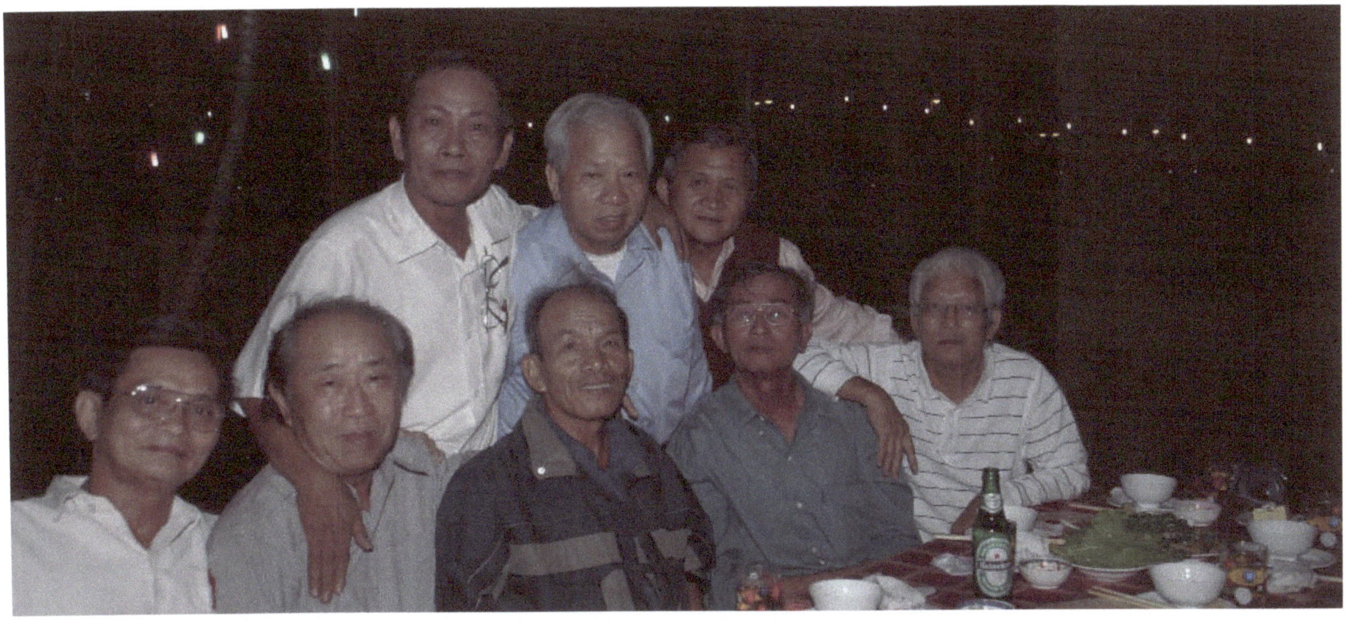

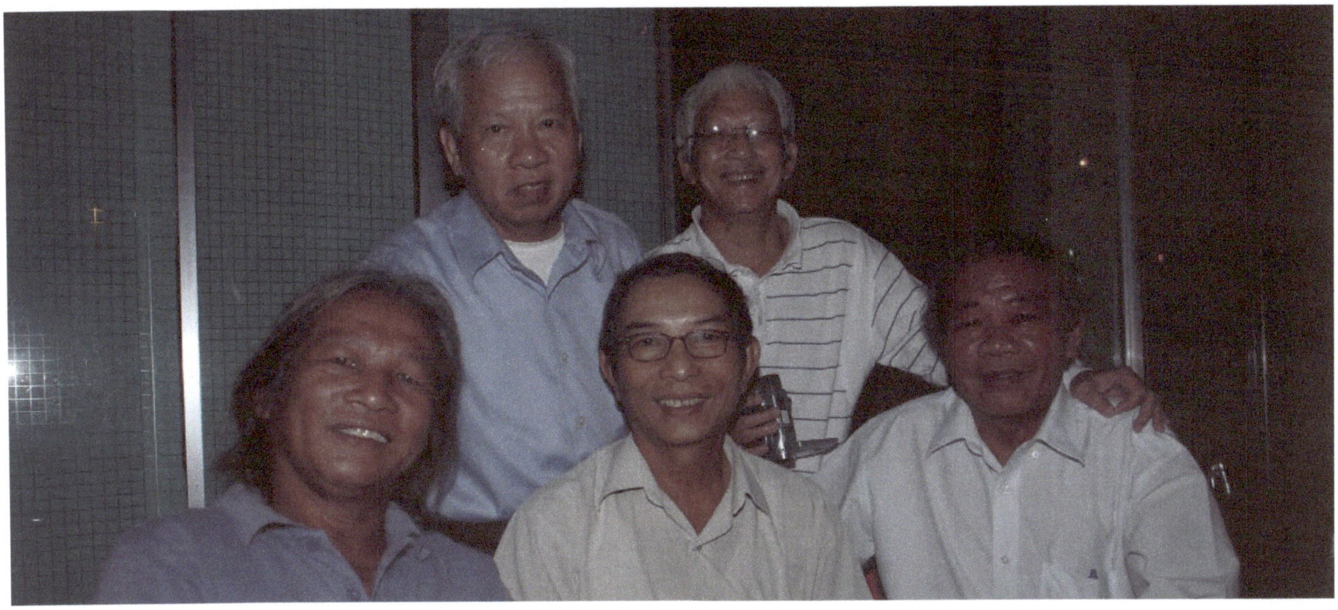

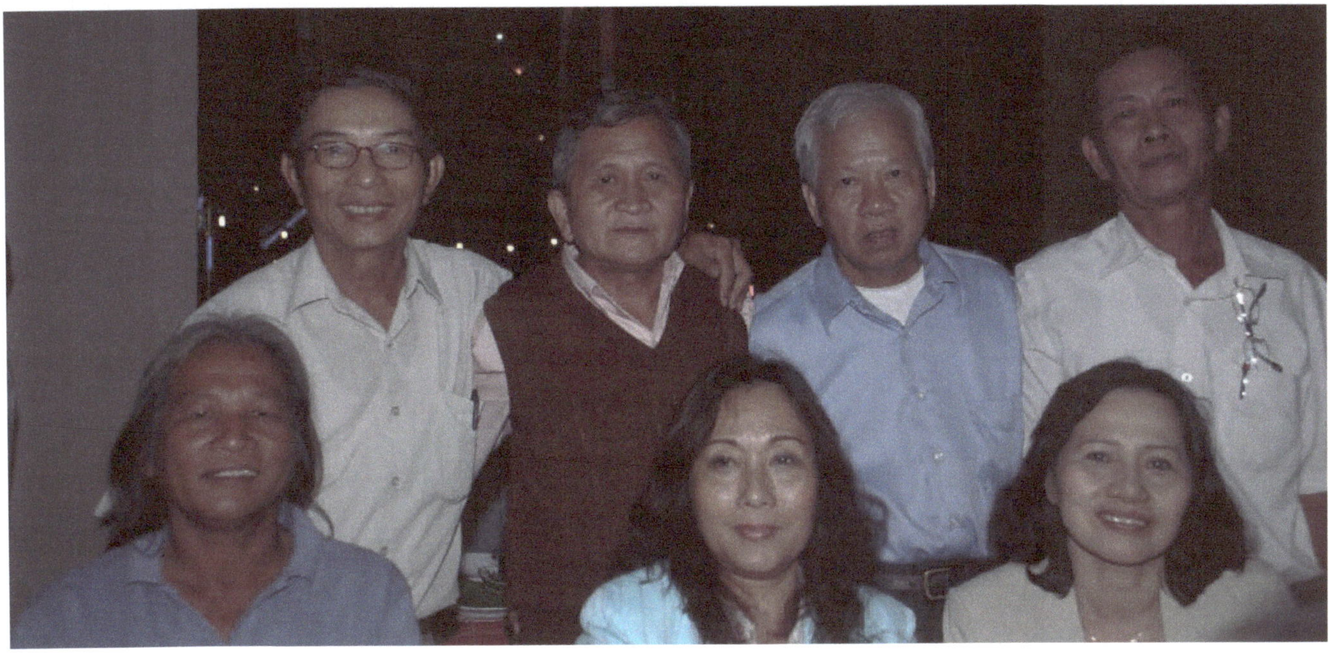

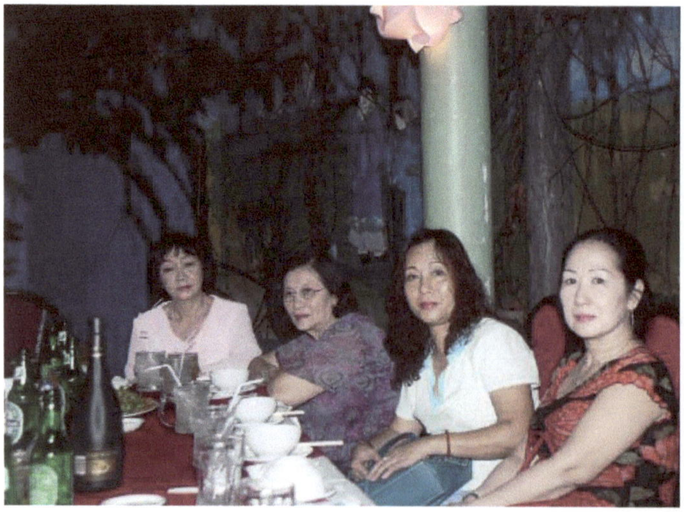

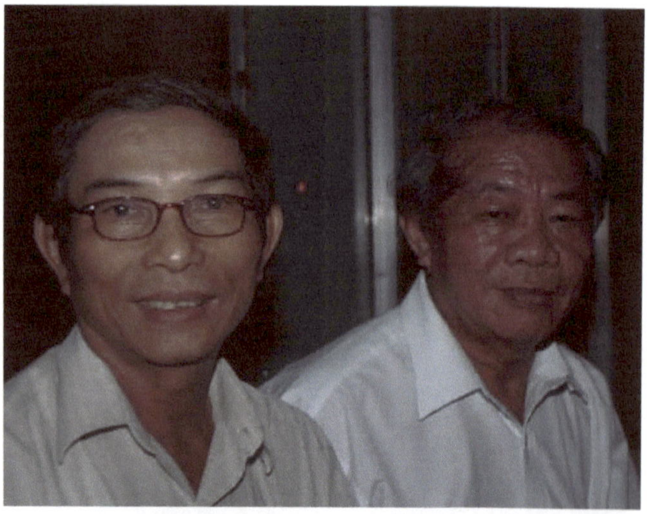

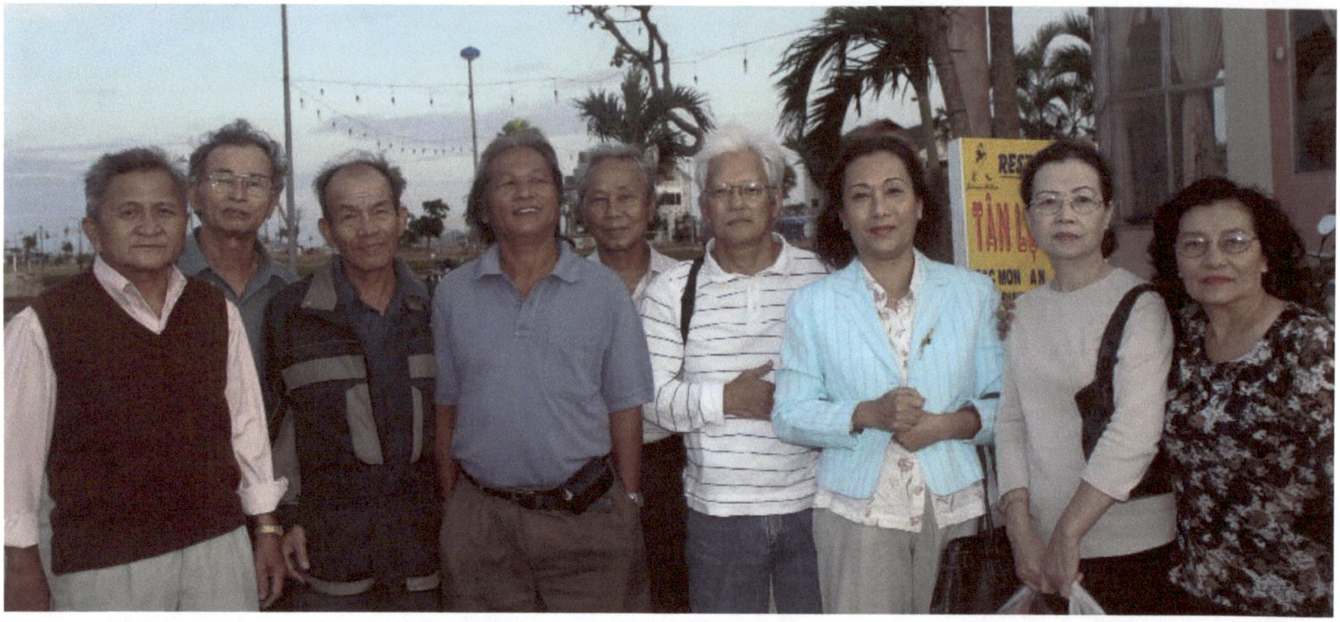

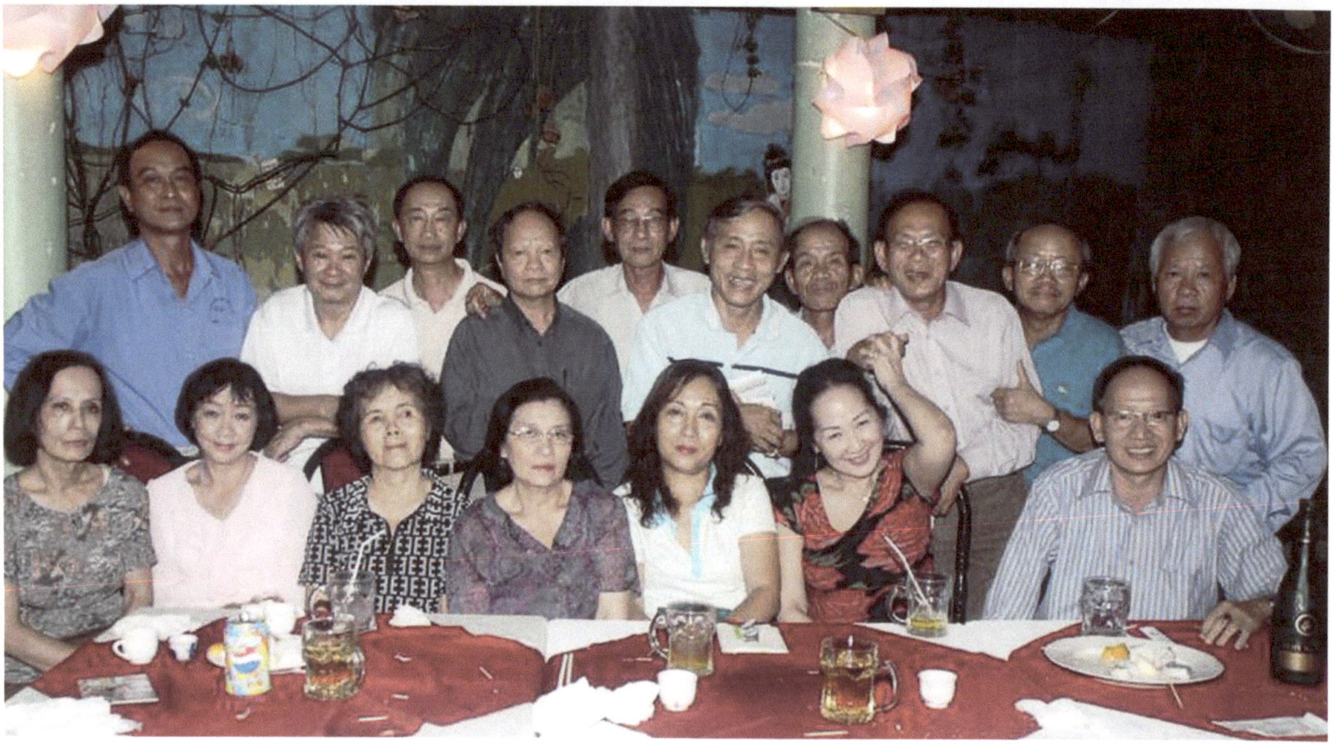

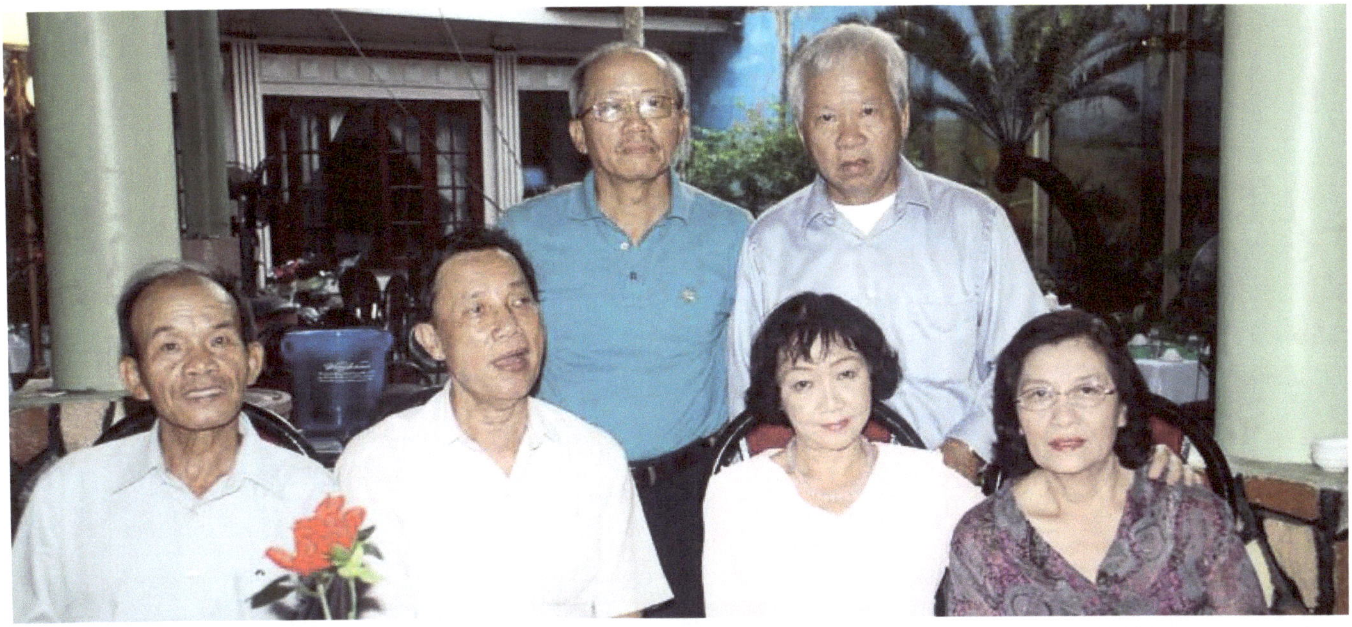

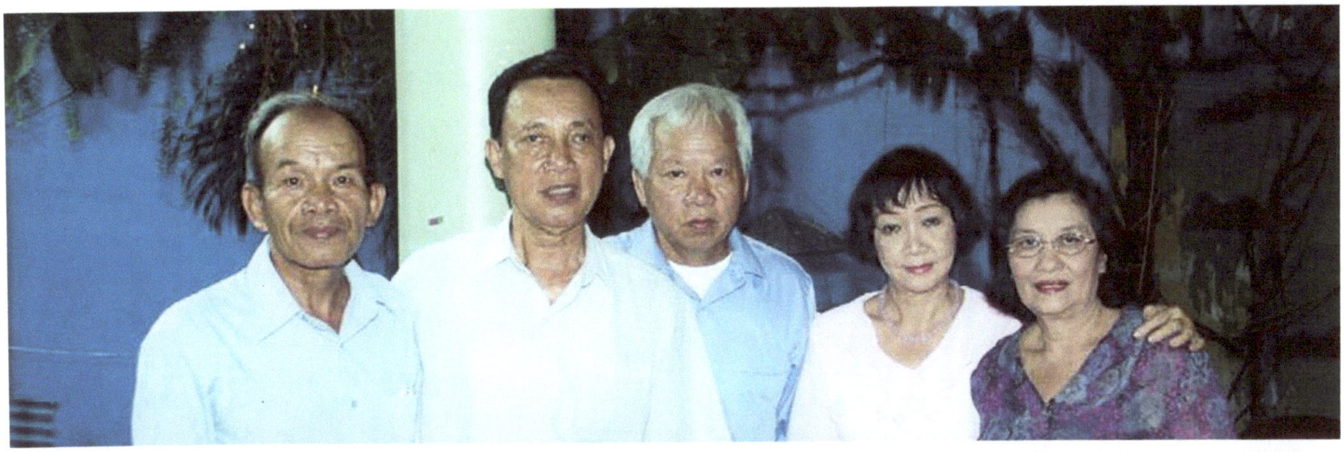

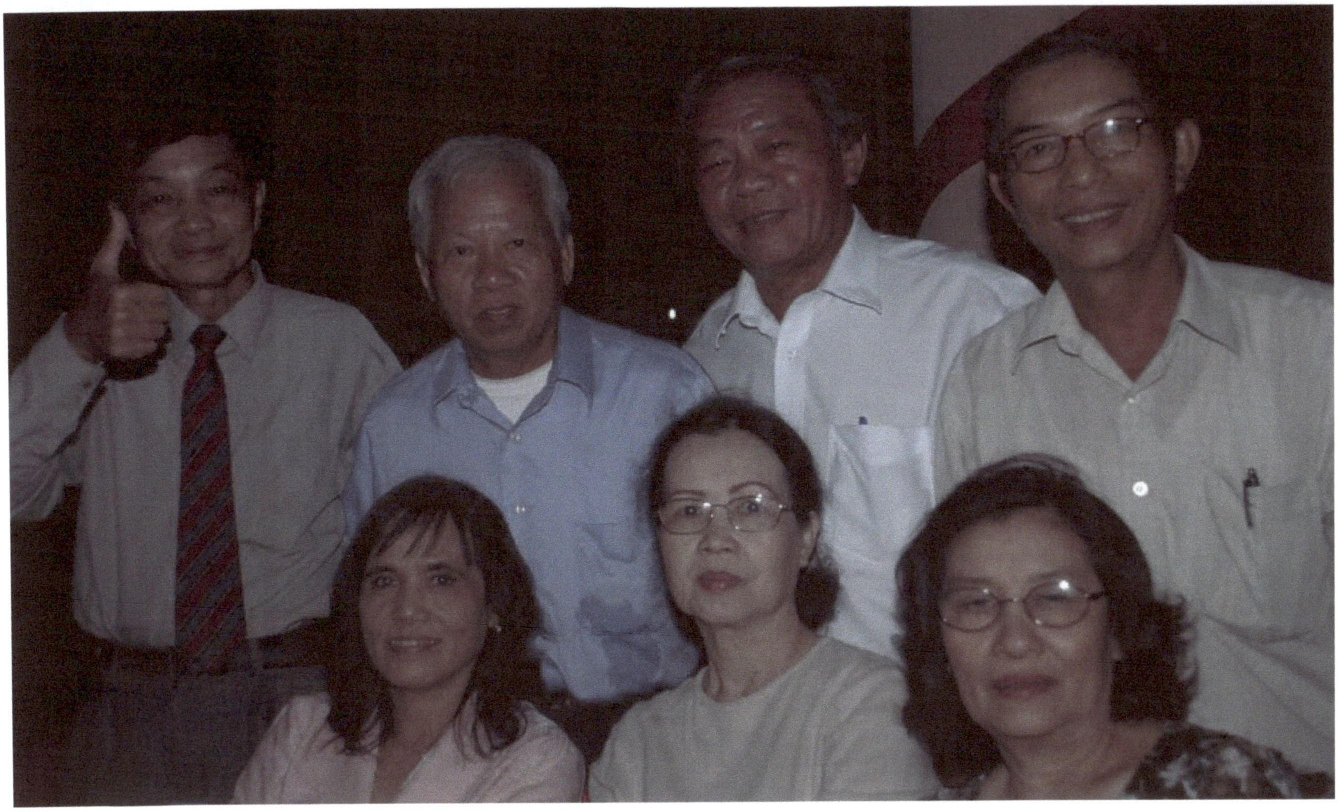

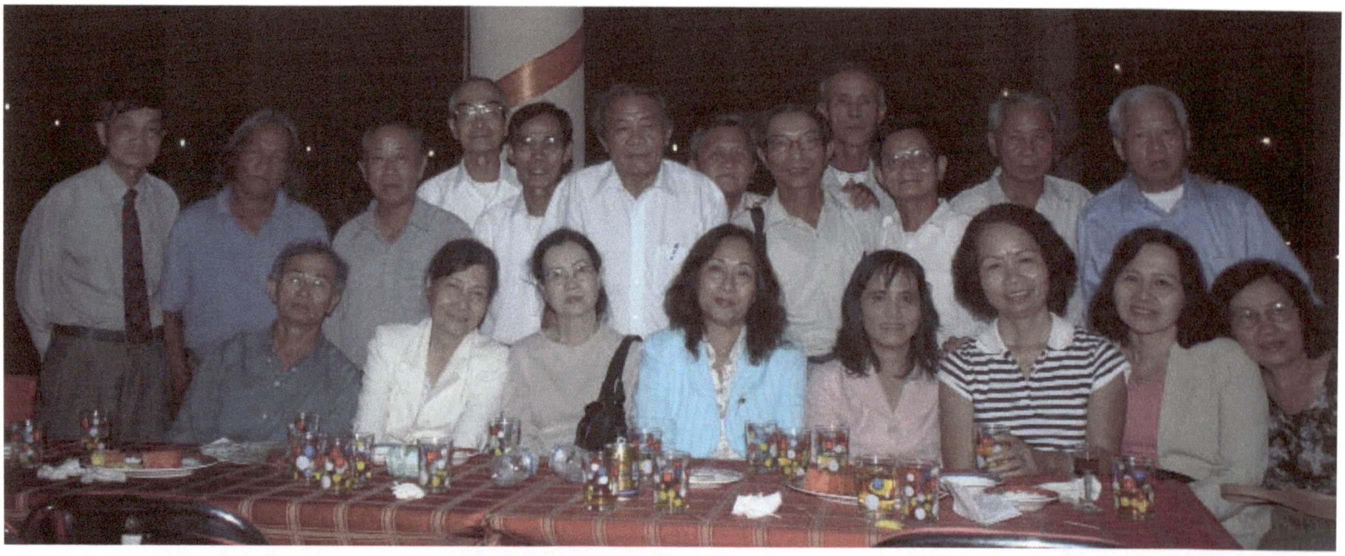

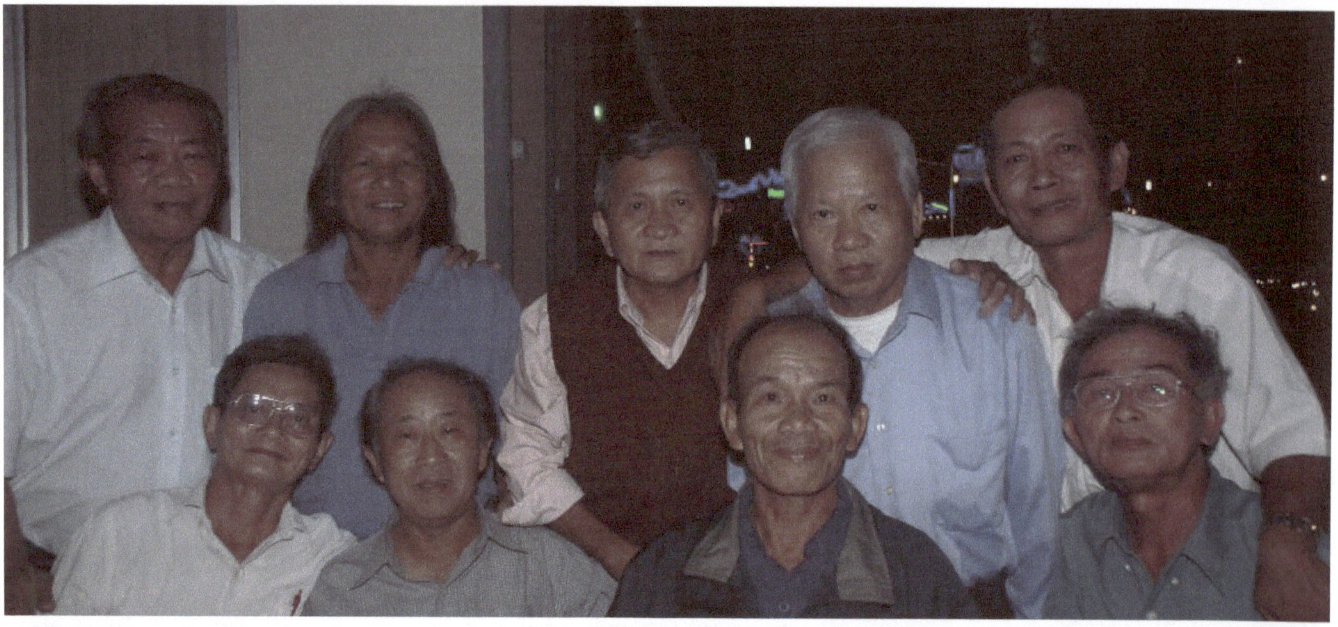

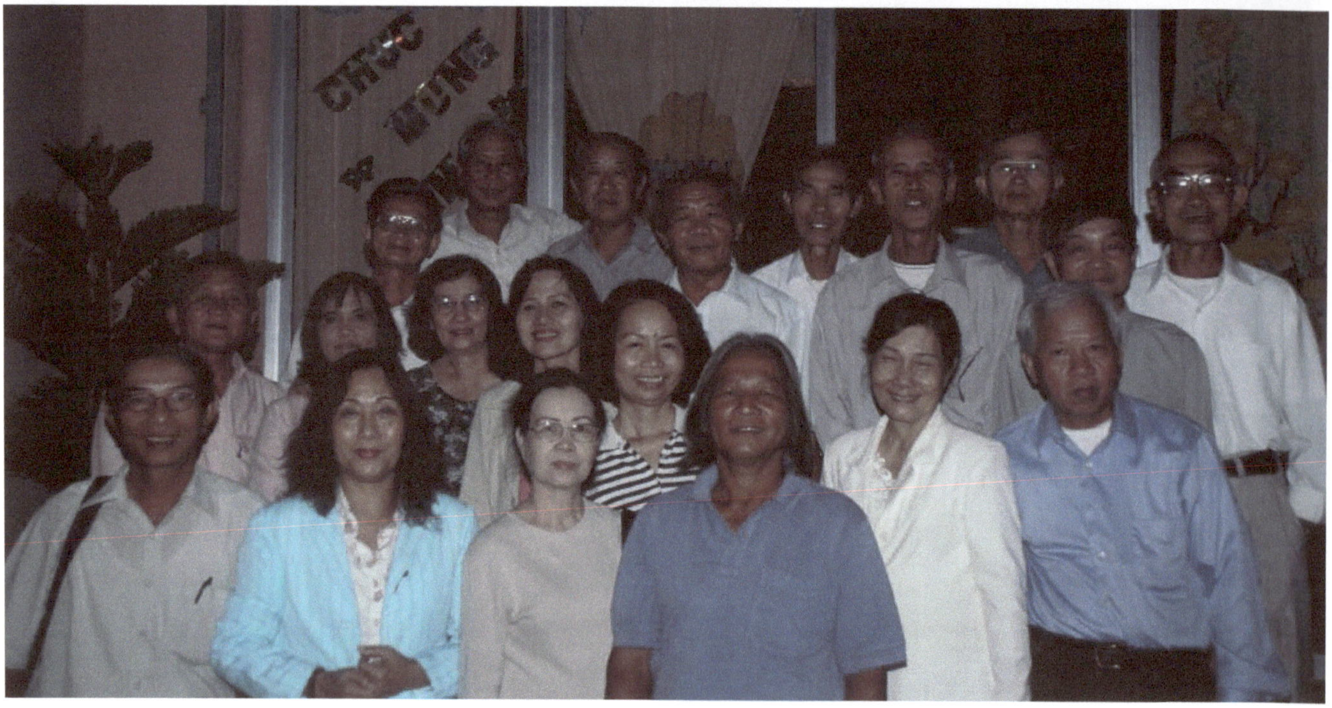
CHUC
MUNG

Thâm Tình

PCT 58-65

Song Thân Phạm Vũ Thịnh

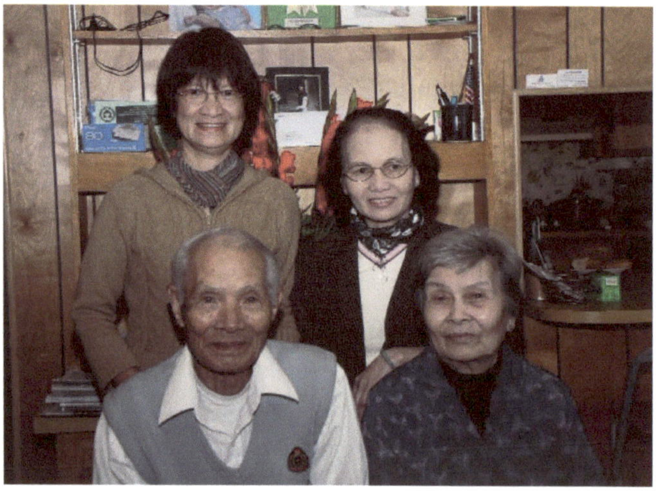

Song tha^n PV Thi.nh, LTK Trinh, LX Phong.

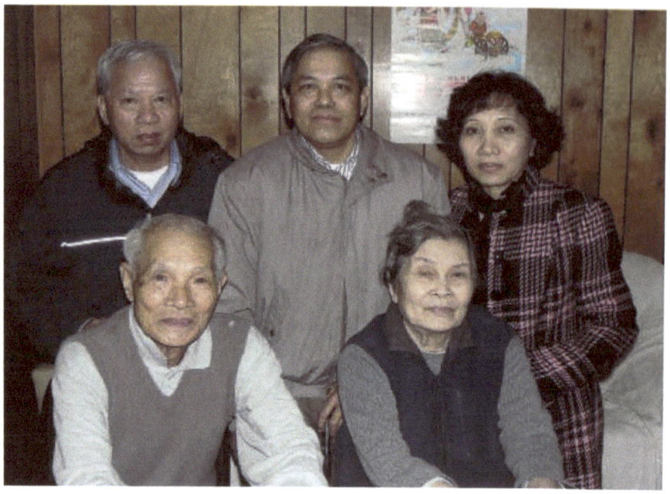

Hàng ngồi: Song thân PV Thịnh
Hàng đứng: V Thiệu, NP Duyên và Phu nhân

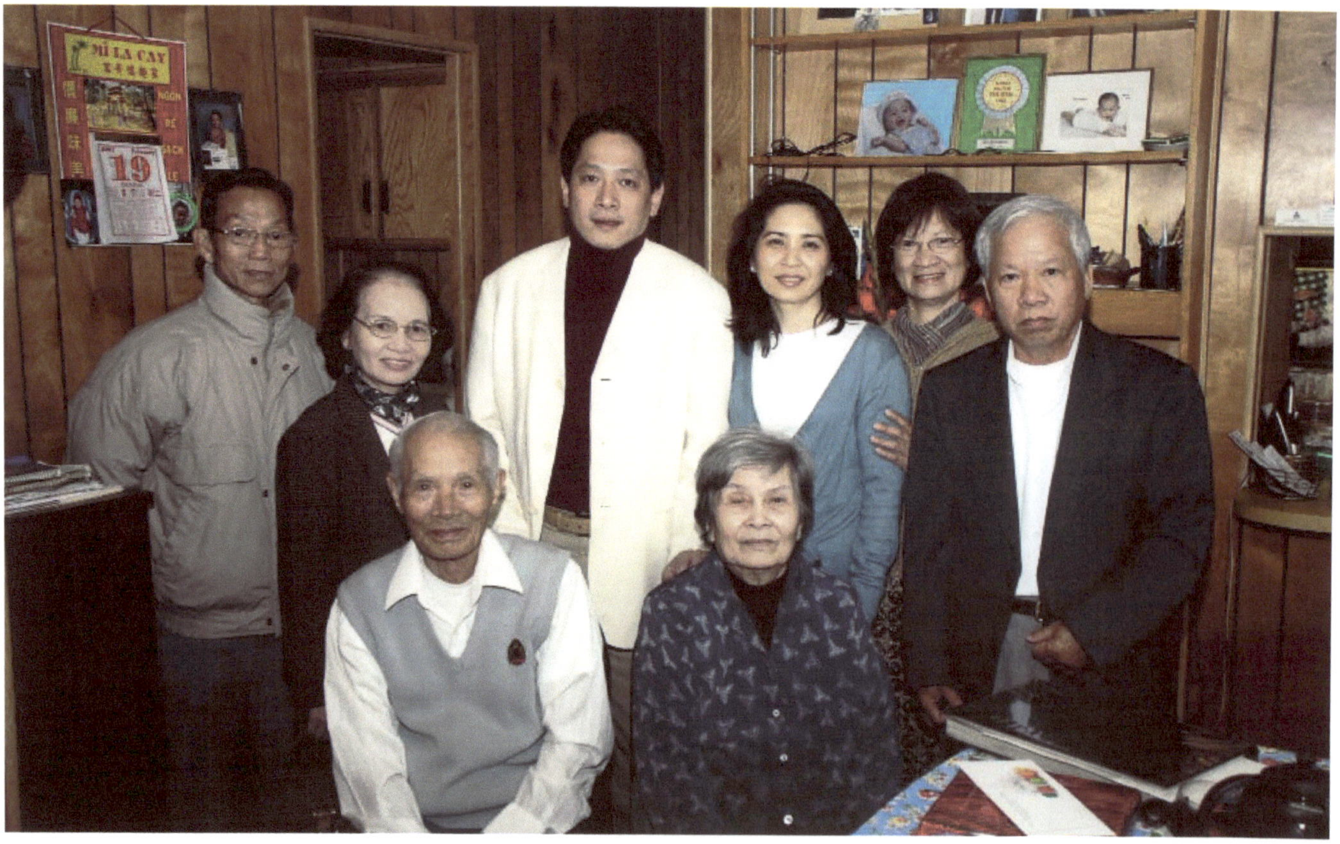

Song tha^n PV Thi.nh,LX Phong va' Phu Qua^n, Em ga'i PV Thi.nh va' phu quan, LTK Trinh, V Thieu.

Thân Mẫu Lâm Xuân Phong

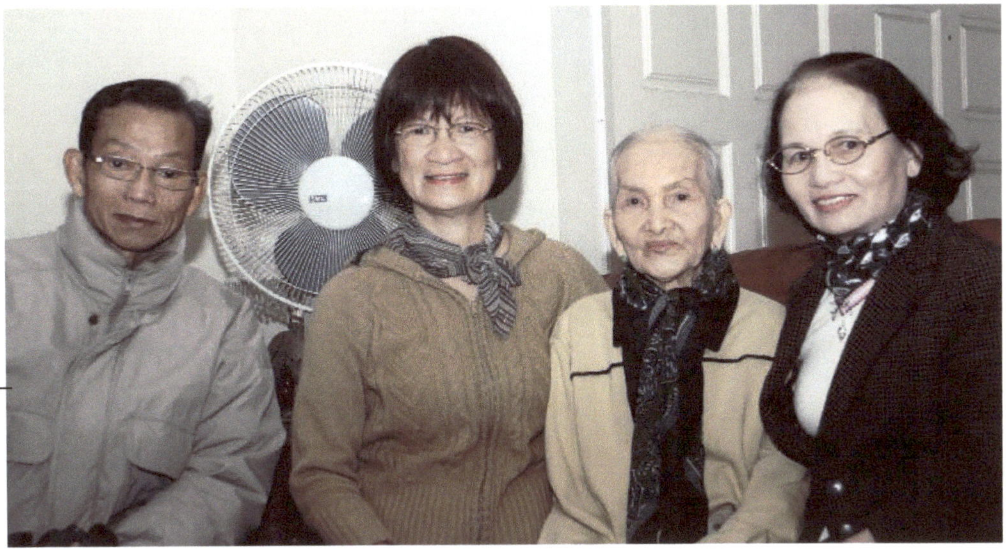

Phu quân LX Phong,
LTK Trinh,
Thân mẫu LX Phong,
LX Phong

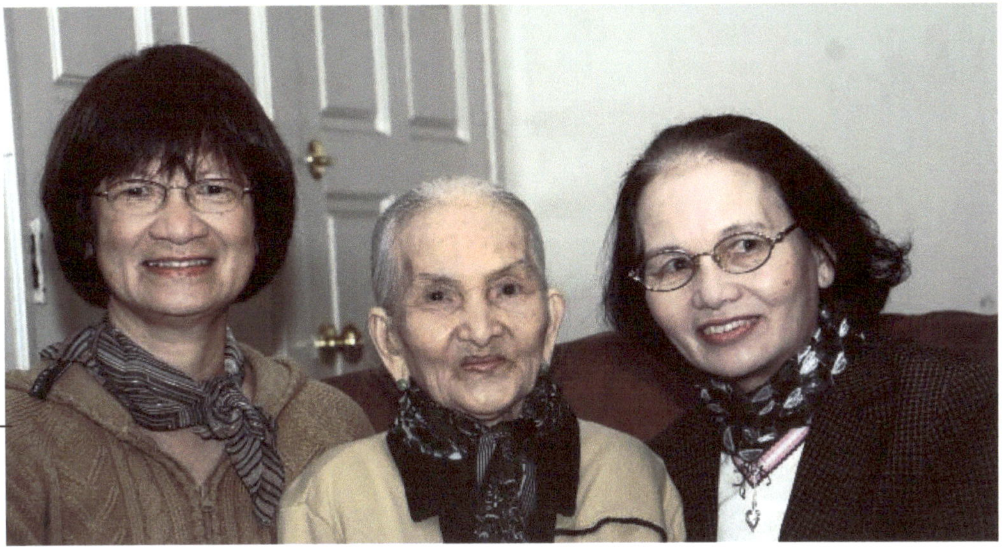

LTK Trinh,
Thân mẫu LX Phong,
LX Phong

Viếng Bạn Nguyễn Tro

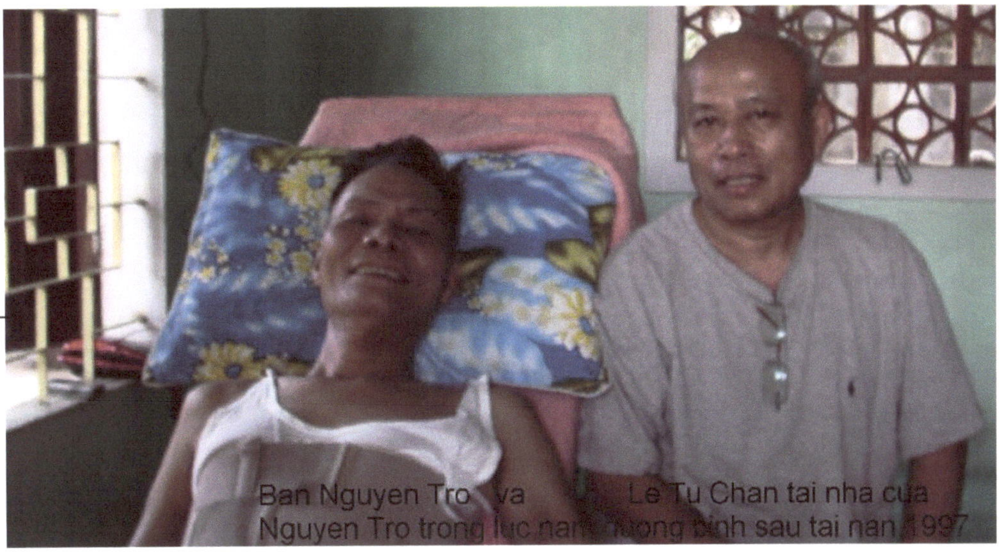

LT Chẩn thăm viếng bạn Nguyễn Tro sau khi bị tai nạn xe lửa tại Huế năm 1997 tại tư gia của Nguyễn Tro.

tình viễn xứ

Huế Nghĩa

Lời 1

Còn đâu những bụi tuyết,
Lưu luyến mãi mùa đông,
Mơ màng người thi sĩ,
Se sắt nhớ đêm đông.
Xuân tươi êm nhẹ đến,
Hoa thơm hé nụ chào,
Lá xanh mời nắng ấm,
Chạnh lòng nhớ hôm nao.
Em đến gió lao xao,
Tóc huyền vương sắc áo,
Tung tăng bay trong nắng,
Vờn hoa bên mé ao.
Yêu em dài năm tháng,
Kỷ niệm vẫn mênh mang,
Lòng anh nhiều xao xuyến,
Tim anh bước lang thang.
Nơi đây người xa xứ,
Vui đón cảnh xuân mơ,
Hồn thơ dừng phiêu bạt,
Khai bút trải lời thơ.

Lời 2

Ngày xuân ta biệt xứ,
Tha thiết nỗi buồn vương,
Thương về người lữ thứ,
Dõi mắt kiếm quê hương.
Chơi vơi cuộc tình đó,
Nâng niu đóa quỳnh hương,
Níu nhau cùng thổn thức,
Quyện nhau nếm yêu đương.
Anh nhớ gió ban mai,
Hoa đào ươm muôn hướng,
Bên em tan trong nắng,
Tình ta như khói sương.
Hương xuân tình giăng lối,
Bồi hồi chén ly bôi,
Bờ môi nhiều ham muốn,
Tay anh luống chơi vợi
Thương nhau tình viễn xứ,
Ta cứ đời bên nhau,
Ngày sau đừng lỗi hẹn,
Ve vuốt mảnh tình trao.□

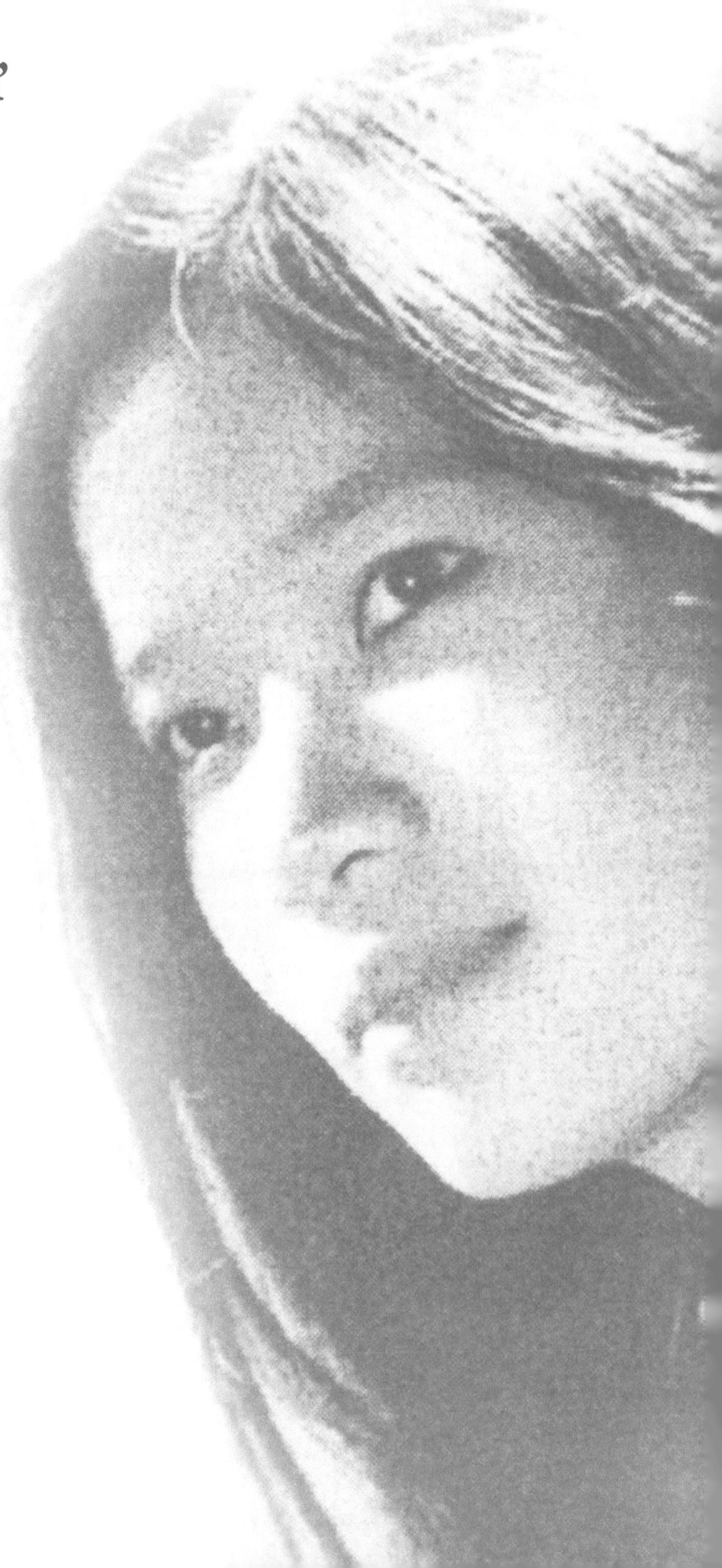

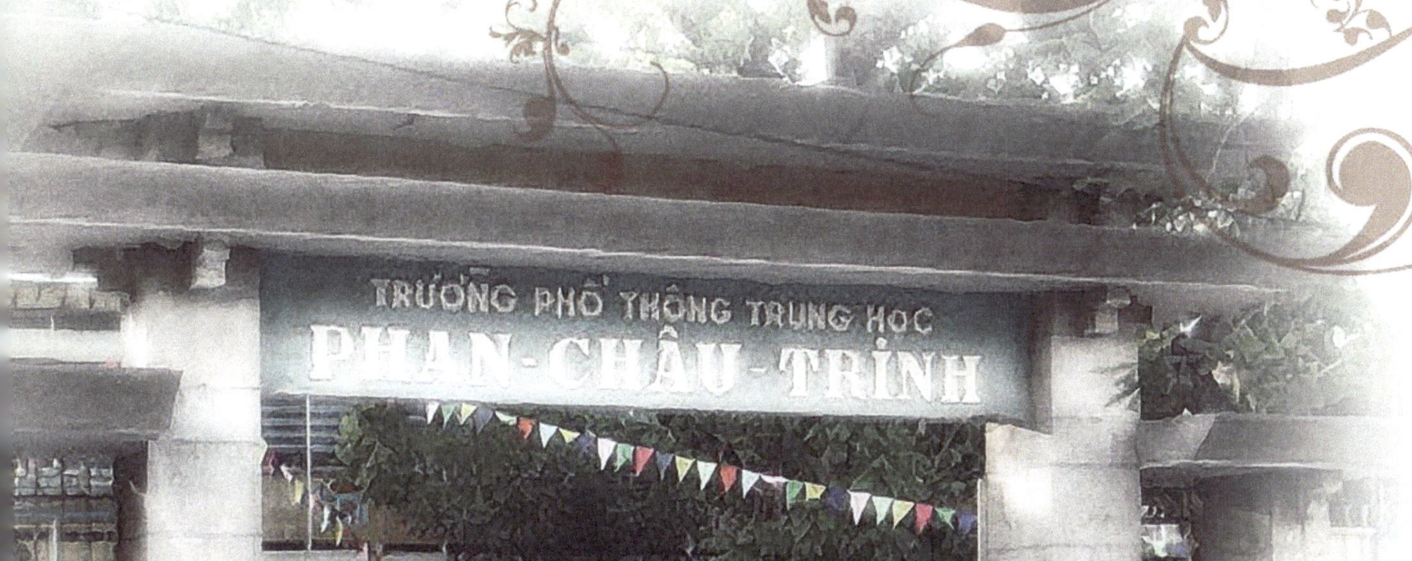

Một Thời Hoa Mộng

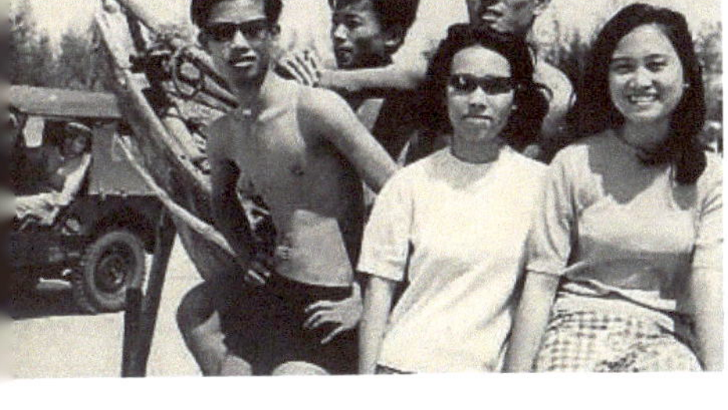

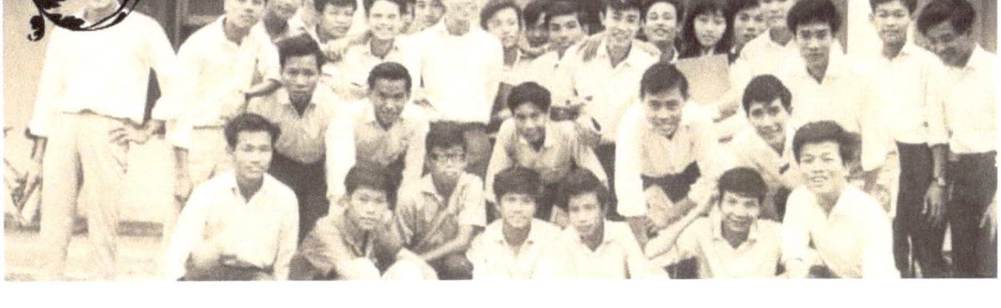

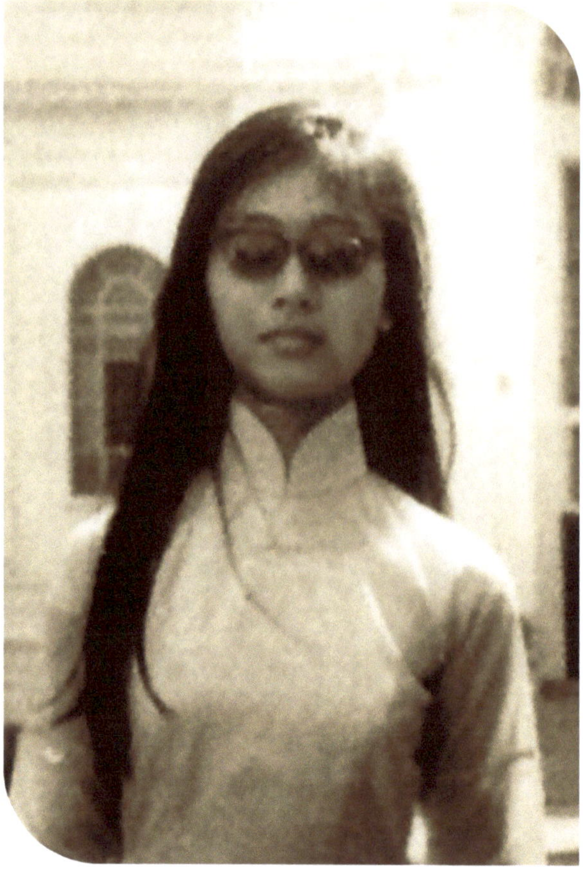

Phạm Thị An

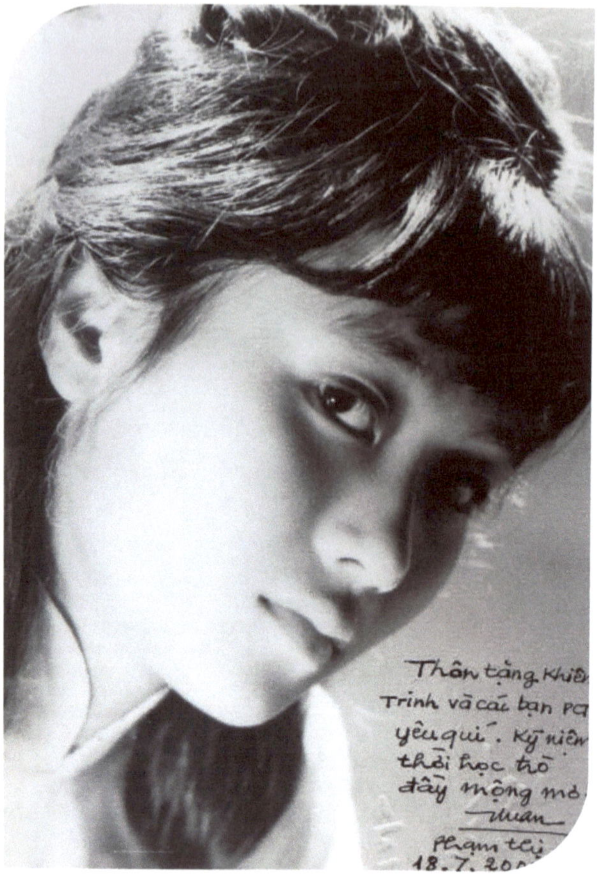

Phạm Thị An

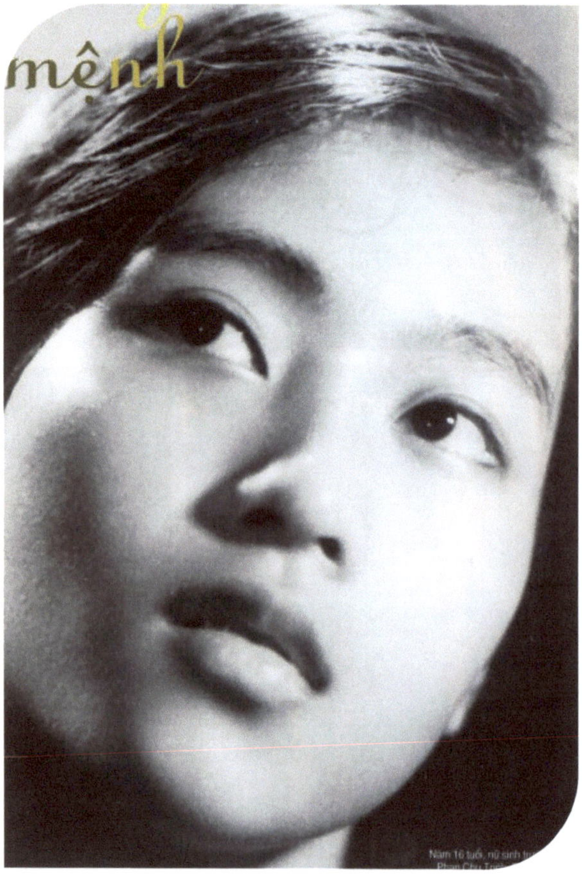

Phạm Thị An

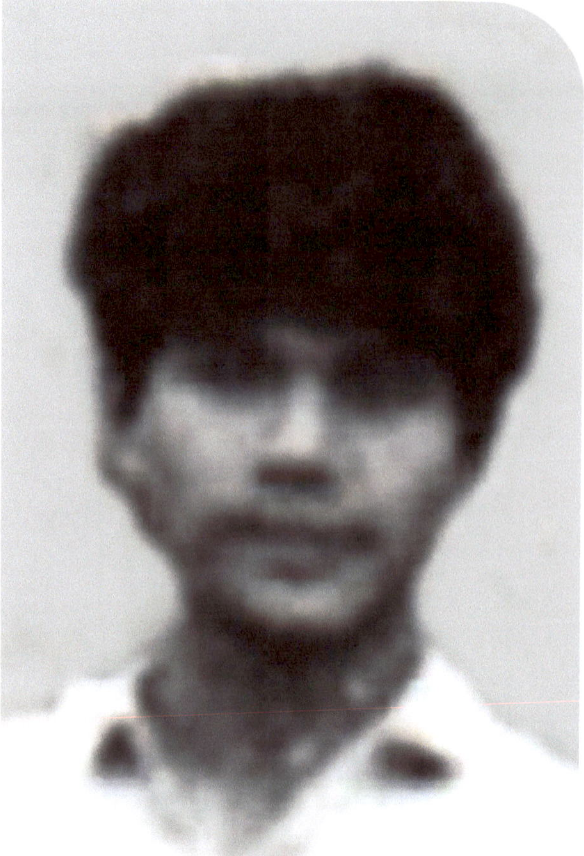

Vũ Văn Bang

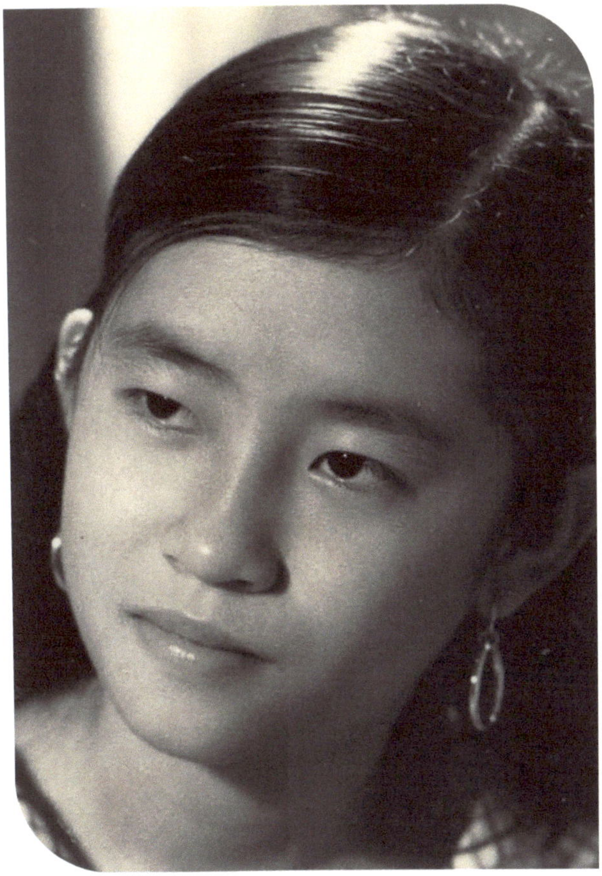

Lương Thị Khiêm Cần

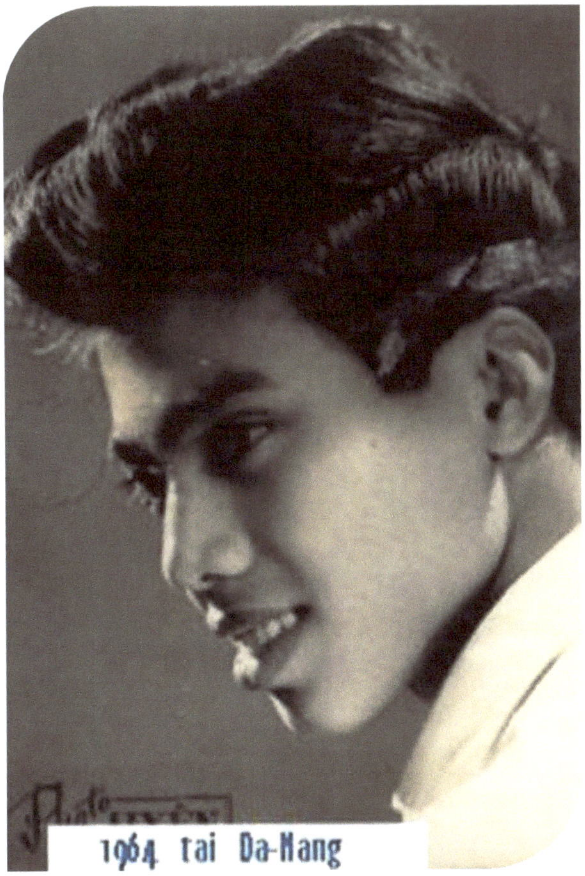

Đặng Tú Cẩm

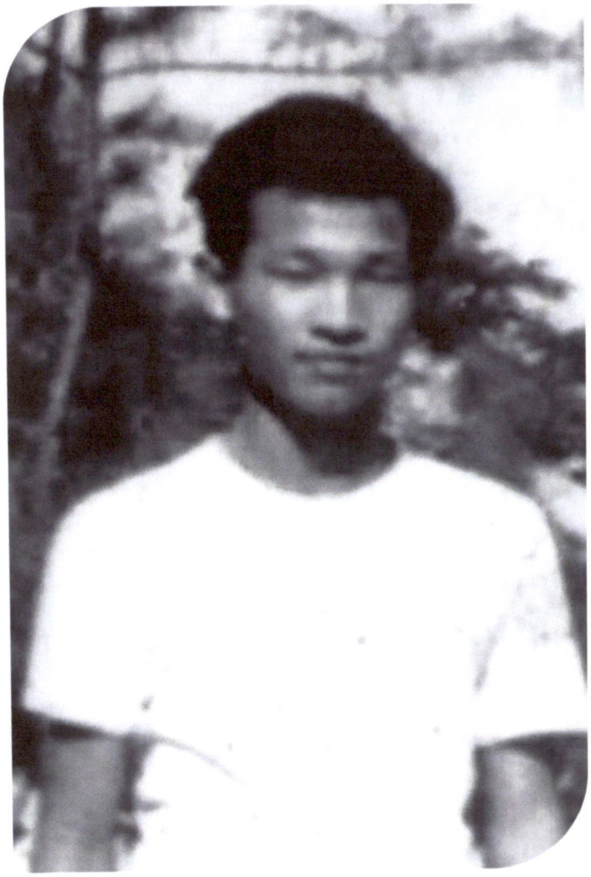

Phan Văn Cơ

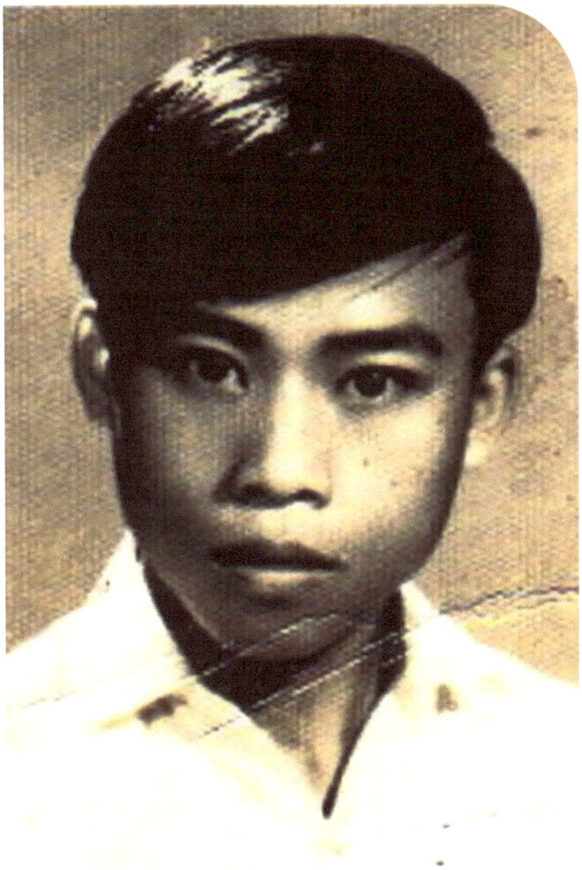

Lê Tự Chẩn

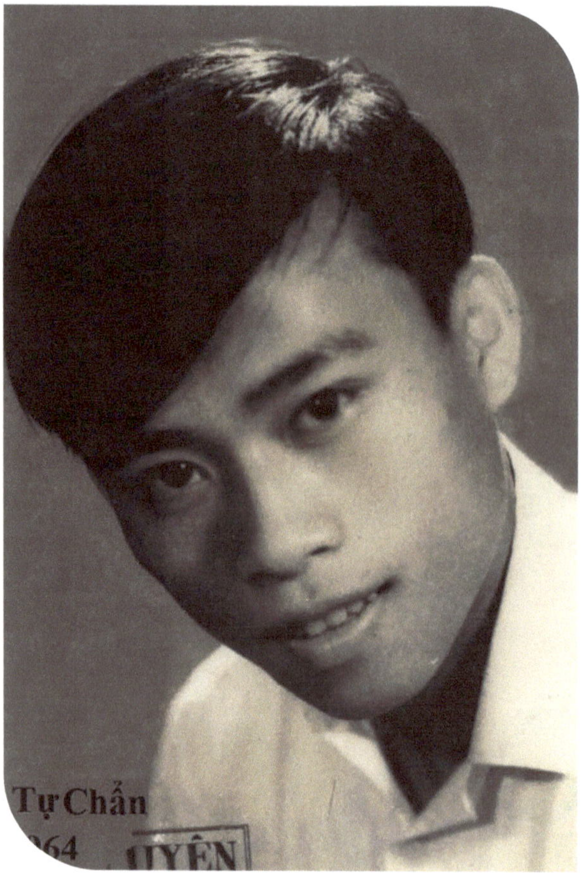

Lê Tự Chẩn

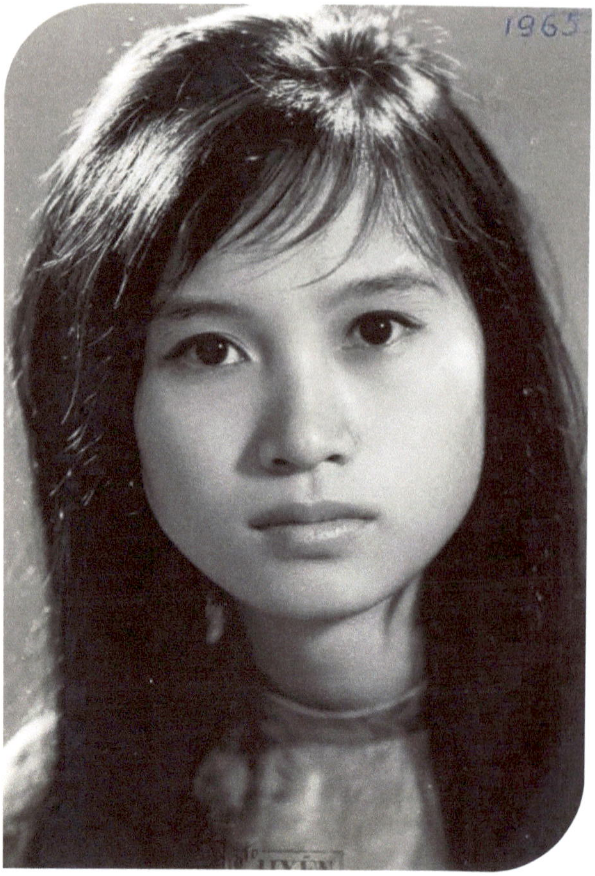

Phạm Thị Quỳnh Chi

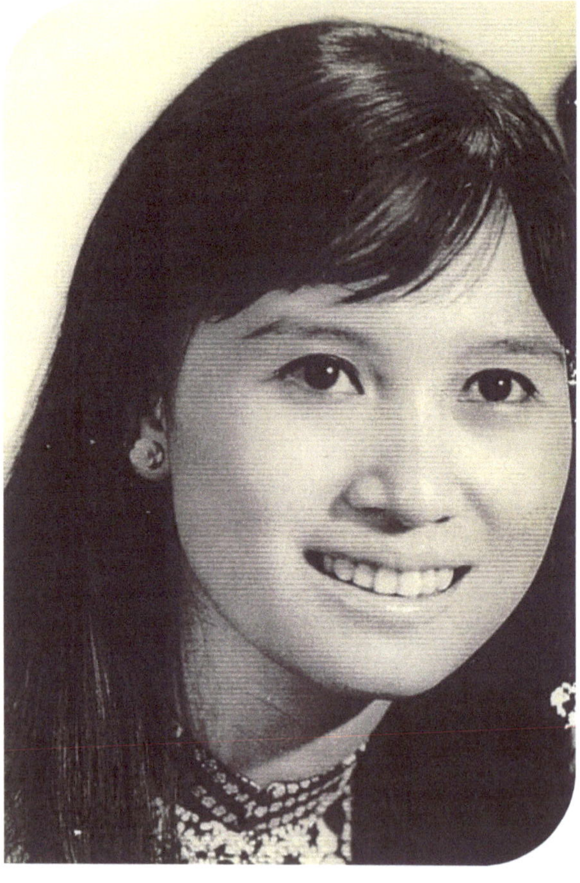

Phạm Thị Quỳnh Chi

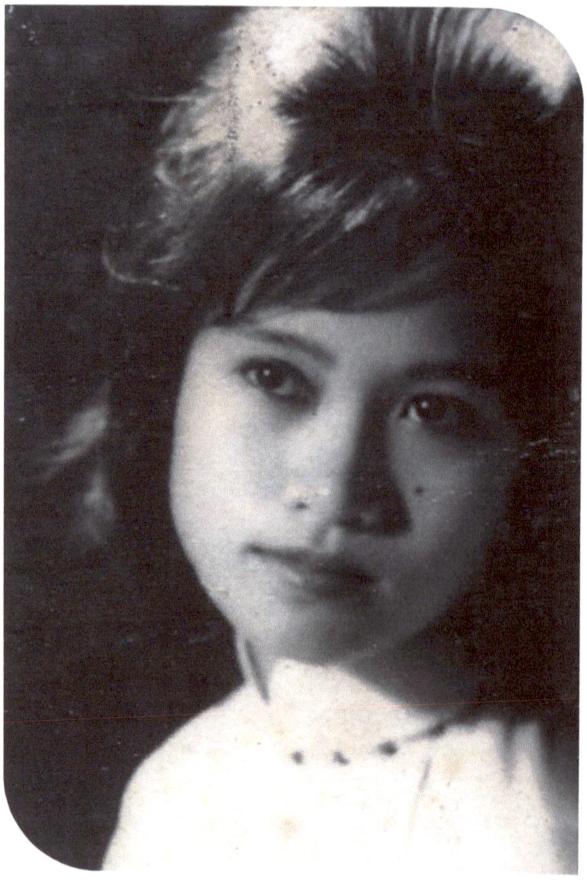

Phạm Thị Quỳnh Chi

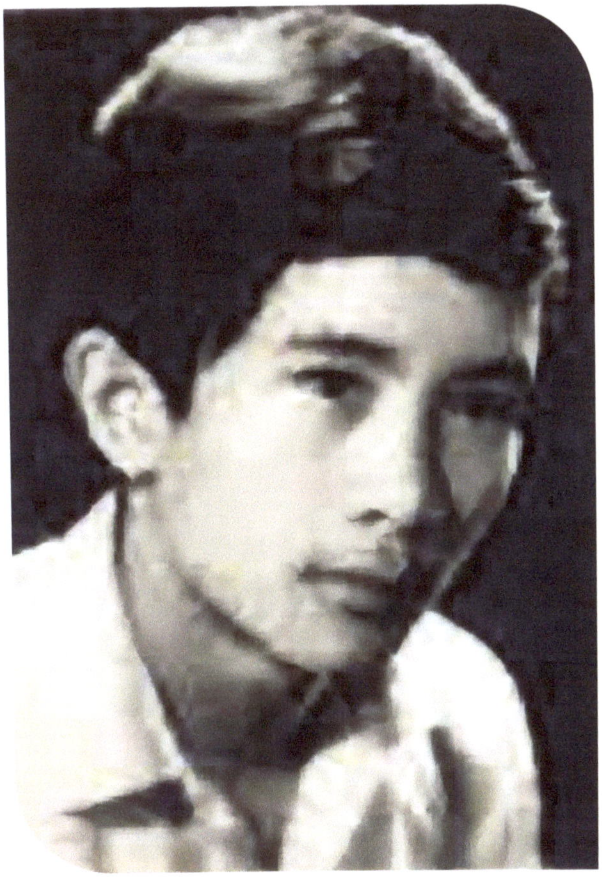

Diệu Đức Châu

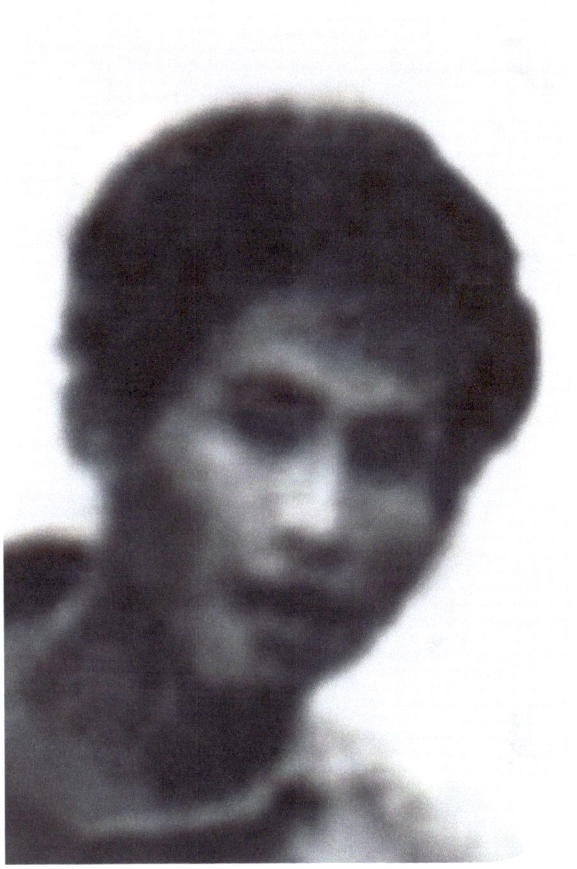

Vũ Minh Chính

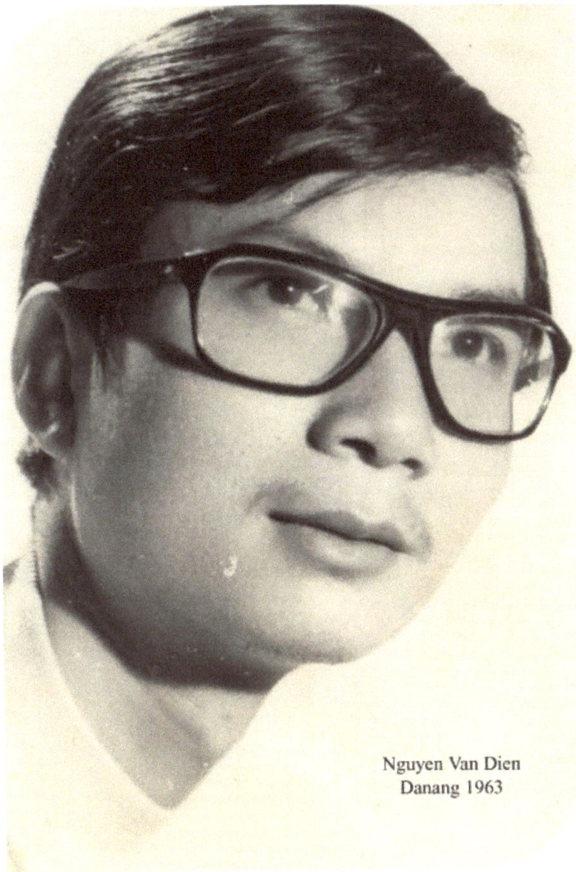

Nguyễn Văn Diên

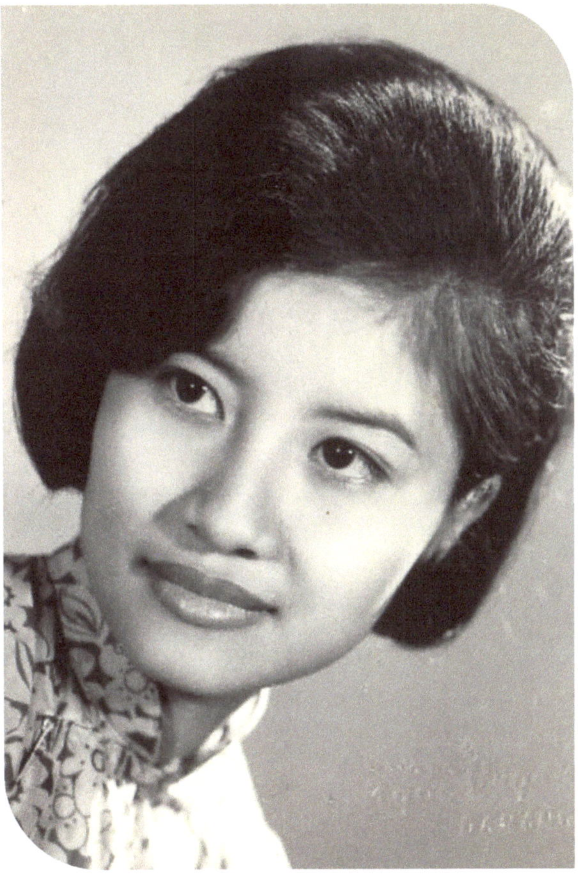

Trần Thị Diệp

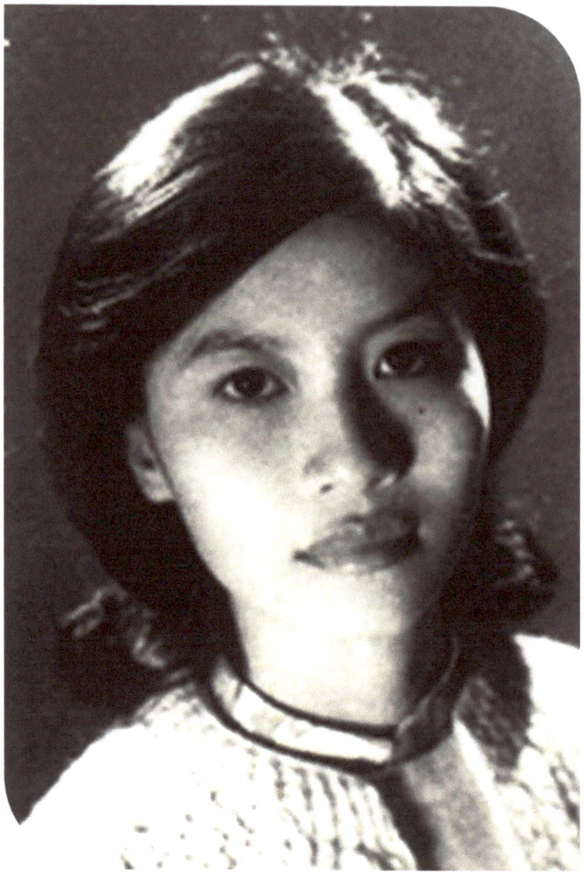

Trần Thị Diệp

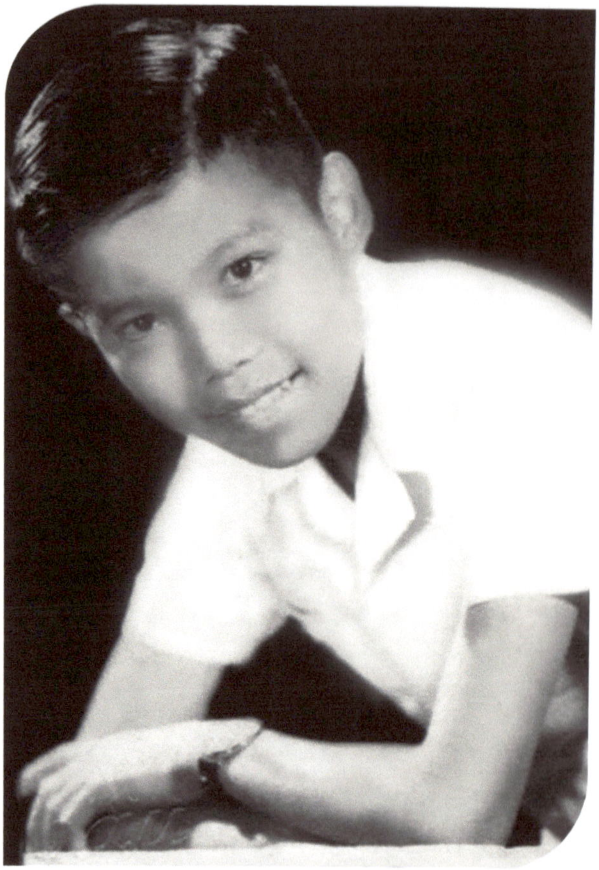

Nguyễn Phùng Duyên

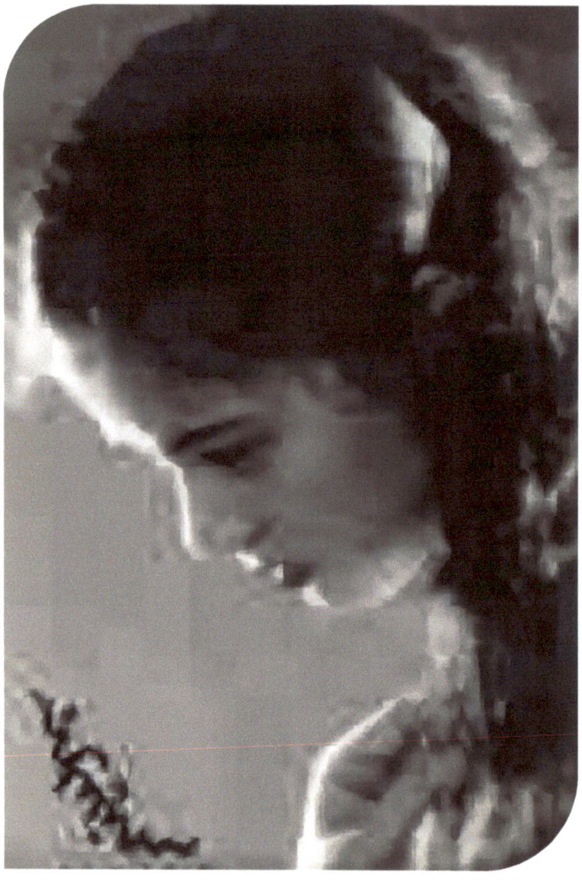

Phạm Thị Duyệt

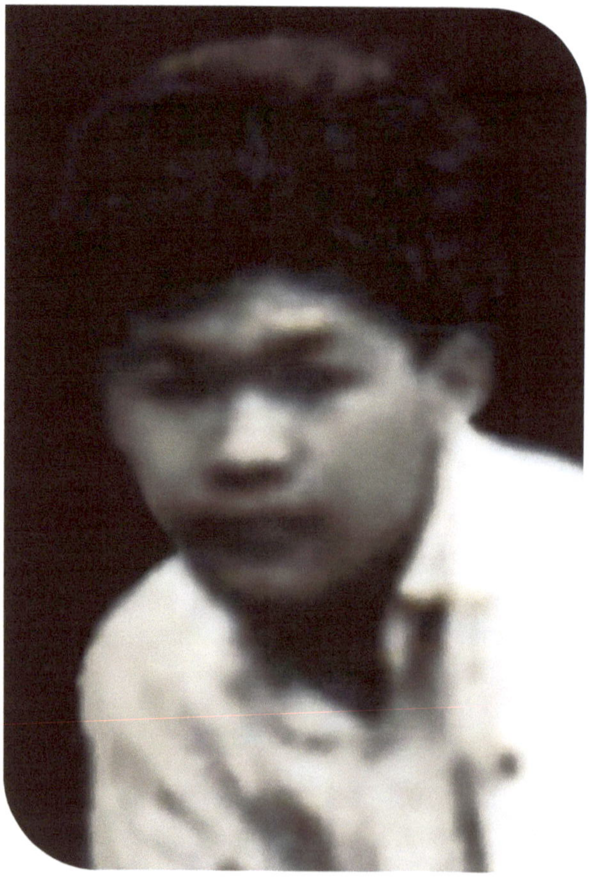

Trần Quốc Đạt

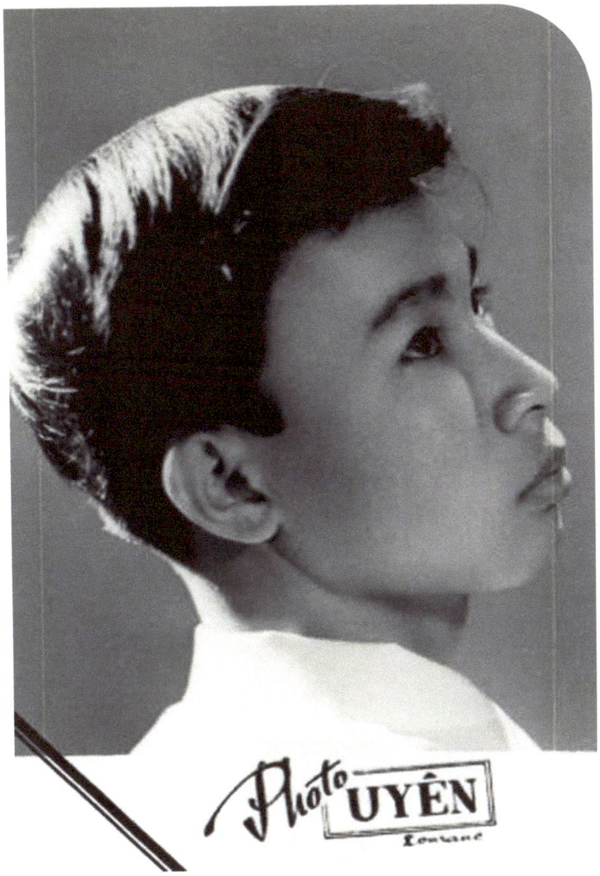

Lê Hữu Đức

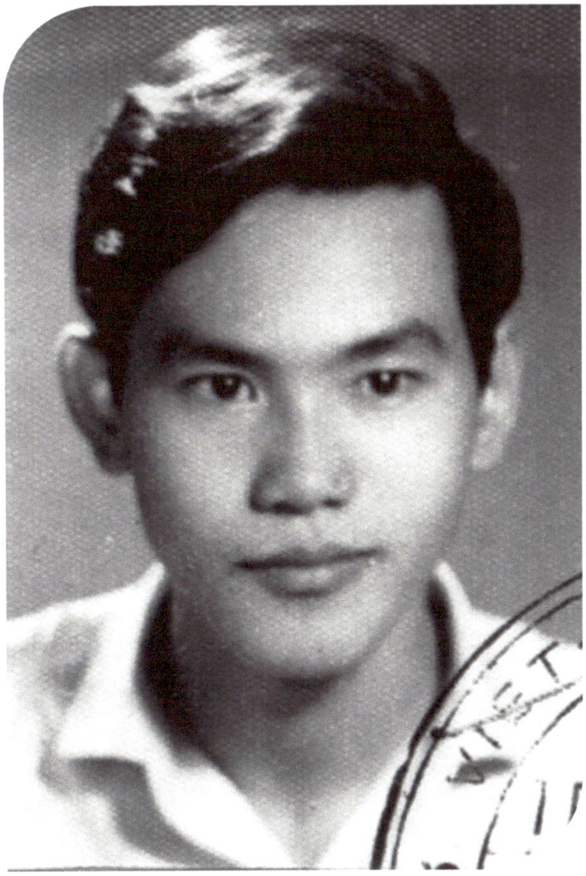

Lê Hân

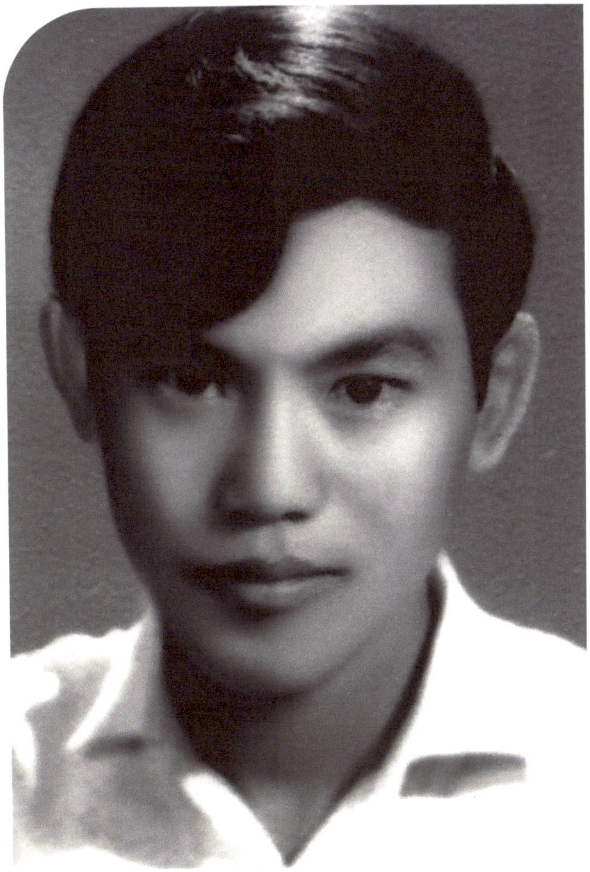

Lê Hân

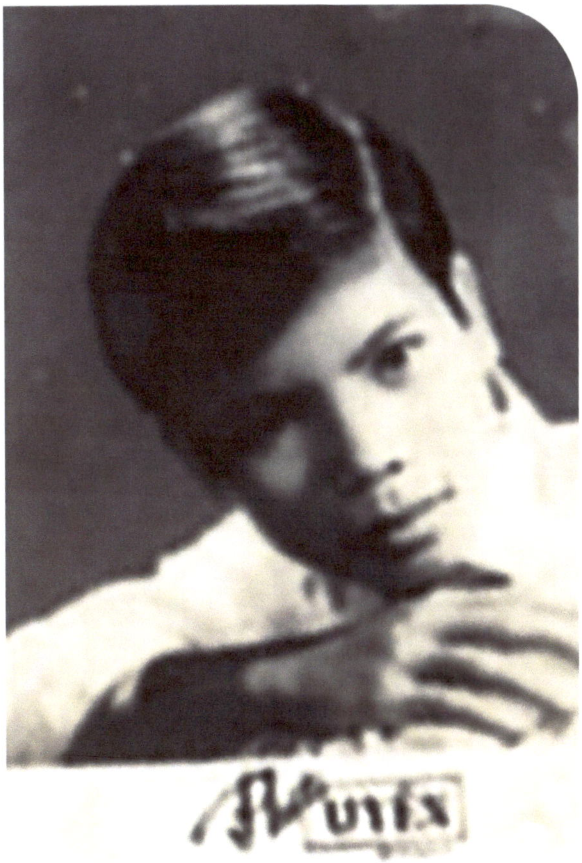

Nguyễn Ngọc Hồi

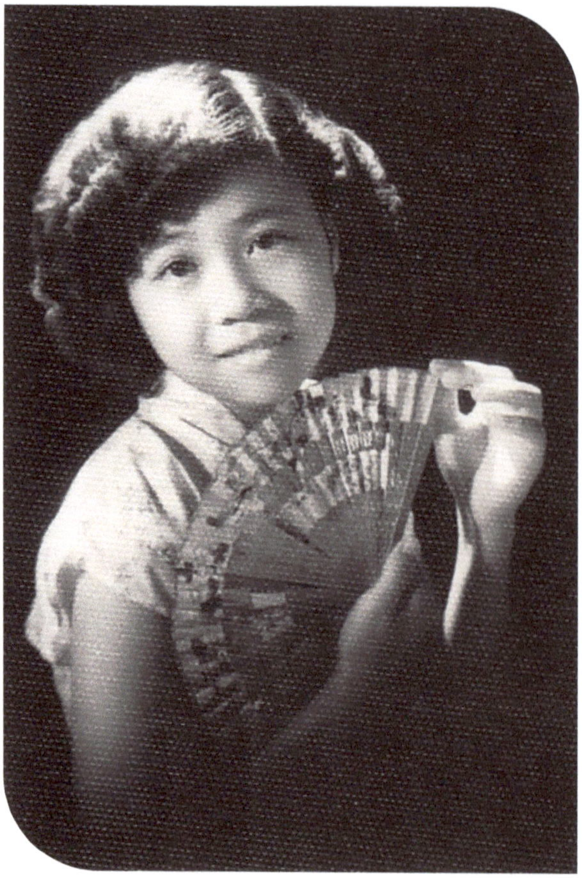

Tăng Thị Như Hoa

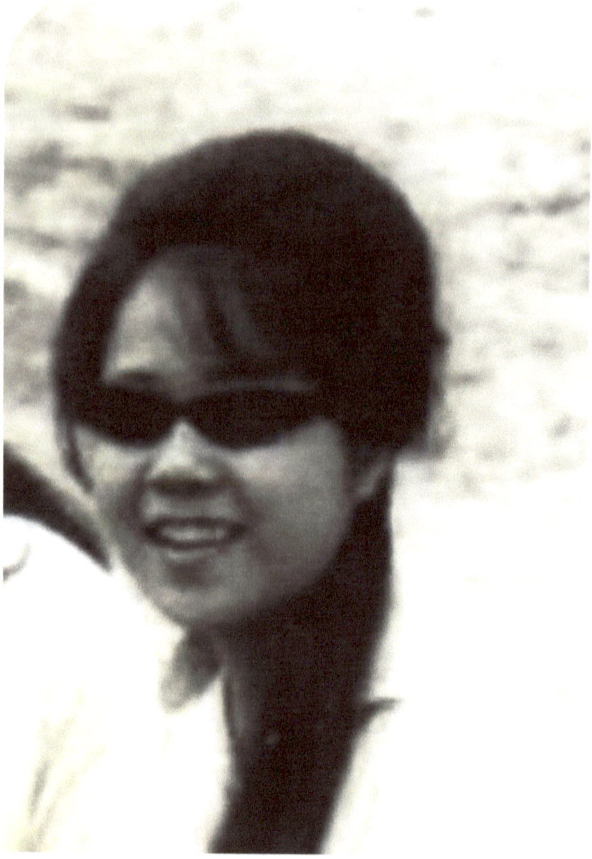

Tăng Thị Như Hoa

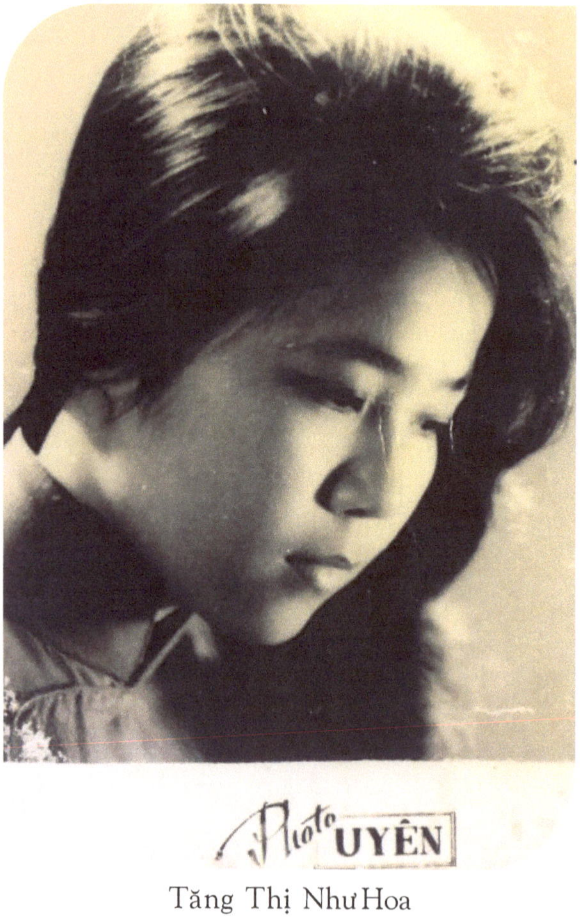

Tăng Thị Như Hoa

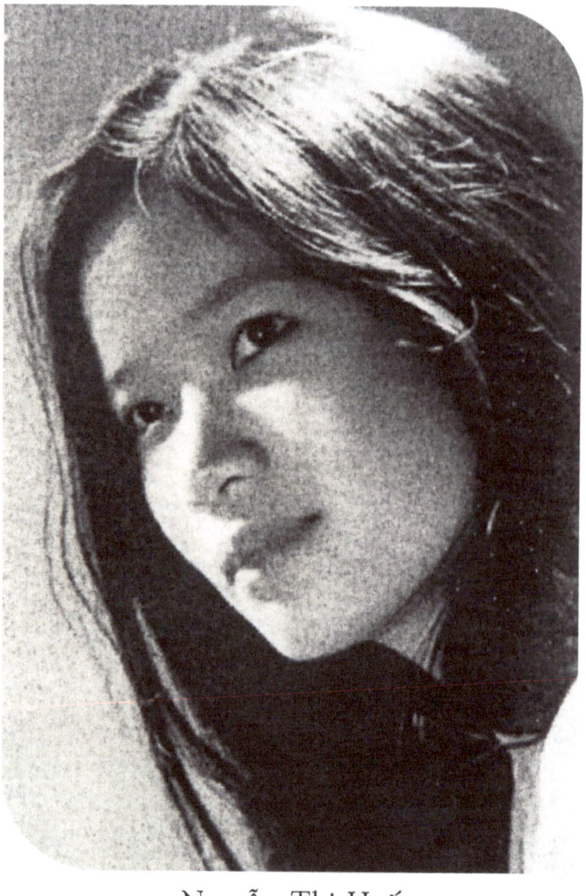

Nguyễn Thị Huế

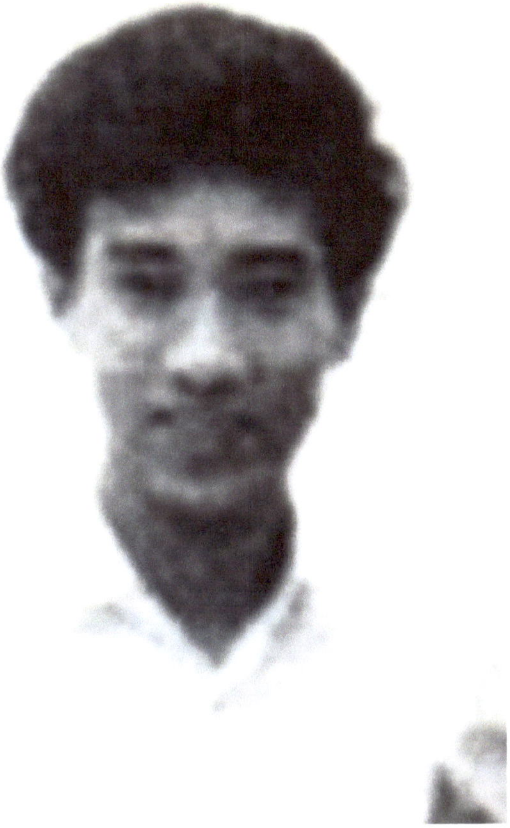

Nguyễn Phú Hùng

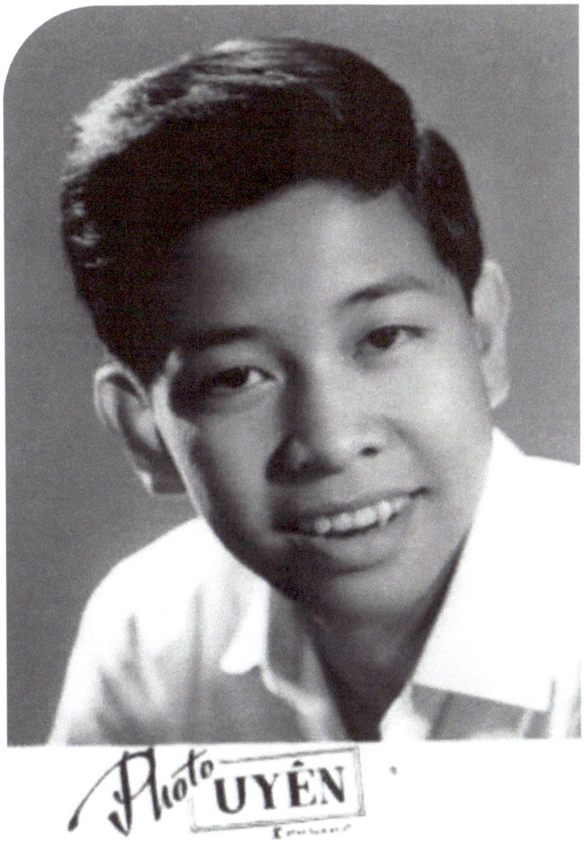

Trần Việt Hùng

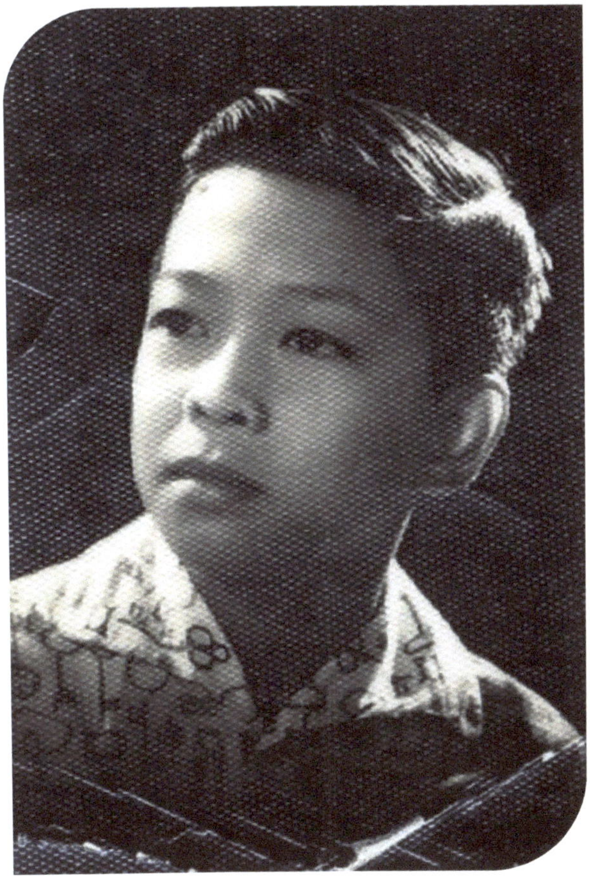

Trần Việt Hùng

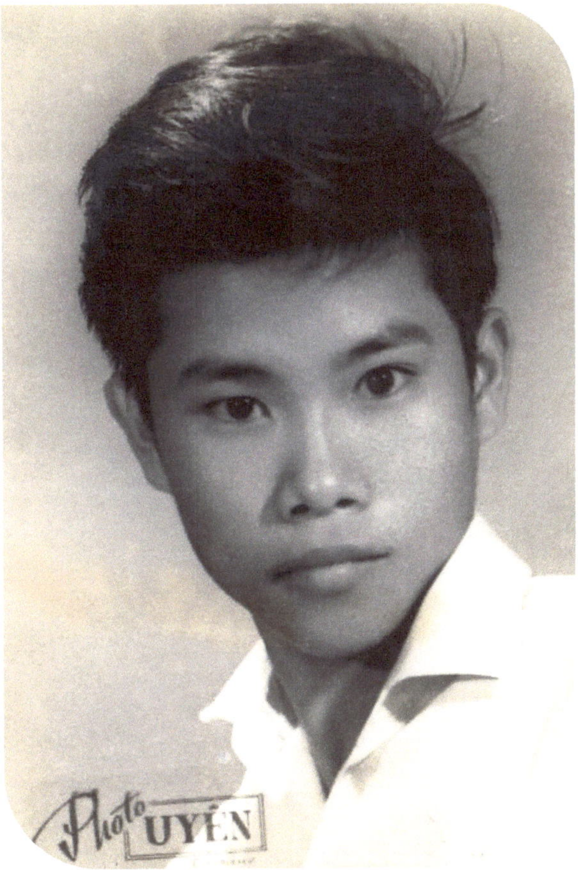

Lê Tự Hưng

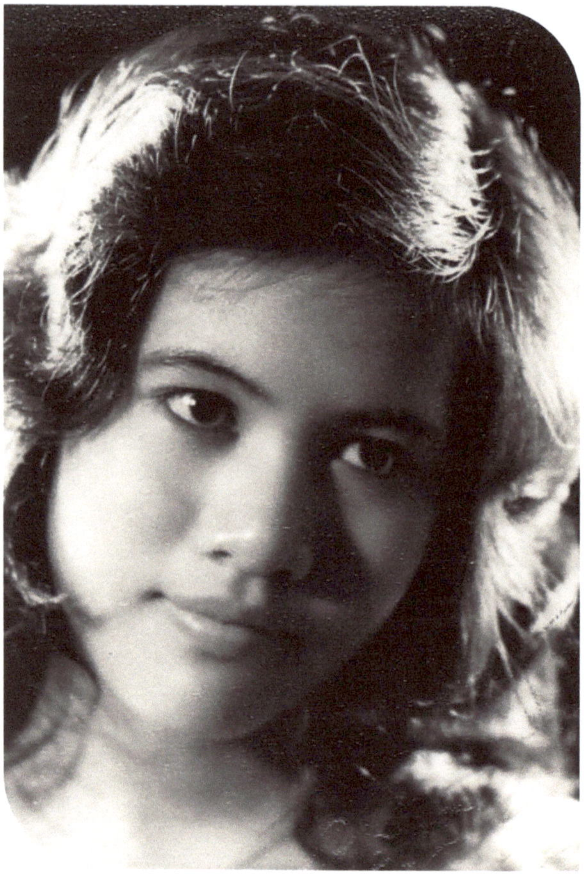

Đặng Thị Huyền

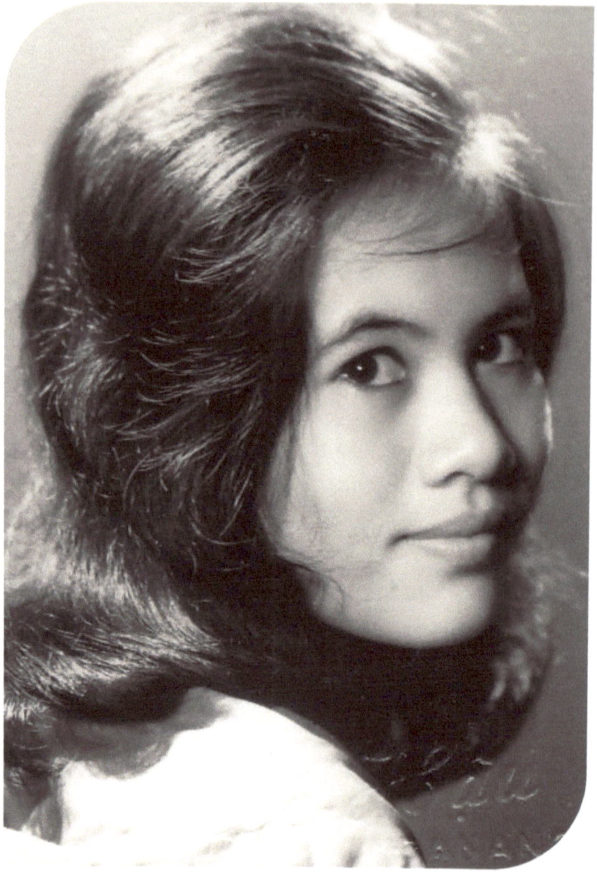

Đặng Thị Huyền

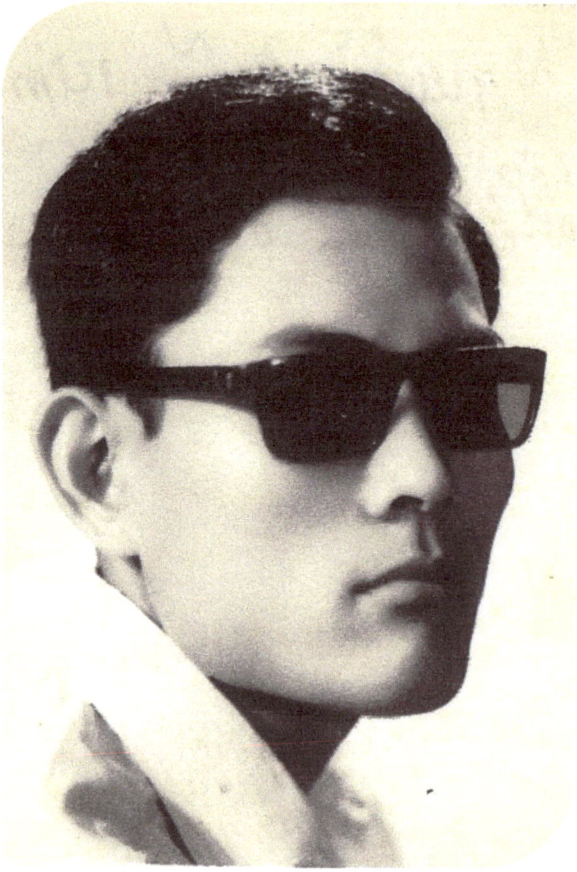

Nguyễn Doãn Kim

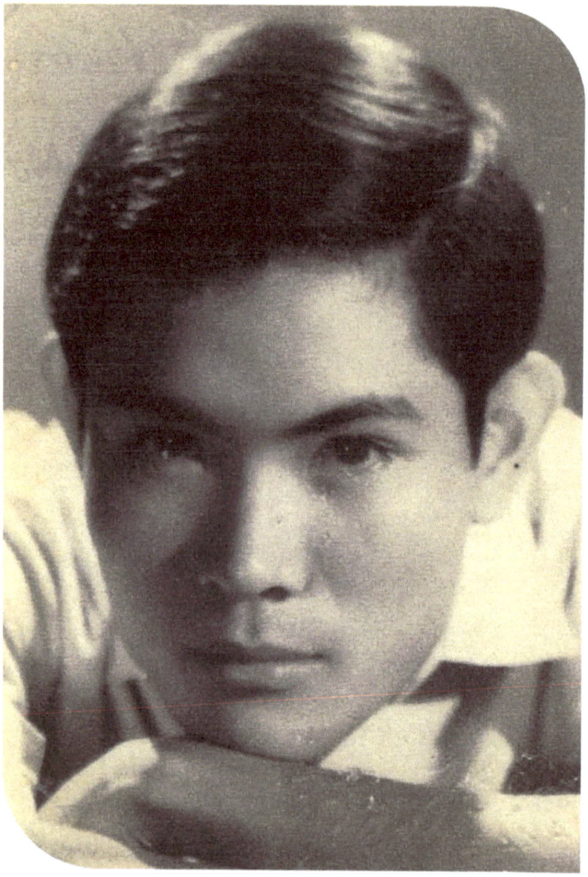

Nguyễn Doãn Kim

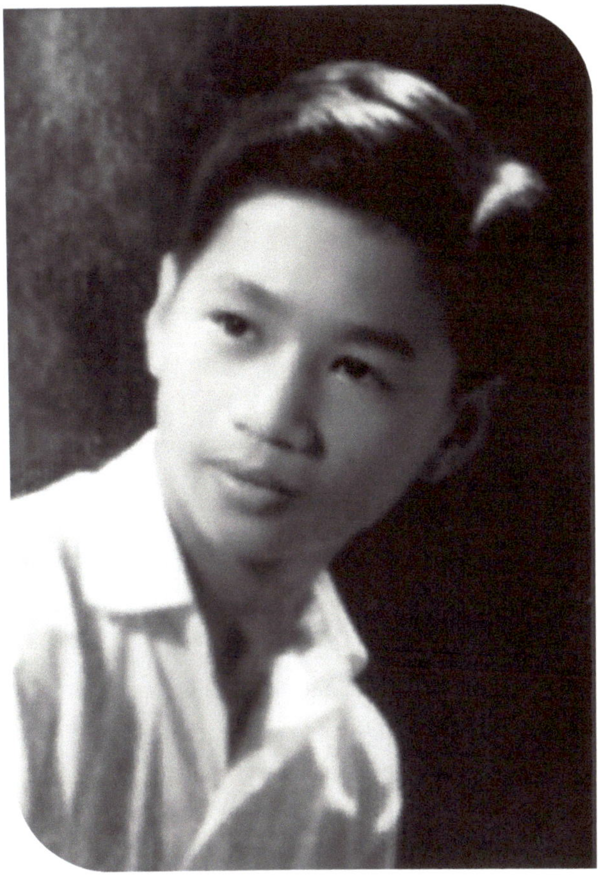
Lê Lạc

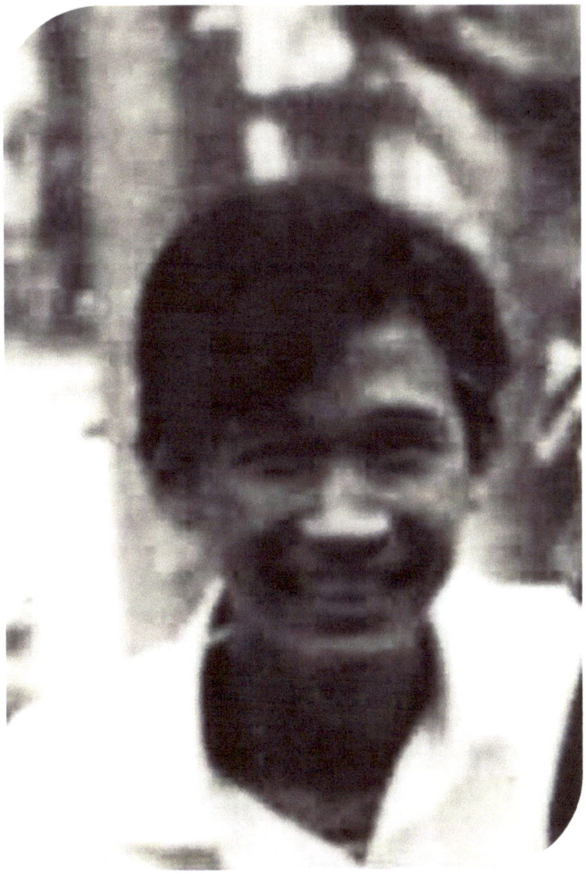
Lê Văn Nhữ

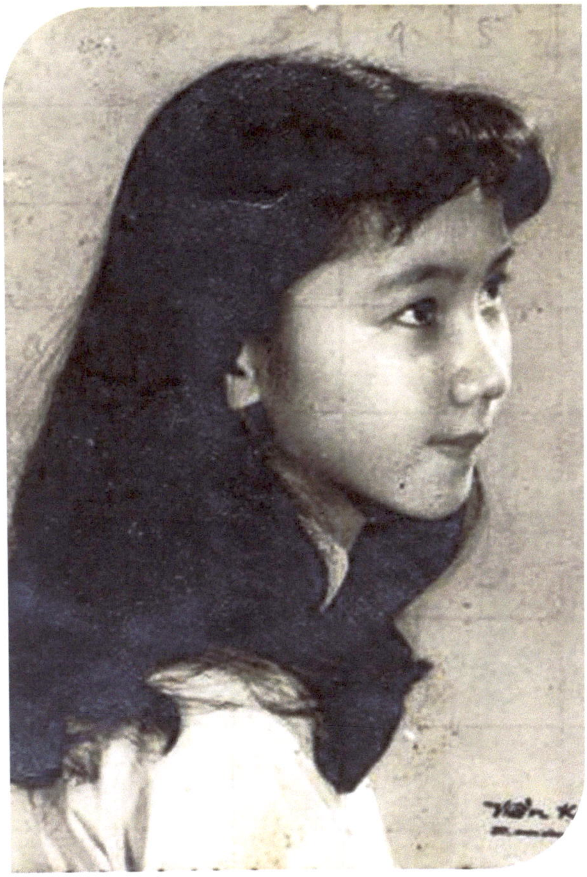
Nguyễn Thị Tố Nga

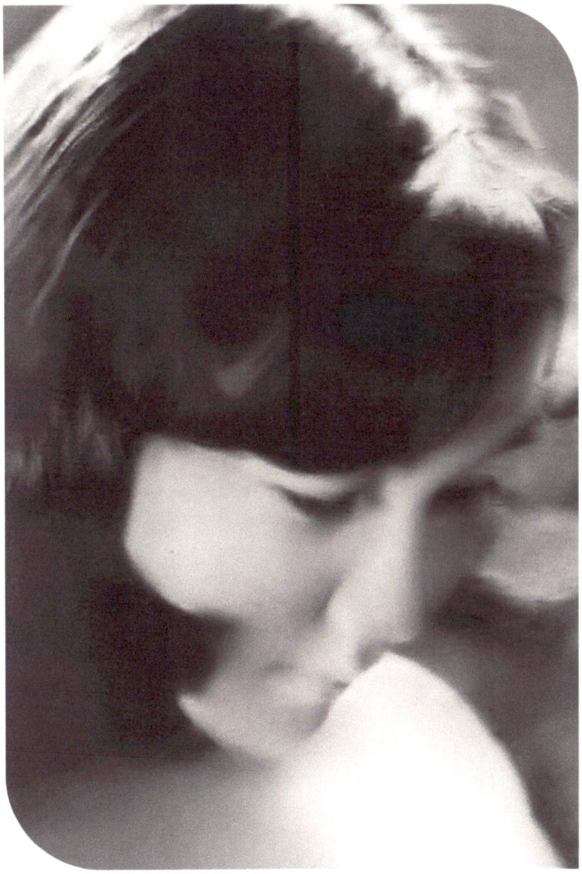
Nguyễn Thị Tố Nga

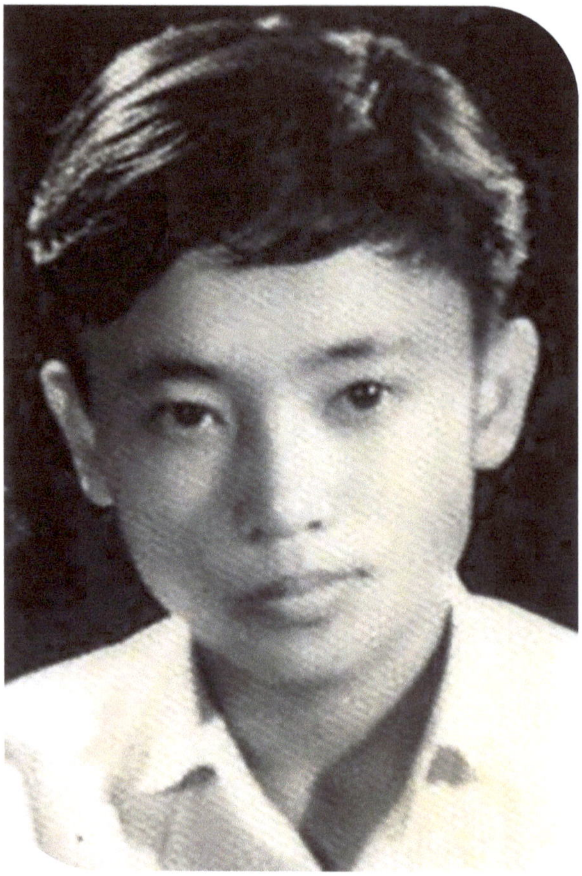

Trương Khả Quý

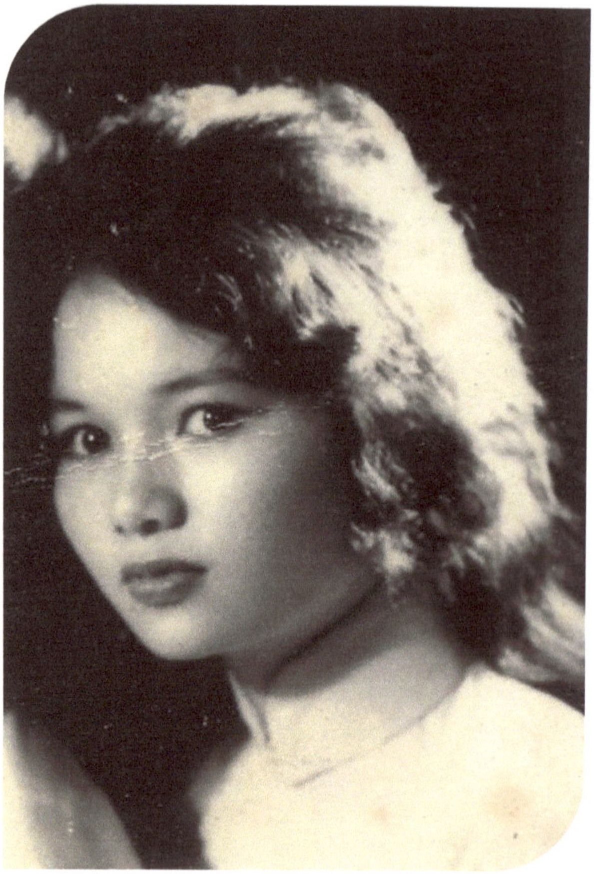

Lâm Xuân Phong

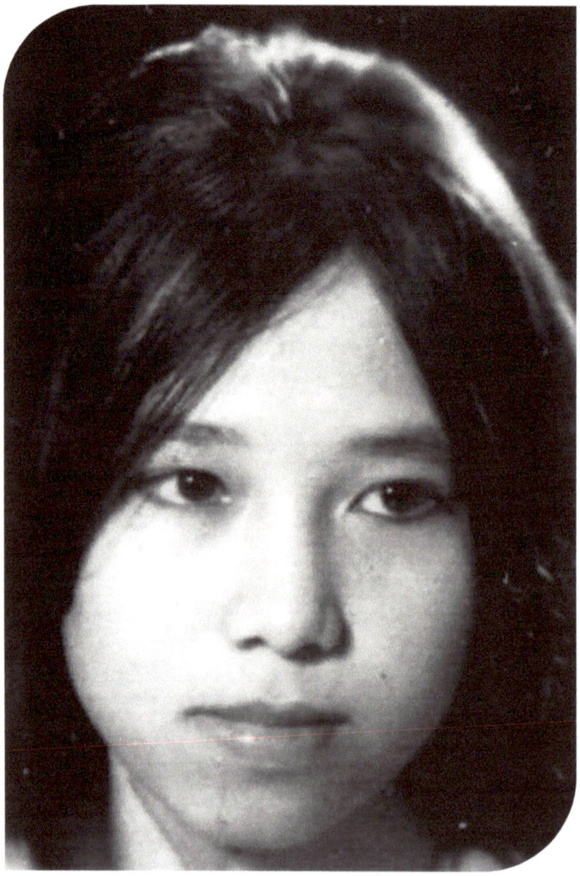

Nguyễn Thị Minh Phượng

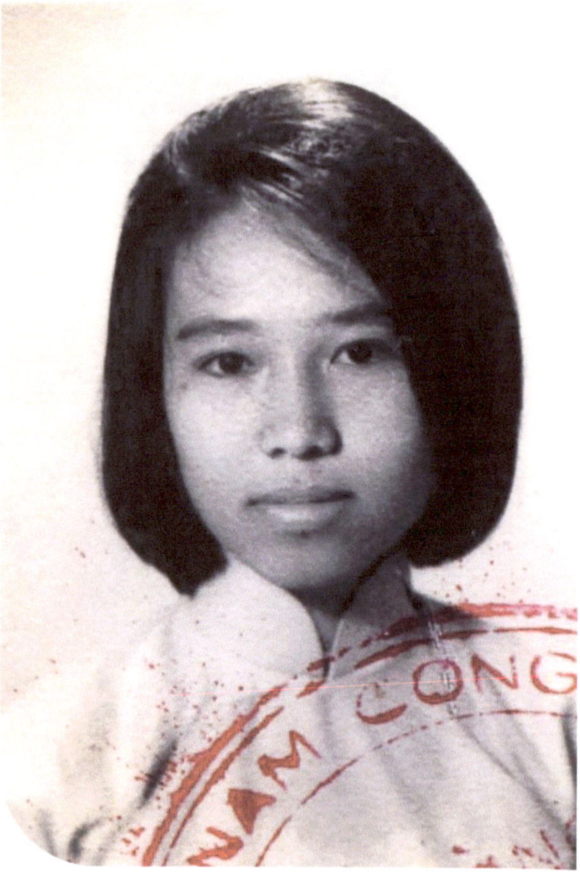

Nguyễn Thị Minh Phượng

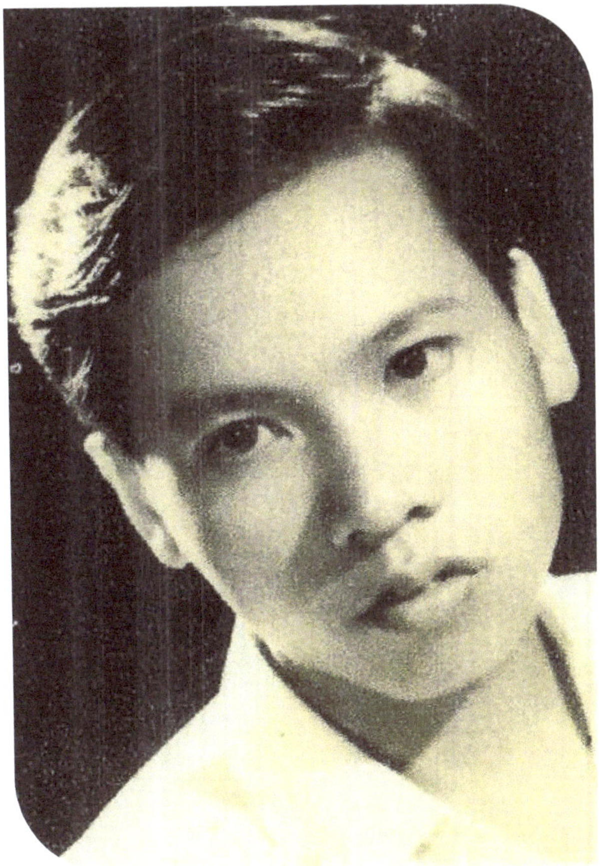

Võ Thiệu

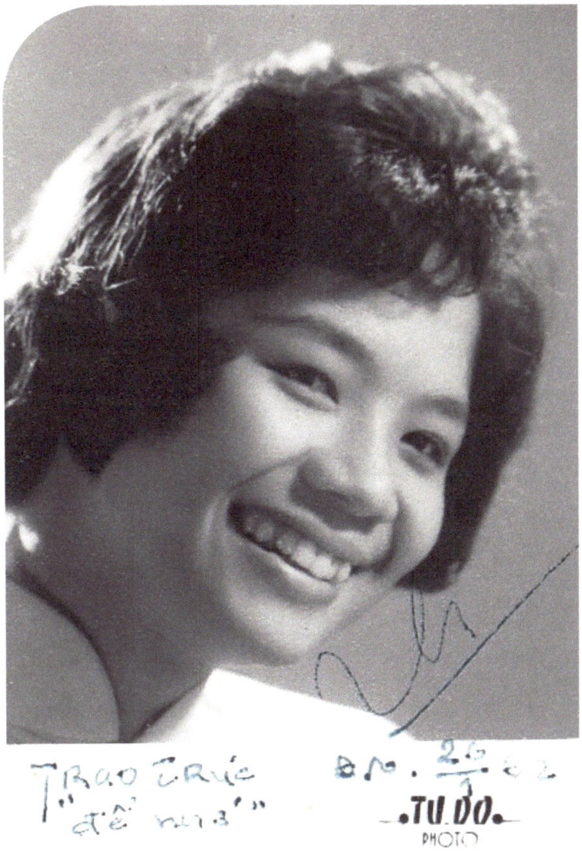

Phạm Thị Thu

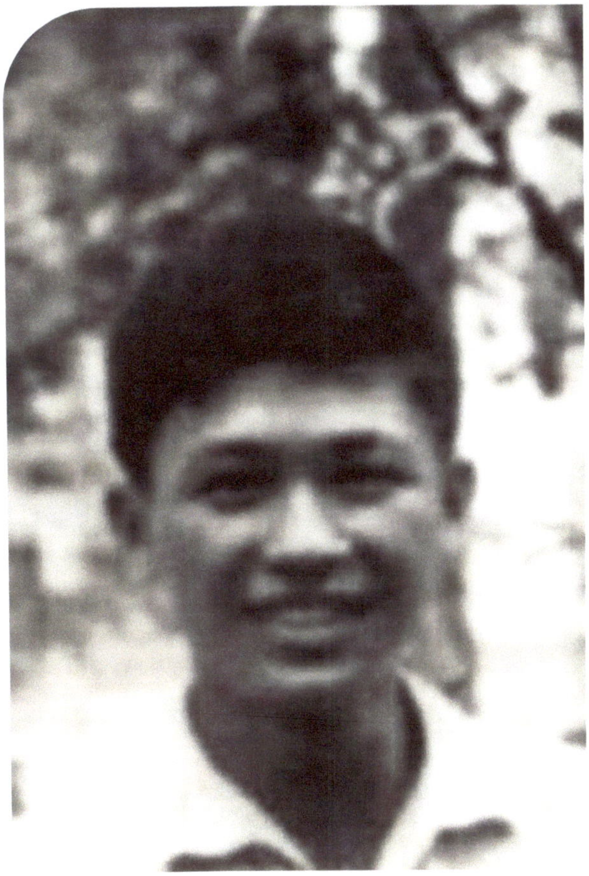

Bạch Thế Thức

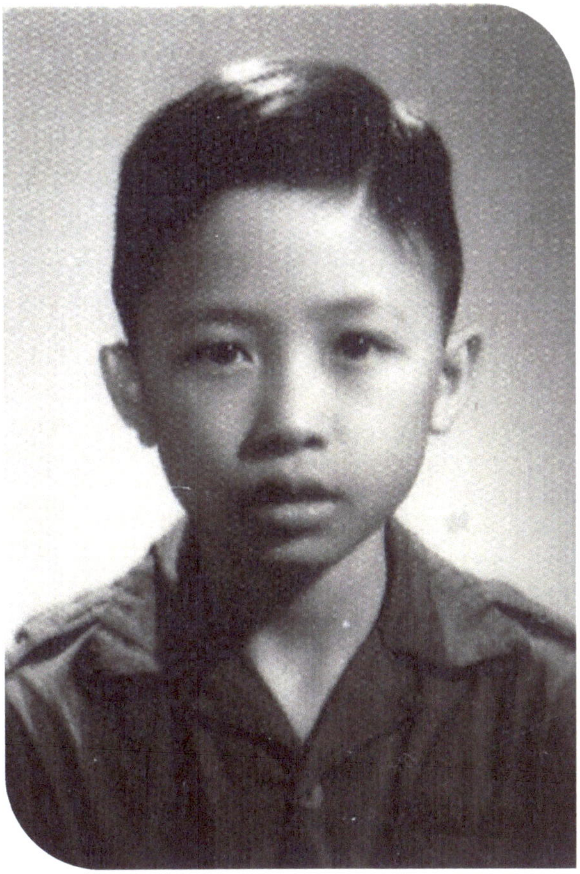

Bạch Thế Thức

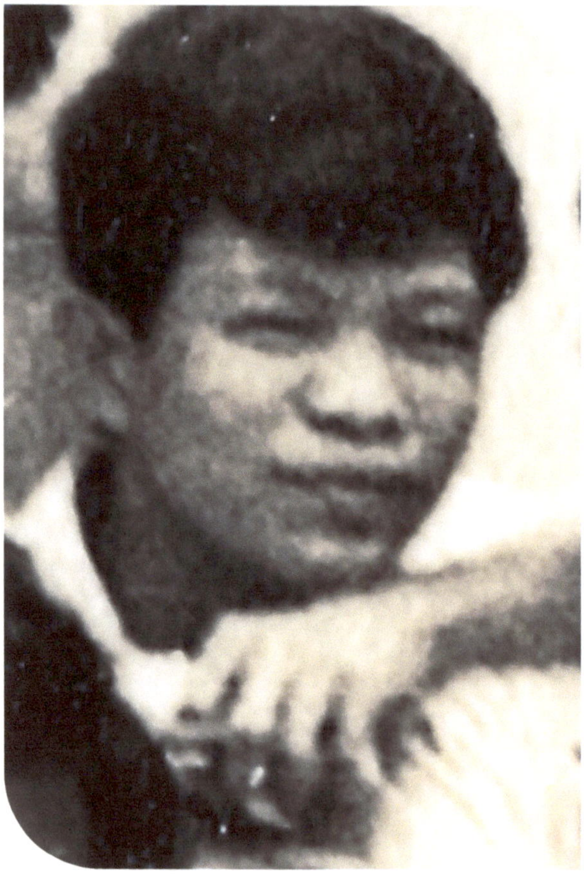

Nguyễn Đức Thống

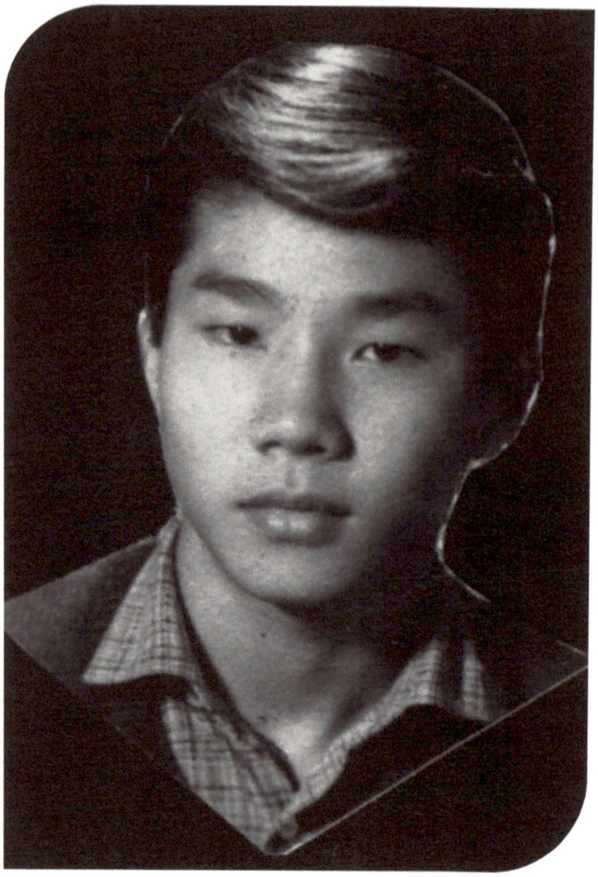

Trần Ngọc Toàn

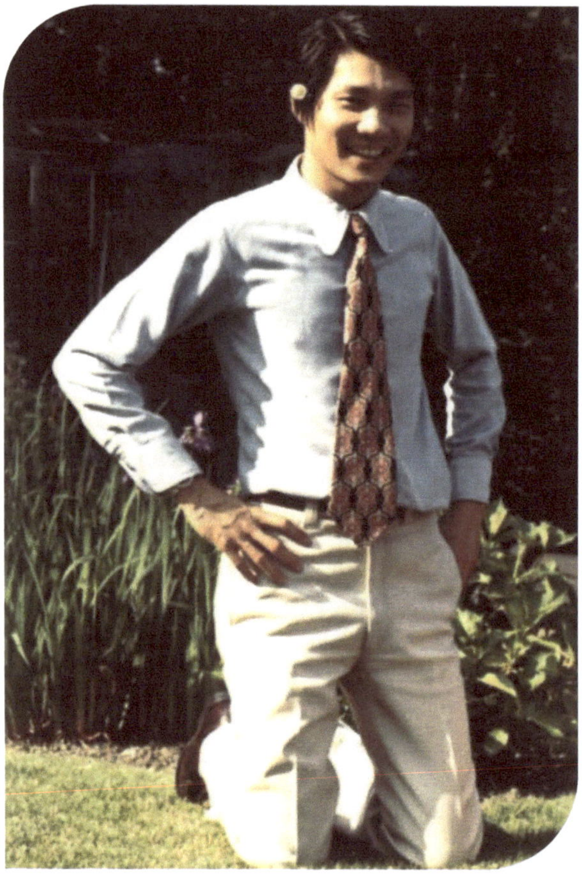

Trần Ngọc Toàn

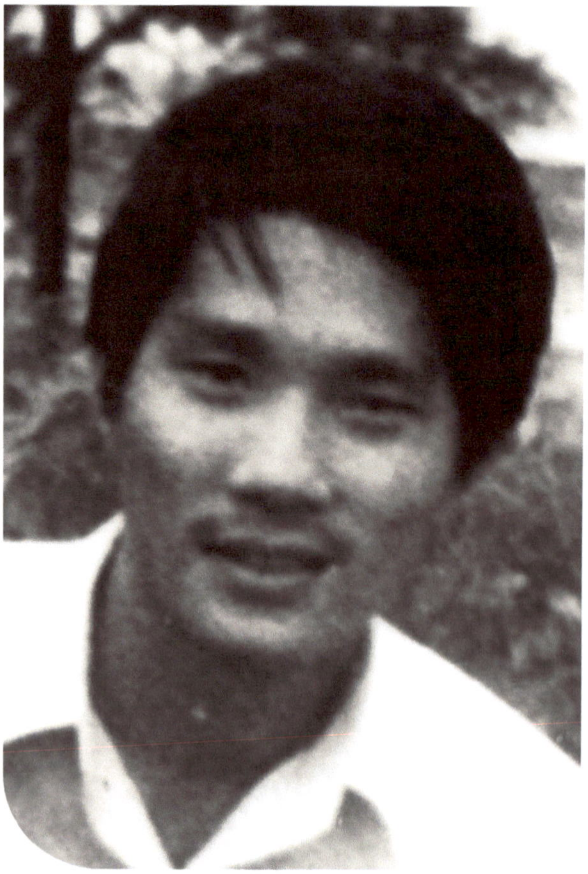

Trần Ngọc Toàn

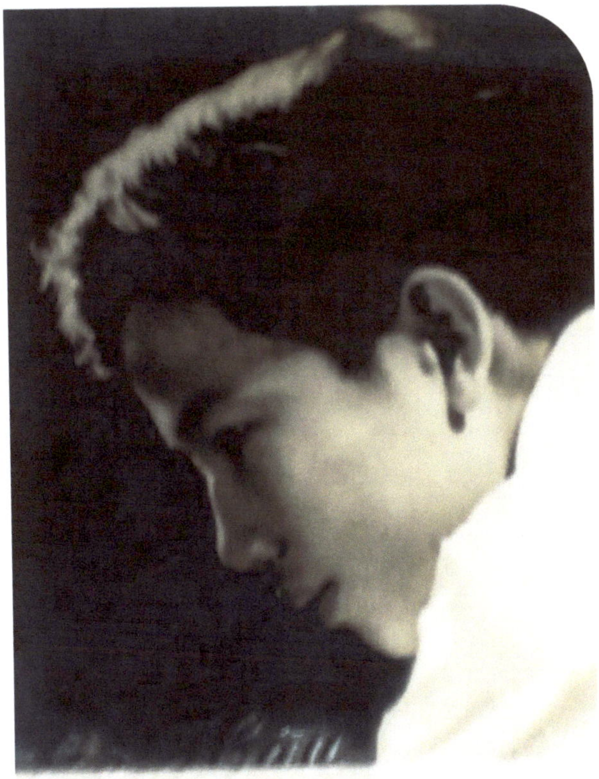

Nguyễn Bá Trác

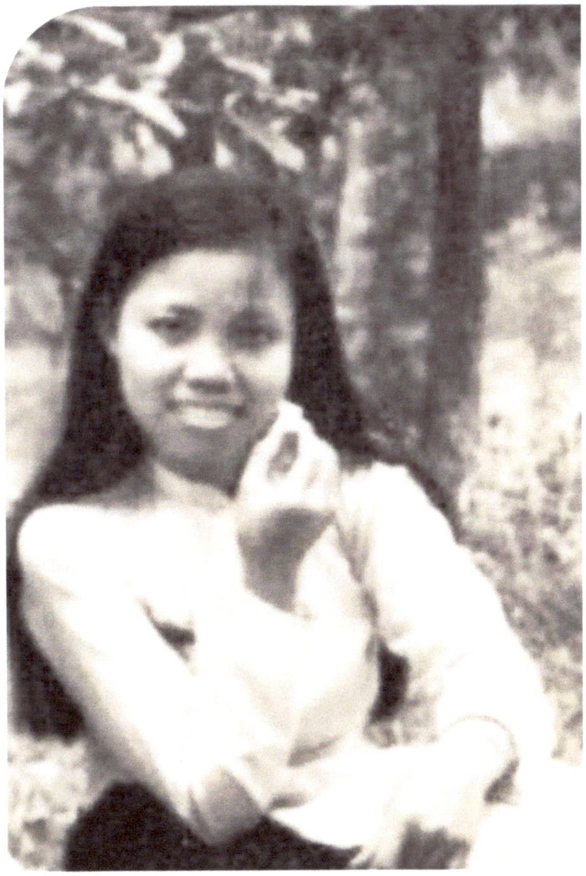

Trần Thị Mộng Trâm

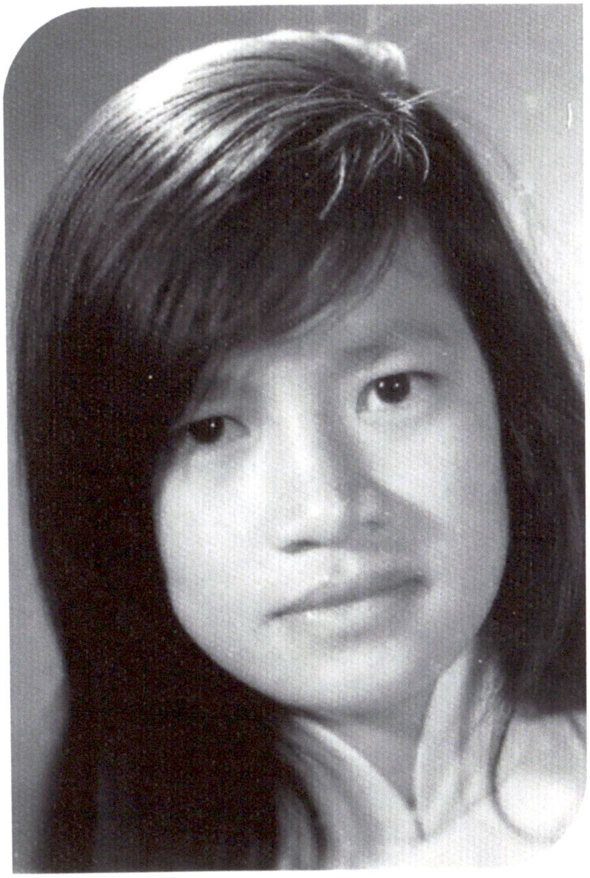

Lương Thị Khiêm Trinh

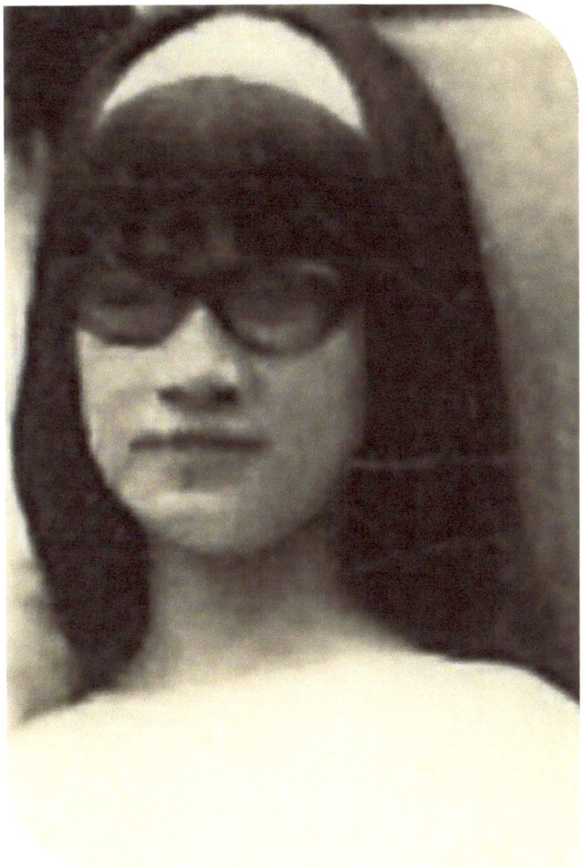

Lương Thị Khiêm Trinh

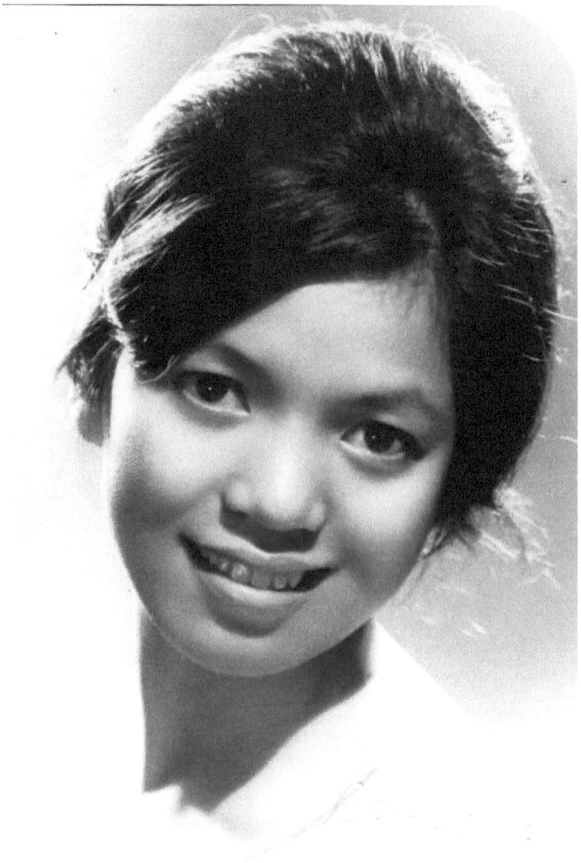

Hồ Thị Trúc

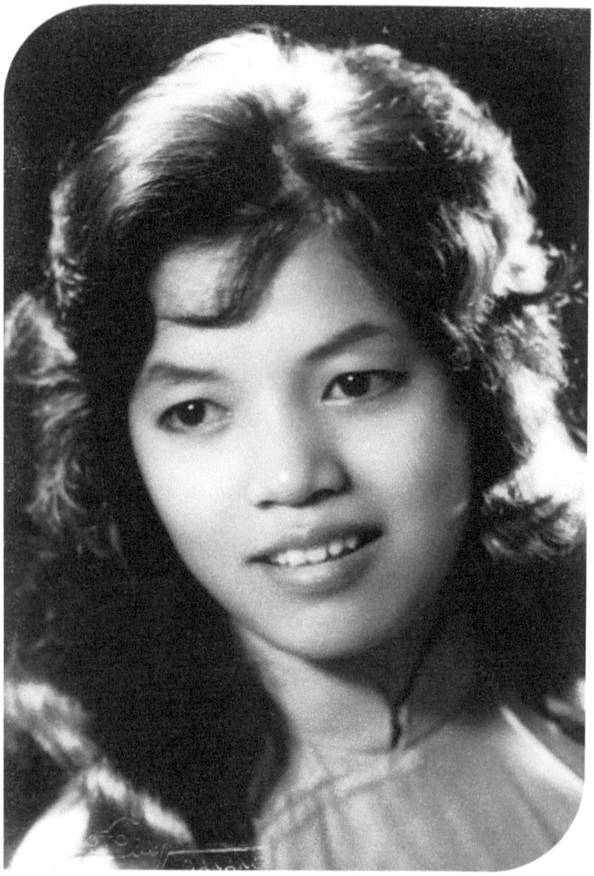

Hồ Thị Trúc

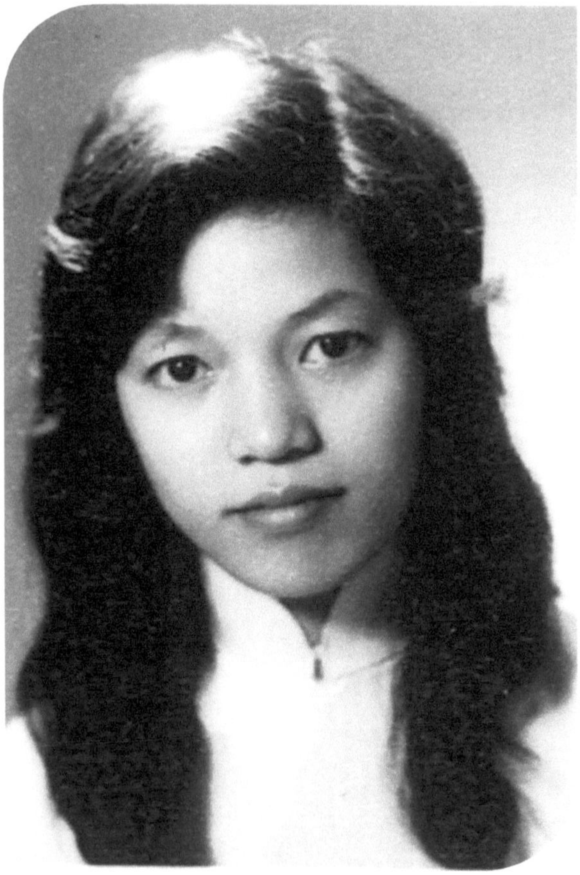

Hồ Thị Trúc

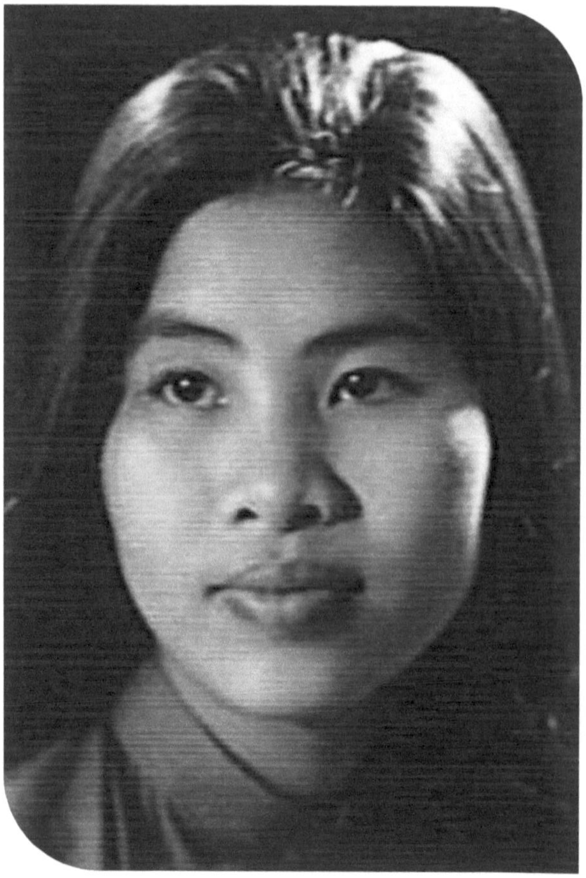

Phạm Thị Yên

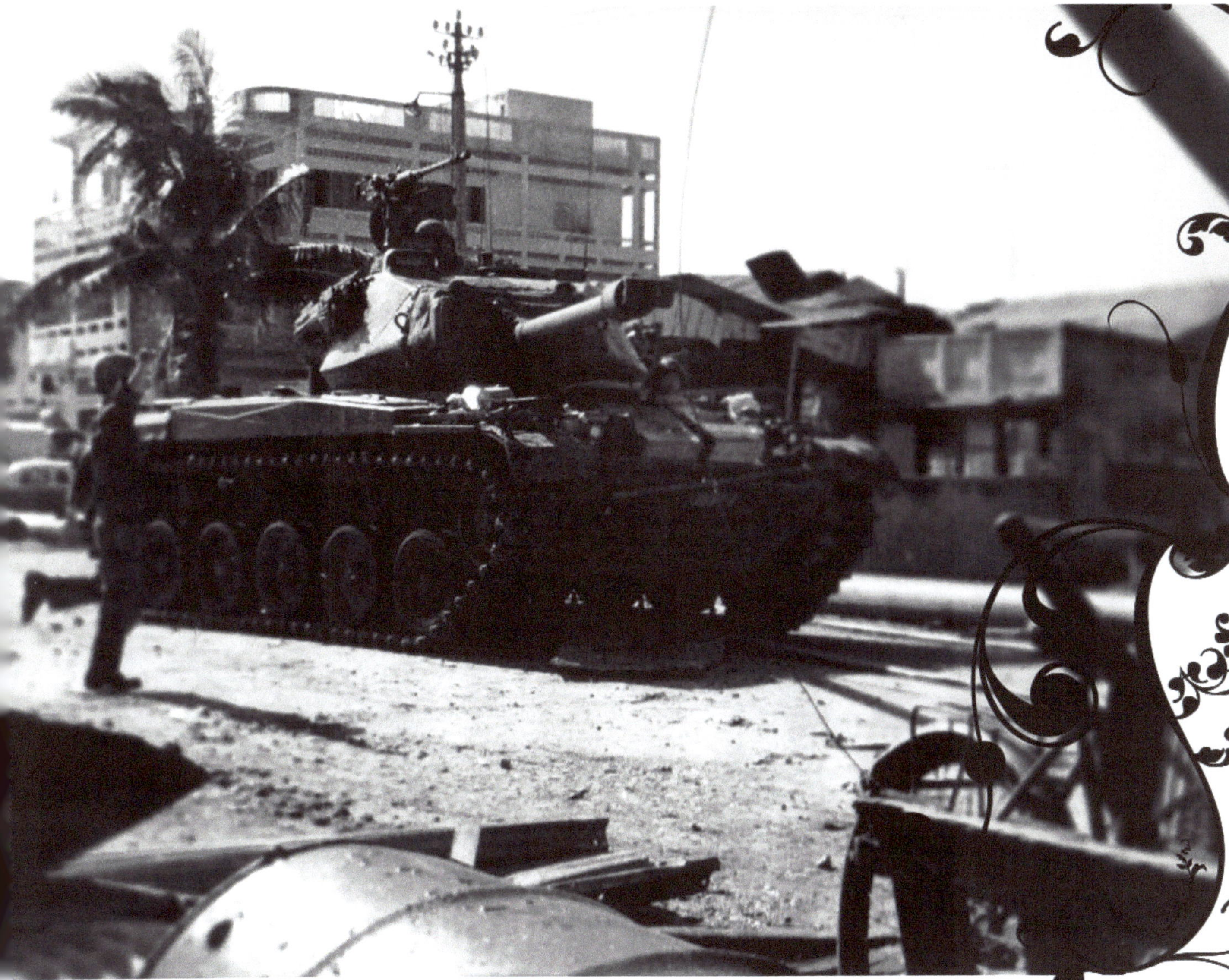

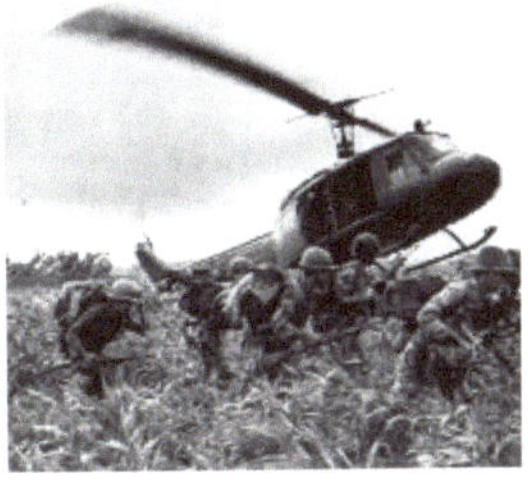

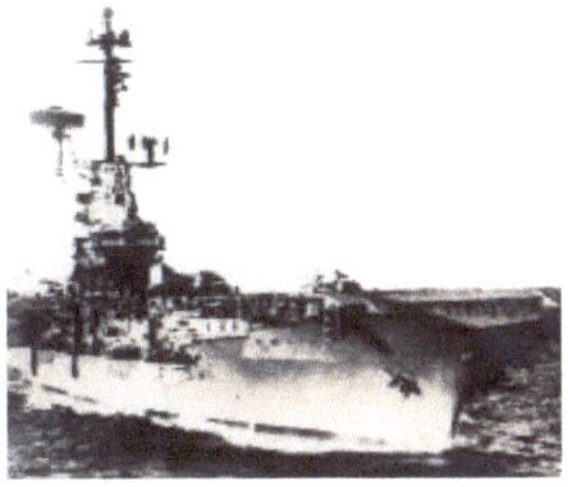

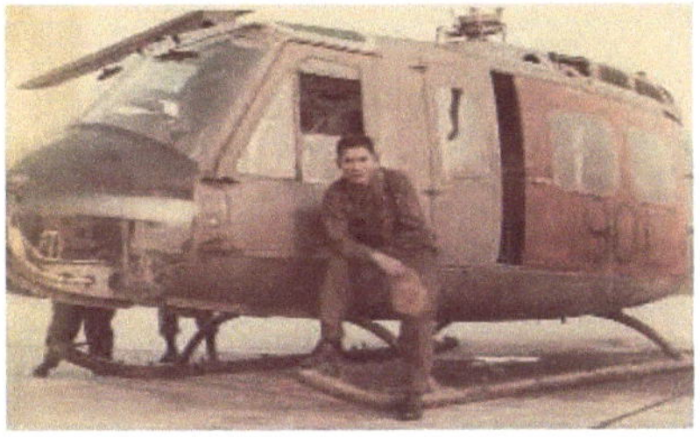

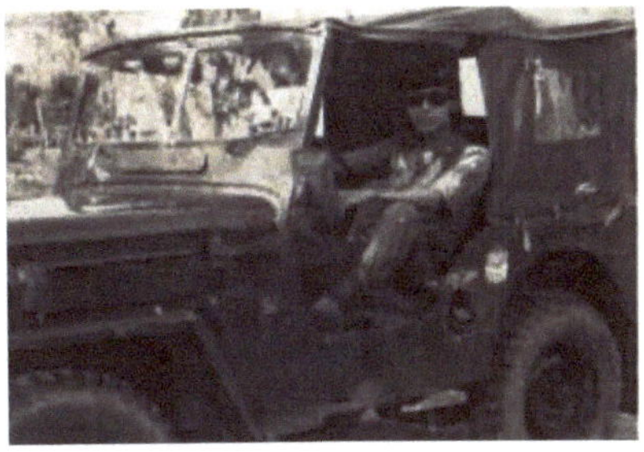

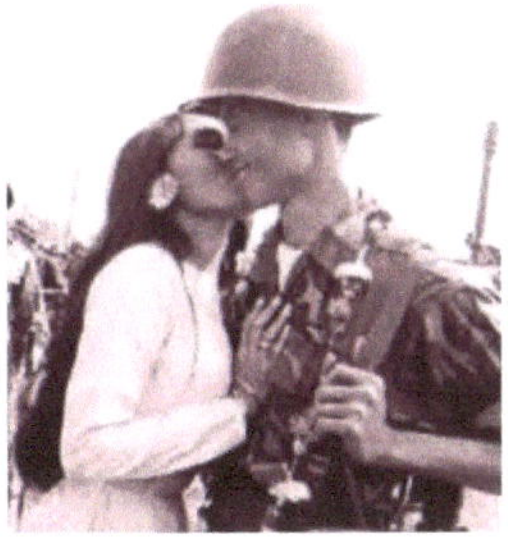

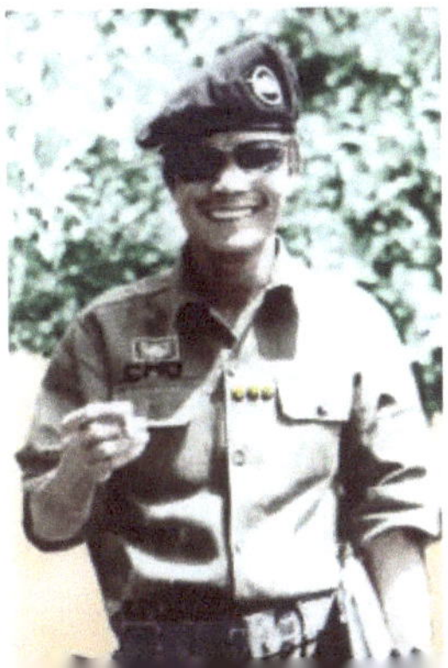

một thời BINH NGHIỆP

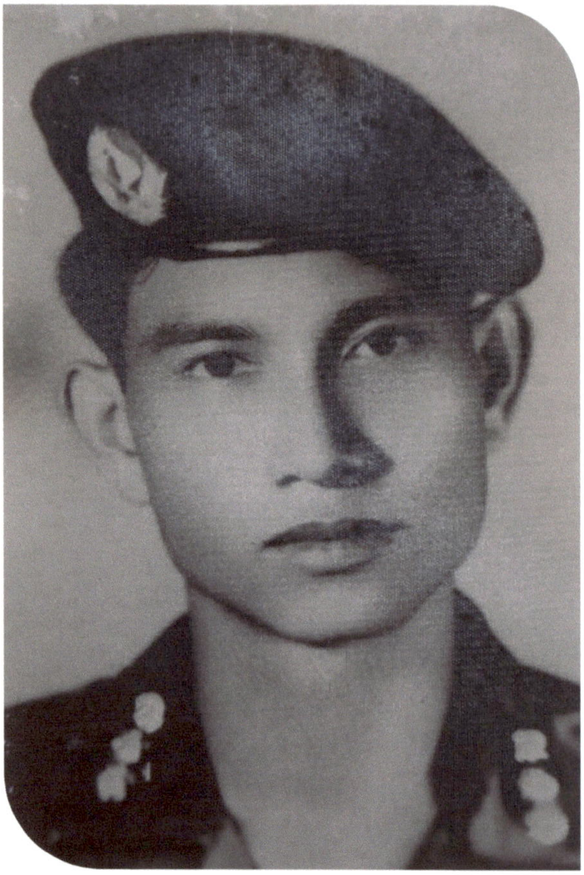

Quách Ẩn

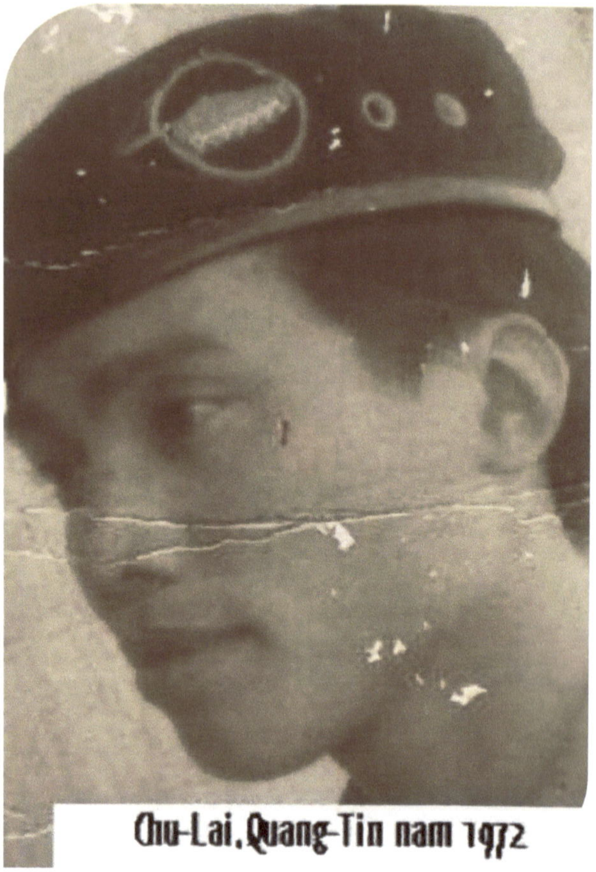

Đặng Tú Cẩm

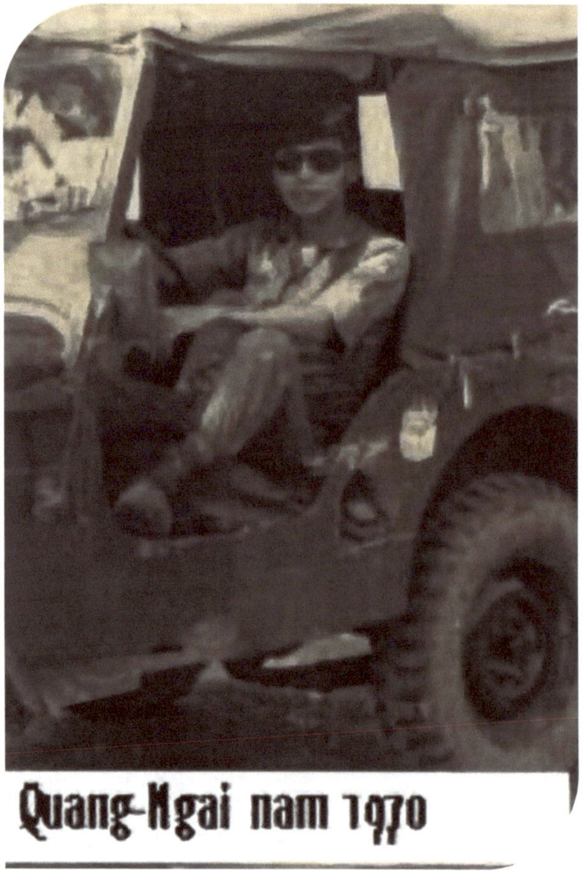

Đặng Tú Cẩm

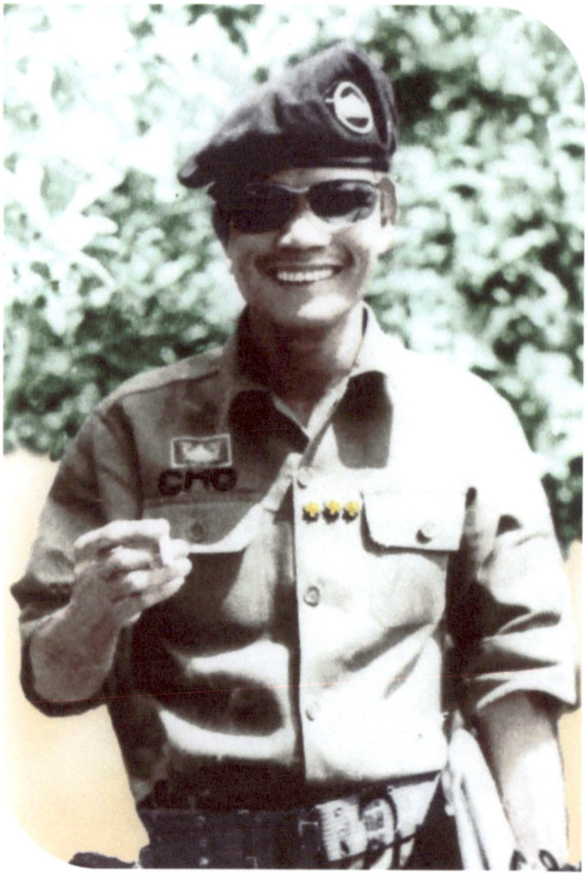

Đinh Văn Cho

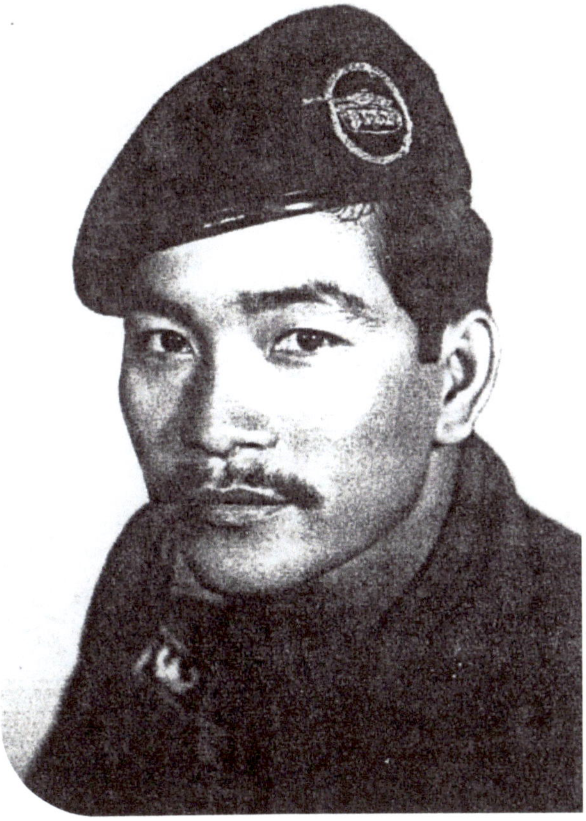

Nguyễn Hữu Để

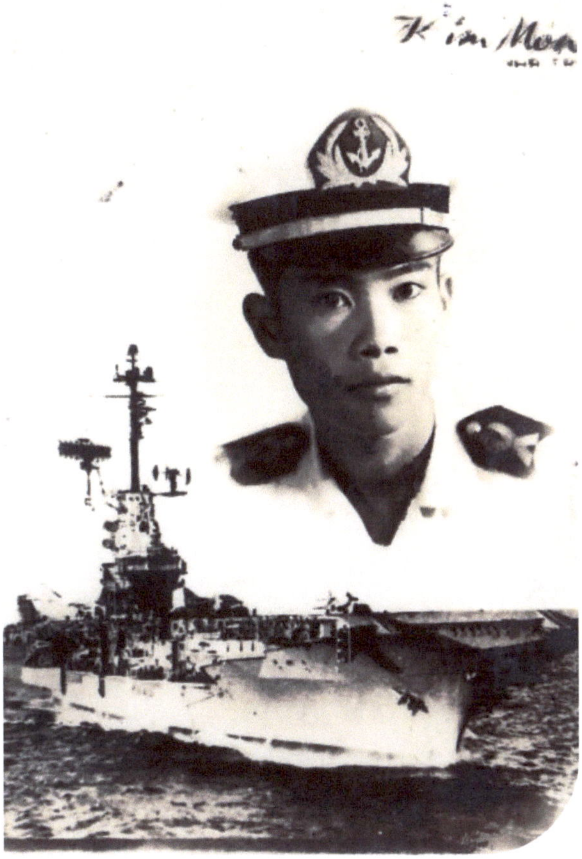

Lê Tự Hưng

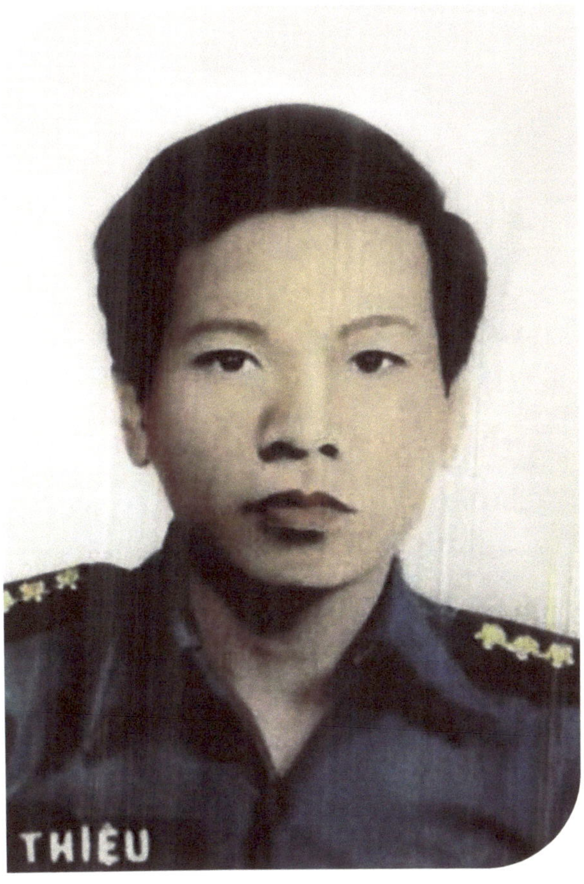

Võ Thiệu

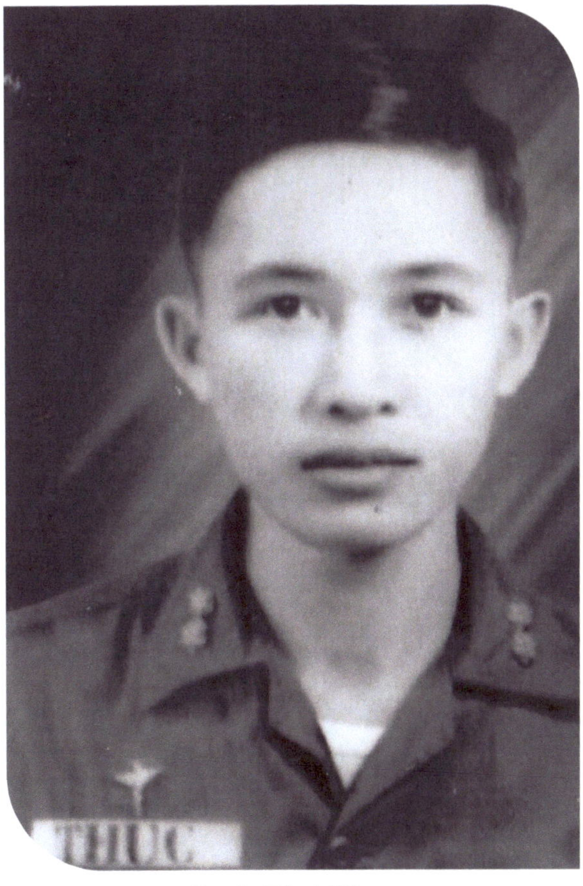

Bạch Thế Thức

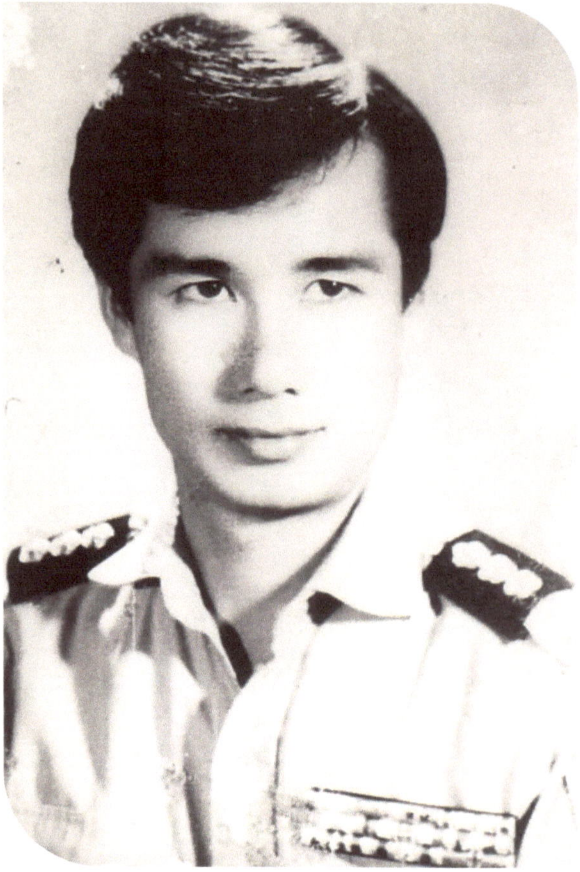

Trương Đức Thủy

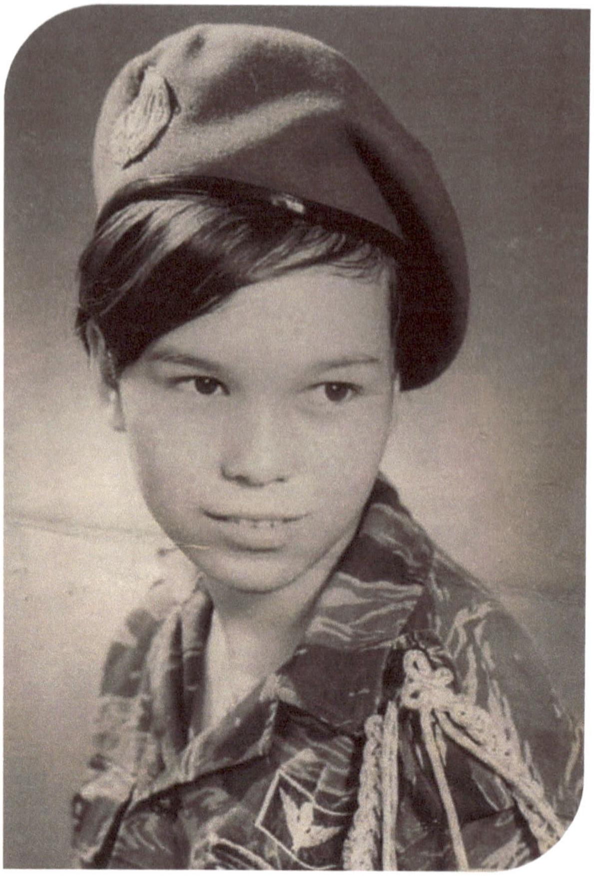

Trương Đức Thủy phu nhân

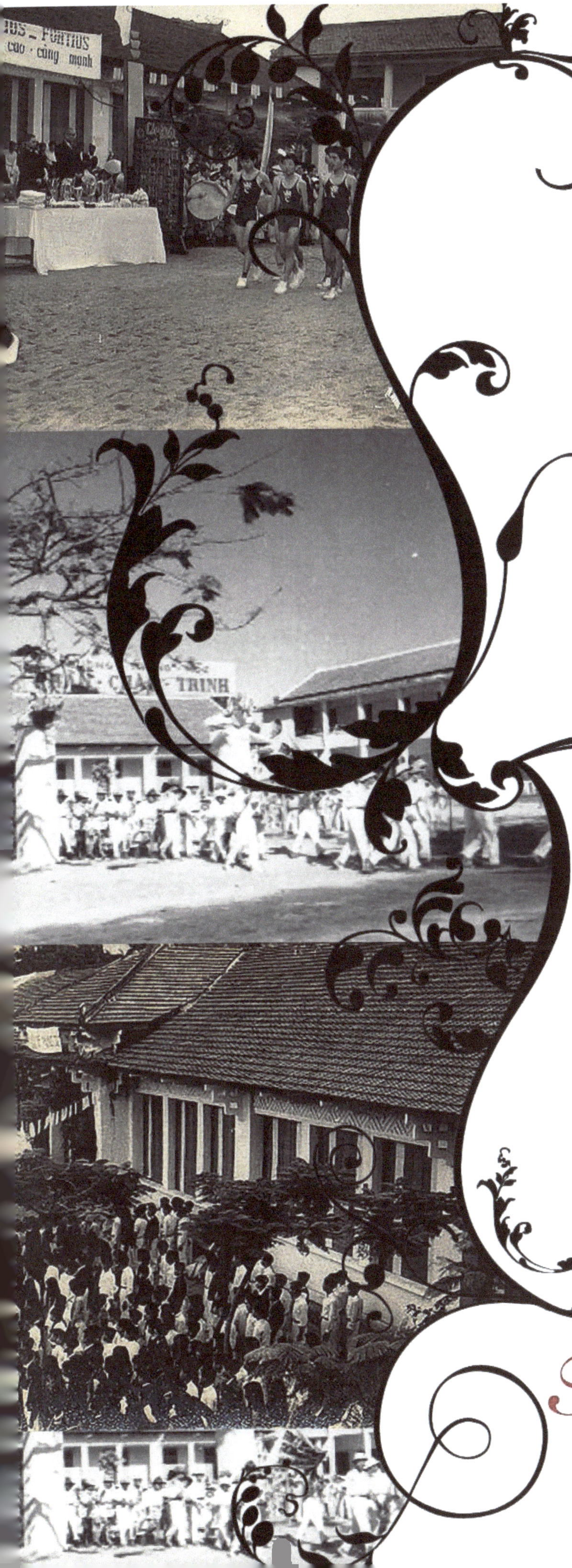

sinh hoạt Thời Đi Học

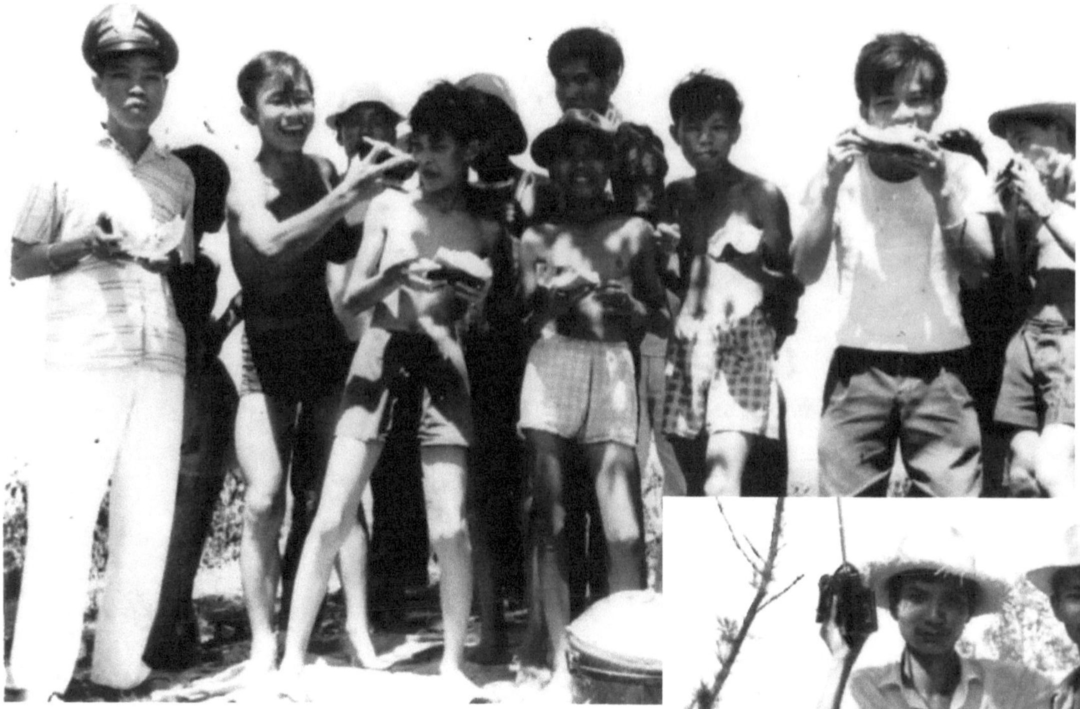

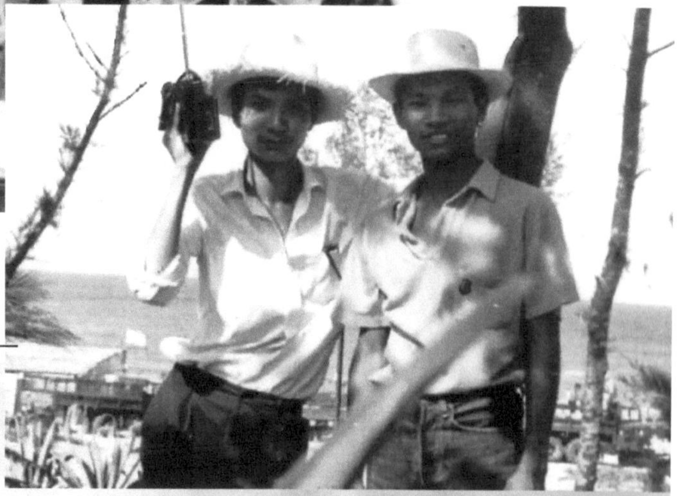

NV Diên, PV Cơ

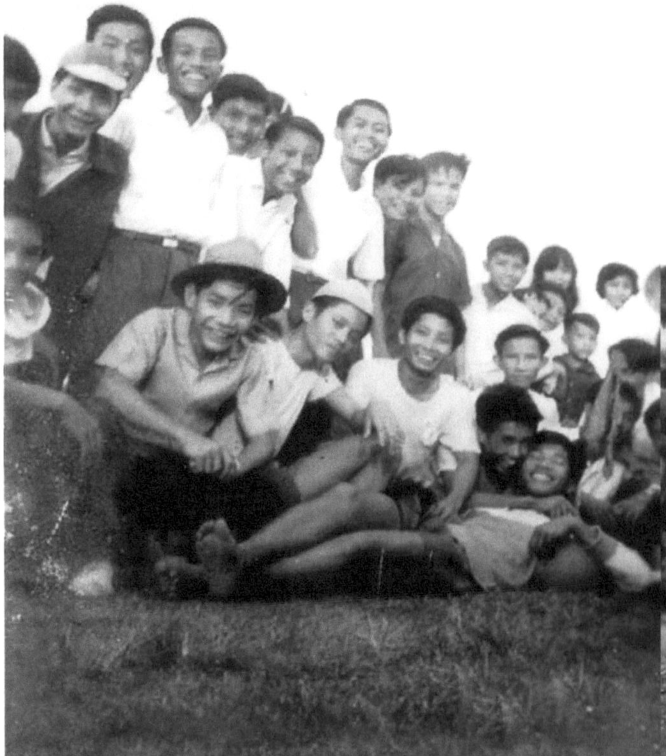

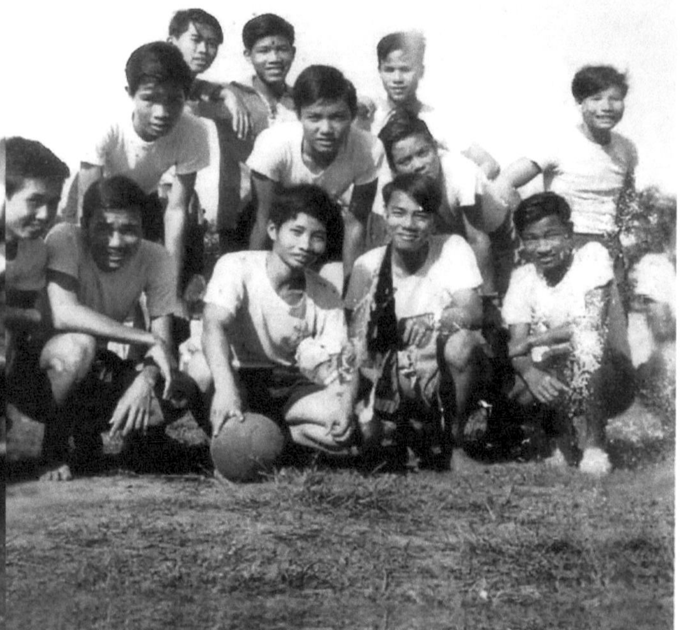

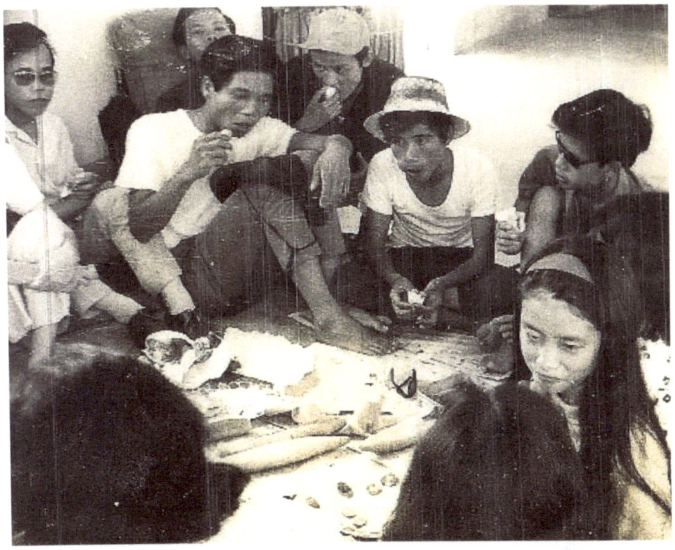

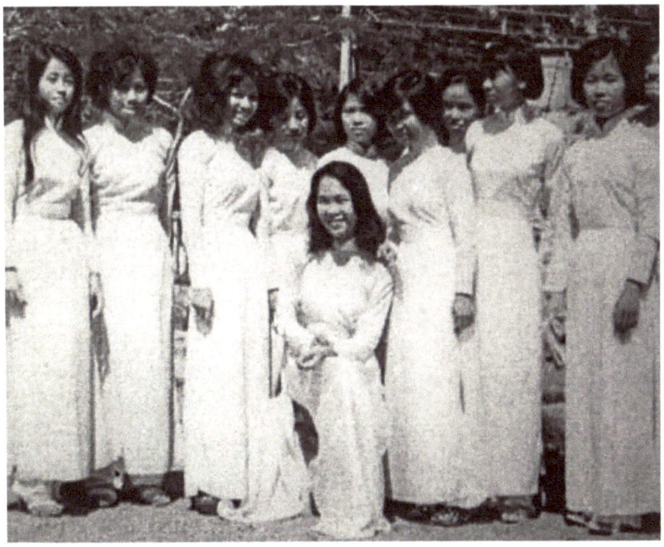

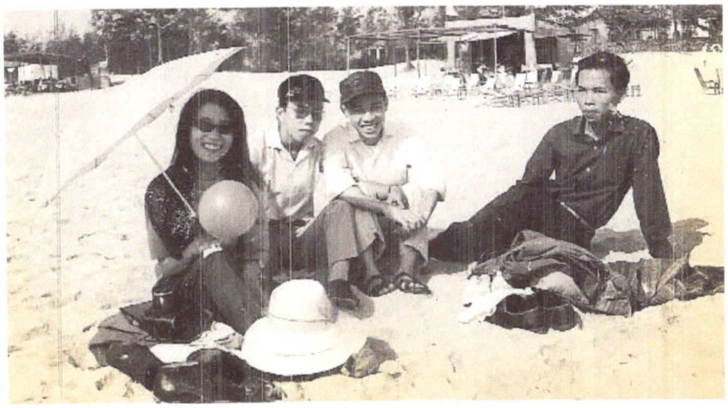

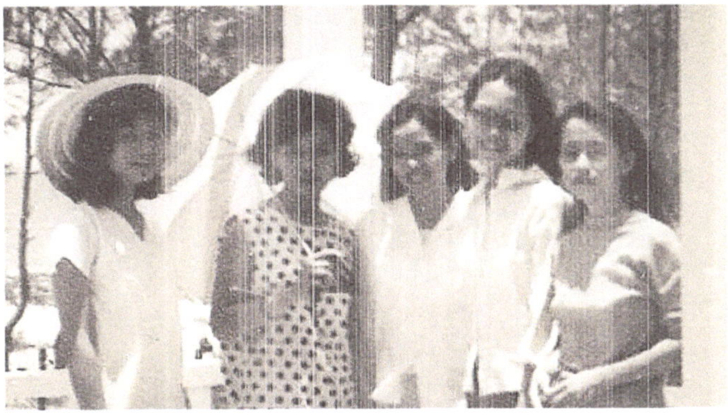

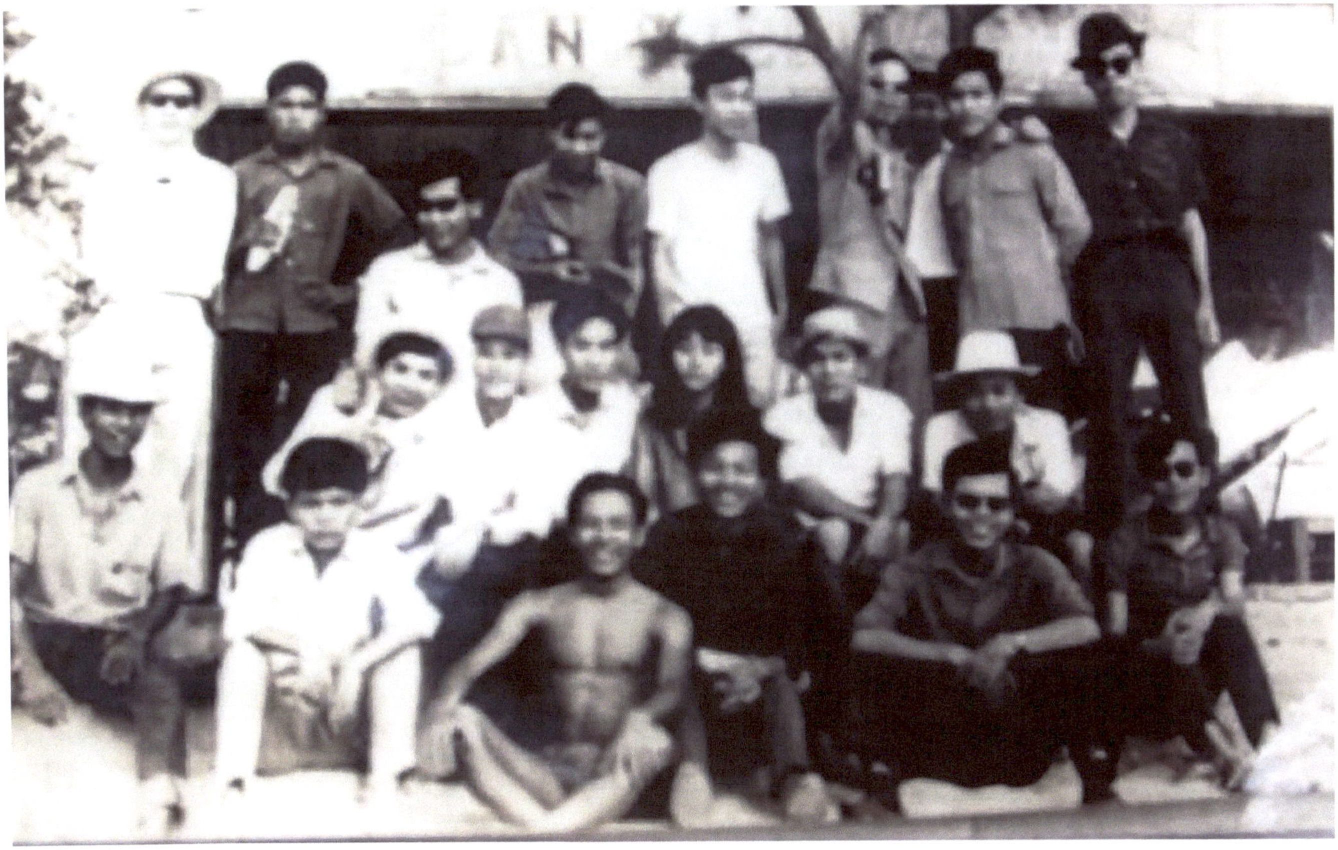

Hàng ngồi trước: PV Cơ, NĐ Thống, NN Châu, Đ Thiệp, Thầy CH Hóa, L Hân.
Hàng ngồi sau: NV Diên, PV Thịnh (?), NP Hùng, PT An, ND Kim, TK Quý.
Hàng đứng: NPK Hùng, NP Duyên, ? ai đeo kính đen, N Hòa, LH Đức, Thầy ĐN Đức, NH Để, BV Đào.

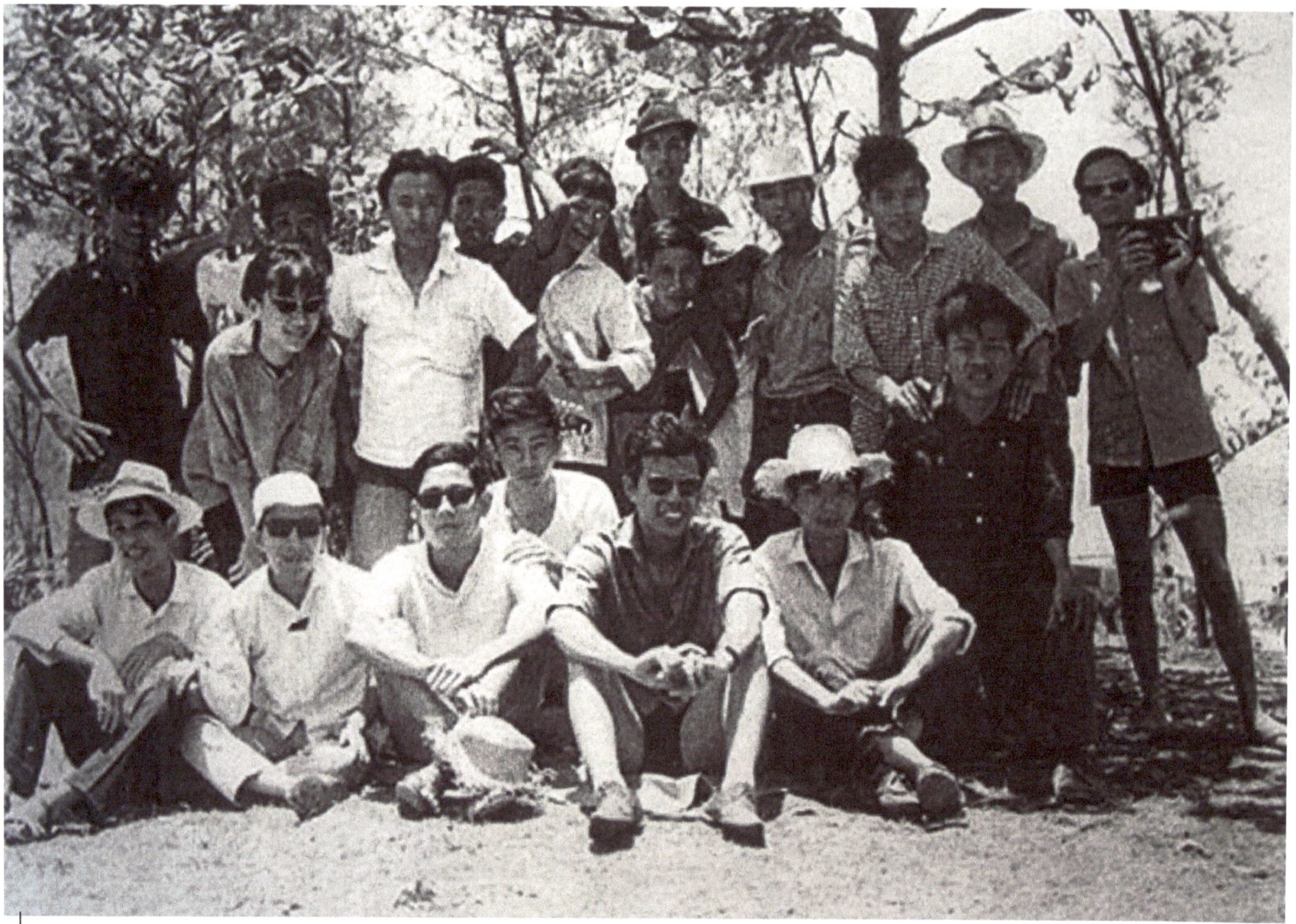

Từ trái, hàng ngồi: PV Thịnh, NPK Hùng, ND Kim, LH Đức, Thầy CH Hóa, NV Diên, Đ Thiệp.
Hàng đứng: LT Hưng, PT An, NN Châu, TK Quý, NP Duyên, NĐ Thống, N Hòa, BV Đào, NV Đạt, PV Cơ, NH Để, NV Thanh, Thầy ĐN Đức.

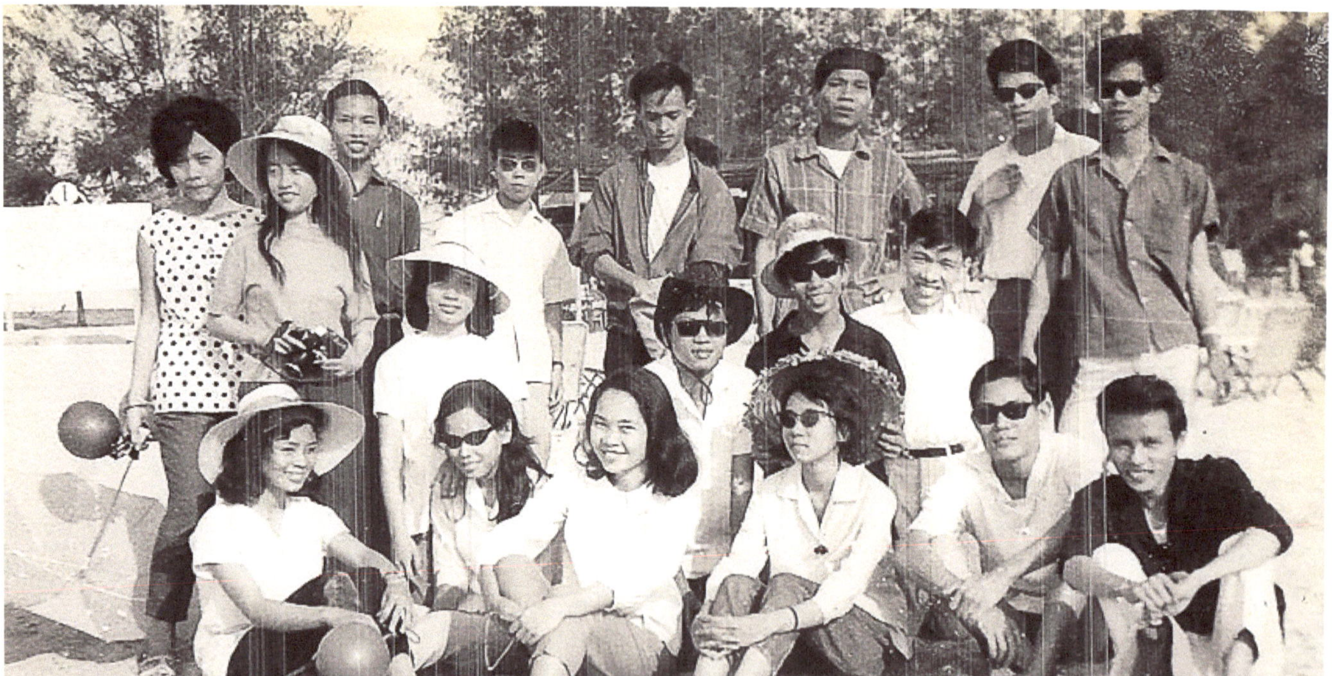

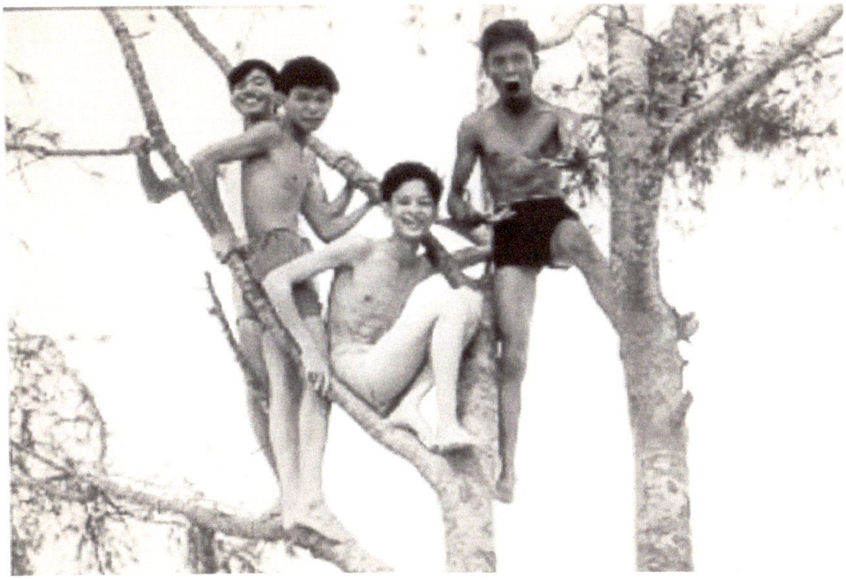

L Hân, NĐ Thống, PV Thịnh, NP Duyên.

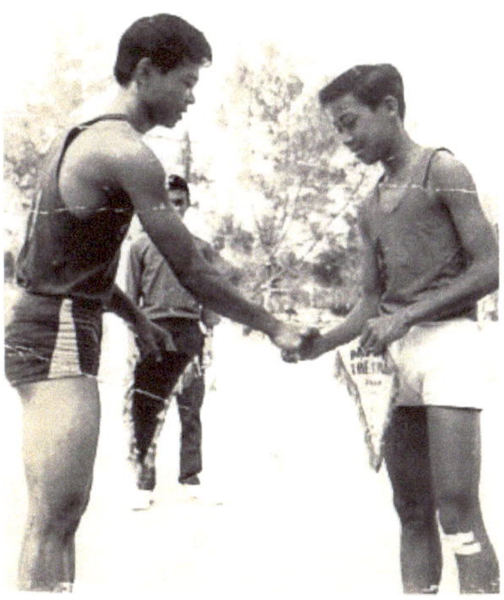

Thủ quân Trần Liên trao đổi cờ lưu niệm.

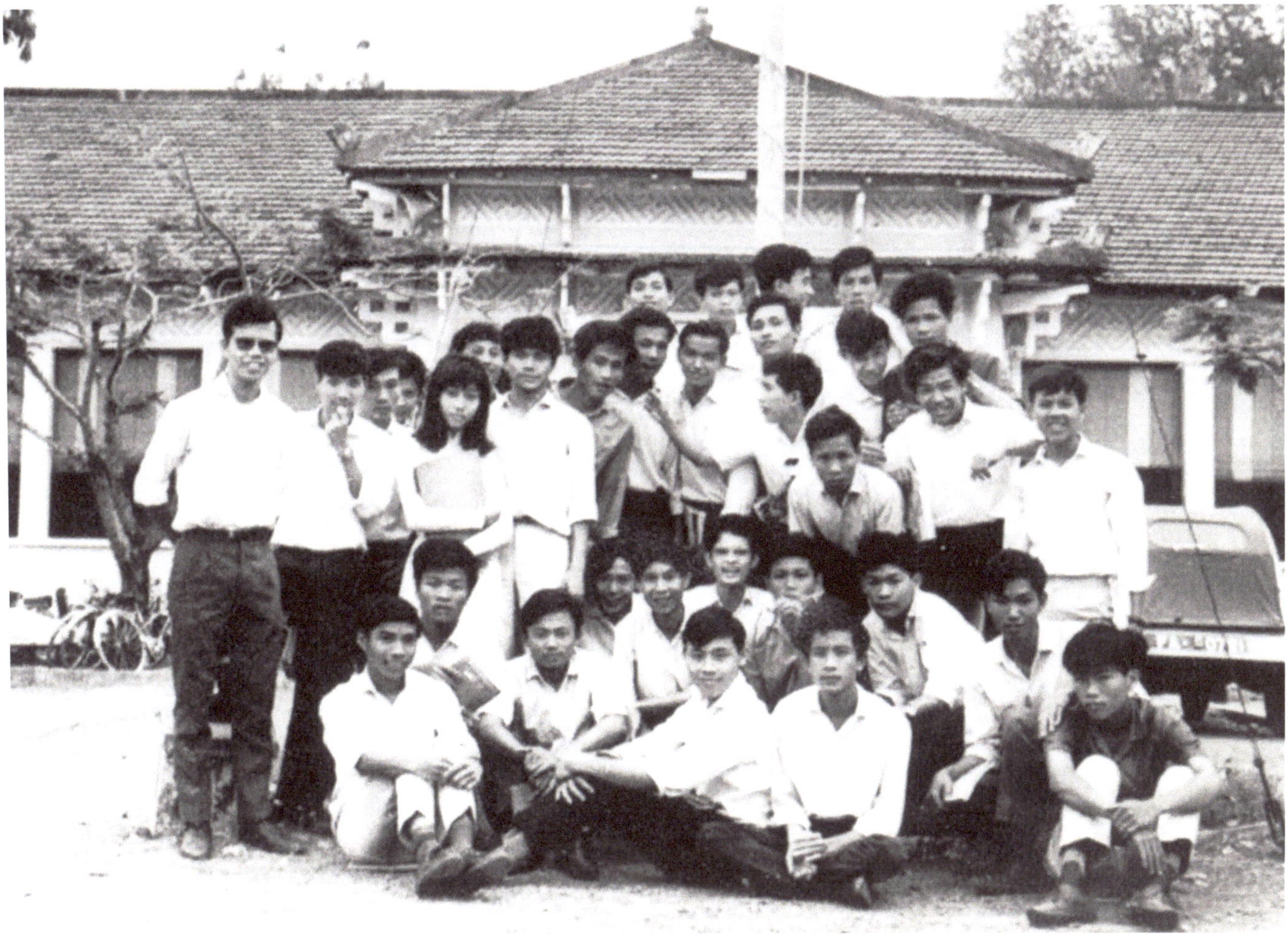

Từ trái, hàng ngồi: N Xin, Đ Thiệp, TK Quý, L Hân, N Hòa, N Trận, PV Thịnh, NP Duyên, DĐ Châu, NV Đạt, NV Thanh, LT Hưng.
Hàng đứng trước: Thầy CH Hóa, NV Diên, NH Thu, TV Đào, PT An, NT Phụng, VV Bang, VM Chính, PV Cơ, LM Trùy, NPK Hùng, V Thiệu, NN Châu, PV Thương. Phía sau: kế LM Trùy: Tài ?, LH Đức, ĐV Cho.
Hàng cuối: NH Để, NĐ Thống, NP Hùng, BV Đào.

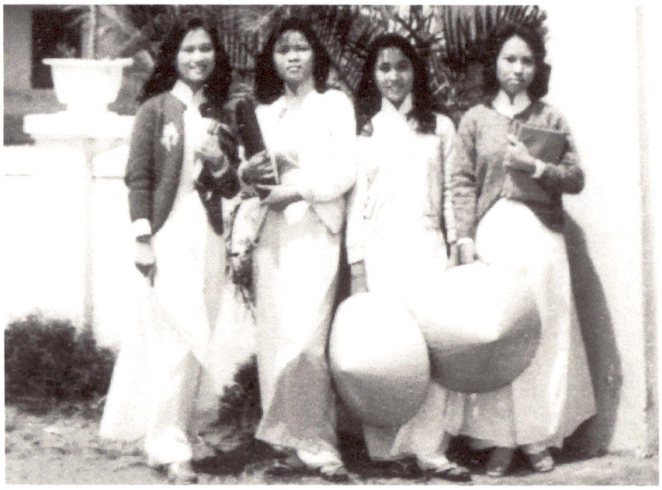

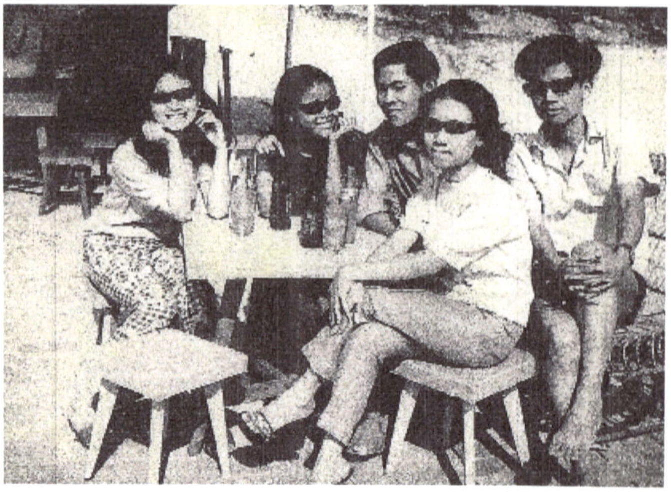

Tháng 3, 1964 - Chùa Hải Châu.
Từ trái: PTQ Chi, TT Huyền, MTT Thảo,
NTM Phượng.

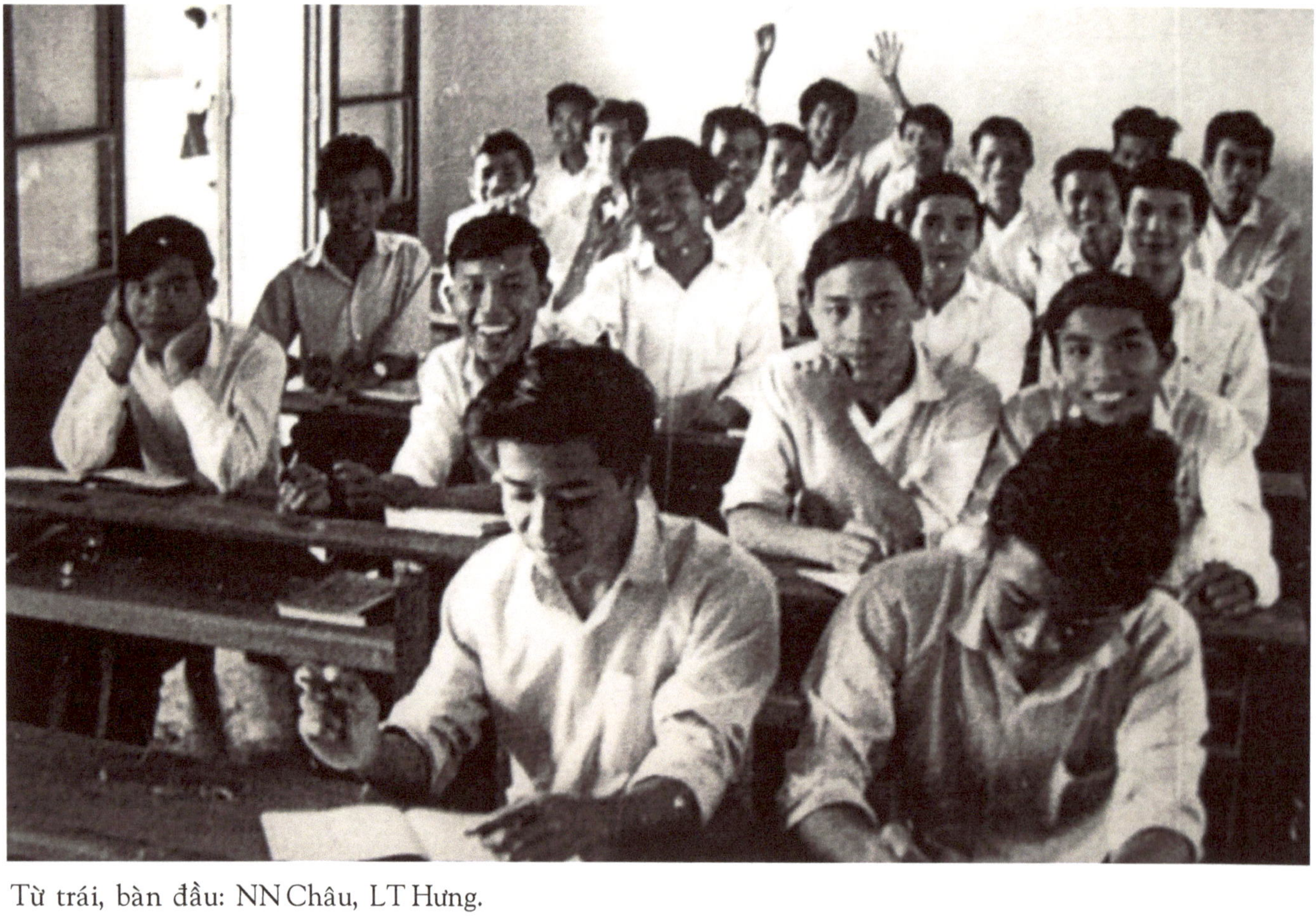

Từ trái, bàn đầu: NN Châu, LT Hưng.
Bàn 2: L Hân, ĐV Hòa, N Trận, N Xin.
Bàn 3: TT Hựu, Đ Thiệp, NPK Hùng, NV Diên.
Bàn 4: NH Để, ĐC Bằng, PV Thương.
Bàn 5: VM Chính, PV Cơ, N Tro, NT Dương.
Bàn 6: ?, DD Châu, PX Thanh, NV Đạt.

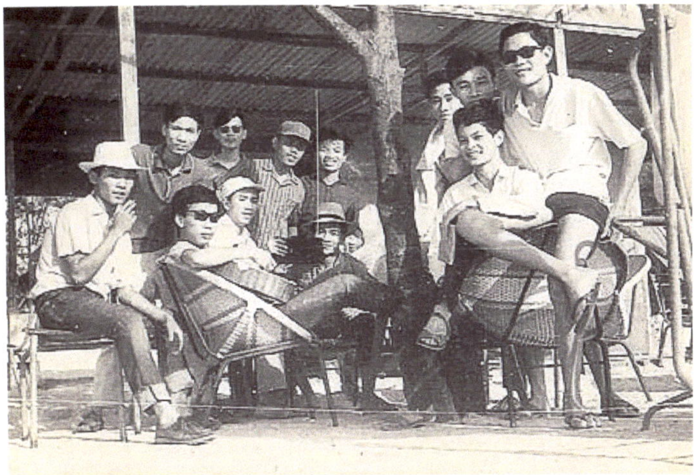

Từ trái sang, hàng ngồi: PV Cơ, NN Minh, NPK Hùng, NH Để, PV Thịnh, ND Kim.
Hàng đứng: N Hòa, L Hân, NP Duyên, Đ Thiệp, NP Hùng, LH Đức.
Hình chụp ở bãi biển Mỹ Khê (?)khoảng 1964-65 (?) do ND Kim sưu tập.

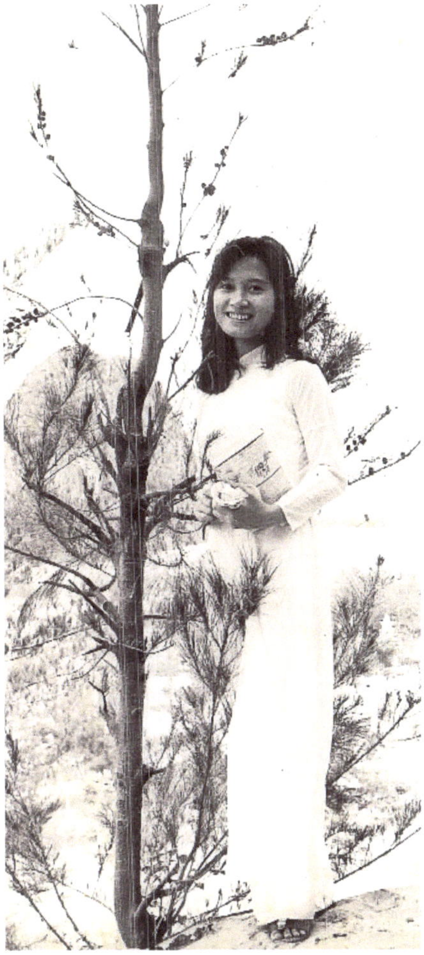

PTQ Chi

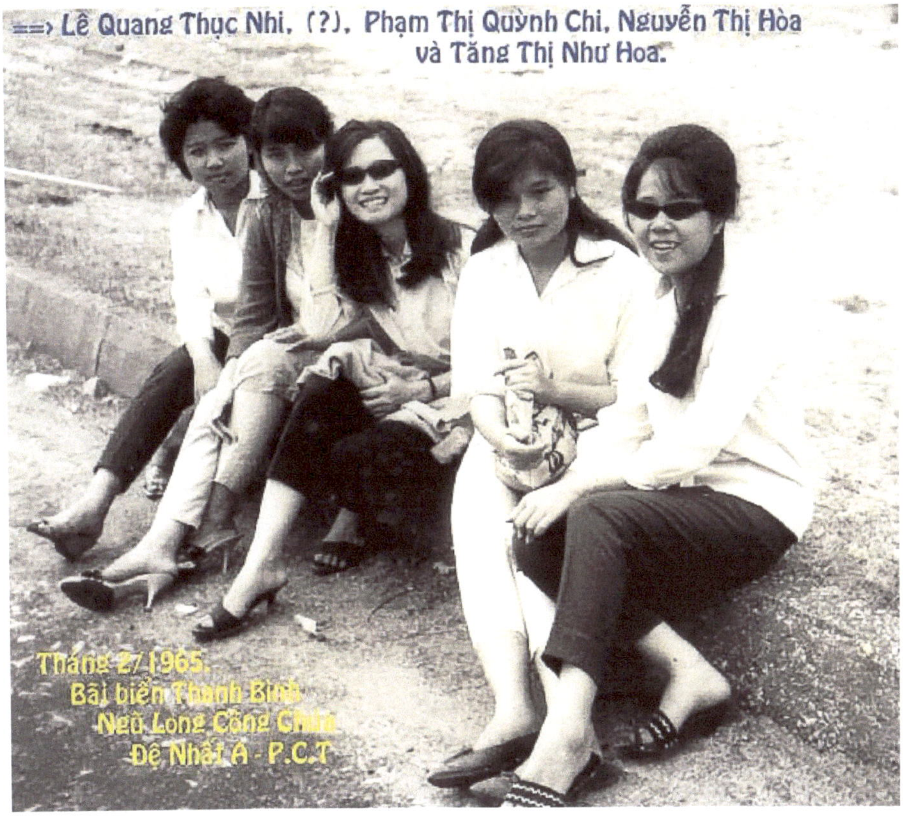

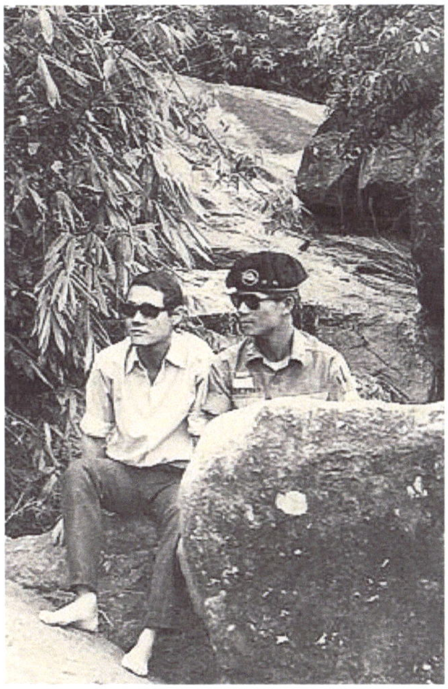

Đề và Cho

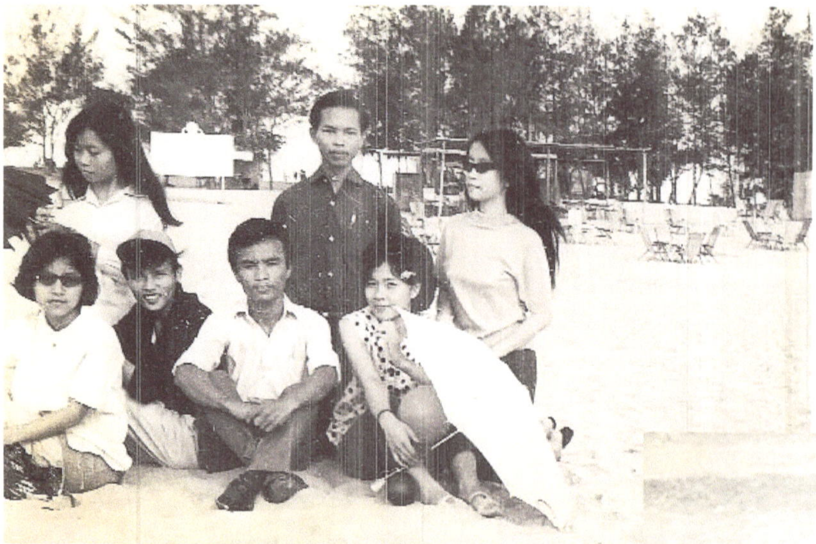

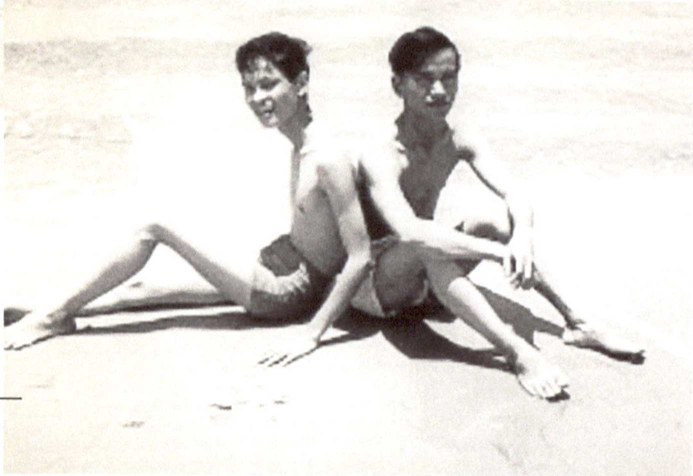

PV Thịnh và LM Trùy

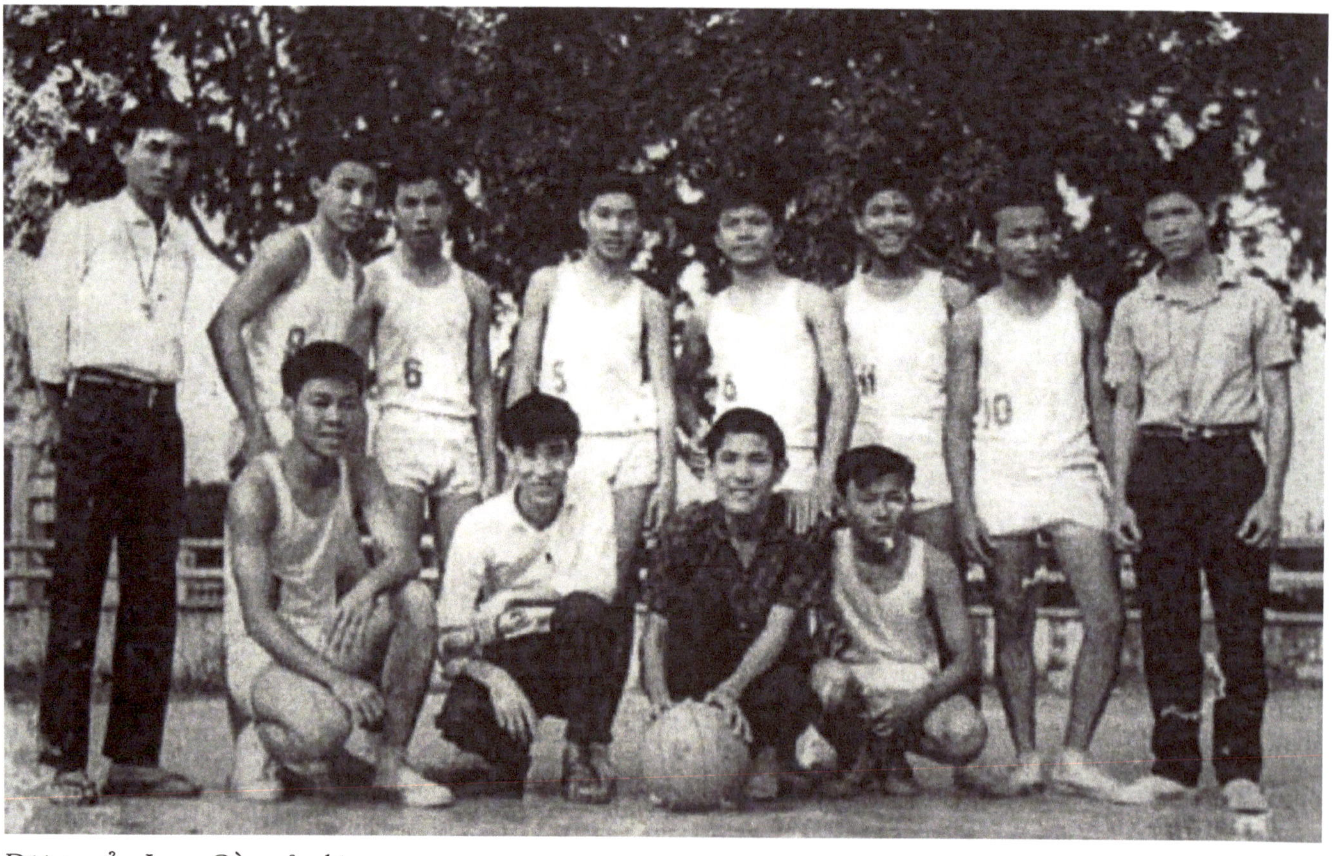

Đội tuyển Lam Cầu của lớp:
Từ trái sang, hàng ngồi: T Liên (thủ quân), NP Hùng (cổ động viên), ND Kim (cổ động viên), TK Quý.
Hàng đứng: Trọng tài 1, LH Đức, BV Đào, TN Toàn (Tứ 1), VV Bang, H Phúc (Tứ 2), PV Cơ, Trọng tài 2.

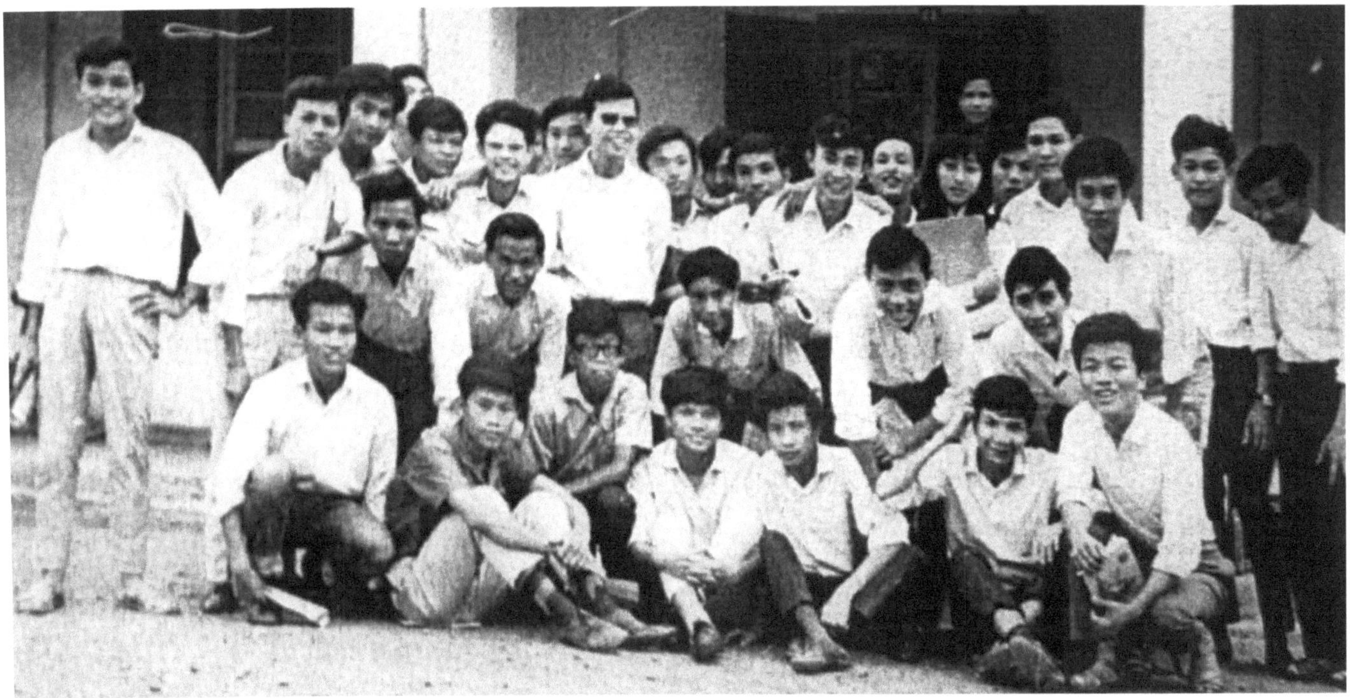

LỚP ĐỆ NHẤT B1 1964 - 1965
Hàng ngồi từ trái: PV Cơ, LT Hưng, NP Duyên, VV Bang, DĐ Châu, NV Diên, Đ Thiệp.
Hàng 2: NH Để, PV Thương, V Thiệu, LM Trùy, N Hòa, N Trận, NPK Hùng, NP Hùng NV Đạt, NN Châu.
Hàng 3: VM Chính, NĐ Thống, PV Thịnh, Thầy CH Hóa, TK Quý, N Xin (NC Triết), LH Đức, PT An, ND Kim.
Hàng 4: ? sau NĐ Thống, ? sau PV Thịnh, NH Thu (sau Thầy Hóa), L Hân (sau N Xin), Tài ? (sau PT An), BV Đào (sau ND Kim)
Hàng cuối: Trưởng lớp ĐV Cho đứng giữa cửa lớp.

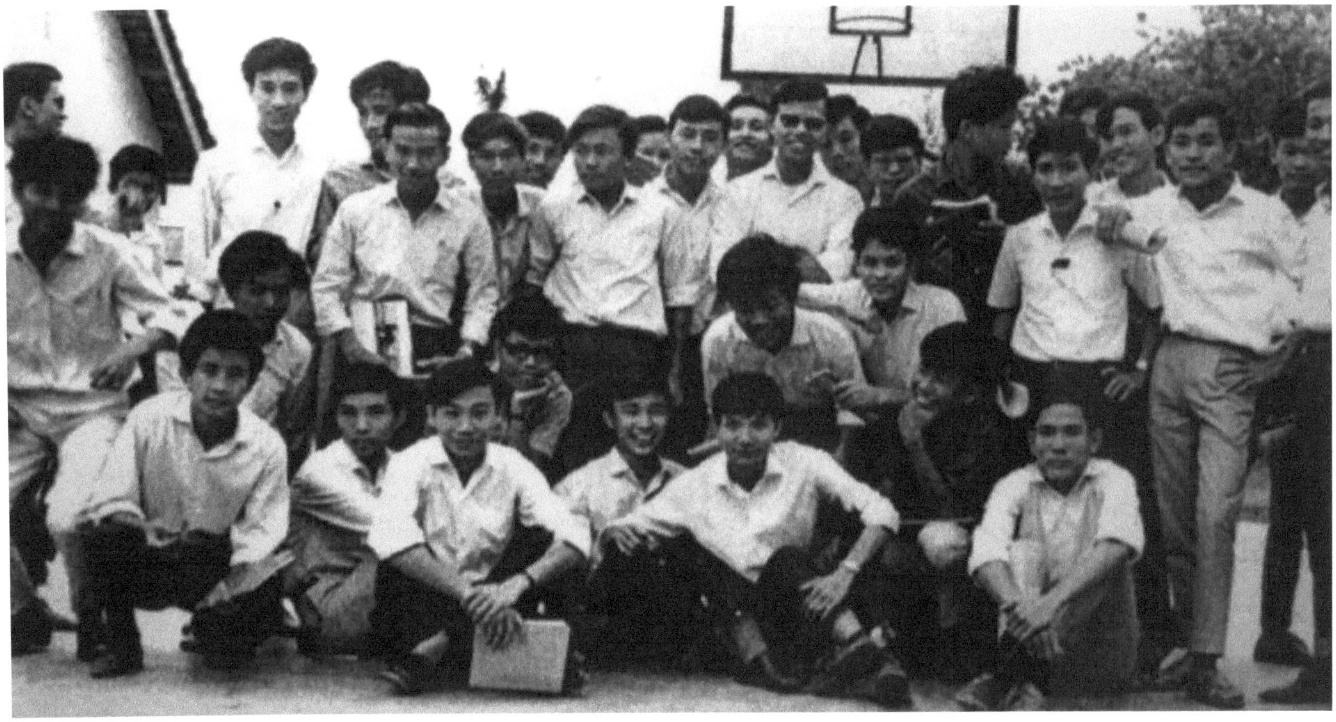

Từ trái hàng ngồi: DĐ Châu, N Xin (NC Triết), NH Thu, LH Đức, NV Diên, LT Hưng, ND Kim.
Hàng chồm chỗm: VV Bang, NN Châu, NP Duyên, Đ Thiệp, PV Thịnh.
Hàng đứng trước: LM Trùy, N Hòa, TK Quý, N Trận, Thầy CH Hóa, BV Đào, NĐ Thống, ĐV Cho, NPK Hùng, L Hân, NH Để, NV Đạt, PV Cơ.
Hàng đứng cuối: Thầy ĐN Đức, TV Đào (bị tay che mặt), NP Hùng, VM Chính (sau LM Trùy), NT Phụng (sau N Hòa), V Thiệu (đứng giữa TK Quý và N Trận), Tài ? (sau Thầy CH Hóa.)

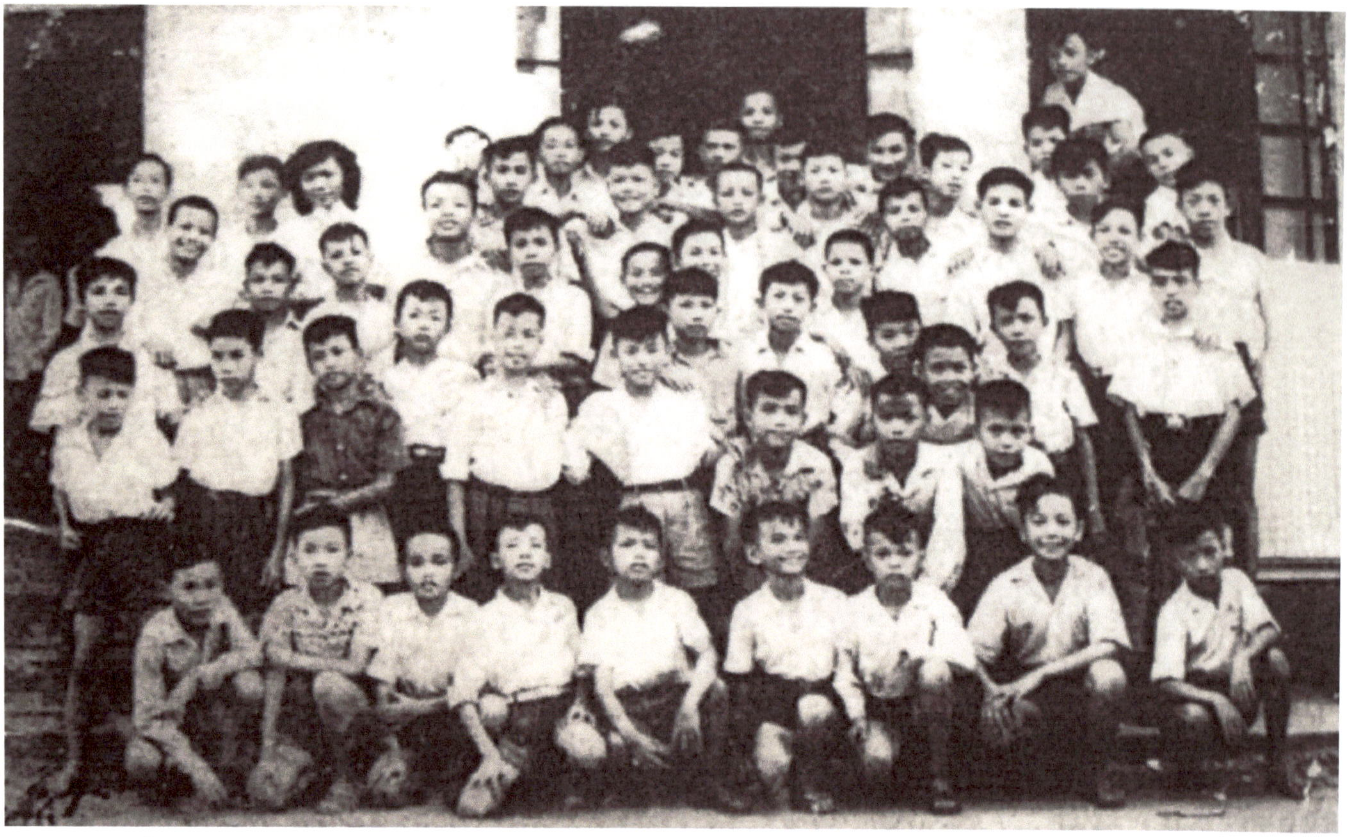

THỜI TIỂU HỌC - chú thích của NP Duyên.
Liên đội Bạch Đằng, lớp Nhất B, Cô Giáo Trần Thị Cẩm Thảo.
Từ trái qua, hàng đầu:
L Hân (người thứ 1), BA Tuấn (người thứ 3), VĐ Khôi, NP Duyên, LM Trùy, NĐ Thống, HĐ Trung, NV Khánh (ca hay hết sẩy, nhất là bài "Xuân Nghèo" của NV Tí , 3 người lum khum sau NĐ Thống là NT Lộc (Ty Thông Tin), NV Huệ, N Hùng (em N Anh)
Hàng 2:
NV Mạnh (phá tương đương với TN Toàn), PV Ngưỡng (Ngưỡng ngổng đực), HNPhố, TK Quý, N Trận, HN Chi, 2 người khum không nhớ tên, NT Miên (kẹp giữa Toàn, Huệ, Hùng). Từ vai trái HN Chi kể qua: NV Thiện, NK Cang, TN Toàn, NV Huy, ĐA Tuấn, em của chị ĐT Huyền.
Hàng 3:
1 người không nhớ tên, NV Chung (hơi cao lên, liên đội trưởng hồi lớp Ba), 1 người không nhớ tên, PV Thương, Đ Thiệp, 1 người không nhớ tên, NQ Minh (chuyên hát bài "Mẹ Tôi" làm Cô Thảo khóc hoài), ? Tuệ (Tuệ ga), Huỳnh Sáo, ? Xuân (ôm vai ĐA Tuấn).
Hàng 4:
2 người không nhớ tên, Cô Thảo, VM Chính, TV Cam (trong vụ án Năm Cam xôn xao cả nước), N Chơi, 1 người không nhớ tên, NN Hồi, NS Tiệp, T Lư (già nhất lớp, chỉ thua Cô Giáo 5 tuổi, đứng ngoài cùng, sau ĐA Tuấn).
Hàng 5, sau lưng VM Chính:
2 người không nhớ tên, TP Thái (sau vai trái TV Cam), 2 người không nhớ tên, NV Bông (đứng áp má vô vách, liên đội trưởng 2 năm Nhì và Nhất), NT Phương (dựa lưng vô cột, bài luận văn nào cũng khởi đầu với câu "Trời nắng chang chang, gió im phăng phắc, không một gợn mây..." dù là tả người, tả cảnh hay tự thuật!), NH Đổng (áp tai vô cột, con thầu khoán ngói NH Đoan, gần nhà LM Trùy), 1 người không nhớ tên, NV Thạnh (trên vai phải T Lư, ở trại gỗ Sao Mai).

những tác phẩm nghệ thuật

THƠ

VĂN

NHẠC

ĐIỆN TỬ

HỘI HỌA

TRANG TRÍ

KIẾN TRÚC

NHIẾP ẢNH

PCT 65 hội ngộ sau 40 năm 1965-2005

Bản tường thuật của đặc phái viên Tê Đê Tê

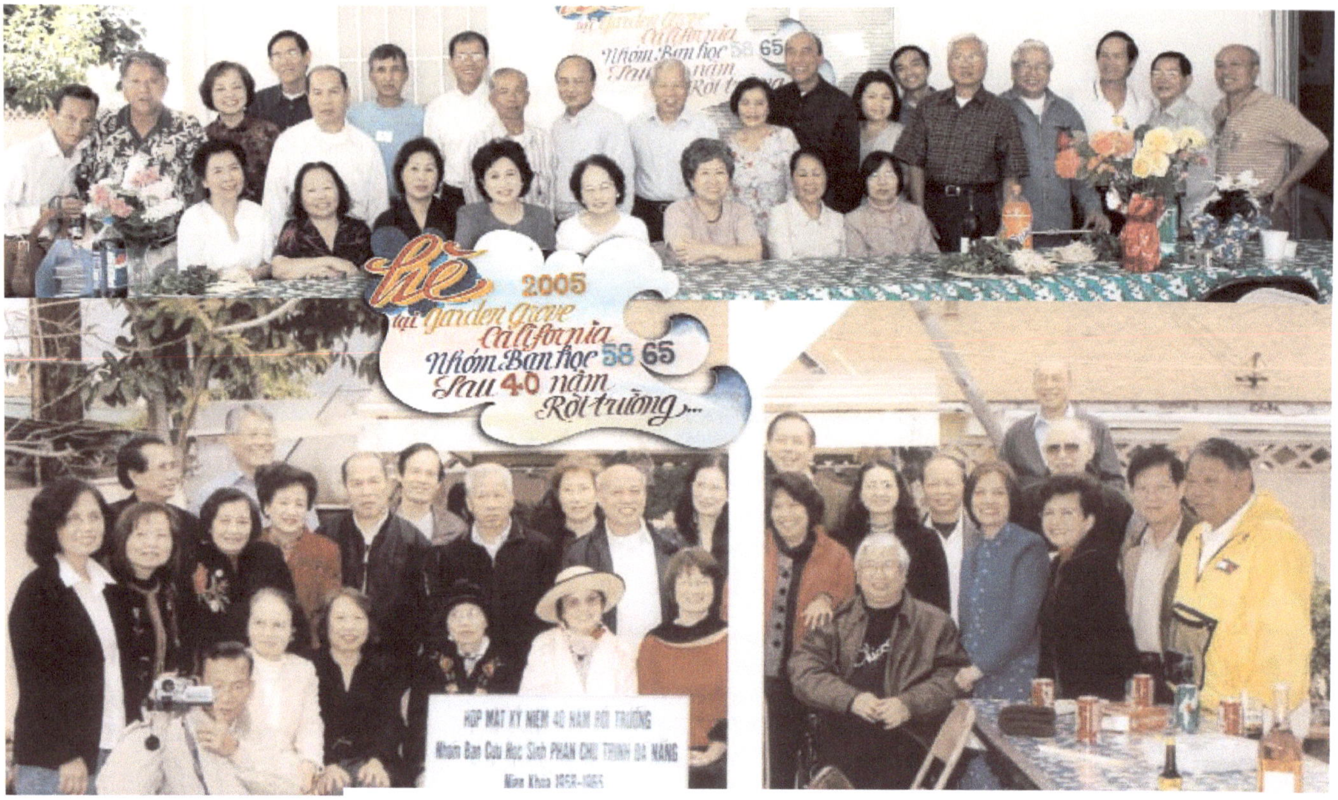

Suốt tuần lễ cuối năm, trời Cali trở lạnh, mưa gió kéo dài lê thê, trời đất nhỏ lệ khóc thương cho một tai ương vừa đổ ập xuống trên phần đất khốn khổ, nghèo nàn tại vùng Châu Á, Sóng thần Tsunami... Suốt tuần nghỉ lễ và vacation cuối năm, nằm nhà, theo dõi trên TV, số người chết cứ tăng lên theo nhịp độ chóng mặt, từ con số khởi đầu hai, ba chục ngàn người. Chỉ sáng hôm sau lên đến con số trăm ngàn và trước giờ lên xe về Little Saigon, người chết và mất tích lên con số trên một trăm năm mươi ngàn, những cảnh thương tâm cứ tuần tự được trình chiếu. Lòng người dù sắt đá đến đâu cũng không sao cầm được nước mắt khóc thương cho những cảnh tang tóc, những trẻ thơ vô tội, những chia ly, những mất mát, những tàn phá, những đổ vở.... Mà trước đó vài phút giây, con người không ngờ tai vạ đổ xuống. Cuộc đời thật mỏng manh dễ vỡ, cuộc đời có đó và mất đó, nào ai biết được những gì xảy đến cho ta vào những giây phút tới. Trong tâm trạng đau buồn và bi thảm đó, tự nhiên lòng tôi nao nức mong sớm đến ngày 1.1.05, ngày Phan Châu Trinh niên khóa 58-65 họp mặt tại Little Saigon.

Năm 1965, những chàng thiếu niên và những cô thiếu nữ, tóc còn xanh, môi còn thắm và mộng còn đầy, vỗ cánh rời trười mẹ Phan Châu Trinh Đà Nẵng, trong bối cảnh chiến tranh của đất nước, tung mình ra khắp bốn phương, phần lớn bị cuốn vào cơn lốc nghiệt ngả của thời cuộc, do đó: từ khi chia tay nhau, có nhiều bạn bè chưa một lần gặp lại.

Thời gian 40 năm, so với cuộc đời hữu hạn trăm năm thì thật quá dài, nay tóc không còn xanh, mắt không còn sáng, và cuộc đời bầm dập nhiều nổi truân chuyên. Hội ngộ để biết ai còn ai mất trong cơn dâu biển của đất nước, gặp nhau để ôn lại những kỷ niệm một thời cắp sách yêu dấu, nói cho nhau nghe những cảm nghĩ, những nhận xét về nhau và cũng tỏ bày một tình yêu vụng dại và vụng trộm mà ngày xưa ta không có can đảm nói ra, v.v.v..

Gặp nhau đây rồi chia tay, ngày vàng như đã vụt qua trong phút giây.

Niềm hăng say còn đâu đây, đường trường sông núi hẹn mai ta sum vầy...

Sáng mồng 1 tháng 1 năm 2005, ngày đầu năm mới, trời Cali trần mây được vén sạch, nắng ban mai trải rộng trên đường dài, hai bên xa lộ 5 và 405 dẫn đến thủ đô Người Việt trên đất Mỹ, sáng nay tự nhiên ít xe cộ lưu thông - Có lẽ đêm giao thừa, dân Mỹ thức khuya đón năm mới và tiệc tùng thâu đêm nên dậy muộn-

Xa lộ tự nhiên rộng thanh thang, hai bên đường, những đám cải dại đã khoe sắc hoa màu vàng trong nắng... Tôi miên man nghĩ đến tin tức các bạn bè trong năm qua, và thầm cảm tạ ơn trên đã cho gia đình PCT 65 chưa có mất mát nào trầm trọng (ở quê nhà chỉ có anh Đỗ Thiệp đã ra đi). Bốn mươi năm xa trường lớp chúng tôi bây giờ đang đứng trước ngưởng cửa sáu bó. Cuộc hành trình về Đất mẹ chúng tôi đã đi qua trên hai phần ba đoạn đường, đọan đường còn lại, ngắn hay dài nào ai biết được...

Cũng căn nhà màu hồng nằm ngay trung tâm Little SG của anh chị Võ Thiệu mà tháng 11 năm 2003, nhóm PCT 65

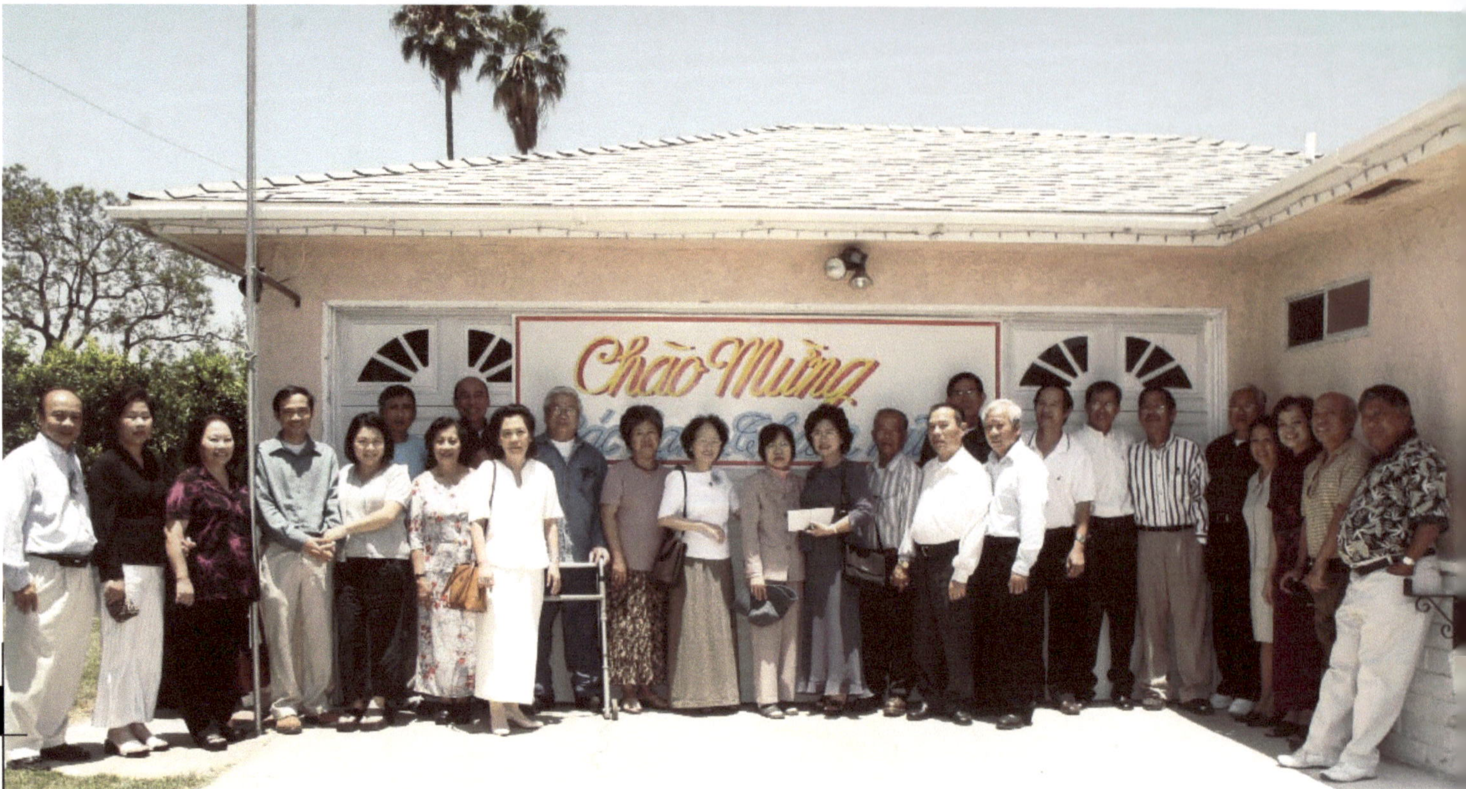

miền nam Cali đã có lần họp mặt, xe cộ đậu dài theo hai con đường trước nhà và bên hông. 11 giờ trưa nắng ấm, khoảng sân rộng được dảy bàn dài. Bên trên có lẵng hoa của anh chị Nghĩa Huế (Texas), một chiếc bàn rộng thức ăn bày la liệt. Trên tường có tấm bảng "Họp mặt PCT 58-65 _ 40 năm hội ngộ"

Không khí thật vui vẻ, ồn ào có phần náo nhiệt của những người bạn 40 năm mới gặp lại hôm nay. Những kỷ niệm năm xưa được kể ra, những tên tuổi thân quen của niên khóa 58-65, một thời Phan Chu Trinh được nhắc đến, từ những nhân vật đại quậy trong chốn vỏ lâm đến những bạn nổi tiếng học giỏi như: Phạm Vũ Thịnh, Vương Ngọc Long, Lê Hân, Lê Mạnh Trùy, Trương Khả Quý, Nguyễn Phùng Duyên, Lê Kim An, vua cãi Nguyễn Văn Diên, Phan Văn Cơ (Cơ đen), người đẹp Phạm Thị An, Nguyễn Sĩ Phú, Đinh Văn Cho, Đặng Cẩm Tú, Phạm Thi Quỳnh Chi (chị Chi về thăm VN chưa trở lại) v.v.. và v.v... Sau nay tuần tự xin gởi đến các bạn PCT 65 ở xa không về dự họp mặt được những khuôn mặt một thời thân quen hiện diện hôm nay (có nghiã là còn sống đây):

1/ Anh chị Hồ Thị Trúc về từ tiểu bang IOWA. Chị Trúc cùng học ban A với chúng tôi, đến năm 1965 thì chị theo chồng về xứ lạ (xứ lạnh Iowa) cho đến hôm nay sau 40 năm mới gặp lại chị vẫn tươi trẻ như ngày nào.

2/ Hồ Ngọc Phố

3/ Anh chị Lâm Xuân Phong

4/ Anh cựu hội trưởng Lê Hữu Liêm

5/ Anh chi Lê Lạc

6/ Anh chị Lê Thị Mỹ

7/ Anh chị Lê Tự Chẩn

8/ Chị Lương Thị Khiêm Trinh và ái nữ cùng boyfriend (làm phó nhòm, cảm ơn)

9/ Đề đốc Nguyễn Đề (em của vua hề Khả Năng)

10/ Nguyễn sĩ Tiệp

11/ Chị Nguyễn Thị Huế cùng cái bóng của mình là thi sĩ Nghĩa Huế (Texas) từ thành phố Dalas bên Texas về họp mặt mang theo tuyển tập "Anh Yêu Em".

12/ Anh chị Nguyễn Thị Minh Phượng (Phượng cao). Xin lổi chị Phượng, nếu tôi không thêm cho chị nickname thì sợ bạn bè không nhận ra chị.

13/ Anh chị Nguyễn Ngọc Ánh (Cô Bắc kỳ nho-nhỏ của một thời mới lớn)

14/ Chị Phạm Thị Duyệt

15/ Anh chị Phạm Thị Thu

16/ Thầy Phan Xuân HÒA (không biết nên gọi bạn Hòa là Thượng Tọa hay Đại Đức). Bạn Hòa hiện tại đang hành đạo tại đất nước Đức Phật sinh ra, nước NÉPAL, nằm giữa Ấn độ và Trung Cộng. Nhân chuyến Phật sự, Thầy Hòa trở về Mỹ và đến gặp lại bạn bè ngày xưa. (Dịp này, Thầy Hòa nhắc lại không sót những tên quỷ sứ phá chùa ngày xưa, trong đó có tui.) Cảm ơn Thầy Hòa đã cho bạn bè gặp lại qua bao thăng trầm thế tục.

17/ Đại quậy Trần Ngọc Toàn và Phu nhân đến từ Xứ lạnh tình nồng Montréal Canada. Anh Chị Toàn đến với những trận cười và rượu để hâm nóng những ngày lạnh lẽo phương Bắc. Quả không hổn danh Toàn quậy, Toàn quậy anh em trong cái cảm động lâng lâng của tình bạn chân thành, quậy nhưng không làm ai giận mà lại càng nhớ thương thêm, phải không Toàn quậy phu nhân???

18/ Anh chị Trần Thị Diệp và quý tử. Chị Diệp phu quân là một vị Mục sư hiền lành, cởi mở và vui tính có nụ cười thật tươi.

19/ Chị Nguyễn Thị Mỹ, (Ban C) đến từ San Diego.

20/ Anh chị Nguyễn Đức Thống đến từ Việt Nam.

21/ Trương Đức Thủy, người lùn đến từ hành tinh San Diego .

22/ Gia chủ Võ Thiệu, thay vì giới thiệu anh chị Võ Thiệu, tôi xin được thay mặt anh em ngỏ đôi lời cảm ơn anh chị Võ Thiệu đã tạo cho chúng tôi có nơi họp mặt ấm cúng, bỏ công sức sắp xếp, trang hoàng và điều hành mọi công việc. Dù sức khỏe của anh chị Thiệu không được khả quan, anh chị Thiệu đã hết lòng với ban bè, xin anh chị nhận sự biết ơn của bè bạn gần xa. Tổng cộng gần 40 thân hữu tham dự. Con số định mệnh: 40 năm hội ngộ.

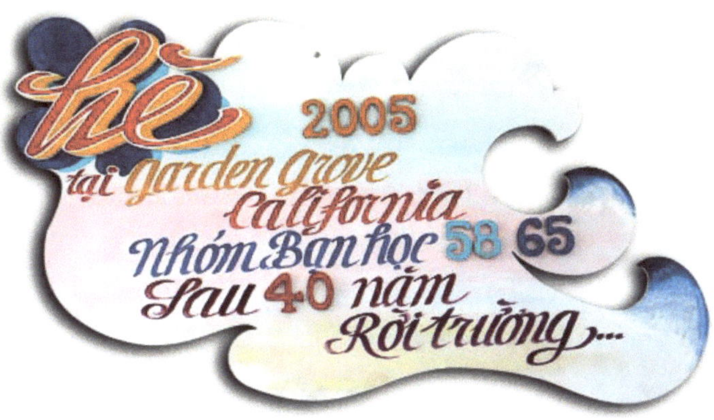

Tác phẩm của Đinh Văn Cho

12g 15. Mọi người vào tiệc trưa, vừa ăn vừa trò chuyện và chụp hình lưu niệm. Cảm ơn rượu của Toàn quậy, của chị Nguyễn Thị Mỹ và một thân hữu dấu tên đã hâm nóng tình thương bằng hữu. 13.giờ 30, anh Lê Tự Chẩn đại diện ban tổ chức mời mọi người ngồi vào bàn để chính thức đi vào chi tiết cuộc họp mặt. Trước hết Lê Tự Chẩn giới thiệu tân ban chấp hành cựu PCT 65: Chủ tịch lâm thời: Anh Võ Thiệu. Phó chủ tịch đặc trách đối nội và đối ngoại: Lê tự Chẩn. Tổng thư ký: Chị Trần Thị Diệp. Thủ quỹ trung ương: Chị Lương Thị Khiêm Trinh, tiếp theo anh Chẩn thay mặt anh Lê Lạc đọc một bài thơ do anh Lạc sáng tác (rất tiếc là tôi quên không xin bài thơ để post cho các bạn ở xa đọc) Bài thơ rất hay và cảm động, đại khái Anh Lê Lạc mong muốn bạn bè họp mặt nhau để ôn lại kỹ niệm của một thời cắp sách đẹp đã qua, xin đừng tranh cãi, quan niệm riêng tư gây chia rẻ, thời gian không còn nhiều cho chúng ta phung phí, hãy xích lại gần nhau hơn cho nhau hơi ấm tình người, tình bằng hữu... (Cảm ơn anh Lê Lạc). Tiếp theo anh chủ tịch Võ Thiệu đọc bức thư của cựu trưởng lớp Đinh Văn Cho, cáo lổi vì lý do gia đình không về họp mặt được, xin hẹn lần khác. (anh Thiệu với âm giọng Quảng Nam/ Đànẵng rất gợi nhớ). Kế tiếp chị Thủ quỹ Lương Thị Khiêm Trinh, không biết từ đâu chị có một thùng sách: Văn học số 222 của tháng 11 và 12 năm 2004 đem ra phát tặng mọi người với lời: Trong tạp chí Văn Học số ni, có bài viết của bạn chúng ta là Phạm Vũ Thịnh, nên tui xin biếu các bạn đọc bài của bạn miềng (mình). Tiết mục kế tiếp là xổ số trúng quà lấy hên (chữ HÊN không có dấu sắc) đầu năm: ban tổ chức đã sẵn sàng 5 phần quà và tên các bạn hiện diện được bỏ vào trong cái mũ Mexico của chị Duyệt. Anh chủ tịch xóc đều và bóc ra. Phần quà đầu tiên là chậu phong lan trắng trúng tên chị Nguyễn Ngọc Ánh. (Toàn quậy lại được dịp phá tui tơi bời hoa lá). Những phần quà còn lại được bao bì kỹ nên không biết gì bên trong. Phần quà thứ hai về tay chị Phạm Thị Duyệt, phần ba về tay hoạt náo Nguyễn Đề (anh Đề trao tặng lại chị Võ Thiệu để tỏ lòng biết ơn.) Phần bốn chị Phạm Thị Thu trúng. Phần cuối cùng, phần quà nầy có hình dáng đặc biệt: tròn và dài về tay chị Nguyễn Thị Huế. Khi

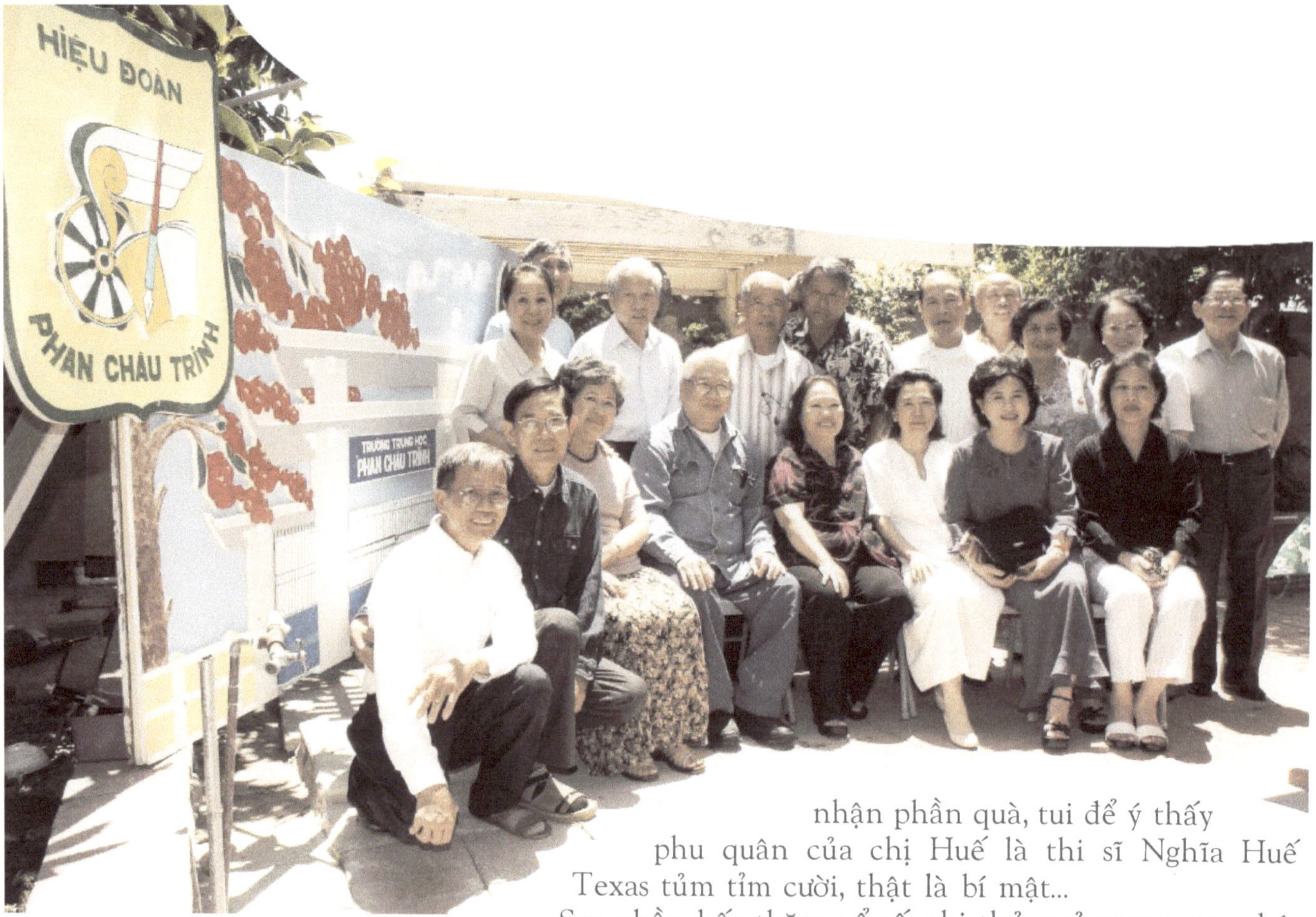

nhận phần quà, tui để ý thấy phu quân của chị Huế là thi sĩ Nghĩa Huế Texas tủm tỉm cười, thật là bí mật...

Sau phần bốc thăm xổ số, chị thủ quỷ trung ương báo cáo chi tiêu trong năm qua: Hai lần gởi quà về Cô và bạn ở VN, một lần phúng điếu bạn Đỗ Thiệp, thăm viếng bạn nằm bệnh viện, chia vui, chia buồn. Quỷ niên liểm năm cũ còn lại là 1,180 USD. Trong cuộc họp mặt này các bạn đã đóng niên liểm được 990 USD, tổng cộng là 2,170 USD. Chị Trinh yêu cầu các bạn xa gần cho ý kiến là số tiền nầy được chi tiêu như thế nào cho hợp lí (Xin các bạn đóng góp ý kiến, riêng tôi có nói với anh chủ tịch là nên trích ra một phần đóng góp vào quỷ cứu trợ Quốc tế cho thiên tai Sóng Thần ở Châu Á).

Quỹ cứu trợ cũ còn lại 183USD nay có bạn mới đóng thêm 100USD, cộng là 283USD.

Phần tài chính chị Thủ quỷ sẽ báo cáo chi tiết hơn. Sau khi nhận được ý kiến của các bạn gần xa, tôi xin đại khái những gì chị Thủ quỷ nhờ loan báo mà thôi.

Chuyện tình sau 40 năm, có thể nói mãi không vơi, nhưng thời gian có hạn. Sau khi hai chị Ngọc Ánh và Minh Phượng phụ giúp cắt chiếc bánh 40 hội ngộ, mọi người ăn bánh ngọt và ngậm ngùi chia tay.

Gặp nhau đây rồi chia tay, ngày vàng như đã vụt qua trong phút giây.
Niềm hăng say còn đâu đây, đường trường sông núi hẹn mai ta sum vầy...

Cuộc vui nào rồi cũng tàn... sự chia ly nào cũng ngậm ngùi, lưu luyến... xin hẹn nhau trong lần tái ngộ khác.

Trươc thềm năm mới 2005, xin gởi đến các bạn PCT 65 trên toàn thế giới và ở quê nhà lời cầu chúc khang an.

Mong tái ngộ...

San Diego đêm 1.1.05
TêĐêTê PCT65

hân hoan ngày hội ngộ

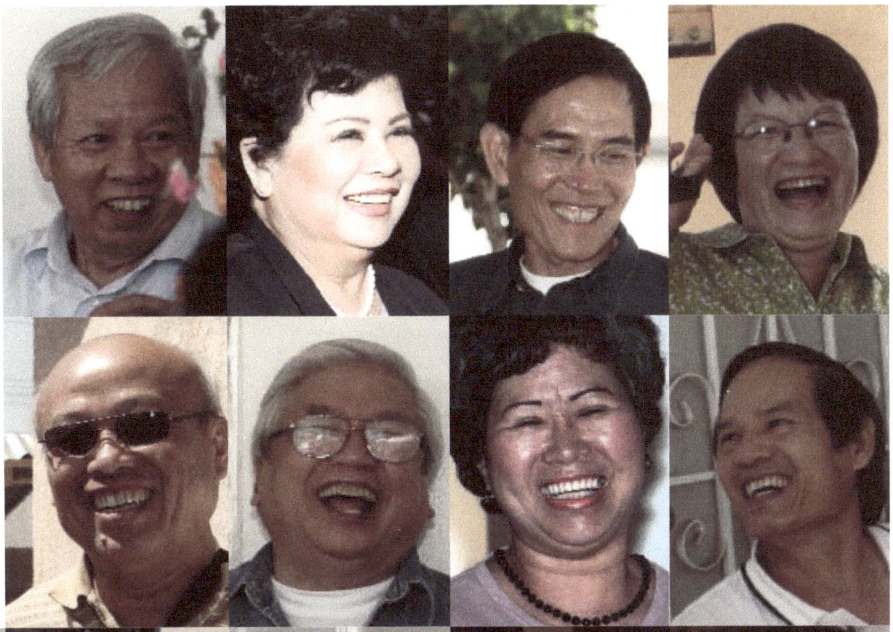

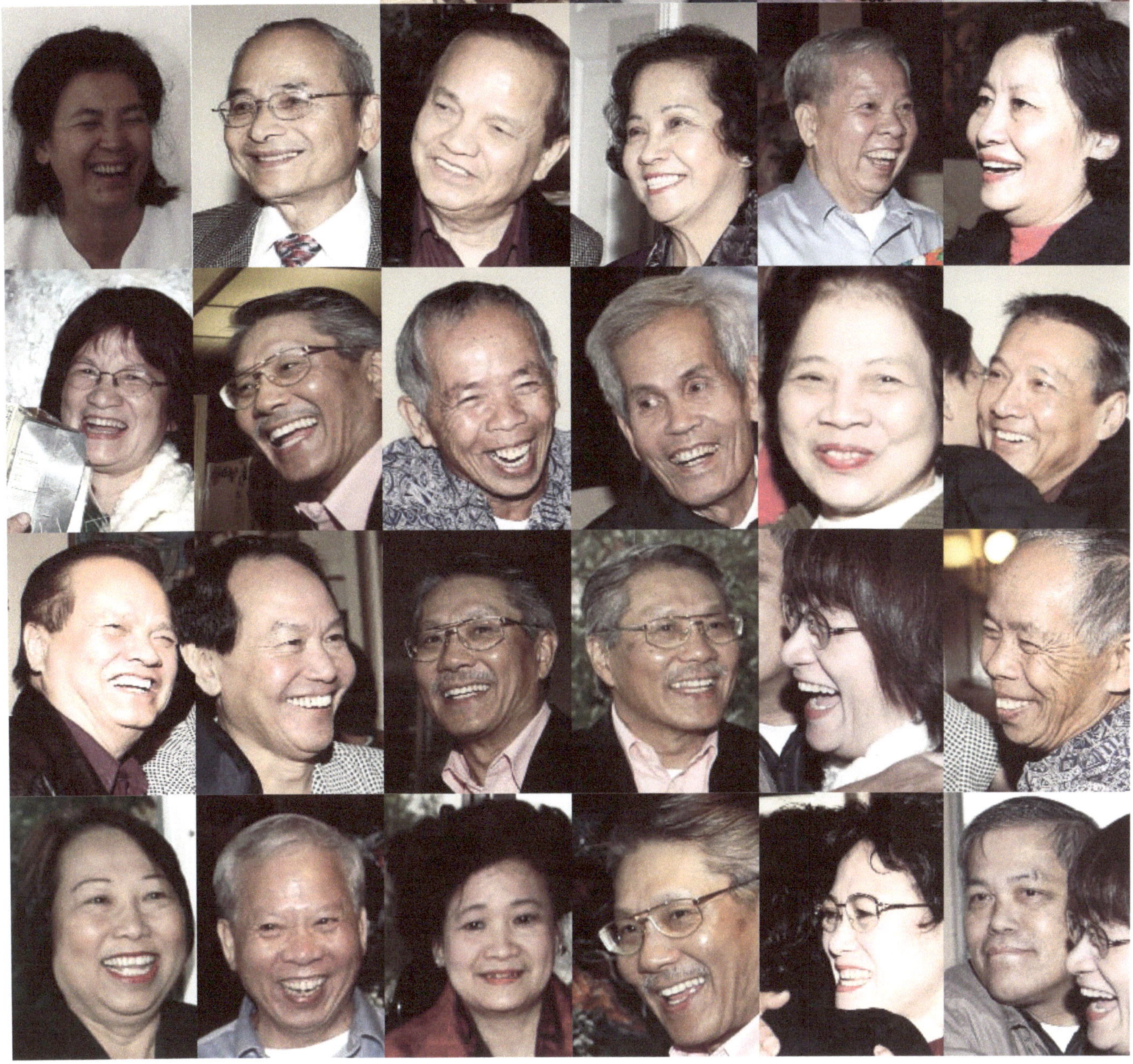

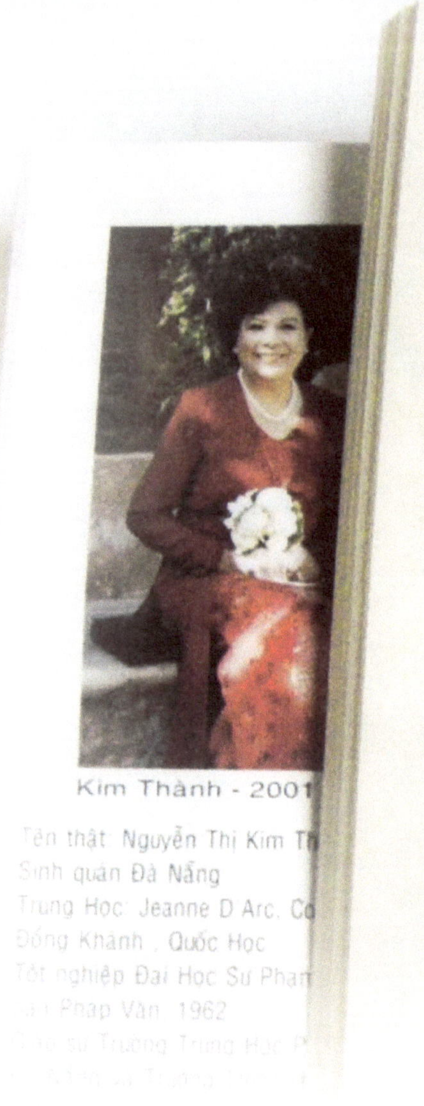

30 | Thơ Kim Thành & Tôn Thất Phụ Sĩ

bỗng một hôm

Bỗng một hôm em trở thành quả phụ
Con tim buồn ủ rũ phủ hoàng hôn
Nhắm mắt lại nghe thủy tinh đổ vỡ
Ngước mặt nhìn trời bóng tối vây quanh
    Anh nằm đó lặng im lời giã biệt
    Em áo tang ngất lịm mảnh hồn hoang
    Cúi xuống thật gần em mãi trông mong
    Hơi thở nhẹ có chăng nghe huyền thoại
Cất cánh anh bay đời thôi mòn mỏi
Bên kia trời nhớ gửi một lời thơ
Để trong mơ và ngày tháng đợi chờ
Em dọn bước tương phùng ru giấc ngủ
    Lời thề đó năm mươi năm chưa đủ
    Anh hãy đền em những ngày tháng cũ
    Hãy đền em giờ đây tàn bóng đổ
    Em bơ vơ nỗi nhớ buốt hồn đau
Em ngóng ngả sau em chờ cửa trước
Nước chẳng về nguồn nước mãi trôi sông
Em biết rồi đây những sớm chiều đông
Đời chẳng tạnh những cơn mưa hồng thủy
    Cây thông sáng nay nhìn em rầu rĩ
    Hỏi tri âm sao không thấy trở về
    Lau nước mắt em cúi đầu tạ tội
    Bởi lạc đường nên lỗi hẹn đấy thôi
Trời xuống thấp thời gian sao mà vội
Lời kinh trầm cây cỏ cũng rưng rưng
Tiễn anh đi chân em bước ngập ngừng
Hoa hồng đỏ đưa anh vào cõi lạ
    Vậy là anh ơi ! đời ta đôi ngả
    Hẹn kiếp sau trả nốt nợ trăm năm
    Nơi xa xăm xin anh hãy nguyện cầu
    Em sẽ đến, thôi nát nhàu thương nhớ ....

Kim Thành | January 2004

mục lục thơ Kim Thành

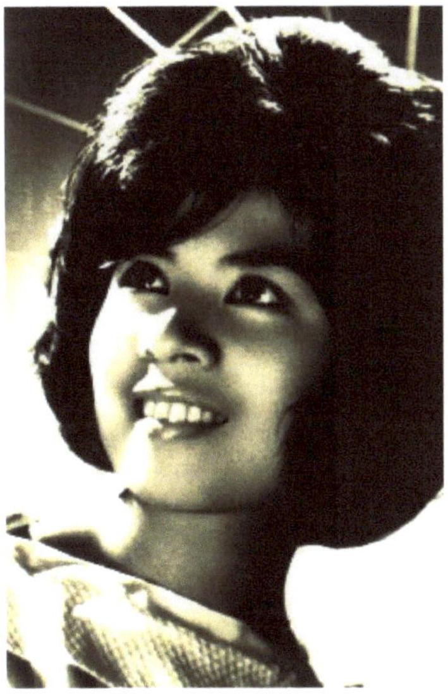

Hồn ta một phiến ngàn dâu bể
Đổ xuống đời nhau vạn kiếp sau...
Kim Thành

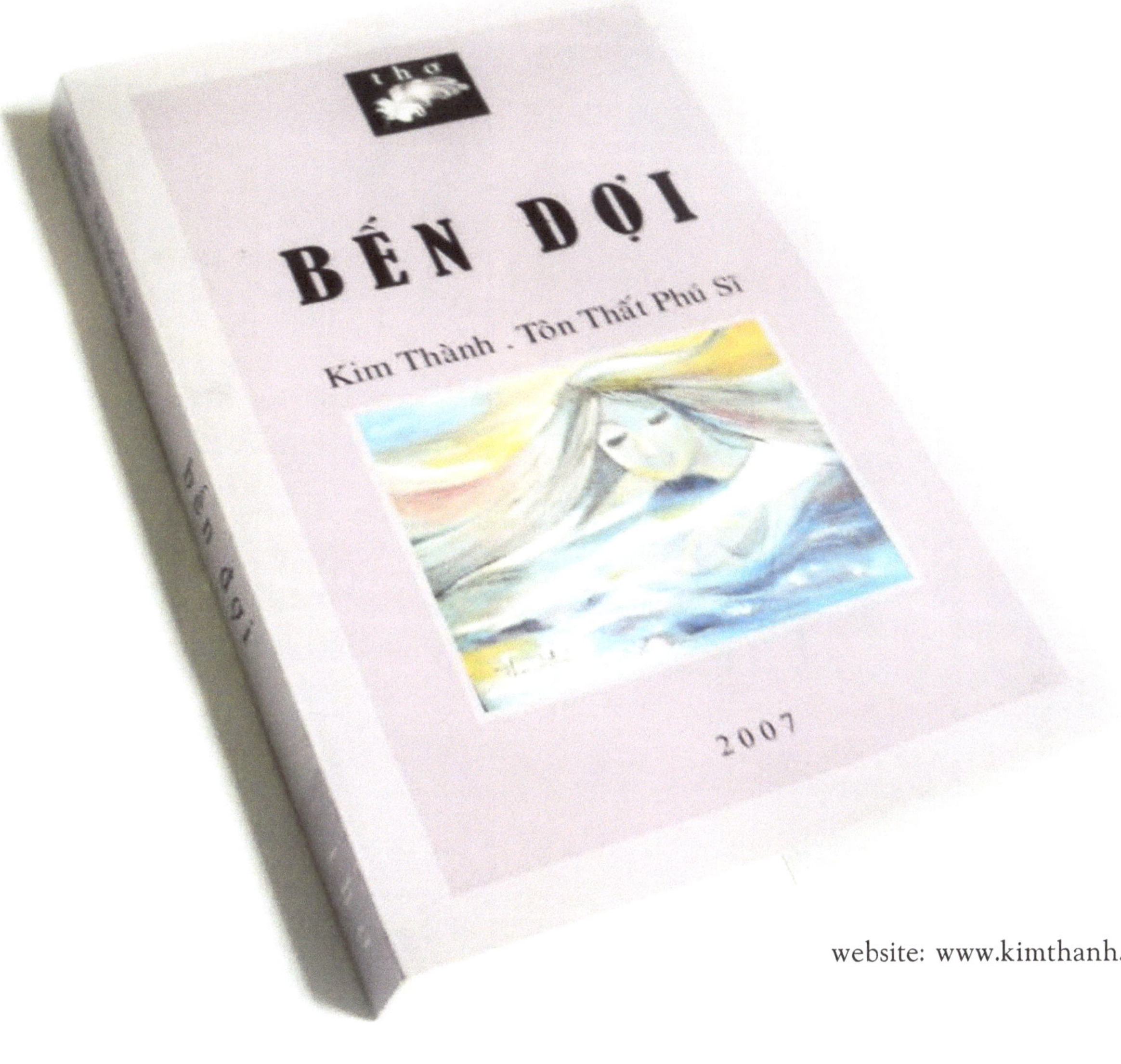

website: www.kimthanh.net

Phạm Vũ
THỊNH

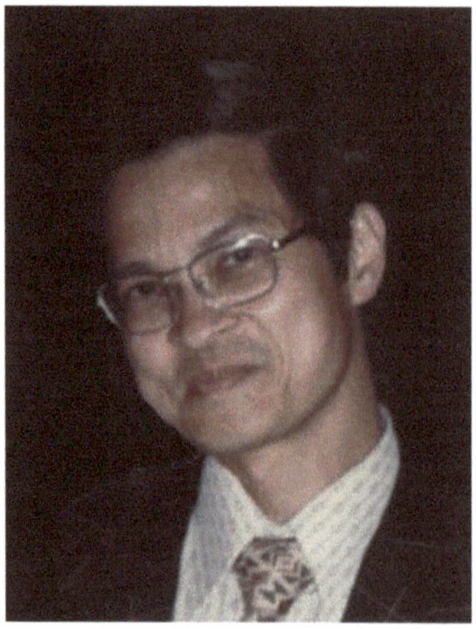

Lưu Học Sinh tại Nhật 1966
Phan Châu Trinh 58 - 65

Sinh quán Hải Châu, Đà Nẵng. Quê nội Thanh Oai, Hà Đông. Tiểu học Trần Quốc Toản, Trung học Phan Châu Trinh 58-65, Đại học Tokyo, Nhật Bản. Tiến sĩ Điện tử. Nghề nghiệp : Tin học. Nghiệp dư : Phiên dịch tư liệu kỹ thuật Anh Nhật Việt. Hiện sống ở Sydney, Australia.

Email: t4phamvu@hotmail.com

Thơ Văn

Hoài Niệm Phan Châu Trinh 65

Những vấn vương thời học trò như thế, có lẽ cậu học trò nhỏ nào cũng có. Huống chi Trung học Phan Châu Trinh đã nổi tiếng là nơi có nhiều nữ sinh có tấm nhan sắc "chìm đáy nước cá lờ đờ lặn, lửng da trời nhạn ngẩn ngơ sa", mà tên họ đã rủ nhau đi vào ... văn học sử! ...

Phan Châu Trinh Đà Nẵng | 06-2005

Sách Đã Xuất Bản

Đom Đóm
Sau Cơn Động Đất
Ngày Đẹp Trời Để Xem Kangaroo
Bóng Ma Ở Lexington
Người Ti-Vi ...

Truyện Dịch

Murakami Haruki
Murakami Ryu
Yamada Eimi
Yoshimoto Banana
Shiba Ryotaro
Fujisawa Shuhei
Akutagawa Ryunosuke
Dazai Osamu
Peter Carey
Kurt Vonnegut

Lời Nhạc

Đường Ta Đi
Đường ta đi có nắng mai chan hoà
Đường ta đi có ca dao mượt mà
Núi sông nầy gấm hoa
Ánh dương nồng chào mừng đất nước
Đời bao la ấm no muôn người
Đường ta đi xiết bao nỗi vui mừng ...
Phan Châu Trinh Đà Nẵng tháng 10-2004

Trang Aline

Automne
L'automne dans les prés
dans les tristes coeurs blessés.
La mer jaunie ondule
Le ciel pleure au crépuscule ...
Phan Châu Trinh Đà Nẵng tháng 02-2006

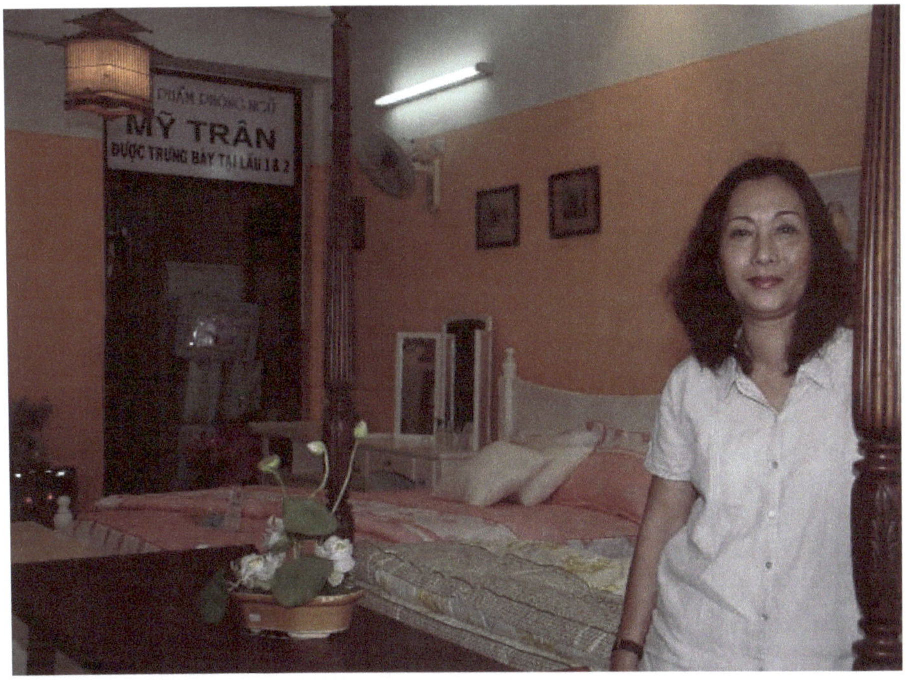

Phạm Thị AN

TRANG TRÍ NỘI THẤT

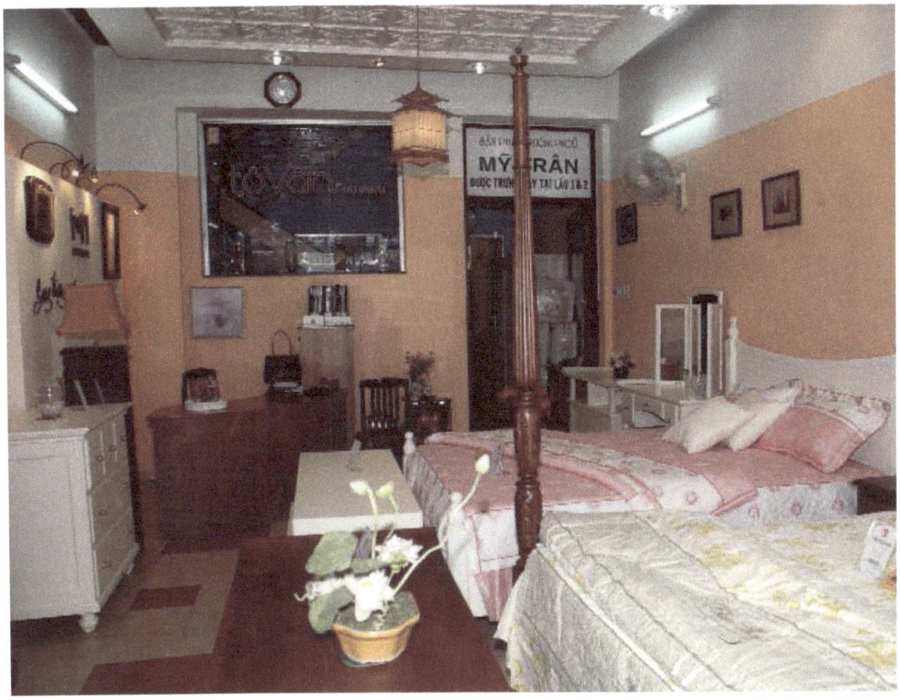

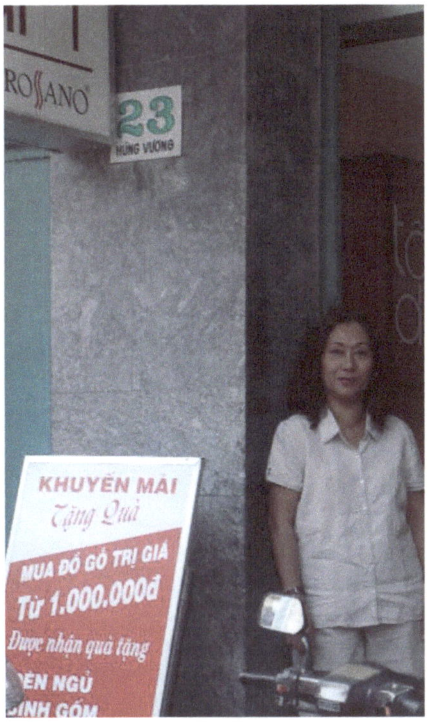

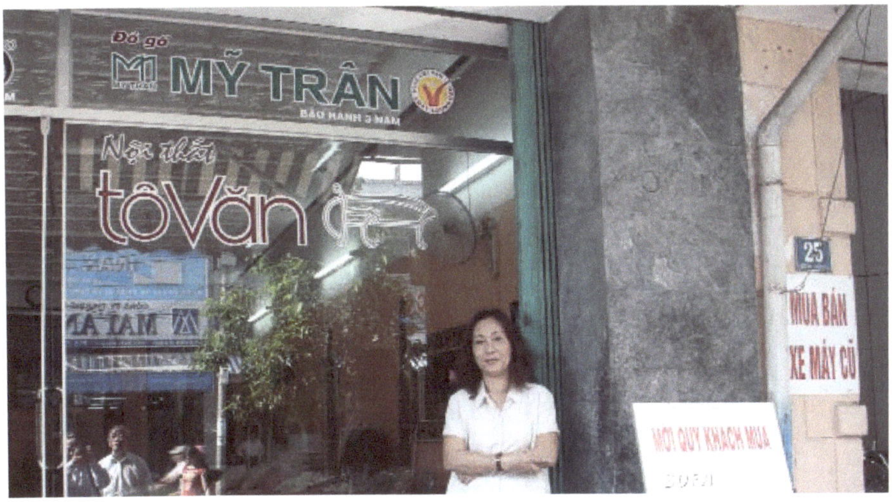

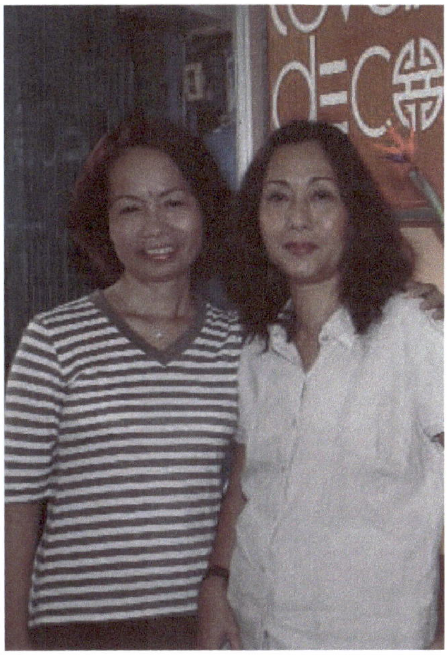

LỤC BÁT

Lê HÂN

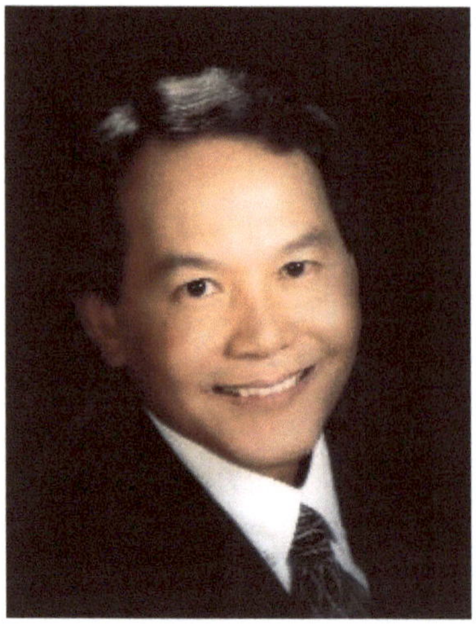

mục lục thơ

em từ lục bát

em từ lục bát bước ra
bốn bề hơi thở Nguyên Sa dịu dàng
giường đầy hoa đã ngấm sang
thịt da khi đổi y trang mỗi ngày
trái tim đồng lõa ngón tay
nở thơm trên thỏi sáp bày bên hông
máu không trở lại chính tâm
mà bên ngực trái bềnh bồng mùi hoa

em từ lục bát bước ra
cõng ông Bùi Giáng xuề xòa ngã nghiêng
thả mình xuống cỏ, điềm nhiên
vẽ hình, vẽ ảnh, triền miên vẽ tình
em từ ca sĩ, minh tinh
từ cô thôn nữ bên đình viễn mơ
từ Kiều, từ cả Mông Rô
hiện thân là một nàng thơ mượt mà

em từ lục bát bước ra
ai sau lưng giống như là Viên Linh
bỏ cà sa để theo tình
mấy hồi chuông động tâm linh Niết Bàn
cúc hoa nở lạnh hiên vàng
dâng lời chúc biệt nồng nàn níu chân
em đi hồn bóng phân thân
dáng thơ rụng xuống cõi trần mọc hoa

em từ lục bát bước ra
bàn chân Nguyễn Bính lân la theo cùng
hương đồng phấn nội về chung
váy lảnh quần nái gió lồng tỏa hương
chiếc tầm em rớt bên vườn
bướm vàng tha gởi vào nguồn ca dao
tương tư là bệnh thanh cao
một đời yêu đủ thành sao sáng lòa

em từ lục bát bước ra
tay hương vén tóc liếc qua mái đời
tôi ngồi trong chiếu thơ tôi
những câu sáu tám ngút hơi yêu đời
vịn Cung Trầm Tưởng dạo chơi
theo Huy Cận ghé vào nôi nắng sầu
cùng Hoài Khanh ngồi bên cầu
nhìn mây vuốt ngực lắc đầu trốn em
cùng Luân Hoán nằm trùm mền
sợ rơi giấc nhớ mất em bất ngờ

cùng trăm ngàn vạn nhà thơ
đón em từ lục bát vào thế gian.□

lớp cũ trường xưa

(kỷ niệm chuyến về thăm quê hương hè 2001)

tôi đứng dựa cổng trường đôi ba phút
mắt ngước nhìn mái ngói đổ mồ hôi
trời tháng bảy nắng chồng nhau mấy lớp
từng vách tường buồn lặng lẽ bốc hơi

gió đẩy mắt vào hành lang trống vắng
khúc đường rầy làm kiễng mất đi đâu?
trong khoảnh khắc bỗng hàng ngàn tiếng guốc
chen chân nhau dồn dập xuống thang lầu

tôi gặp lại mái tóc thề đen nhánh
mắt bồ câu và khuôn mặt trái soan
tôi gặp lại lúm đồng tiền cam thảo
môi cười thơm, nhánh mắt háy nhẹ nhàng

tôi gặp lại bím tóc nâu biết hát
đoạn ca dao phổ nhạc rất quen thân
tôi gặp lại những bàn tay óng mát
thơm hương me hương cốc ổi ...ngại ngần

tôi cũng gặp đường mắt xanh chết sững
đã bao lần á khẩu được nghiêng vai
nhìn kỹ lại mới hay người nhát gái
chàng thư sinh...là tôi đó chứ ai

và tôi gặp tiếng thầy cô thấp thoáng
giọng bạn bè cuồn cuộn vỗ vào nhau
cả mẩu phấn, mảnh vải lau bảng nhớ
bàn tay người giỏi toán mộng đâu đâu...

trường lớp cũ trước mặt tôi rộng mở
dợm bước vào sao bỗng thấy bâng khuâng
hàng phượng đỏ vói theo như nhắc nhở
hiệu đoàn ca lỡ quên lửng mấy lần?

lòng cúi trước tượng người làm cách mạng
tạ cô thầy dìu dắt bước thành nhân
danh lập được chẳng qua như hạt bụi
trường bao dung hẳn cho chút dự phần

tay nám bụi tôi vịn vào cửa lớp
nhận ra mình ứa nước mắt hân hoan

{Thơ Lê Hân - Tình Thơm Mấy Nhánh}

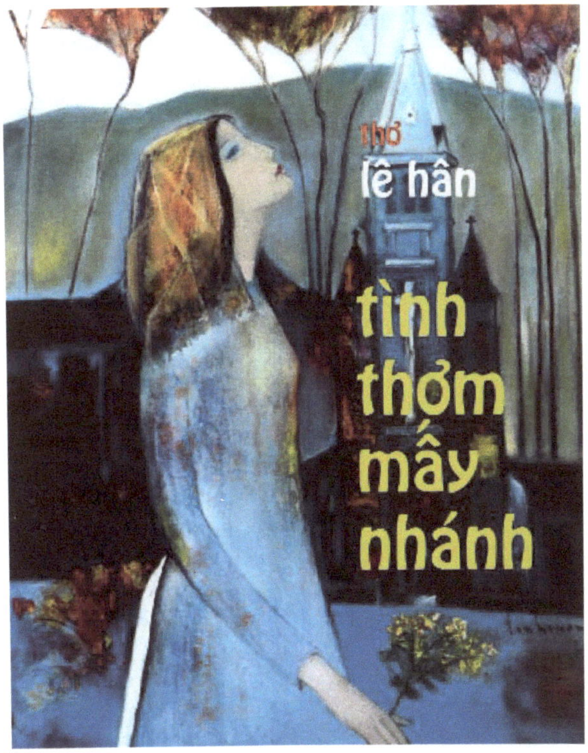

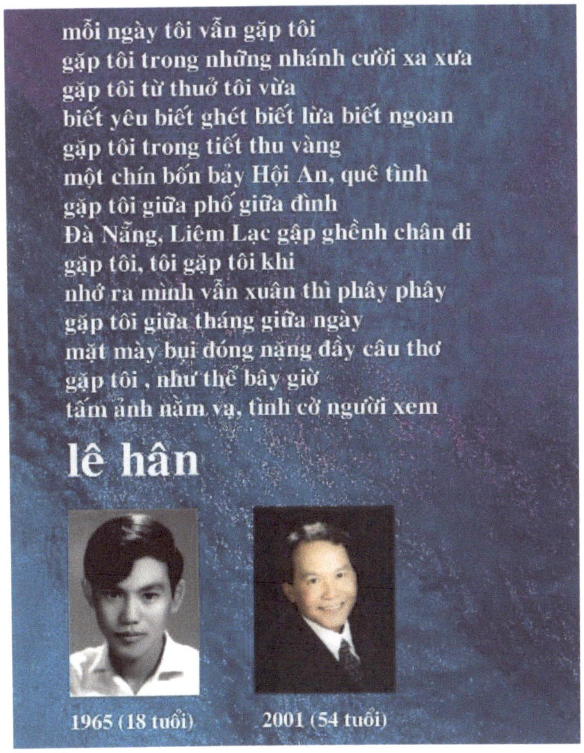

một thời để nhớ

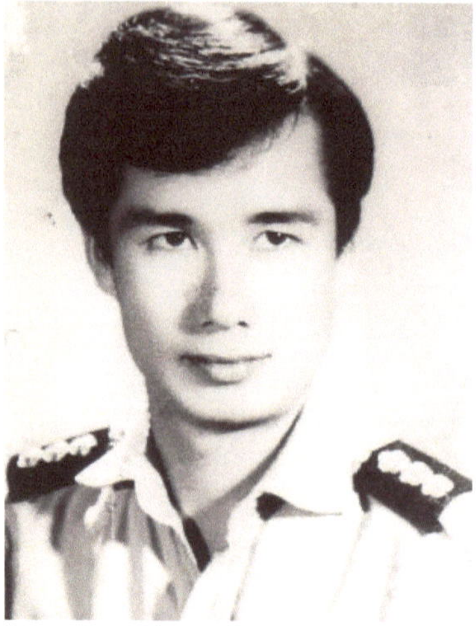

Tê Đê Tê | PCT 65

Mùa hè năm 1965, trước kỳ thi tú tài 2 khoảng 3 tháng, tôi âm-thầm, lặng-lẽ rời khỏi lớp Đệ nhất A, trường Phan chu Trinh, Đà nẵng, để vào Quân trường. Mối tình của tôi với trường không trọn vẹn, tôi là kẻ đến muộn và chia tay hơi sớm. Cuộc tình dang-dở đó đã để lại trong tâm khảm tôi biết bao kỷ-niệm êm-đềm về Trường, về Thầy Cô, và Bạn hữu.

Năm 1959, gia đình tôi đổi về Đà nẵng, do đó tôi phải chuyển trường về PCT. Một buổi sáng, nắng thu vàng ấm, thằng học trò nhỏ nhoi, áo trắng, quần xanh, rụt-rè ôm cặp bước vào lớp Đệ lục 1, Trường Trung Học PCT/DN, trước bao cặp mắt tò-mò quan-sát của các bạn trong lớp. Là lính mới, tôi ngỡ-ngàng xao-xuyến với bao câu hỏi trong đầu về học hành, về sinh hoạt, về bạn bè, ... Nhưng rồi sự ngỡ-ngàng ban đầu qua rất nhanh, tuổi trẻ dễ kết thân, chỉ tuần lễ sau, chúng tôi đã quen mặt, biết tên nhau, đã cùng nhau trao đổi tâm-sự (đối với các bạn trai thôi, còn các cô thì chưa dám nói chuyện, còn sợ lắm!).

Lớp Đệ lục 1 nằm ở phòng cuối cùng của dãy nhà ngang, bên trái phòng Giáo sư, nhìn từ ngoài cổng vào, sau lưng là dãy nhà để xe-đạp, hàng rào kẽm gai bao-bọc. Suốt những năm Đệ nhất cấp, chúng tôi đều học ở dãy phòng nầy, dù có xê dịch đôi chút. Bước vào lớp, 4 bàn đầu bên phải nhìn lên bàn giáo sư, dành cho nữ-sinh: Nguyễn thị ÚT, Nguyễn thị Ngọc ÁNH (cô Bắc-kỳ nho-nhỏ), Trần thị DIỆP, Phạm thị NINH (em chị Phạm thị An, con thầy Khánh dạy vẽ), Tăng thị Như HOA, Phạm thị LIÊN, Đoàn thị thu NGUYỆT (con cụ Khánh, Hội trưởng hội Phụ Huynh Học Sinh PCT), Nguyễn thị Minh PHƯỢNG (Phượng cao, không phải chị quá cao, chỉ đôi guốc hơi cao), Hoàng thị Kim SA, Phạm thị quỳnh CƯ (cô bé tóc bím, và thường bím tóc thắt nơ, trông rất ... "dễ ghét"), Phan thị DIÊN, Hoàng thị N. TRÂM, Dương thị Lệ XUÂN (bà Cố vấn), Phan thị YÊN, Phan thị LÊ (năm 1977, giữa núi rừng heo-hút, tôi tình cờ gặp chị Lê xơ-xác, tay xách, nách mang, đi thăm chồng cải tạo, tôi đã chào chị mà lòng ngậm ngùi "Lấy chồng lính chi cho khổ") ...

Có thể còn vài cô nữa nhưng tôi quên tên, xin thứ lỗi.

Trong các cô, thì chị Trâm, chị Lệ Xuân, chị Yên là lớn hơn cả, nên ngồi ở bàn cuối, làm thành hàng rào điện-tử ngăn cách bọn con trai chúng tôi với các cô yêu bánh nậm. Giờ ra chơi, các cô thường tụm năm, tụm ba, dưới hành lang để trò chuyện, hoặc chia nhau cốc, ổi, xí muội, ... Khi bị gọi lên trả bài thì thường rất rụt-rè trả lời rất nhỏ, như sợ bọn con trai nghe! Chúng tôi biết các cô học rất thuộc nhưng e-lệ nên hay quên, được dịp chúng tôi thường trêu : Biết mà, hồi hôm thấy đi cinê với bồ, ... Trừ chị Ninh ra, chị nầy luôn tỏ ra không sợ súng, nhìn thẳng xuống lớp và trả lời rất to. Người nhút nhát nhất là chị Trần thị Diệp. Tôi và các bạn trong nhóm hay chọc, (bị chưởi !), nhưng khi có dịp đứng nói chuyện với các chị thì tim muốn nhảy ra khỏi lồng ngực.

Ngay từ hôm đầu tiên bước chân vào lớp, anh CHUNG, lớp trưởng (Chung người Bắc, to con và lớn tuổi hơn bọn tôi, anh làm lớp trưởng cho đến hết Đệ nhất cấp) chỉ tôi ngồi bàn thứ hai bên trái nhìn lên bảng đen, gần cửa sổ lớn, nhìn ra hàng cây sao bên kia đường thuộc khu Tạo-tác của Quân đội, buổi sáng có nhiều tiếng chim ca. Trước mặt tôi là Bùi Quảng BÌNH (tên nầy điếc không sợ súng, thường chọc phá các cô), Nguyễn văn THỌ (vào Thủ đức 1964). Bên cạnh là Phan văn THƯƠNG, sau lưng là Lê tự CHẨN, hai bạn nầy rất giỏi về toán và lý hoá, trong khi tôi rất kỵ hai môn nầy, mỗi lần có bài tập tại lớp là tôi giả bộ suy nghĩ, viết, nhưng sự thật là đợi hai bồ tèo làm xong xin cóp-py! Hai bạn nầy luôn luôn tỏ ra rất hào-sảng, tôi nhớ ơn các bạn mãi mãi. Nguyễn văn DIÊN cao ráo, trầm tĩnh, nhưng khi đã cãi là cãi tới bến. Bạn Diên điển hình cho người trai xứ Quảng, nghe nói sau nầy bạn là Sĩ-Quan Kỵ binh Thiết giáp. Chiến trường quá rộng lớn, tôi chưa một lần gặp lại bạn. Trong lớp có Trần ngọc TOÀN là hay chọc phá tôi nhất. Toàn đặt tên cho Huỳnh trọng TÍN, Huỳnh CHÂN, Nguyễn phạm kim HÙNG và tôi là BỘ TỨ MÃ TỬ (mã tử là viên đạn giả để thực tập, nó ngắn hơn, lùn hơn viên đạn thật). Quả thật vậy, 4 đứa chúng tôi thuộc loại dân lùn, khi xếp hàng vào lớp luôn đứng đầu. Có lẽ Huỳnh trọng Tín lùn hơn cả. Tín trắng trẻo, tay chân nhỏ nhoi như con gái, Tín ít bạn bè, có vẻ rất cô-đơn, luôn luôn rủ tôi cùng đi bách bộ trong sân, nói chuyện đời ... Sau nầy tôi nghe nói Tín ra BƯNG (Mật khu), trong khi tôi lại là lính chuyên nhảy vào bưng, đôi lúc tôi nghĩ : nhỡ một ngày đẹp trời nào đó, chúng tôi hội ngộ tại bưng, thì phải xử sự ra sao. May sao chuyện đó không xẩy ra, mà cũng không biết lời đồn kia có đúng hay chăng ? Trần ngọc TOÀN cao hơn tôi (dĩ nhiên), đẹp trai, vui tính, nhà ở Trẹm, đôi lần tôi có đến chơi. Một hôm giờ ra chơi, trời mưa, tôi đứng trên hành lang nhìn mưa (nếu trời không mưa, không được

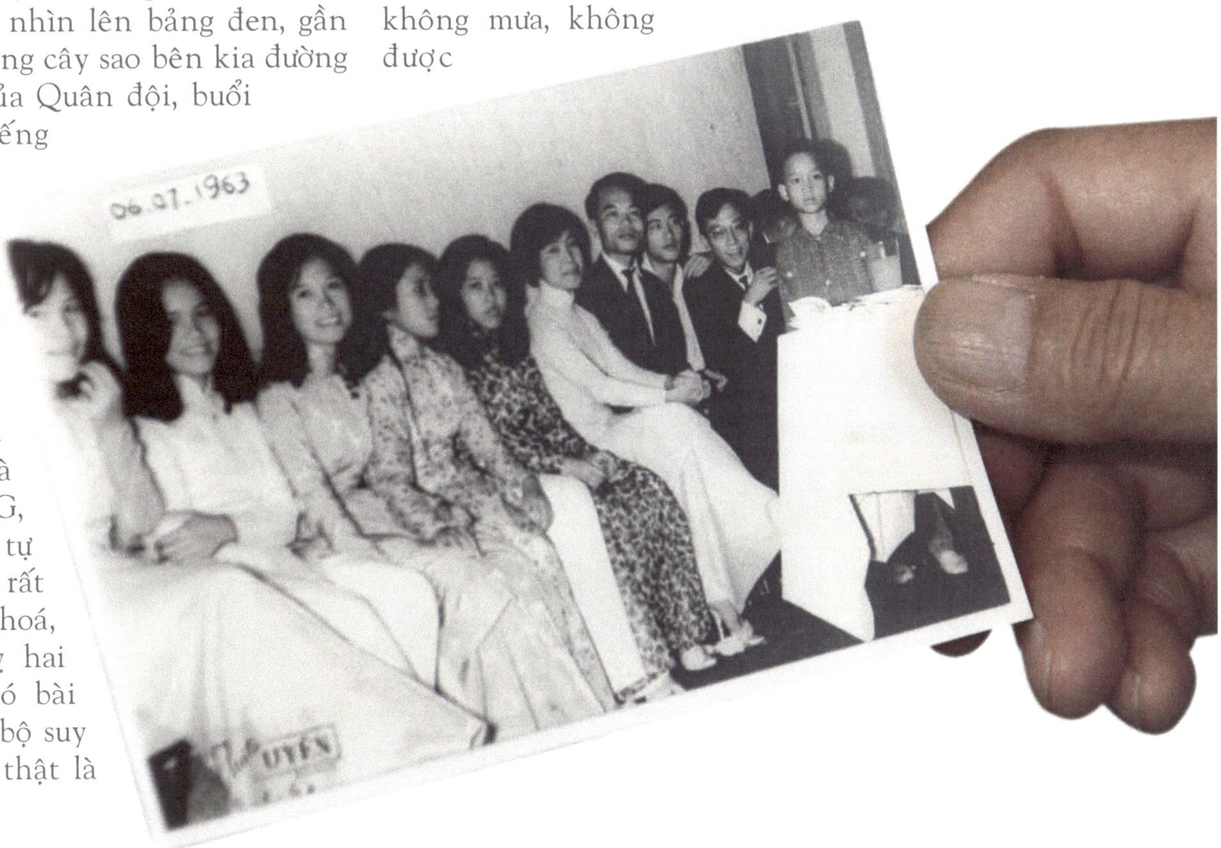

Tâm hồn tôi đang dậy sóng, vì chốc lát nữa đây, khi tan học là tôi vĩnh-viễn rời bỏ cuộc đời học-sinh, để quăng thân vào đường Khổ-nạn. Giã-từ tất cả... Giã-từ...

đứng ở hành lang), Toàn đến bá vai tôi gợi chuyện.

_ Ở trường cũ, năm đệ thất, T. có bị đưa tới Bác Sĩ khám không ?

_ Khám chi, có khám chi mô.

Toàn vui vẻ nói : _ Ở đây năm đệ thất, học sinh phải đến chỗ BS Thái Can khám.

_ Khám chi ?

_ Khám đầu gối, lấy bút gõ vào đầu gối xem phản xạ, và khám dế, coi dế có thụng không.

_ Toàn bị khám chi ?

_ Khám dế, nhột quá làm mình cười, ổng la quá.

Mấy năm sau người bạn vui tính nầy lặn đâu mất, tôi chưa lần nào gặp lại.

Những bàn phía sau có Nguyễn nam CƯỜNG, Nguyễn hữu ĐỂ, Phan văn CƠ (bóng rổ), Nguyễn sĩ TIỆP, Nguyễn sĩ PHÚ, Lê kim NGÂN (trong đội bóng tròn của lớp, đã hy sinh tại chiếân trường Nông Sơn - Tây ĐN), Huỳnh văn NHẤT (vua đi học trễ, vì nhà ở An-Hải, phải qua đò sông Hàn), Hồ ngọc PHỐ, Nguyễn ngọc HỒI, Nguyễn cao TRIẾT (Nguyễn Xin, bạn nầy có nụ cười rất giòn), Phạm xuân THANH, Vũ minh CHÍNH, Nguyễn TRO, Diêu đức CHÂU, Ngô CHI (Chi brillantine, đầu láng), Trần hữu Bé (cháu thầy Tổng giám thị DUẬN), Ngô văn KHƯƠNG (Khương lùn hơn tôi, không hiểu sao Toàn không ghép vào nhóm Mã tữ, Khương nói tiếng Quảng, âm hơi nặng, có biệt tài viết tay trái, mỗi lần lên bảng giải toán hình học, Khương dùng tay trái vạch một vòng tròn, tròn như mặt trăng, các bạn đều phục. Khương nhà nghèo nhưng rất hiếu học, sau khi rời trường PCT/ĐN, Khương theo học Y-Khoa tại Huế, có thời gian toán tôi đóng tại Phú Bài, lâu lâu về Huế, tôi thường đến cư-xá sinh-viên rủ Khương đi ăn kem, và nhắc lại những kỷ niệm cũ ở ĐN. 1973 Khương tốt nghiệp Y-KHOA Bác-sĩ, lúc bấy giờ hiệp định Paris đã ký nhưng chiến sự trở nên ác liệt, Khương bị gọi vào Quân-đội, phuc vụ trong Binh chủng Hải-Quân. Nhưng chỉ 5 tháng sau, trong một lần di chuyển trên kinh rạch Vùng 4 Chiến-thuật, Khương đã đền nợ nước. Nhận được tin bạn mất, tôi đã khóc trước hàng quận. Trời cao sao nỡ đành ...), Nguyễn bá TRẮC (tên nầy đẹp trai nhất lớp, trắng trẻo, tóc xoăn, bồng bềnh, một hôm vào giờ Việt-văn của thầy TIẾN người Bắc, thầy đọc hai câu thơ : Trăm năm dù có bao giờ, đốt Nò (lò) hương ấy so tơ phiếm nầy, Nguyễn bá Trắc nhà ta đứng lên hỏi:

- Thưa thầy NÒ là gì ạ?

Thầy Tiến mặt biến sắc, thầy giận đến run tay, gọi Trắc lên bảng ... Tôi biết Trắc không hiểu thật chứ Trắc không có ý nhái giọng của Thầy. Sau nầy Trắc theo học trường Mỹ-Thuật ở Huế.

Chúng tôi lúc đó còn rất ngây thơ, vô (số) tội, tôi còn nhớ vào giờ ra chơi, ngày nọ, thấy Quỳnh Cư ôm cặp vội vã ra về, tôi đến hỏi chị Trâm _ Quỳnh Cư đau chi mà về gấp rứa chị Trâm?

_ Tu-bi (to-be)

_ Tu-bi là bệnh chi ?

_ Là tu-bi, đồ ngu.

Học Pháp văn mà tu-bi với tu-beo, tôi đành chịu ngu, mấy năm sau khi tôi có bạn gái mới biết được căn bệnh trời gầm nầy.

Năm đệ ngũ, Chị Trâm và chị Lệ Xuân bỏ lớp, hai chị bỏ cuộc chơi, trong lớp có vài khuôn mặt mới : Mai thị QUỲNH (sau nầy là phu-nhân thầy Kính), Trịnh thị HUYỀN, Lê thị THU (Thu viết chữ rất bay bướm, làm thơ hay, sau nầy nghe đồn chị Thu theo học sư-phạm ở Huế, trong lần về thăm nhà ở ĐN, xe lật trên đèo Hải Vân, chị Thu tử nạn, không biết thật hay tin đồn, mong rằng sự đau lòng đó không có thật). Bên nam sinh có thêm Đỗ văn CHỚI (ăn mặc tươm tất, tóc tai chải chuốt, đặc biệt có giọng hát rất truyền cảm. Chắc các bạn còn nhớ giữa thập niên 60, vào mỗi tối thứ bảy, tại Ty thông-tin ĐN, gần nhà thêu Tam Phượng của bạn Vương Ngọc LONG, có nhạc sống. Bọn tôi thường xúi Chới lên hát, ở dưới chúng tôi cổ võ khan cả tiếng. Năm 64, Chới "bỏ trường mà đi" vào Quân trường. Mùa hè 1972, trong lần nhảy xuống phía Tây ĐN, tôi gặp lại Đỗ văn Chới giữa trận địa mịt mù khói lửa, lúc đó Chới là Tiểu đoàn Phó TĐ 37 Biệt động Quân. Từ đó đến nay không gặp lại bạn, không biết sống chết phương nào. CHỚI ơi ! đọc được những giòng nhớ thương nầy, hãy gấp gấp liên lạc, nắng sắp tắt cuối chân đồi ...

Phong trào thể thao và văn nghệ lên cao. Hoàng PHÚC làm trưởng ban văn nghệ. Tôi được bầu làm trưởng ban báo chí, nhưng mọi chuyện bán cái cho Trương Khả QÚY (người bạn chí thân suốt đời tôi) để lo đội bóng tròn. Đội bóng tròn của lớp đá đâu thắng đó nhờ các chị Diệp, Thu , Ninh, Út, Ánh tận tình ra sân cổ vũ, hôm nào không có bóng dáng các tà áo trắng là lớp bị thua. Chị Diệp đã ưu-ái may cho một lá cờ đề tên lớp to bằng .... bàn tay.

Giữa năm, thầy Hiệu-trưởng Nguyễn đăng Ngọc phải đổi đi, thầy Ngô văn Chương về thay thế. Thường ngày chúng tôi rất sợ thầy Hiệu Trưởng Ngọc, nhưng hôm thầy nói mấy lời từ giã, tôi đã phải lau trộm nước mắt (tôi rất dễ khóc, các bạn đừng cười).

Năm đệ tứ, lo gạo bài như điên để thi, nhưng cũng là năm viết lưu bút ngày xanh nhiều nhất, vì biết cuối năm sẽ có nhiều thay đổi. Đầu niên học. Nguyễn ngọc Ánh theo gia đình đổi vào Tam-Kỳ. Lần đầu tiên, có bài thơ tình non dại được đăng lên báo, cảm giác sướng rêm người. Trong những năm Đệ nhất cấp, ngoài các thầy Tiến, thầy Dật ra, tôi còn nhớ Gs Nguyễn trung Hối (có nụ cười rất buồn, dạy lý-hoá), Gs Hoàng thế Diệm dạy toán (sau nầy có thời gian tôi ở chung một trại cải-tạo với thầy, rồi đổi trại, không biết thầy về đâu), Cô Bạch Vân dạy Pháp-văn, Cô Như Hà dạy Việt văn, công dân giáo dục, cô có chiếc răng khểnh rất duyên, đẹp quý phái ...

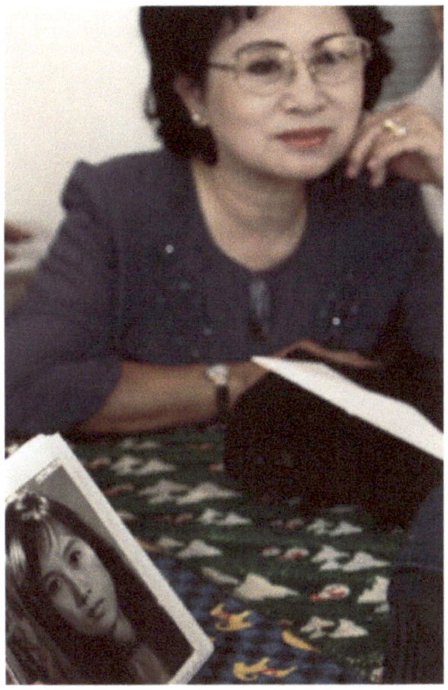

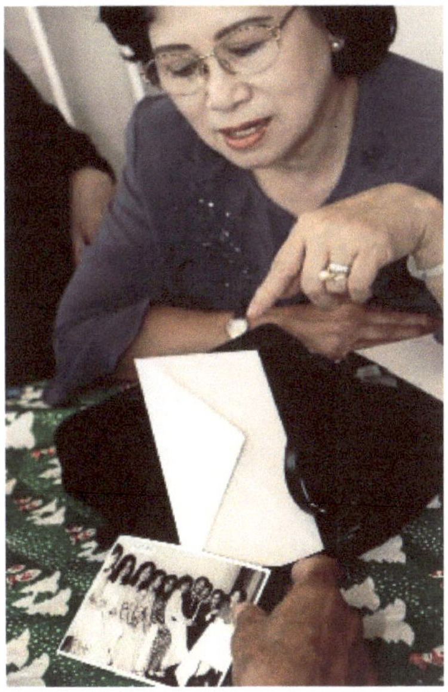

Niên khóa 62-63, lớp Đệ tam, năm dưỡng sức, trong lớp có nhiều thay đổi nhân sự, vì có sự chọn lựa ban A, B, C. Trương khả QÚY ban B, tôi ban A, nhờ đó tôi biết thêm vài bạn mới ban B như Nguyễn doãn KIM, Quách ẨN (1973 hy sinh tại chiến trường Quảng nam), Vương ngọc LONG, Phạm vũ THỊNH, v. v. ... Trong lớp ban A có vài bóng hồng mới như chị em Mai thị Thu-Thảo, Mai thị Hạnh, Nguyệt Tần, ..., bên nam có Nguyễn văn HƯNG, Trần việt HÙNG, Hà văn Minh (Minh celsius), Khải (em chị Bích Quân),... Năm nầy diễn ra Đại hội Thể thao Học-sinh Miền Bắc Trung nguyên Trung phần, cứ ba năm tổ chức một lần cho các trường Trung-học từ Quảng-trị đến Quảng-ngãi. Năm 63 tổ chức tại Huế, Thầy Châu-trọng NGÔ vừa đổi về làm Hiệu Trưởng thay thế thầy Ngô văn Chương. Thầy NGÔ là một nhà mô phạm vừa là một thể tháo gia, thầy tuyển chọn đoàn lực-sĩ của trường rất hùng-hậu. Tôi được đi dự trong hai bộ môn - bóng tròn và vũ-cầu. Trong một buổi chiều trên sân Tự-do, Huế, đội bóng tròn PCT/ĐN gặp đội Nguyễn Dục (Nguyễn Dục là một trường Trung học tư-thục nhỏ ở Quảng-tín), PCT khinh địch và xui-xẻo, đã để thua 0-1, vuột mất huy-chương bóng-tròn.

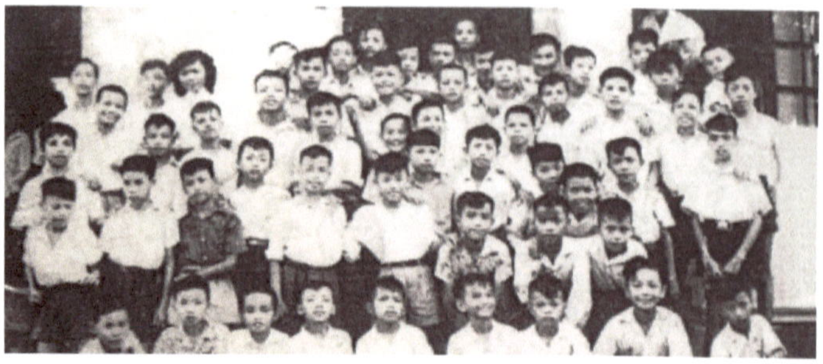

...ngồi ôn lại những kỷ-niệm thân thương của một thời cắp sách, nhớ lại từng khuôn mặt bạn bè của một thời hoa mộng...

Nhìn sự thất vọng trên mặt thầy Hiệu-trưởng, chúng tôi vô-cùng ân hận. Khi về lại nơi tạm trú - Trường Quốc -học - tôi và Hải (em cô K. Thành) vào phòng tắm chung của trường, không ngờ ở đấy đã có các bạn trường Nguyễn Dục, thấy Hải và tôi nhỏ con, các bạn buông lời khích bác, ngạo mạn, chạm đến danh-dự trường, không dằn được tự-ái, tôi đã nhào vào đấm-đá. Hải thấy vậy, vội chạy ra sân la lớn:_PCT bị đánh. Từ các phòng, các bạn PCT nhào ra, ... Khi cảnh sát đến, có 5, 6 bạn trường Nguyễn Dục nằm trên sân - không biết bị thương hay giả đò. Chúng tôi bị đưa về đồn CS Ga Huế, sau đó thầy HT đến nhận về. Chúng tôi chờ đợi sự khiển trách cuả thầy, nhưng tuyệt nhiên không có. Chiều hôm sau ra quân thi đấu môn vũ-cầu, tôi đã chuộc lại lỗi bằng cách cùng đội đánh bại trường Hàm Nghi, Huế, mang huy-chương về cho PCT. Trên hồ bơi Câu lạc-bộ thể-thao Huế, anh Cách - học sinh lớp đệ ngũ, người ở Thanh-bồ - trong một buổi chiều đã đem về cho PCT 3 huy chương vàng,1 bạc về bơi-lội, cuối cùng anh bị ngất. Hôm đoàn lực-sĩ về trường, cờ Hiệu đoàn treo đầy huy-chương, CUP để đầy bàn.

63/64. Một năm đầy lo-lắng học hành,vì luôn luôn bị câu hát dí dỏm ám ảnh : Rớt tú-tài, anh đi trung-sĩ, ... Cuốn vạn-vật của GS Nguyễn cửu Triệp luôn luôn trên tay Bà Mộng Liên (vạn vật), Luật-sư Trương thị Thúy (Pháp-văn), GS Lê quang Mai (lý-hóa). Trong lớp có hai chị tôi quý nhất đó là chị Hồ thị TRÚC, và chị Quỳnh Chi (chị của cô bé Quỳnh CƯ). Chị Trúc học giỏi, đứng đắn; trong mắt tôi, chị là người chị mẫu mực; dưới mắt chị, tôi là đứa em tinh nghịch. Còn chị Q. Chi nổi tiếng là người đẹp cuả trường, đẹp, hiền, nhất là không kiêu-ngạo như những người đẹp khác. Các Trường Trung Học ở ĐN lúc đó mỗi trường đều có người đẹp tiêu-biểu, ví dụ : Sao Mai có chị Quỳnh-Hoa (sau nầy là phu-nhân thầy Kỳ dạy Anh-văn), Phan thanh Giản có cô Tàu lai (quên tên), v. v... PCT có người đẹp ở mỗi lớp, như các lớp trên có chị Thu-Liên, Thu-Hà (tôi chỉ nghe tên, chưa gặẹp mặt), lớp chúng tôi có chị Q. Chi, các lớp dưới có Thái Thu, Minh-Chỉnh, Minh Chi, Cẩm Lai, Tiểu Hương, Diễm, vân vân...Với hai con rít, thắt nơ xanh, tím, buông xuống bờ vai, đã đi vào trái tim của nhiều chàng trai ĐN, Chị Q. Chi có rất nhiều người ái-mộ - nhiều fans say mê - nhưng không dám nhảy vào, vì quanh nhà chị Q. Chi ở đường Nguyễn-Hoàng, có tường cao và trên tường có dây kẽm gai, các anh sợ nhảy vào rách áo ! Cuối năm 1966, tôi bị thương lần đầu tại LàngVey(Khe-sanh), được trực thăng Mỹ đưa về điều trị tại tàuu bệnh-viện Hope neo ngoài khơi Tiên-sa. Sau hai tháng nằm ở đây ,dù chưa lành hẳn, nhưng quá thèm cơm VN, tôi xin vào đất liền. Một buổi chiều lang-thang trên phố Đồng-Khánh, khi đi ngang qua tiệm kim-hoàn nhà chị Trúc, tôi muốn vào thăm chị, gây cho chị sự ngạc nhiên trong bộ đồ lính chơi. Sau quầy, bà cụ tóc vấn khăn nhung đen kiểu người miền Bắc, tôi lễ phép thưa:

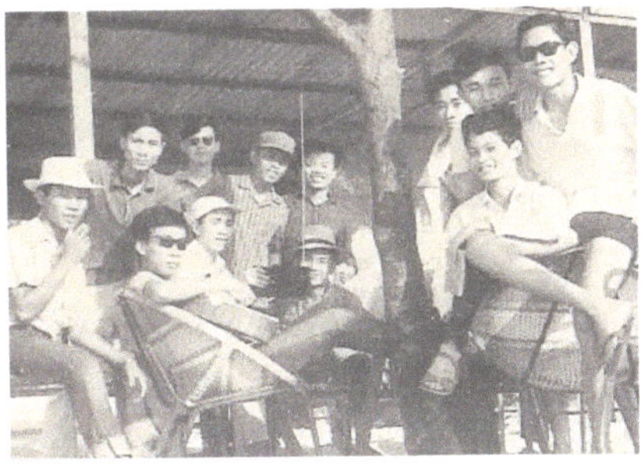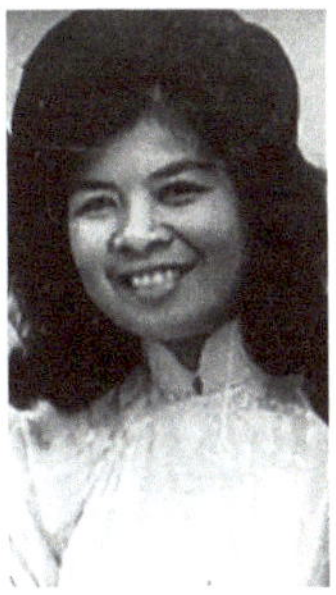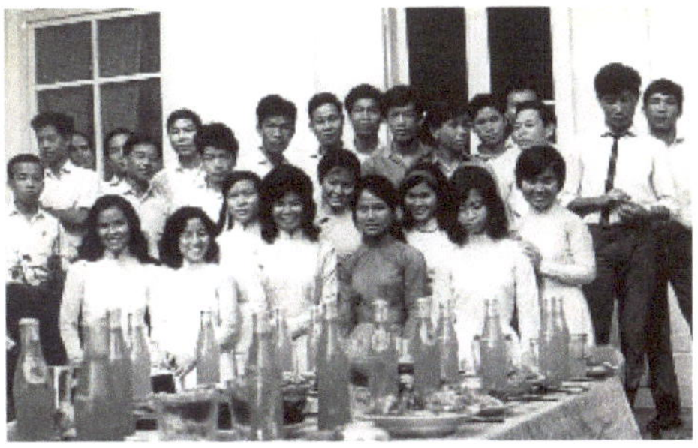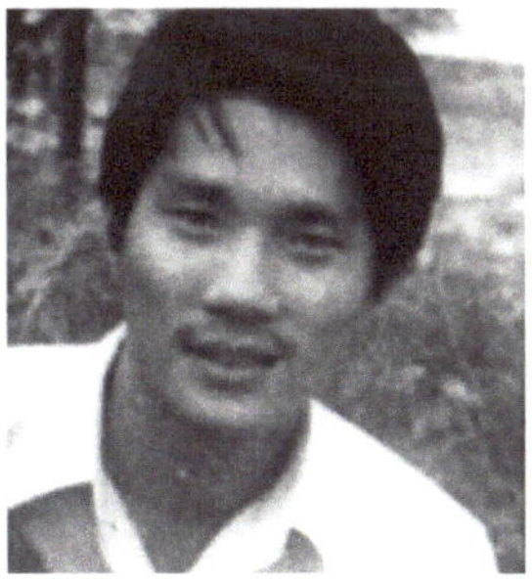

-Thưa cụ, cháu là bạn học của chị Trúc, nhân đi ngang, cháu vào thăm chị ạ ...

Bà cụ nhìn tôi từ đầu đến chân, rồi lắc đầu nói:

- Tiếc quá, cái Trúc đã đi lấy chồng xa ... xa ... lắm rồi.

Tôi chào bà cụ đi ra mà cứ suy nghĩ mãi - Chị Trúc học giỏi mà sao đi lấy chồng sớm quá vậy, mà lấy chồng đâu mà xa ... xa ... lắm, cùng lắm là Saigon đâu có thể Hà-nội được.

Cũng lần về ĐN đó, tôi được tin chị Q. Chi từ bỏ thời con-gái. Tự nhiên tôi nghĩ đến anh TBN. Anh TBN là một người âm thầm ái-mộ chị Q. Chi, si-mê và mãnh liệt (không bao giờ chị biết được). Anh học trước tôi vài lớp, quen anh tại võ-đường VOVINAM. Tại võ đường, Sư-phụ dạy sư-huynh, sư-huynh dạy lại sư-đệ, ... Anh là Sư-huynh của tôi. Từ khi biết tôi học cùng lớp với chị Q. Chi, anh tỏ ra thương yêu, và chỉ dẫn tôi kỹ hơn, thường hỏi tôi về chị như : hôm nay chị đi học không, có vui không, v...v.... Một lần, sau buổi tập, anh rủ tôi về nhà anh chơi, trên đường Hoàng Diệu lên chợ Mới qua khỏi dãy nhà chính-phủ, đến hẽm gọi là hẽm Hoành-sơn (vì ngay đầu hẽm có tiệm sách-báo cùng tên) đi sâu vào trong khoảng 500 mét là nhà anh TBN, nhà nghèo, đơn sơ nhưng gọn gàng. Anh ở với Mẹ và cô em gái đang học lớp Đệ lục Nguyễn công Trứ. Anh nói bố anh tử trận khi cô em gái còn ẵm ngửa. Bước vào phòng ngủ cũng là phòng học cuả anh, tôi thấy trên bàn, bức chân dung họa rất khéo hình cô gái, hai con rít buông xuống bờ vai thắt nơ xanh. Tôi buột miêng : Q. Chi ?, anh mỉm cười không nói. Năm 1971, khi tôi đang nằm ở đèo An-Khê chờ công-tác thì nhận được tin anh ngã gục trên chiến trường Darto-Tân cảnh. Tôi đã không cầm được nước mắt. Tôi khóc thương anh, anh mặc cảm, anh nghèo, nhưng anh có tâm-hồn, anh sống có lý-tưởng. Lời anh khuyên tôi còn nhớ mãi - T. à, mình học võ là để tự vệ, bênh vực kẻ yếu, không phải để đánh lộn...

Niên khoá 64/65, ngày khai giảng. Bước vào lớp học với một tâm-hồn rất trống trải, cô-đơn. Các bạn Chới, Thọ, Ngân, đã "bỏ trường mà đi", các lớp đàn anh như Trần trí Dũng, Lê văn Nghĩa, TBN, Nguyễn văn LÝ, ... đang ra chiến trường. Sở dĩ tôi còn trở lại lớp là vì những giọt nước mắt người thân níu-kéo chân tôi lại, nhưng tôi biết sớm muộn gì rồi tôi cũng phải dứt áo ra đi. Không còn tâm trí nữa để lo đèn sách, khi bên ngoài biến động liên miên, và tiếng súng càng lúc càng vọng về gần hơn. Cô Mộng Liên, Cô Thúy, tỏ ra ái ngại cho tôi, vì sự lơ-là sách vở. Các cô có biết đâu tôi đang chuẩn bị cho một chuyến đi xa ...

Giờ cuối cùng của đời học sinh là 2 giờ Việt-văn của thầy Trần-đình-Quân. Hôm đó anh Nguyễn văn Hưng thuyết trình, phê-bình một tác-phẩm văn- học. Tôi ngồi yên lặng cố thâu hết những hình ảnh lớp học, thầy, bạn, v.v... Tâm hồn tôi đang dậy sóng, vì chốc lát nữa đây, khi tan học là tôi vĩnh-viễn rời bỏ cuộc đời học-sinh, để quăng thân vào đường Khổ-nạn. Giã-từ tất cả ... Giã-từ ...

Nhà thơ xứ Quảng, Bùi Giáng có hai câu thơ được truyền bá rộng-rãi trong nhân gian :

Cứ ngỡ xuống trần, vui chốc lát
Nào ngờ, ở mãi đến hôm nay

Xin ngàn lần cảm-tạ Thượng-đế đã cho tôi còn ở lại mãi đến hôm nay, để được ngồi ôn lại những kỷ-niệm thân thương của một thời cắp sách, nhớ lại từng khuôn mặt bạn bè của một thời hoa mộng.

San Diego 10/03
Tê Đê Tê□

...mối tình của tôi với trường không trọn vẹn...

tôi nhớ trường xưa

Viết cho những học trò Phan Châu Trinh
thương mến của tôi.

Bên ngoài trời trở gió
Đâu đó vọng chuông ngân
Tôi ngồi đây thầm lặng
Thương nhớ tháng ngày qua
Nhớ Phan Châu Trinh một thời yêu dấu
Ngôi trường xưa đưa tôi bước vào đời...
Sáng hôm đó
Bầu trời xanh ngọc bích
Chim hoan ca ríu rít hót trên cành
Có nắng vàng hanh
Và lòng mở hội
Tôi lượt là áo lụa lướt qua sân
Cây cột cờ đứng ngó trân trân
Cành phượng vĩ lâng lâng tình tri ngộ
Nơi cửa sổ
Những nụ cười nở rộ
Sau lưng tôi
Hơi thở xuân thì
Tuổi hai mươi ba tôi vừa đủ lớn
Giữa đám học trò tóc dại mắt nai
Cô giáo mới
Dường như còn quá trẻ
Mặt làm nghiêm đóng vở kịch đầu đời
Không phải trên sân khấu
Có ánh đèn lung linh huyễn hóa
Mà giữa những mái đầu xanh
Thơm mùi bụi phấn
Thơ ngây một đóa hữu tình ...
Thấm thoát ba năm qua
Biết bao là thân ái
Dòng đời không dừng lại
Dòng đời phải trôi xa
Như con sông nước chảy xa nguồn
Tôi bỏ trường yêu tìm về bến lạ
Chiều cuối bâng khuâng
Trời chưa vào hạ
Trước cổng trường hoang vắng
Tôi một mình ngơ ngác nhìn quanh
Cố níu lại một chút gì trong nắng
Nhốt vào hồn từng mảnh vỡ long lanh
Ngày xưa đó
Tôi chưa biết làm thơ
Nên vui buồn tôi dấu ở trong mơ
Cảm nhận hình như
Trong quạnh quẽ mênh mông
Có lời thì thầm muốn nói
Đừng giã từ phượng sẽ khóc ngu ngơ
Bây giờ tôi đang làm thơ
Tìm về kỷ niệm
Chẻ nỗi nhớ ra từng con sóng nhỏ
Gọi mây về thăm hỏi dấu yêu xưa
Nghe trong tim
Từng hồi trống giục
Mà thương đến vô cùng
Những học trò tôi gần xa muôn vạn ngã
Phan Châu Trinh ơi! Thuở đó đâu rồi...?

Kim Thành | January 2006

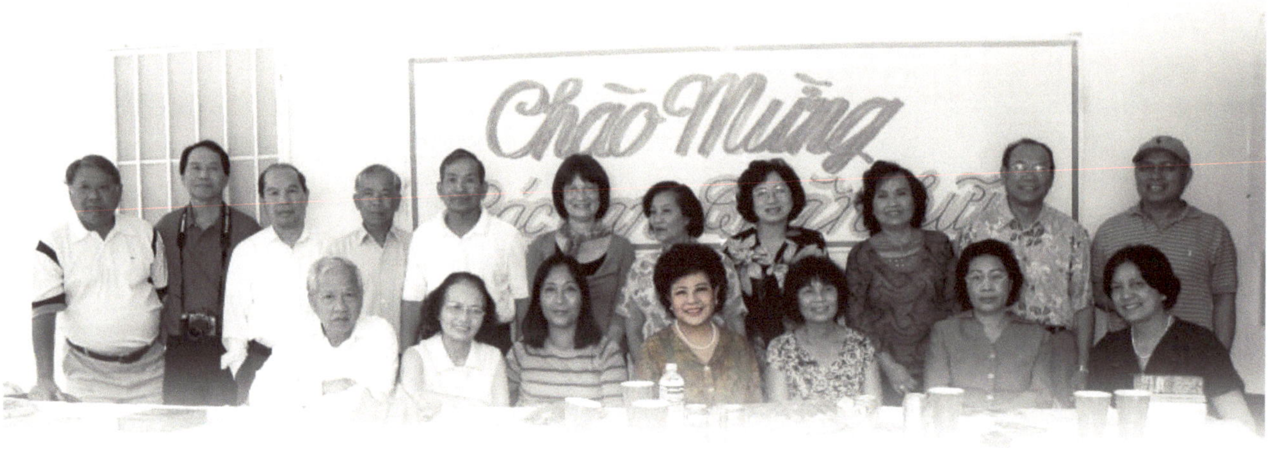

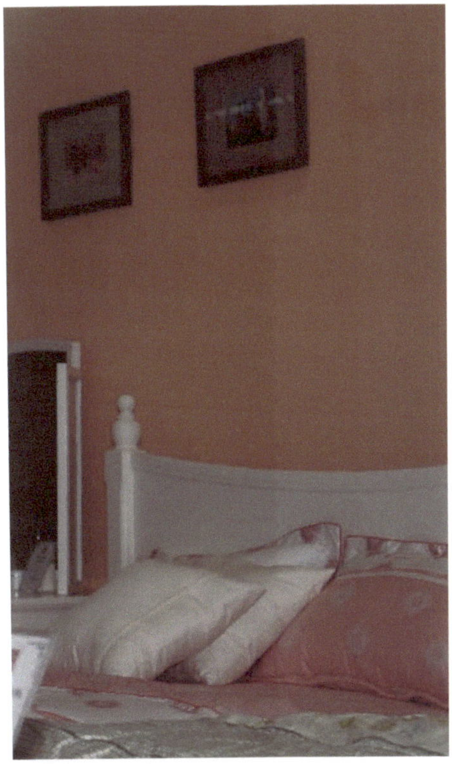

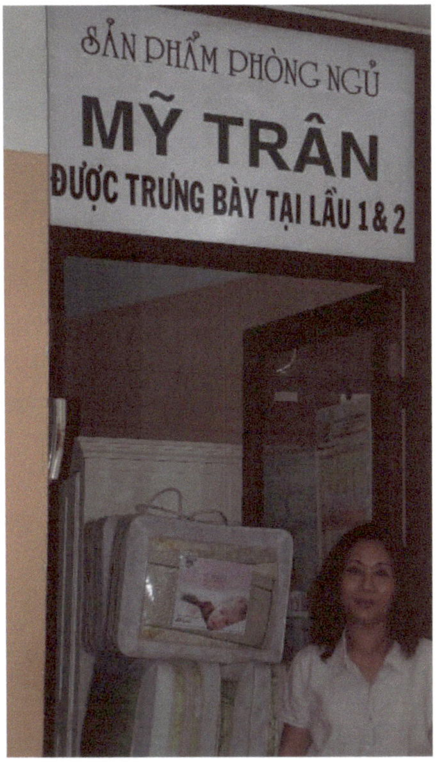

Phạm Thị
AN
TRANG TRÍ NỘI THẤT

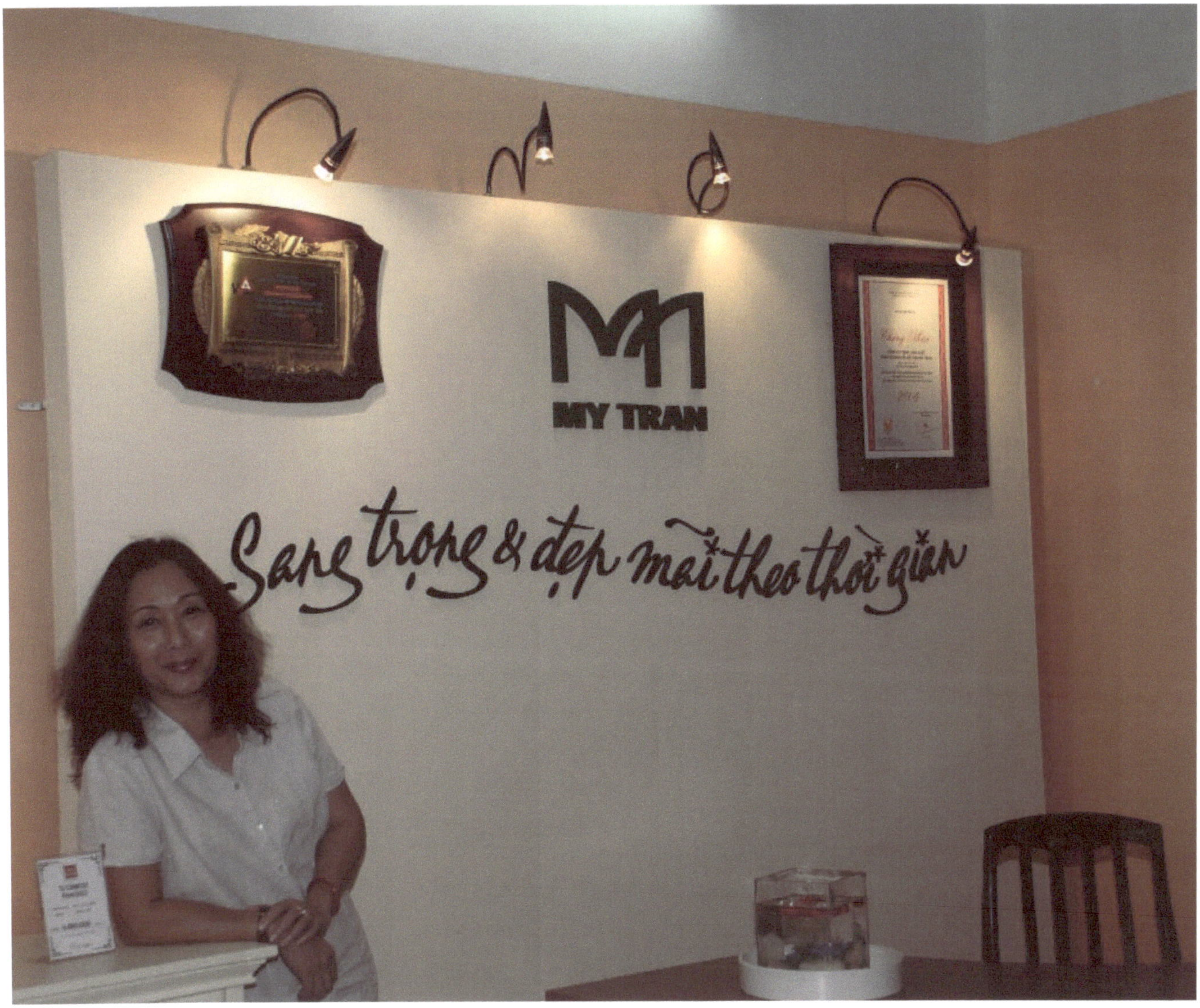

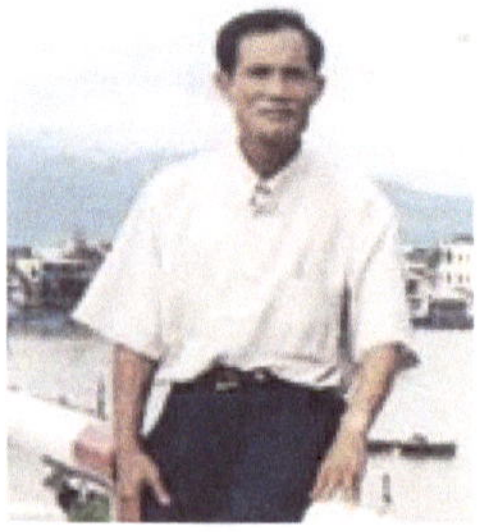

thơ
Lê Kim
AN

tự thuật tôi

mục lục
thơ

Tôi lê kim an - sinh năm con gà - tám giờ ba mươi phút vào ngày đầu xuân pháo nổ rộn ràng - thiên hạ cợt cười vui đón xuân sang - tôi o oe tiếng khóc vào đời - khai màn cho cuộc đời lang bạt tiếp theo - những tiếng khóc đeo hoài trên tuổi lớn khôn .

Chiến tranh ôi chiến tranh - chiến tranh đã cướp mất cha già năm lên hai nằm nôi bú mớm - tôi nguyền rủa muôn đời - bà con ruột thịt - những tình thương kệch cỡm - xua từng nước bước chỗ ngồi - hăm he chia nốt phần gia tài thừa tự .

Lên tám tuổi đầu Mẹ gục xuống - ôi sáu năm chống chỏi những thói đời đen bạc - u buồn phủ quanh tôi - tôi không biết buồn biết khóc - lúc nắm đất sau cùng phủ lấp huyệt mộ sâu .

Hai mươi tuổi đầu nhớ giọng Mẹ hiền thức trắng ru con - ôi nước mắt tôi còn đâu để khóc - tủi thân tôi - nỗi tiếc thương không lúc nào vơi trong suốt cuộc đời vá áo túi cơm - tôi chép miệng thạch sùng thương qúa khứ .

Trong vòng xoay dĩ vãng - tôi bắt gặp hình ảnh người chị hiền - khô lạnh trên chiếc giường tre - giòng máu hồng vắt ngang khuôn mặt nhợt - thấm ướt giấy khâm liệm -tôi không khóc lặng người - không hiểu tại sao .

Dĩ vãng thắp hương - lập lòe trong vùng tương lai ẩm tối - Tôi bắt đầu lê kiếp lưu đày lang thang hè phố -mảnh bằng tú tài làm vải lót lưng - vốn liếng mồ côi tình thương bạn hữu - tôi luân lạc trong giòng đời không định hướng .

Một người con gái không đẹp nhưng xinh- đôi mắt đen tròn - hát líu lo như chim khuyên buổi sáng- mang ý xuân chảy nhựa vào đời tôi hồng giòng máu -

Tôi yêu nàng - một cứu cánh tương lai - nàng yêu tôi - một nước cờ đi ngược -một phương tiện ba hoa - hỡi người con gái Bắc phụ tình hãy lẩn tránh ngay đi trước tấm nhìn tôi đổ lửa .

Dư thanh của thời gian vẫn còn vang vọng bên tai tôi - nỗi tiếc thương ngày xưa cũ - hỡi Thượng Đế -hãy buồn nhìn xuống đời con - đứa con trai bất hạnh bơ vơ trên cõi đời nầy - Amen ...

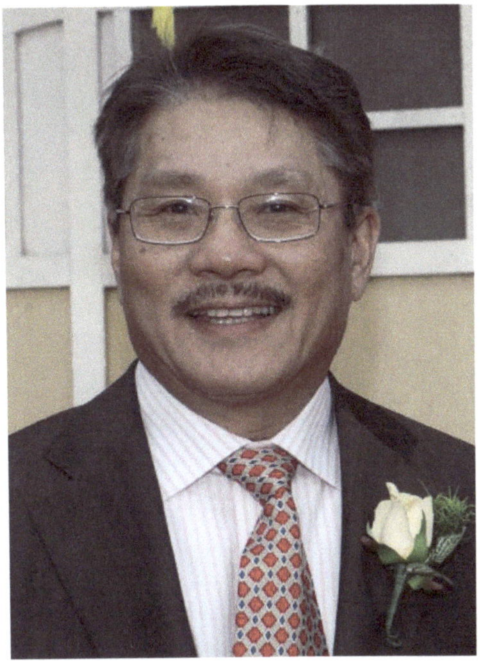

Chúc Mừng

Được tin Kiến Trúc Sư Trần Ngọc Toàn, Phan Châu Trinh 58-65, vừa thủ đắc khế ước kiến trúc cho một công trình xây cất trị giá 240 triệu Gia Kim cho Bombardier, Công ty chế tạo máy bay lớn nhất Canada.

Xin chúc mừng bạn Trần Ngọc Toàn và Công ty đã thành công trong việc hoạch đắc khế ước lớn lao nầy. Cầu mong mọi thuận lợi cho bạn hoàn thành công trình nhanh chóng mỹ mãn.

Các bạn đồng học
Phan Châu Trinh ĐN 58-65

KIẾN TRÚC SƯ Trần Ngọc TOÀN

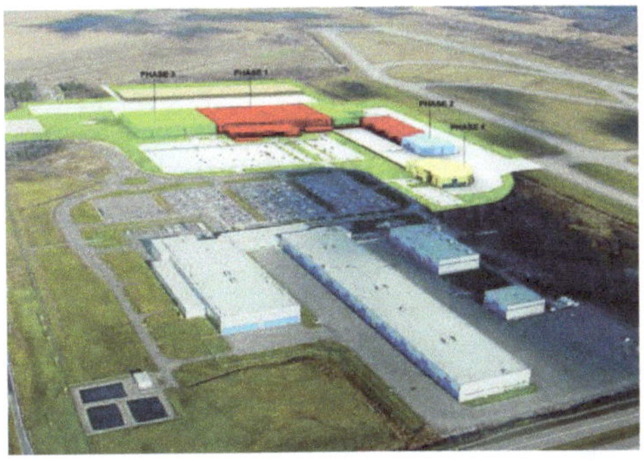

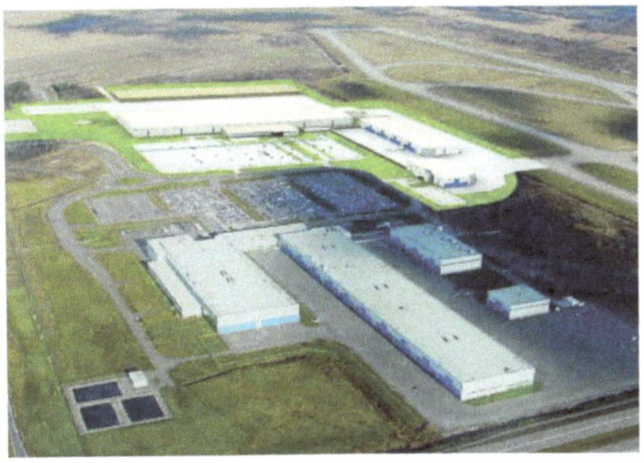

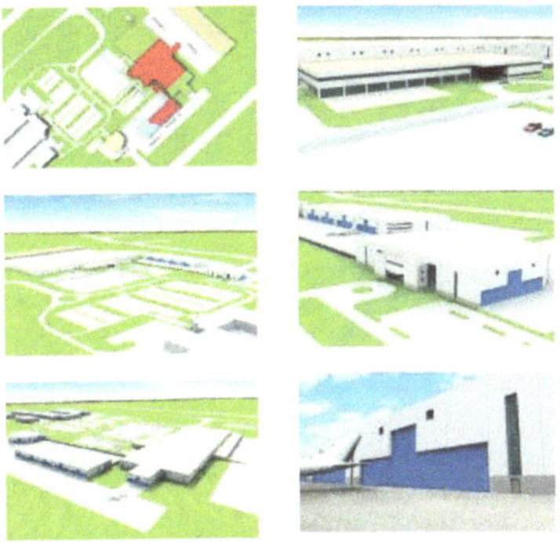

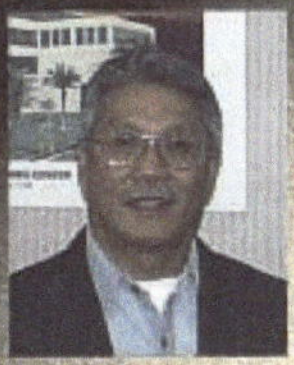

GIỚI THIỆU
ĐỒ ÁN MỚI
NEW FACILITY FOR CSERIES
BOMBARDIER KTS. Trần ngọc Toàn

Tin từ KTS. Trần ngọc Toàn cho biết, anh vừa nhận được một đồ án từ công ty Bombardier. Bombardier là công ty sản xuất máy bay lớn nhất Canada. Công ty dự trù sẻ sản xuất một loại máy bay mới vào khoảng 110 -135 chổ ngồi, kinh phí dự trù lên tới 2.1 tỉ U.S dollars nhằm thay thế các loại máy bay có cùng tầm cở nầy đang xử dụng trên thị trường hiện tại.

Công trình kiến trúc có diện tích 1.231.500 S.F. với ngân khoản xây dựng là 240.000.000 CAN. dollar gồm phần xưởng ráp nối máy bay từ đầu, thân, cánh, đuôi và máy phản lực. Sau đó là phần sơn, phần bay thử, phần chấp nhận của Bộ Giao thông và phần giao hàng cho khách. Chương trình xây cất dự trù từ 4 đến 6 năm.

Xin được giới thiệu cùng các qúy anh chị KT để thưởng lảm.

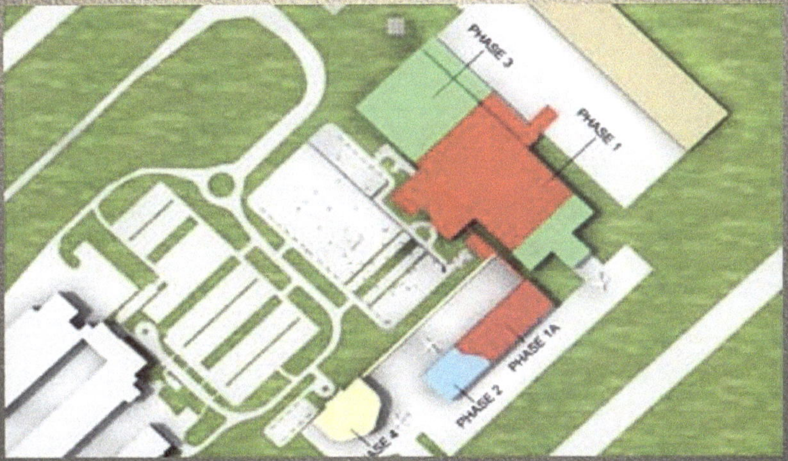

MASTER PLAN

Lớp trưởng

Đinh Văn CHO

với 4 tác phẩm:
- Huy hiệu trường
- Bảng vẽ cổng trường
- Trang trí chủ đề họp mặt sau 40 năm...
- Lời chào mừng

Các công trình trên được phục chế, sáng tạo và thực hiện bằng tay với vật liệu nhẹ.

Hình ảnh cổng trường Trung Học Phan Châu Trinh đã được in trên trang bìa của Đặc San II - Hình Ảnh Xưa và Nay.

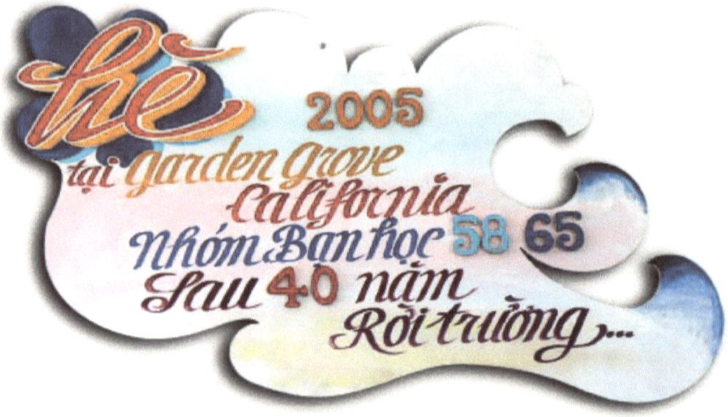

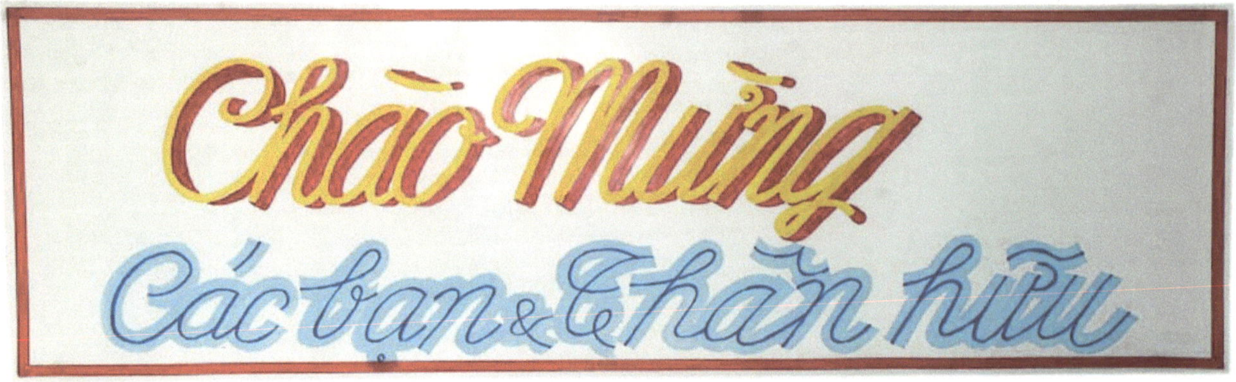

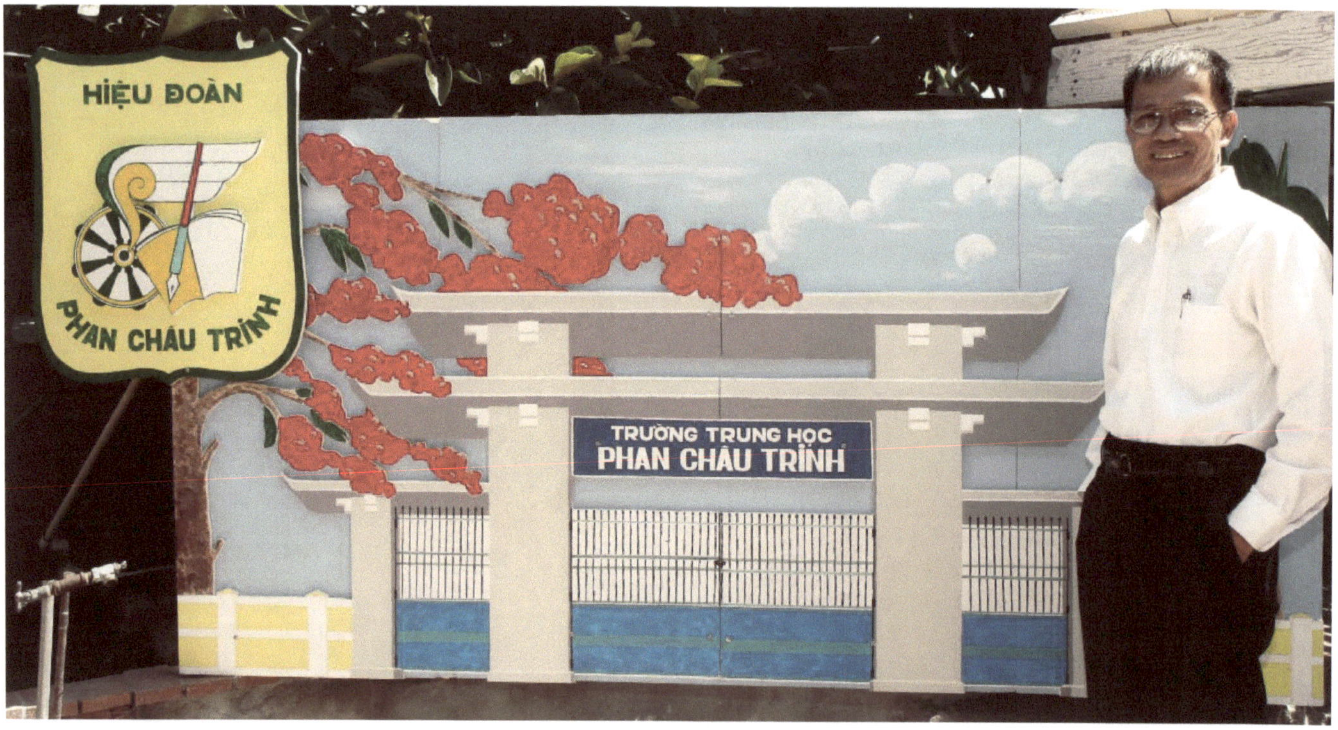

khung trời đó ngàn năm còn xanh mãi

Phạm Vũ Thịnh
thân tặng các bạn,
những người thương Đà Nẵng

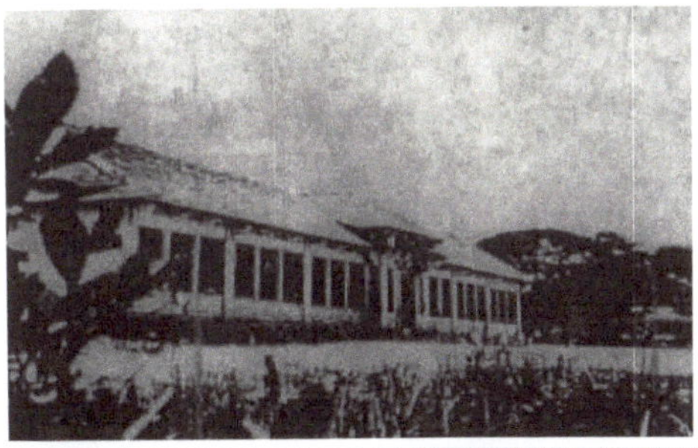

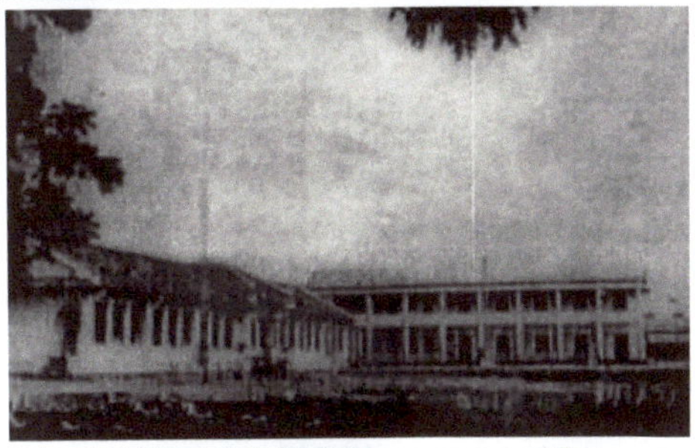

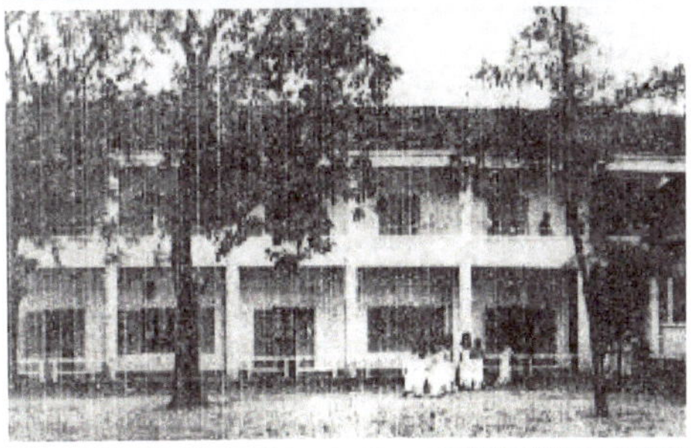

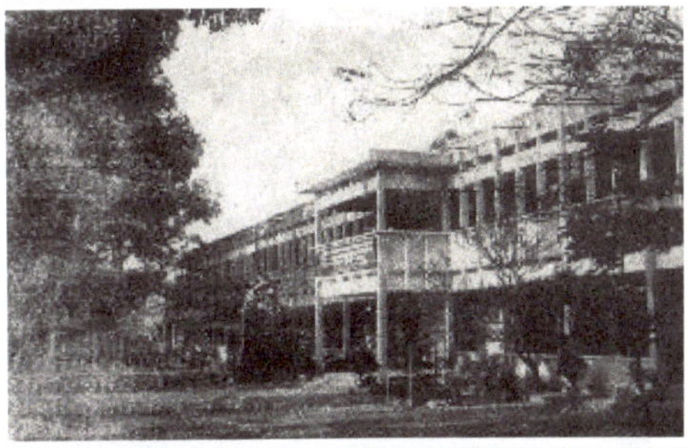

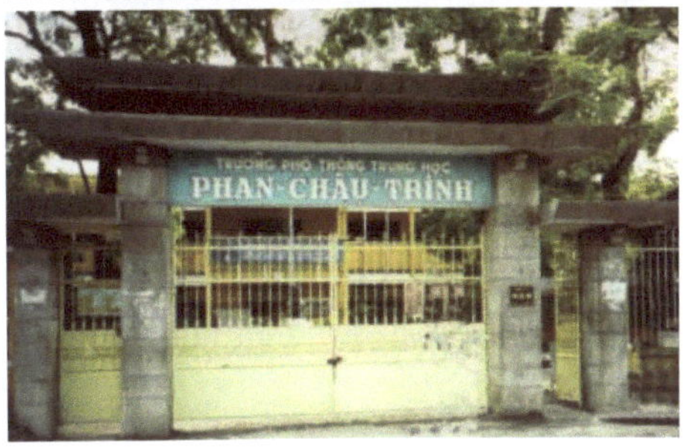

Tôi vẫn mơ được làm thân chim én
Bay trở về khi đất nước sang xuân
Quê hương tôi đây xinh đẹp vô cùng
Dang tay đón đàn chim về tổ ấm

Tôi sẽ đưa em về thăm Đà Nẵng
Nước sông Hàn chừ trong lắm em ơi
Khói lửa chiến tranh đã lặn mất lâu rồi
Còn lại thanh bình trên giòng trong êm ả

Lần đầu tiên trở về chắc em còn lạ
Bước nhẹ nhàng thư thả đi em
Đà Nẵng mình toàn những người quen
Em về lại trong vòng tay của mẹ

Đà Nẵng đó, ngày xưa anh còn bé
Bến Bạch Đằng gió lộng mỗi chiều xuân
Những chiếc buồm con no gió trên sông
Tấm ánh nắng trên từng thân trắng bạc

Hương biển cả trong không gian ngào ngạt
Bến Cá chiều nay cũng đàn trẻ nô đùa
Những cánh tay trần đen nắng mặt trời
Vung toé nước những tràng cười khoái chí

Bên bờ sông từng đôi người bước nhẹ
Tà áo dài quấn quít bước chân đi
Mắt nào dám trông lên . . . có ai nói năng chi
Những kẻ mới yêu nhau . . . mấy ai không bẽn lẽn

Đường Quang Trung như mỗi chiều vẫn vắng
Suốt con đường im bóng những hàng cây
Lá gió lao xao tình tứ tràn đầy
Có ai cấm mình nắm tay nhau em nhỉ

Đà Nẵng có những ngày mưa lũ
Hạt nước trời đan trắng cả không trung
Dưới mái tranh vẫn đầm ấm vô cùng
Ngọn lửa bếp reo đều tí tách

Đà Nẵng trong những ngày đi học
Tà áo trắng học trò là cả một bài thơ
Đường Duy Tân, Phan Chu Trinh... hay Nguyễn Hoàng xưa
Còn vang vọng tiếng ai cười trong gió

Đà Nẵng còn nhiệt tình như lòng phượng đỏ
Đã kiên cường trong khói nổ đạn bay
Chịu đựng hôm qua, xây dựng hôm nay
Lòng chung thủy đã mang tên thành phố

Đà Nẵng đó, sau những ngày rực lửa
Người mến yêu người càng mến yêu thêm
Tay trong tay trong giòng sống êm đềm
Có Đà Nẵng trong lòng hai miền Nam Bắc

Chắc mình sẽ lặng đi trong nỗi niềm bắt gặp
Đà Nẵng đây rồi vẫn son sắt như xưa
Vẫn chan hoà màu nắng đẹp ngày thơ
Khung trời đó ngàn năm còn xanh mãi.□

Sydney, 09/02/2001

Phạm Thị QUỲNH CHI nhận bằng khen viết về nước Mỹ

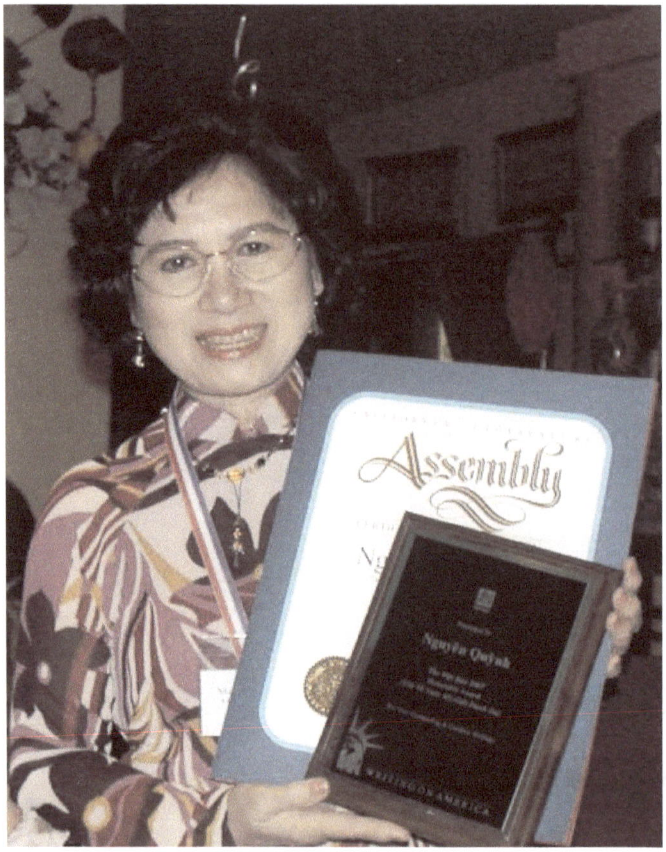

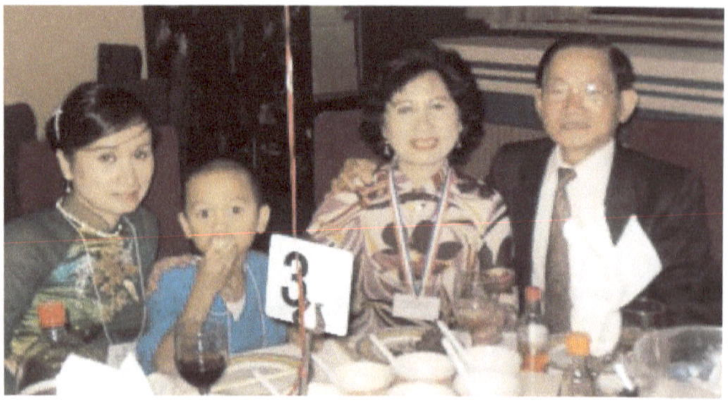

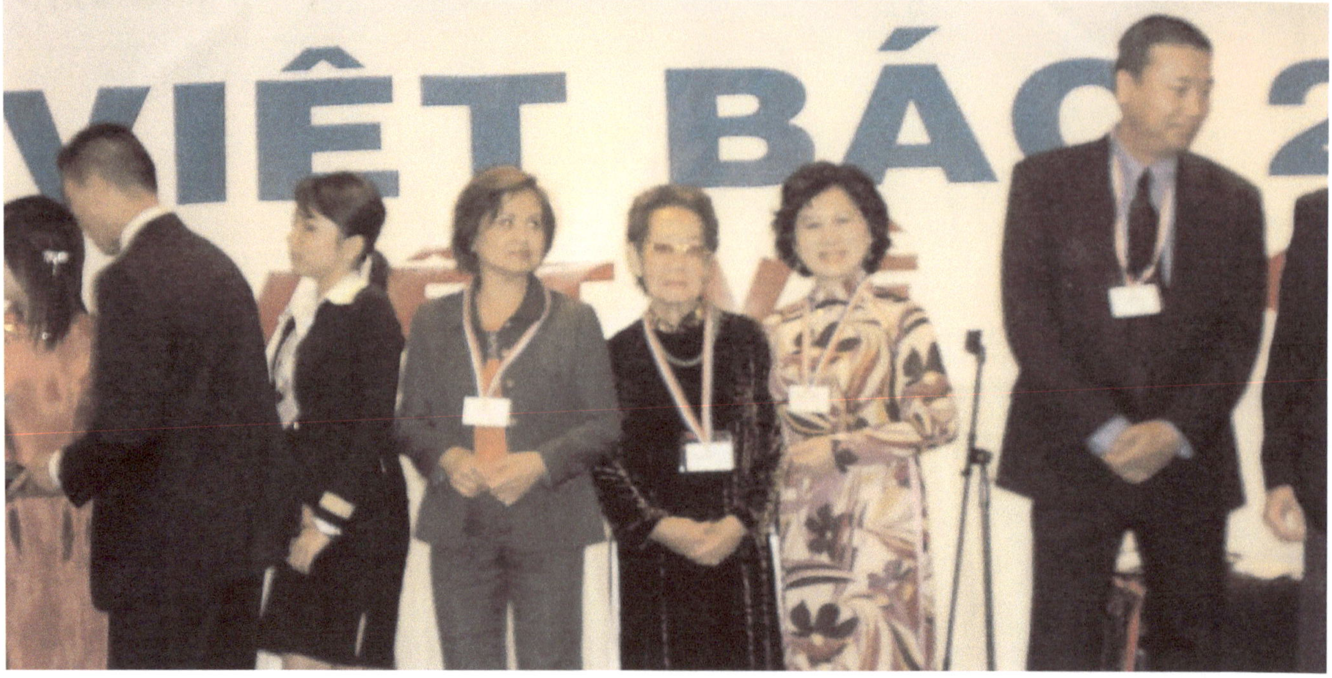

thơ **Vương Quỳnh**
Phạm Thị
QUỲNH CƯ

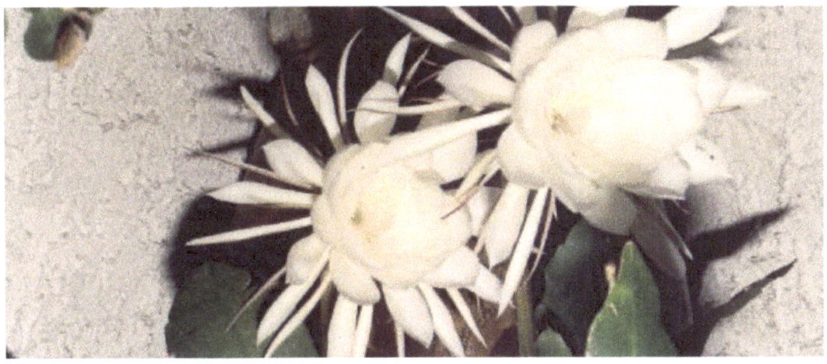

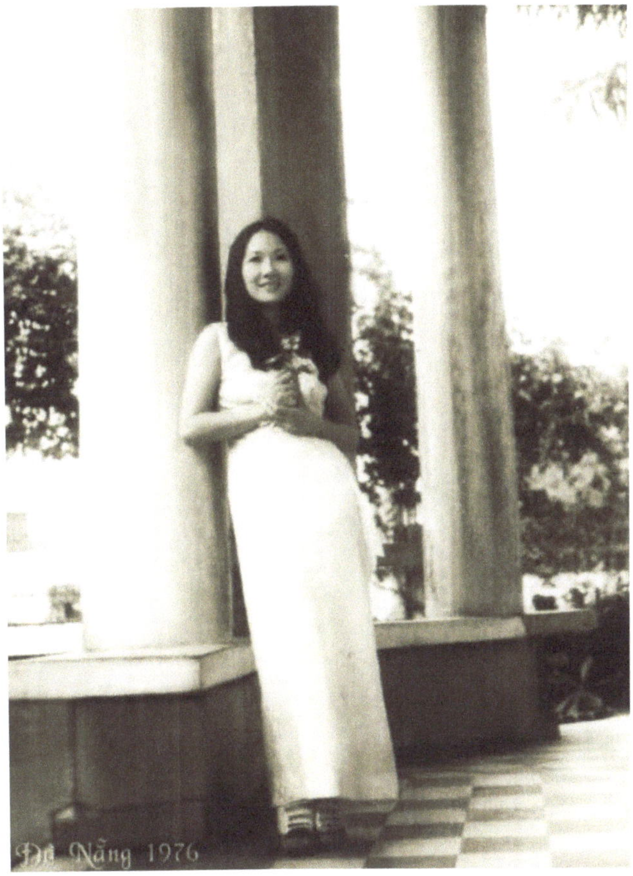

mục lục thơ

Quỳnh thật cảm động khi các bạn đang chờ đón Quỳnh sang. Cô bé "mít ướt" ngày xưa nay đã trở nên mạnh mẽ, tự tin và chỉ khóc khi một mình... Có lẽ Quỳnh đã biết giấu những dòng nước mắt đó thôi.
Quỳnh có nhìn một tấm hình ngôi nhà 19 Nguyễn Hoàng nay đã trở thành khách sạn Điện Lực... Rồi một ngày Quỳnh nằm mơ về chốn cũ... Và bài thơ "Cõi Mộng" đã được viết với tất cả những nhớ thương khi trở về nơi ấy... Đó chỉ là một giấc mơ, một "cõi mộng" vì đã 30 năm Quỳnh chưa trở về...

cõi mộng

Tam Quỳnh đó, vườn hồng đây
Chiều thăm cảnh cũ, về đâu vô thường?
Còn chi nữa chặng cuối đường
Mưa rưng rưng đổ, thương thương nỗi niềm
Thoáng vừa thục nữ hồn nhiên
Mang mang tình mộng ôm nghiêng gối nồng
Nay đâu biệt thự màu hồng?
Mình ta quạnh quẽ chạnh lòng đứng trông
Hồn hoang lạc bước vào không
Có đâu nước ngược, giòng sông đổi nguồn?
Một thời Đà Nẵng vấn vương
Vườn xưa thay lá, bên đường mình ai!

Vương Quỳnh

thơ
Trần Thanh HỰU

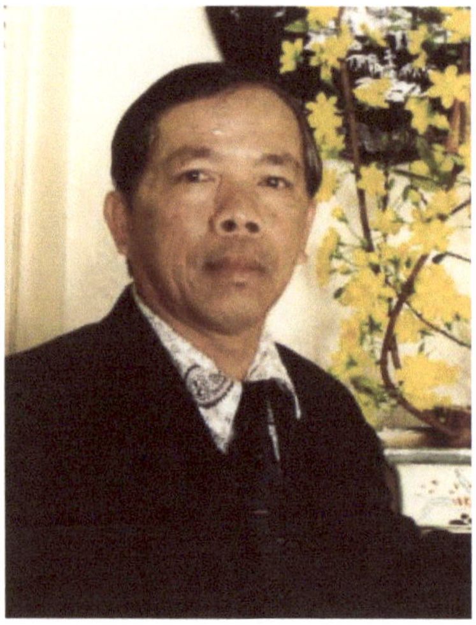

mục lục thơ

tình tháng bảy

Cảm tác nhân ngày Hội Ngộ Sau 40 Năm PCT65

Trần Thanh Hựu

Đây tháng Bảy lòng tîyi như thắp nến
Cả khung trời ngờ nghệch bước tìm quen
Lớp cổng trường xưa thầy bạn sách đèn
Lòng sung sướng như con tim mở hội

Sáu mươi năm tuổi già bên trẻ vội
Ấu thơ ơi nhè nhẹ bước vào đi
Để tình học, lưu bút với mọi khi
Nghe chim hót vui lần đi lẫn đến.

Bên hiên nhỏ với trãi lòng khîyng bến,
Nắng bên hiên rực rỡ sáng vòm cao.
Chào hỏi thîyi chẳng biết nói câu nào,
Nghe quen thuộc đã từng thiên niên kỷ

Những ngày xưa và bây giờ Anh Chị,
Nếp thời gian chẳng phá nét thân quen.
Như cổng trường phượng đỏ với trời xanh,
Trống tan lớp với thứ hai đồng phục.

Ngồi bên nhau chuyện trò nghe ríu rít,
Chim ơi chim, cánh nhẹ trải đường mơ.
Chỉ vui hơn và chẳng biết bao giờ,
Bên năm tháng hững hờ hay mất mát.

Những cái siết tay, những lần îym chặt,
Bốn chục năm trời, nước mắt trào ra.
Những bức hình mới chụp ngày hîym qua,
Nay chứng tích một thời xa diệu vợi.

Rời xa nhau mà lòng như chờ đợi.
Một ngày vui hè đến của tình nhau.
Bạn bè ơi ! Phượng nở ở phương nào ?
Sao vắng lặng bao giọng sầu tha thiết.

07-2005□

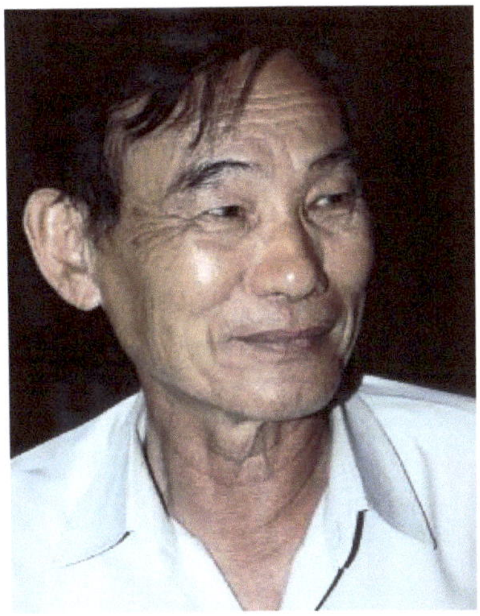

Anh Huỳnh Văn KHÁNH

và nhóm PCT 65 thiết kế và thực hiện công trình Lăng Mộ "Huỳnh Văn Tộc tại Non Nước Đà Nẵng."

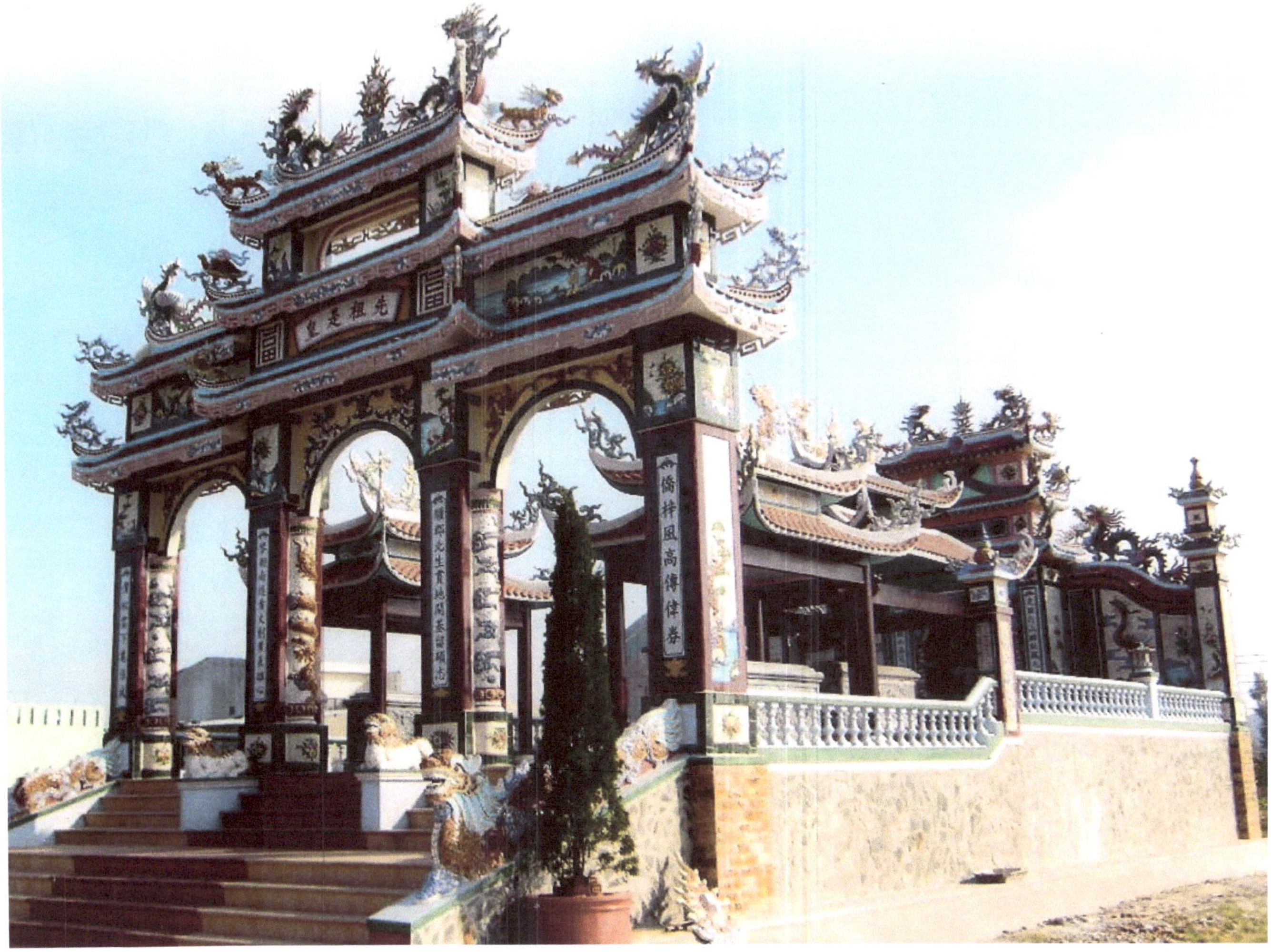

thơ
Lê
LẠC

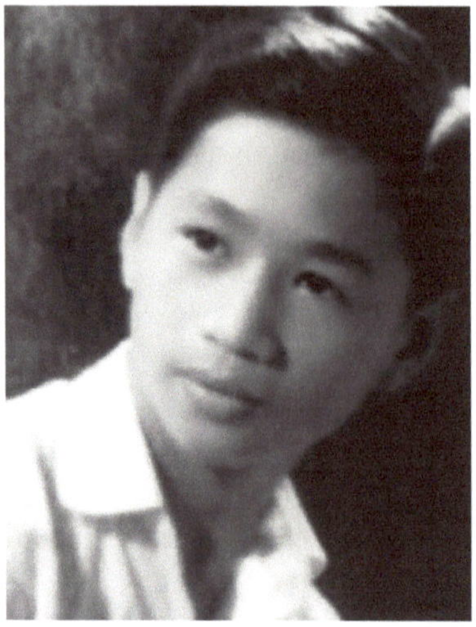

mục lục thơ

hai buổi chiều

Chiều xưa hai bóng chung đôi,
Chiều nay lặng lẽ mình tôi trên đường.

Hôm xưa chiều nắng hanh hanh,
Tan trường rộn rã theo chân em về.
Hương tình quyện gió đê mê
Gió trêu tà áo, tóc thề bay bay.

Theo em bướm cũng lạc bầy
Theo em hồn cũng ngất ngây... ngây dần
Dáng em đẹp tựa thiên thần
Chân anh sai nhịp mấy lần đá nhau

Rồi ngày vui ấy qua mau
Tình vừa chớm đã nát nhàu xót xa
Chiều nay đường nắng mình ta
Vắng em nắng cũng nhạt nhòa rưng rưng.

Nhớ em chân bước ngập ngừng
Vắng em chiều vắng, chiều chùng xuống mau
Nhớ em hoa cỏ úa màu
Mây giăng chiều tím nao nao lòng buồn

Mạch sầu càng lấp càng tuôn
Chuyện chiều xưa ấy như tuồng hôm qua
Nhớ em đoài đoạn xót xa
Tâm tư héo hắt, chiều tà hắt hiu.

Lê Lạc

thơ văn

Trương Đức THỦY

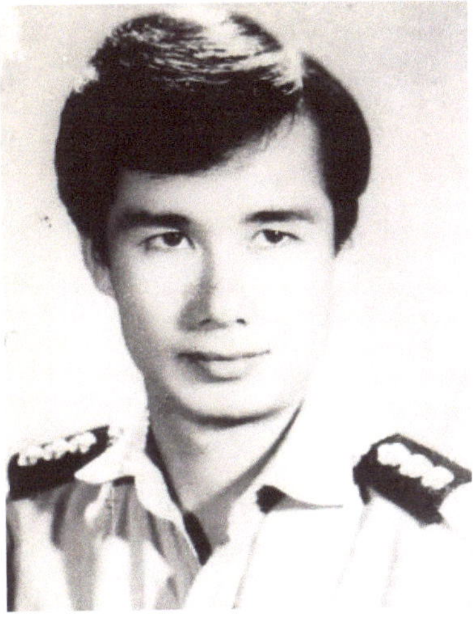

Vài nét chấm phá về TêĐêTê:

Sinh ra tại một thôn nghèo miền Trung (Bắc đèo Hải Vân). Mồi côi Mẹ lúc mới sinh ra đời, 12 tuổi mồ côi Cha. Người anh ruột duy nhất nuôi nấng và dạy dỗ. 19 tuổi bỏ dở việc hoc ở trường TH Phan châu Trinh Đànẵng để vào quân đội .

Sau 1975 , 10 năm cải tạo. Định cư tại San Diego, Cali cùng gia đình từ năm 1991. Nghề nghiệp hiện tại: lao động chân tay.

Viết là một phương thức trải dài tâm sự, giải tỏa những uẩn ức và mua vui cho bạn bè , không có mục đích nào khác.

mục lục thơ

mục lục văn

thơ tình

Vương Ngọc LONG

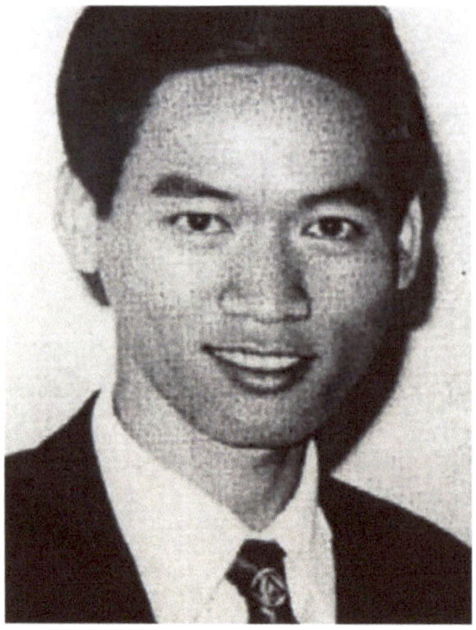

Chỗ hồn tôi, vết son mờ trang giấy
Chữ tình khôi còn mất hẹn, môi chờ
Bài thơ mới - cho mùa thu rất cũ
Cho ban sơ, và gió, nắng, tình cờ..

mục lục
thơ

Thì cũng như một vạt nắng lấp lánh ban mai, một giọt sương sóng sánh trên chồi non lá biếc, một cơn gió hây hẩy thoảng qua song cửa, một tiếng chim non ríu rít thì thầm trong góc vườn nào đó, một chiếc lá rơi nhè nhẹ bên đường, một hạt mưa rả rích long tong trên mái, một tiếng cười rạn vỡ thủy tinh, tất cả cũng chỉ là tình cờ, ngẫu nhiên, chợt đến, chợt đi .... Nhưng trong cái vô tình đó ta đã bắt gặp nỗi xôn xao da diết, cái khắc khoải bồn chồn, cái bàng hoàng ray rứt của nỗi buồn không tên hay niềm vui nôn nao mênh mang nỗi nhớ, tất cả như nhảy múa đùa cợt trên đỉnh ngọn thời-gian, rưng rưng ký ức gọi về từ một khung trời thanh-thản, một nơi chốn xa xăm nào đó ...Phải chăng tình yêu chân thật là nguồn cảm hứng vô tận trong thi ca, là những mầm xanh nhân ái cho hạt thơ vươn mình đâm chồi nẩy lộc, những âm thanh muôn nghìn cung bậc thánh thót ngân vang từ một tâm hồn thơ đồng điệu, một trái tim thơ xao xuyến...... để vô tình biến thành hiệp-sĩ bạt kiếm giữa rừng thi . Và bất chợt một bóng dáng dịu dàng tha thướt nào đó bắt gặp trên đường đời, một hình ảnh bình dị chân quê ngập ngừng lặng lẽ, bên dòng sông bập bềnh trăng nước vơi đầy, tỏa hương thơm ngào ngạt vào khu vườn thân thiết ban sơ, hồn nhiên, lưu luyến của thuở ban đầu ai mà chẳng có ... Hãy quên đi những phiền muộn u-uẩn, những dằn vặt ưu-uất, những hờ hững cay đắng trong cõi đời hữu hạn, để độ-lượng thấy lại chính mình, chính bạn .... trong một nơi chốn cho tâm bão lắng đọng và bình an.

mơ về trường cũ:
PHAN CHU TRINH

(Thân tặng Thịnh, Hân, Duyên, Cho, Hùng và các bạn cũ cùng lớp)

Có tiếng vọng lòng ta từ thuở ấy
Dĩ vãng về tựa thoáng băng cay
Có những đêm dài thao thức nhớ
Bóng cũ đâu đây thấp thoáng đầy
Ngôi trường xưa, nguồn suối mật hiền hoà
Dấu ân tình dịu ngọt trái tim ta
Ôi nhung nhớ ! ôi hồn thơm băng phiến
Tuổi thơ vàng bỡ ngỡ áng mây xa
Phan Chu Trinh ! Chim hót rộn sân trường
Dưới hàng me rực rỡ nắng yêu thương
Đường em đi phượng đầy hoa thắm đỏ
Ngọn gió hiền ru giấc mộng tơ vương
Phan Chu Trinh , con đường xưa thân ái
Nắng tơ vàng , em thêu áo lụa màu
Trời trong xanh êm đềm qua kẽ lá
Mây vẫn hồng lưu luyến phút bên nhau
Phan Chu Trinh , reo thầm muôn nốt nhạc
Âm thanh tình xao xuyến bật lời ca
Em ngúng nguẩy , nguýt lườm nheo mắt háy
Bâng khuâng nào khe khẽ trút hồn ta
Phan Chu Trinh - em áo lụa kiêu sa
Trong vòng tay ấp ủ khối tình ngà
Em khép nép bài thơ nghiêng nón lá
Sóng mắt tình ngơ ngẩn giấc mơ xa
Sân trường đó ngày xưa em cắp sách
Tiếng em cười rào rạt nắng thuỷ tinh
Em lúng liếng , hoa cài đuôi tóc bím
Len lén nhìn , ai cứ mãi làm thinh
Ôi trường xưa ! Tiếng tên em thầm lắng
Gọi ta về như vệt nắng chiều hoang
Ôi hàng cây ! bên sân trường thanh vắng
Ôi xa lạ ! Con phố trống thênh thang
Ôi hồn ta đó ! hồn ta lắng đọng
Chiếc lá sầu rơi nhẹ lối bâng khuâng
Lòng ta bổng xôn xao hàng sóng nhỏ
Trũng hồn sâu theo nỗi nhớ triều dâng
Ta muốn nghe từng hơi thở trìu mến
Muốn nâng niu từng ngọn cỏ sân trường
Xin thăm hỏi bảng vôi và ghế trống
Để nghe lòng vang nhẹ tiếng thân thương
Ta đứng đó chôn nỗi buồn câm nín
Giọt mưa chiều ướt sũng thấm hồn đau
Trời xanh xao u trầm khung ký ức
Phan Chu Trinh ! giờ nầy em ở đâu ?
Sân trường đó xin hẹn ngày trở lại
Chút quỳnh hương xin giữ hộ trong tay
Trên băng ghế, bài thơ còn dang dở
Đợi ta về , vuốt nhẹ tóc em bay ...

(trích " Dấu Ngọc Ngà")

Vương Ngọc Long□

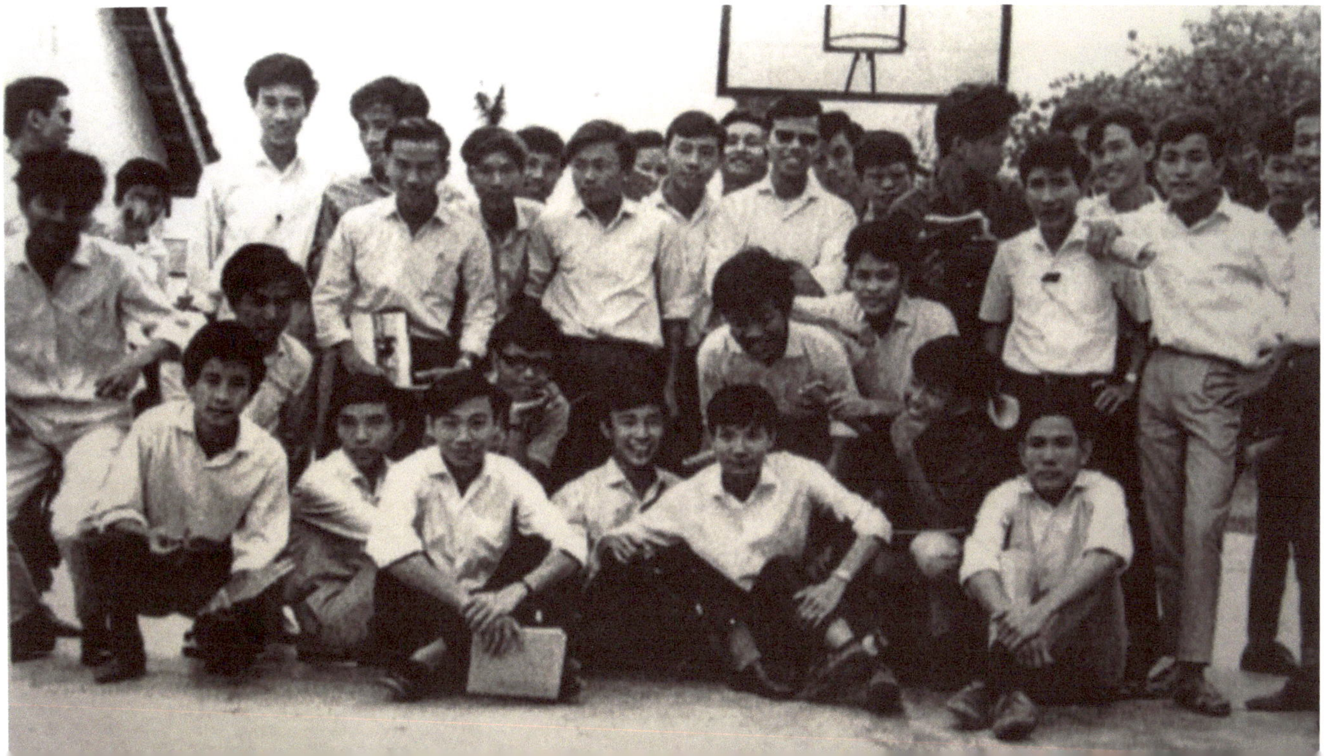

thu buồn

Lê Lạc

Hôm nay trời lại vào thu
Giọt buồn năm cũ phiêu du lại về
Giọt dài, giọt ngắn tỉ tê
Khi khoan, khi nhặt não nề rơi rơi

Thu buồn len lén vào đời
Thu mưa lá đổ, thu trời trơ vơ
Mây thu giăng mắc dật dờ
Gió thu hiu hắt, hững hờ tiếng thu

Tình em từ độ viễn du
Trăng thu thôi tỏ, trời thu sao mờ
Nhớ em thu đến ngẩn ngơ
Nhớ em thu cũng bơ phờ dáng thu.□

bạn tôi

Trần Thanh Hựu

Đêm khuya viết một lá thư
Gởi người bạn cũ năm xưa cùng trường
Thư khỉyng viết tại quê mình
Mà thư lời lẽ tâm tình tại quê
Buổi đâu mình mới xa quê
Lên thành để học bạn bè cùng quen
Tháng năm gặp gỡ sách đèn
Còn Cha còn Mẹ còn tình còn thương
Ngày vui Thầy Bạn sân trường
Thu vàng phượng đỏ rợp đường bóng xuân
Tuổi thơ nở rộ ven đường
Lòng trong trắng chẳng vấn vương bụi đời
Bên năm tháng vẫn đều trîyi
Tuổi mình thuở ấy một thời vàng son
Xa trường đời chẳng còn chung
Mỗi nơi mỗi đứa ít còn gặp nhau
Nhiều năm khói lửa theo sau
Đứa còn học tiếp, đứa vào tùng chinh
Chị cùng học lớp vắng tin
Đường đời vạn nẻo có tìm được vui?
Gặp nhau chào hỏi nói cười
Chiến chinh cướp mất tiếng cười bạn tîyi
Mẹ già còn mất đâu rồi
Bạn ơi chín suối có nguîyi nỗi sầu?
Nửa vòng trái đất nhìn nhau
Tóc mây nay đã nhuộm màu thời gian
Nhiều đêm khỉyng ngủ mơ màng
Quê hương ngày cũ nét vàng tuổi thơ
Một vài kỷ niệm bâng quơ
Cũng làm ấm lại ước mơ một đời
Đây quê hai ngả xa rồi
Mà như đang học đang ngồi kề bên
Mà như trong lớp nhắc tên
Từng con đường nhỏ vui buồn đậm in
Tà áo trắng, quần cộc xanh
Cho tîyi về lại tuổi xanh tháng ngày
Cho tîyi îym trọn thơ ngây
Bạn bè thân ái bàn tay học trò
Những ngày thi cử âu lo
Giở trang sách vở thơmmàu mực in
Hình dáng đi, tia mắt nhìn
Xa xa cũng biết bạn mình rõ tên
Bạn xưa chẳng khác hình dong
Mà như nét mặt có năm tháng buồn
Vây quanh khỉyng ở sân trường
Mà như phượng nở ve buồn gọi nhau
Nửa đời nuối tiếc tìm nhau
Hàn huyên tâm sự đắm sâu những tình
Web tîyi ngờ ngạo mắt nhìn
Những tin tức mới nhắn tìm mọi nơi
Quê hương trường cũ xa rồi
Sắc màu kỷ niệm trong tîyi vẫn còn
Nhớ cho đừng bảo lòng quên
Quãng ngày đẹp nhất chúng mình bạn ơi!□

ảnh nghệ thuật Võ THIỆU

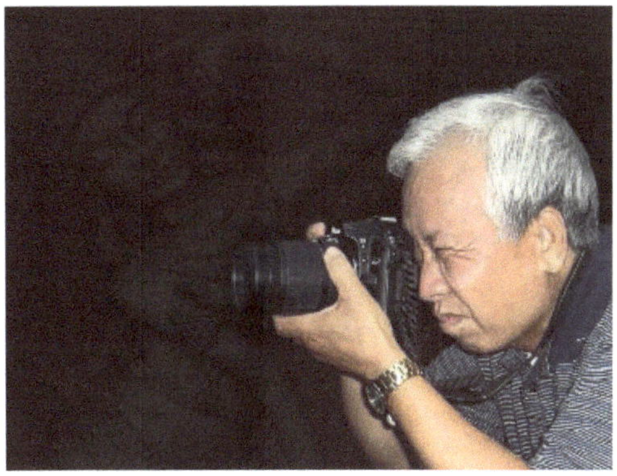

"Với chiếc máy ảnh nầy, bạn Võ Thiệu có duyên may ghi lại nhiều hình ảnh các A/C PCT 65 và được in trong Đặc San II - Hình Ảnh Xưa và Nay này"

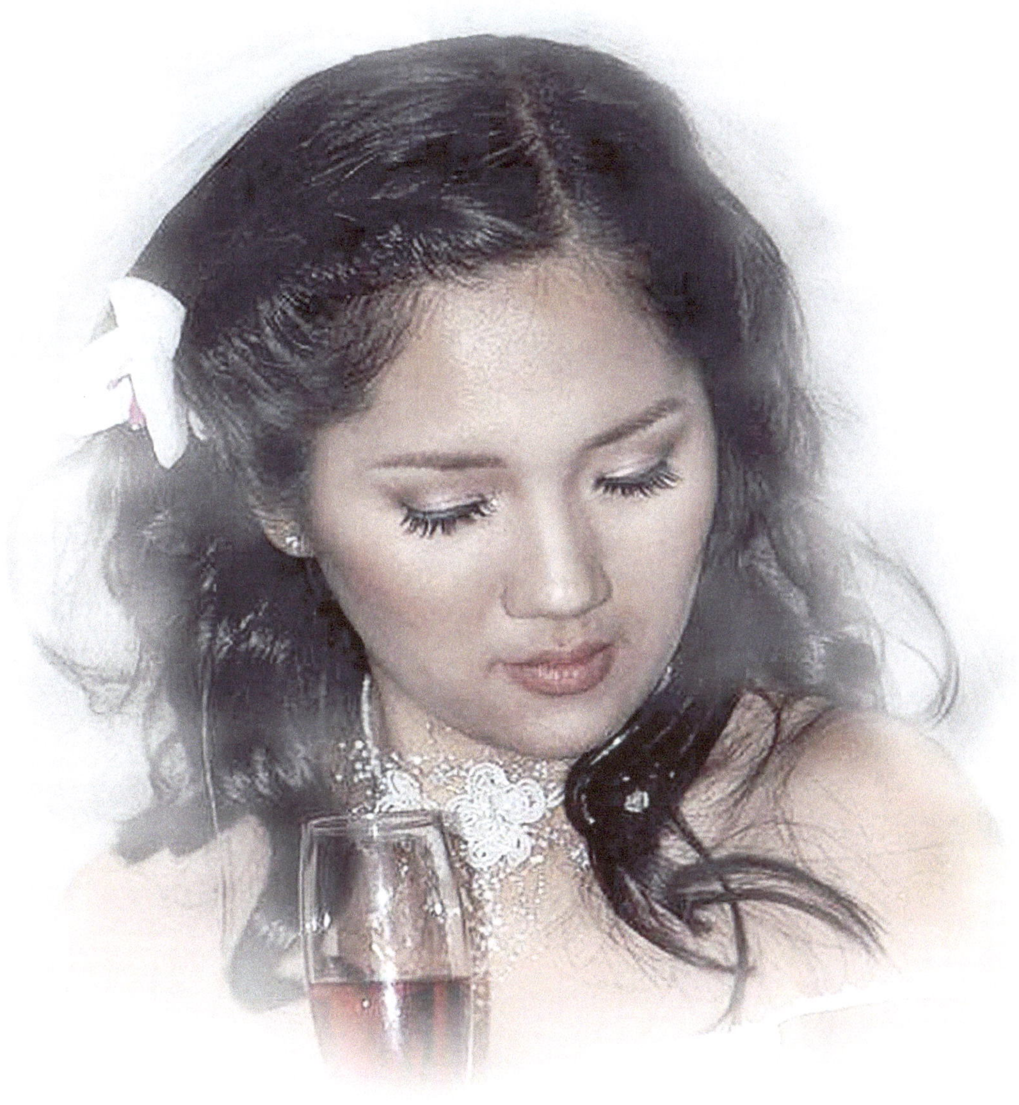

Tấm hình Cô Dâu đã được ghi lại trong tiệc cưới Cô Châu ở Sài Gòn nhân chuyến về VN tháng 4/2007, có sửa chút đỉnh.

thơ
Tố NGA

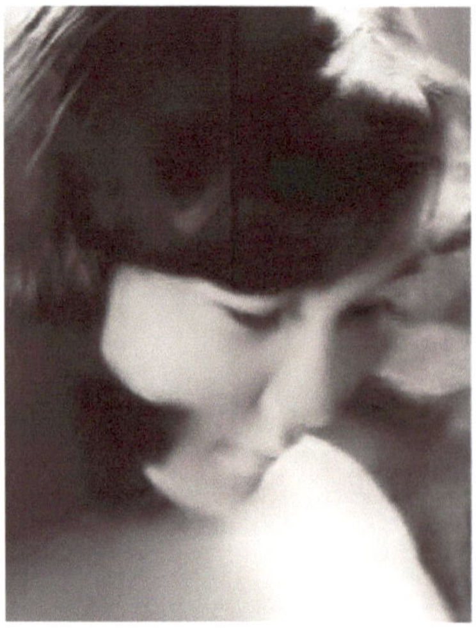

mộng chiều xuân

Nhớ một chiều xuân gợn nắng vàng
Tiếng chim ríu rít hót vang vang
Bóng ai thấp thoáng ngoài đầu ngõ
Mĩm môi cười gởi gió xuân sang

Lòng xuân phơi phới chợt vấn vương
Xao xao xuyến xuyến rất lạ thường
Chiều xuân nắng ấm ôi vui quá !
Có phải hồn xuân rộn mến thương ?

Tiếng yêu ấp úng chẳng thành lời
Ngại ngùng không nói sợ lả lơi
Âm thầm dệt mộng tình xuân thắm
Mộng đẹp chiều xuân nét tuyệt vời

Tình vui theo mãi với tháng ngày
Mộng ước một lần tay nắm tay
Để đêm mở sách lòng xao xuyến
Và để mộng vàng chất ngất say.

Tố Nga
Đà Nẵng, thuở học trò

thơ
Bích TY

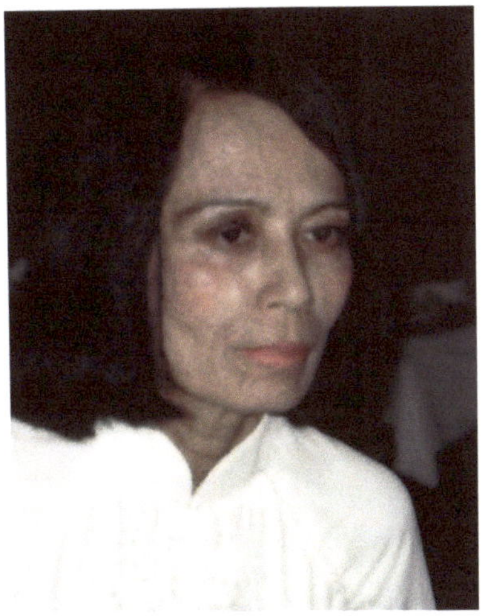

mục lục
thơ

cám ơn trái tim

(Tình khúc tuần hoàn)

1
Ta về nhau giữa mong manh
Ta về nhau giữa giọt trần tơ vương
Về nhau chín bước yêu thương
Trăm năm chân cứng giọt sương đá mềm
Bước anh dìu dịu lòng em

2
Cám ơn cám ơn trái tim
Tỏa thân bát ngát sóng âm bốn mùa
Mang mang nắng ấm quê nhà
Giăng tơ vô lượng một tòa yêu thương
Giọt hồng phúc ấm thiên hương

3
Dịu hiềnbát ngát bước đi
Và lời chân thật lưu li thì thầm
Em vừa trong vắt lòng anh
Trăm năm em ngọt ngào xanh đường về
Ai dìu nhau mấy sơn khê

4
Hình như vạt áo em bay
Lòng ta giọt biếc hồng phơi phới chiều
Thì ra giọt nắng liu riu
Nụ em bát ngát chín chiều tơ vương
Thì ra giữa cuộc hoang đường
Mà em xanh biếc Việt Thường ta yêu.

(Thay lời tựa cho tập thơ Trăng Sáng Quê Nhà trang 7 và 8)

tưởng niệm thầy

Cây tùng xanh biếc vườn xưa
Chiều nay bát ngát tiếng tơ nhiệm mầu
Những chùm nắng tựa muôn sao
Lung linh cành lá xanh màu thiên thu
Đến bao giờ đến bao giờ
Cung âm xanh biếc vô bờ mai sau
Đêm xanh là tiếng trăng sao
Ngày xanh là nắng ngọt ngào chẳng phai
Tưởng người lá mãi xanh ngày

(trang 69, tập thơ Trăng sáng Quê Nhà)

tình khúc Lê Mạnh TRÙY

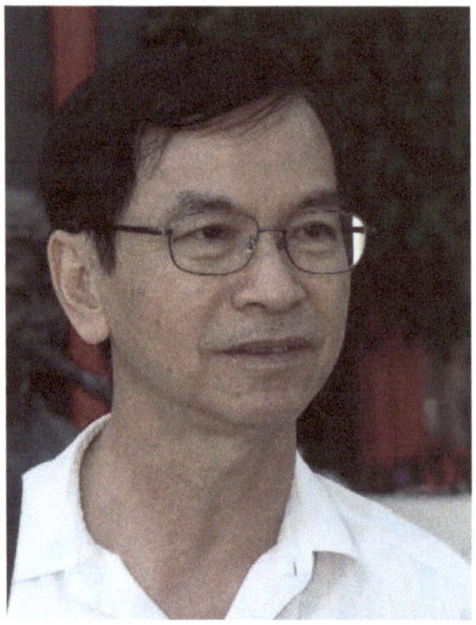

Sinh năm 1947 tại Hưng Yên, Bắc Việt

Cựu học sinh của các trường sau:
-Trường Tư Thục Hồng Bàng (1955-1957)
-Trường Nam Tiểu Học Đà Nẵng (1955-1957)
-Trường Trung Học Phan Châu Trinh Đà Nẵng (1957-1965)
-Trường Cao Đẳng Điện Học Sài Gòn (1965-1969)
-Trường Cao Học Chính Trị Kinh Doanh Viện Đại Học Đà Lạt (1971-1974)

Đã học nhạc với những Giáo Sư Nhạc Sĩ:
- GS Hoàng Bích Sơn (Đà Nẵng)
-GS Phạm Nghệ (Sài Gòn)

Hiện định cư tại Nhật Bản

* Võ Cánh Chim Rừng
* Rừng Thu Thay Lá
* Nỗi Nhớ Chưa Xa
* Ngấn Lệ Thời Gian
* Mai Về
* Trường Xưa
* Cảm Tạ Tình Anh
* Tình Như Khói Sương
* Chiều Qua Bến Sông
* Ngồi Tiếc Ngẩn Ngơ
* Rượu Hoa
* Lời Trên Bia Mộ
* Bỗng Một Hôm
* Giấc Mơ Trên Công Trường
* Biển Ca
* Dòng Sông Trăng
* Tỉnh Giấc Chiêm Bao
* Dao Sầu
* Tặng Phẩm Cuối Hạ
* Thương Em 14
* Đêm Vi Diệu
* Traí Tim Chị
* Dòng Sinh Diệt
* Tình Người Thủy Thủ
* Bồng Bềnh Biển Khơi
* Tuyết Mùa Đông
* Đảo Dừa Hoang
* Mộng Ngày Thơ
* Trên nẻo Trần
* Đợi Thu Về
* Dòng Sông Dĩ Vãng
* Chẳng Thể Dửng Dưng
* Tình Cuối Chân Mây
* Có Những Sợi Tình
* Ta Chừ Vẫn Đợi
* Một Thoáng Mong Manh
* Trở Lại Zama
* Tháng Bảy Mưa Ngâu
* Ly Rượu Tân Hôn
* Áo Trắng Biển Xanh
* Tiếc Nhớ
* Hương Tình Thu
* Hương Tình Đông
* Hương Tình Xuân
* Hương Tình Hạ
* Tình Viễn Xứ
* Niềm Tin Giáng Sinh
* Tình Yêu Dâng Hiến
* Em Đã Trở Lại Paris
* Nỗi Niềm Ly Hương
* Tình Mãi Thiết Tha
* Lục Bát Tình Thu
* Đôi Bờ Ly Biệt
* Hồng Đức Dấu Yêu
* Tiếng Mưa Đêm
* Mơ Ngày Về
* Em Ở Bên Kia Xa Thật Xa
* Nhớ Nghe Em
* Hồ Liễu Rũ
* Lỡ Mai Này
* Cho Tôi Về Thơ Ấu
* Nghe Đời Buồn hiu
* Giọt Tình Sầu
* Mưa tháng Sáu
* Mùa Thu Vội Đến
*Anh Vội Để Một Vần Thơ Đâu Đó
* Đêm Tĩnh Lự
* Đôi Cánh Tiên Sa
* Chiều Buồn Cuối Năm
* Sáo Diều Đồng Thơ
* Một Cõi Chập Chùng
* Nỗi Nhớ Chập Chùng
* Vườn Đào Mùa Xuân
* Hội An Buồn
* Sao Lại Khóc Hỡi Em Yêu Dấu
* Cổng Học Trò
* Em Đã Nói Với Anh
* Đà Nẵng Nhớ Thương
* Yêu Thương
* Tóc Rụng
* Lạc Dấu Chân Em
* Hỏi Dấu Yêu Xưa
* Nợ Nhau
* Hai Sắc Hoa Ti Gôn

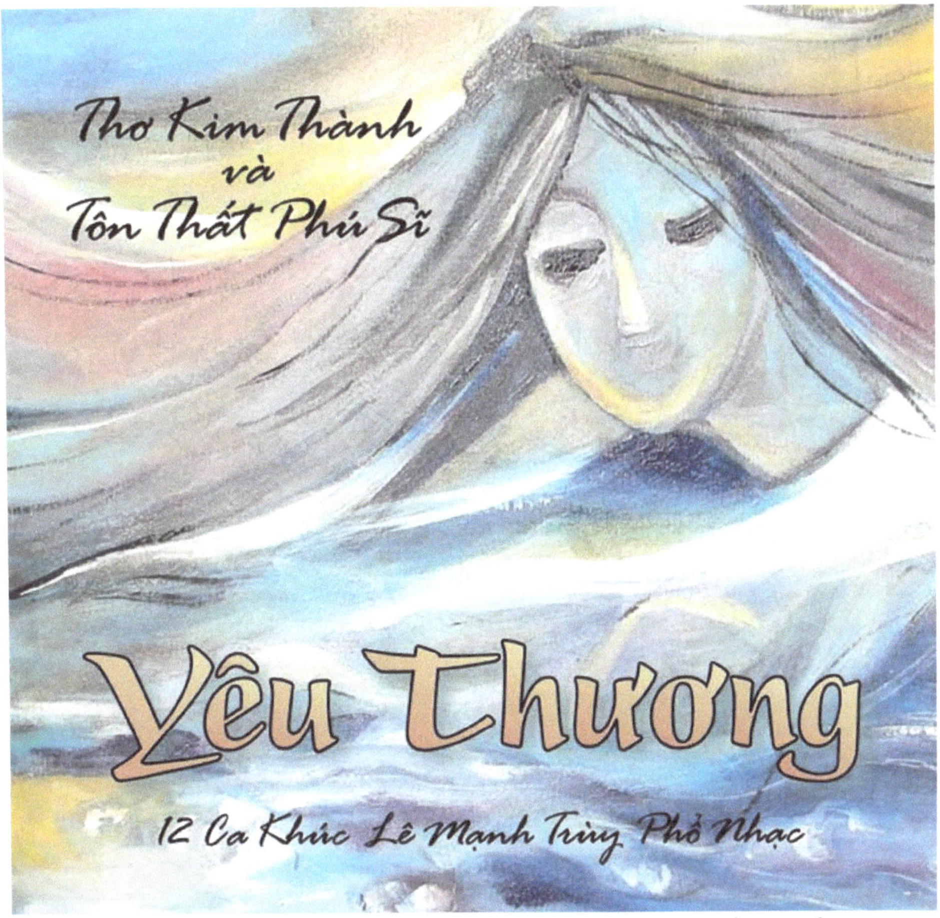

www.lemanhtruy.net

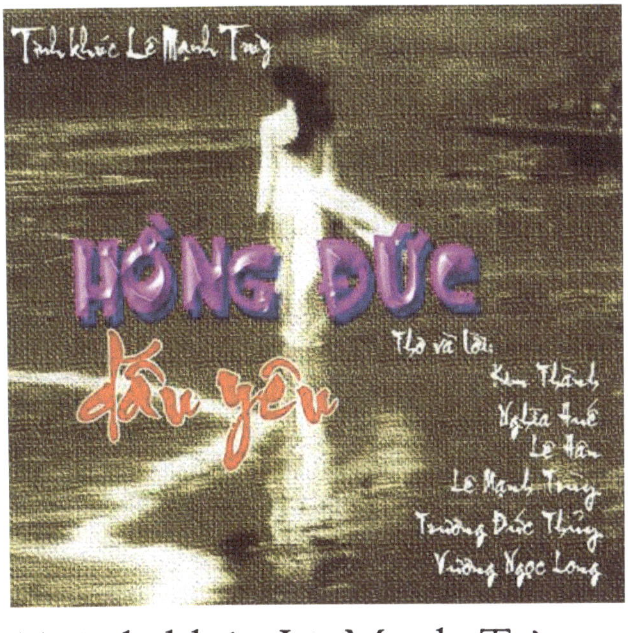

14 tình khúc Lê Mạnh Trùy

thơ và lời: Kim Thành, Huế Nghĩa, Lê Hân, Trương Đức Thủy, Lê Mạnh Trùy, Vương Ngọc Long
trình bày: Nguyễn Phùng Duyên
hòa âm: Giang Đông, Quốc Dũng & Quang Đạt
phát hành nhân ngày Hội Ngộ 30 năm Phan Châu Trinh-Hồng Đức 29 tháng 5 năm 2005 tại CA (gây quỹ từ thiện PCT 58-65)

nỗi nhớ chưa xa

nhạc Lê Mạnh Trùy - **lời** Vương Ngọc Long
hòa âm: Giang Đông, Quang Đạt
ca sĩ: Khắc Dũng, Thụy Long, Quang Minh, Tấn Đạt, Hương Giang, Quỳnh Lan, Vũ Vân, Hạnh Nguyên, Tố Hà
trình bày CD: Nguyễn Phùng Duyên

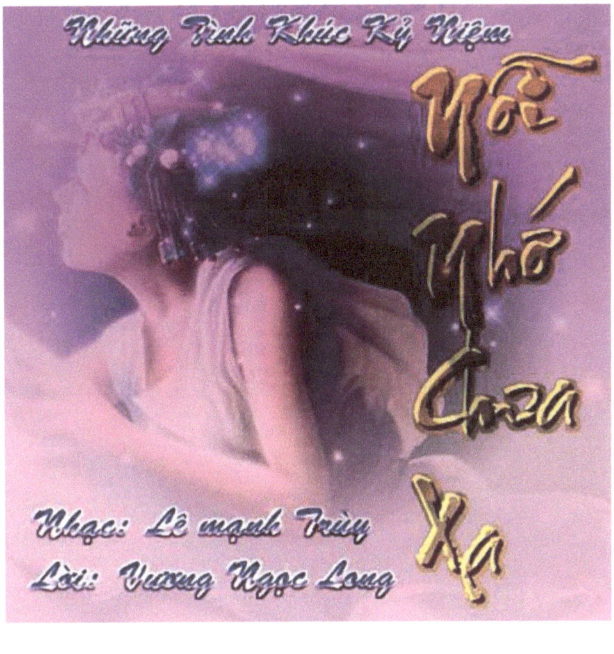

Goldfish (17"x23")

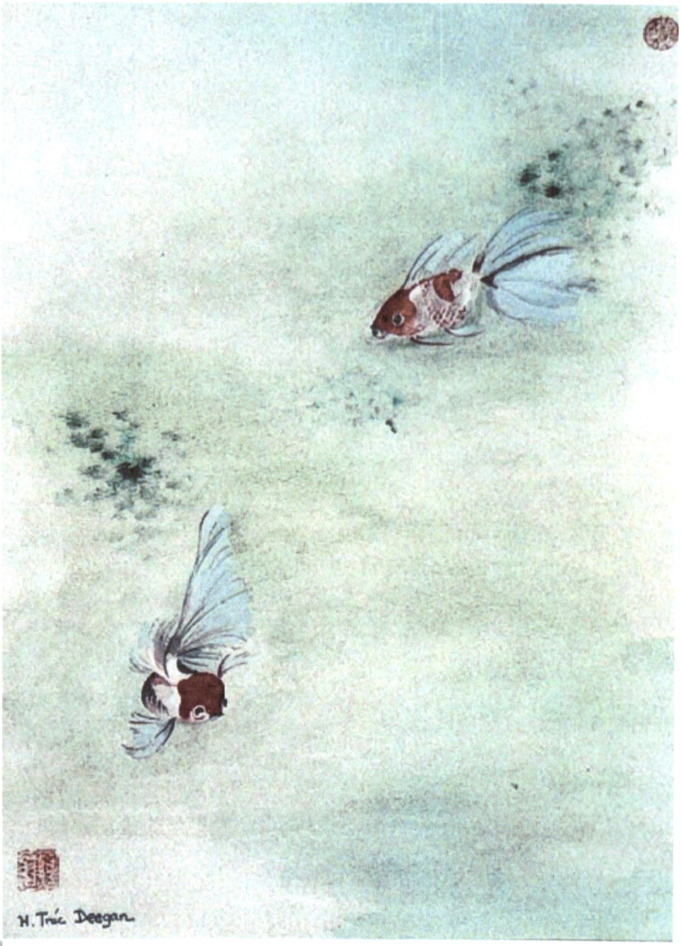

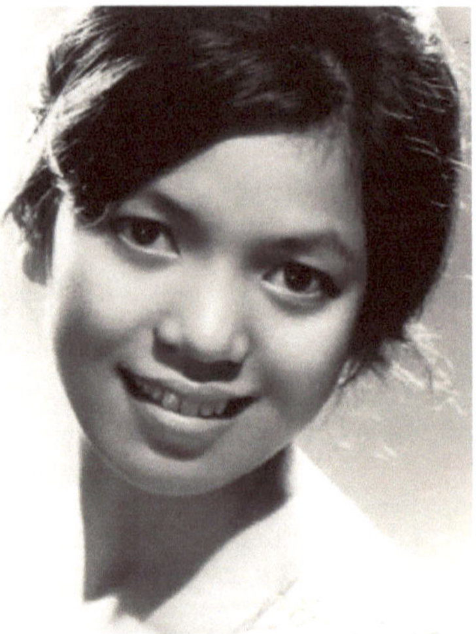

hội họa

Hồ Thị TRÚC

Peonies in the Rain (20"x28")

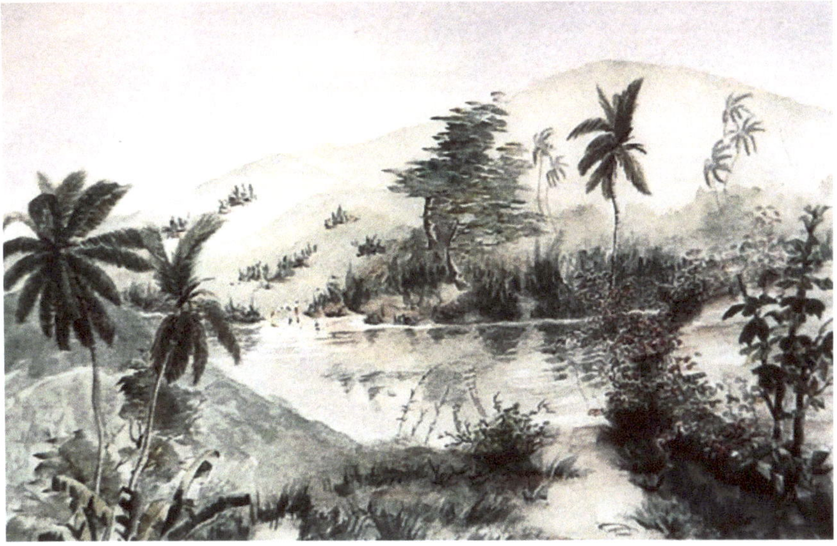

The Mahaweli Ganga in Sri Lanka (55"x33" - privately owned)

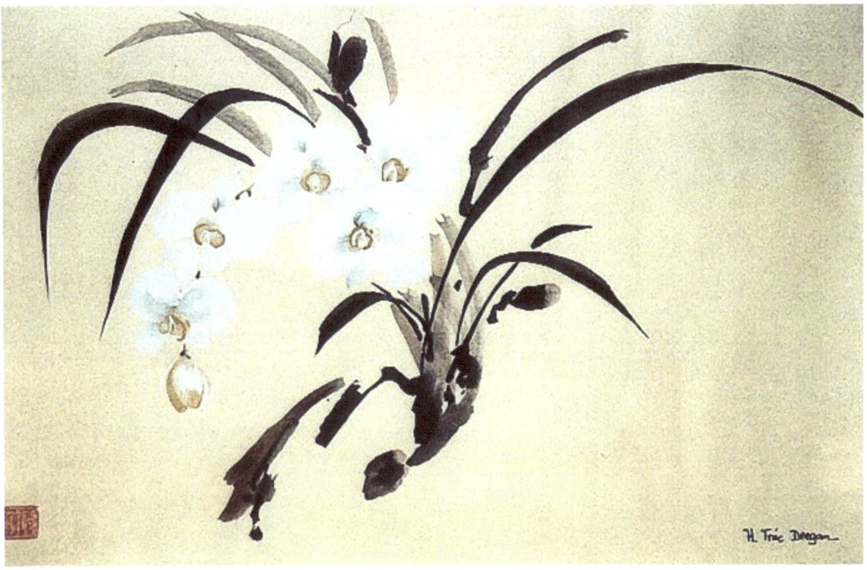

Classic Orchid (17"x23" - privately owned)

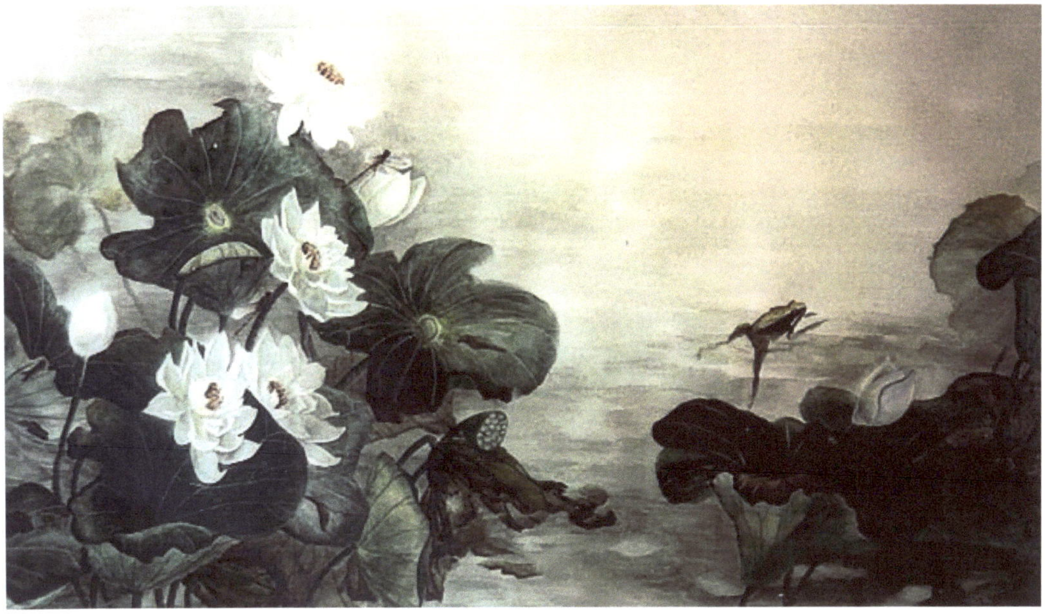

Lotus Pond (82"x44")

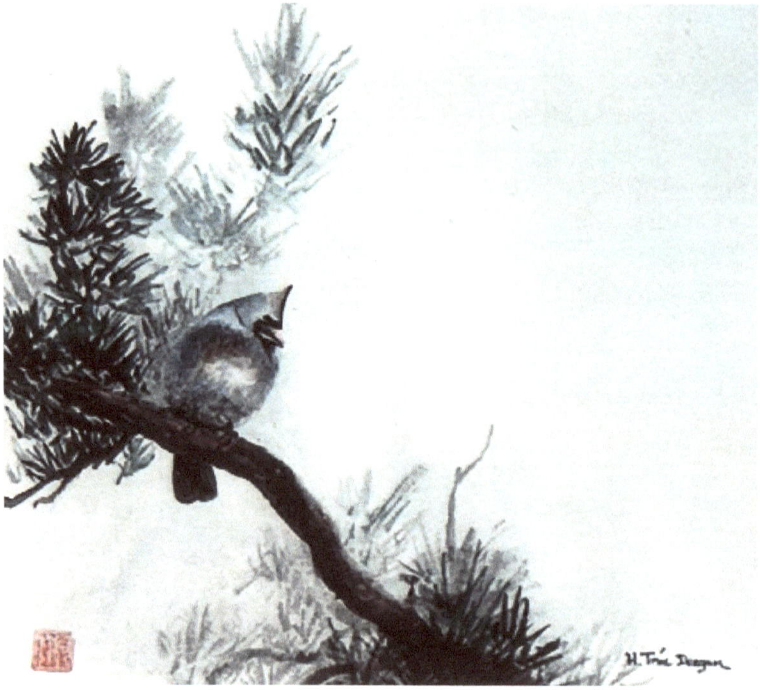

Autumn in Iowa (20"x28" - earned Honorable Mention at the 2002 Hooverfest, a judged exhibit)

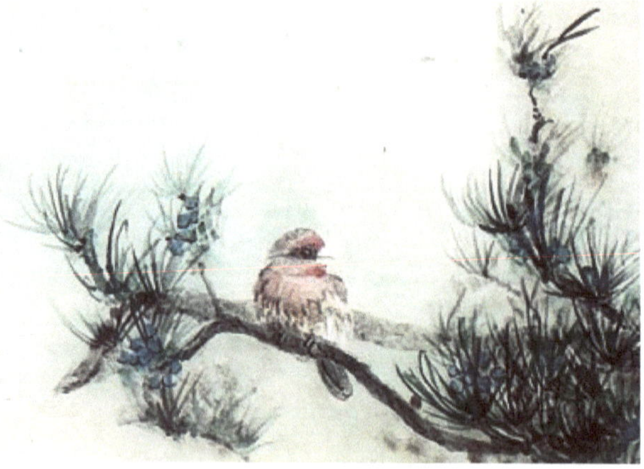

Rosefinch on Pine (23"x17")

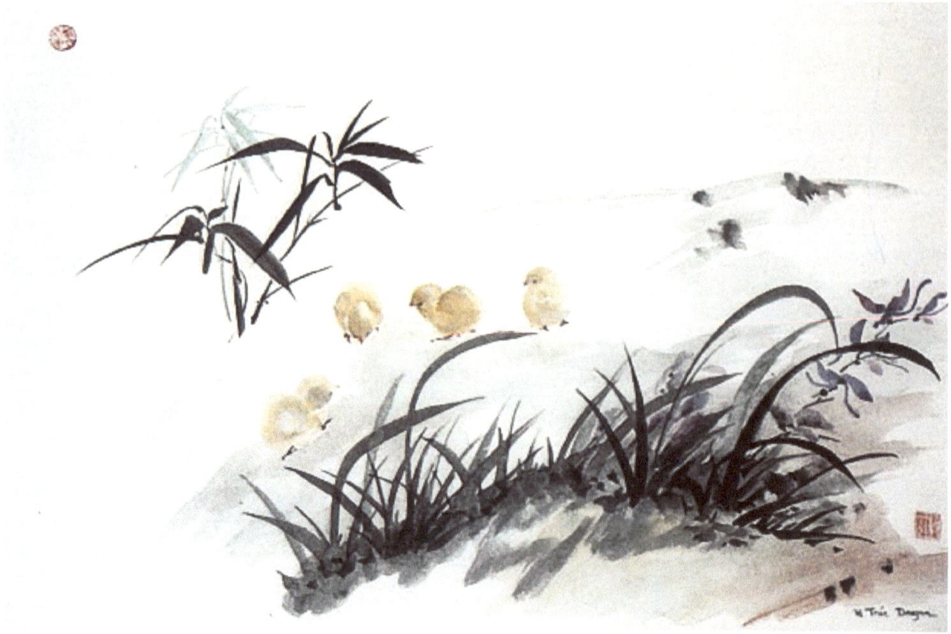

Baby Chicks (28"x20" - Iowa City Public Library Collection)

thơ

Phan Văn THƯƠNG

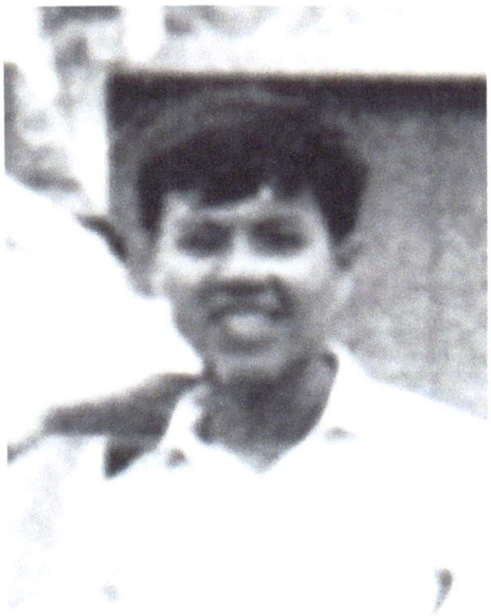

xin hãy yêu...

Bước bàn chân lên cát
Tôi thấy mình lún sâu
Quay đầu nhìn dấu vết
Nghe buồn thương dâng cao
Sóng nước vẫn ngọt ngào
Xóa tan làn hoa trắng.
Bờ xa không hò hẹn
Vẫn nhận chịu khổ sầu

Xin hãy yêu ..

Một cánh én bay mau
Giữa biển xanh, mây trắng
Và hãy xin một giây thanh lặng
Cho mặt biển yên bình
Để cánh buồm nhỏ xinh
Bớt bồng bềnh trên nước
Đời mấy ai biết được
Cánh én sẽ về đâu
Con thuyền thương bến đậu ...

Em ơi,
Hoa nắng đã bạc màu,
Hết hè, em đi học;
Lá vàng rơi trên tóc,
Em bước lá lao xao...

Thương Thương
(PCT 65)

nhạc Thùy An Nguyễn Thị ÁI

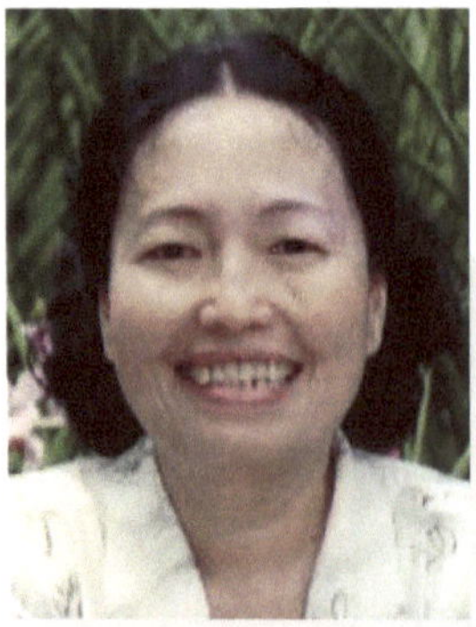

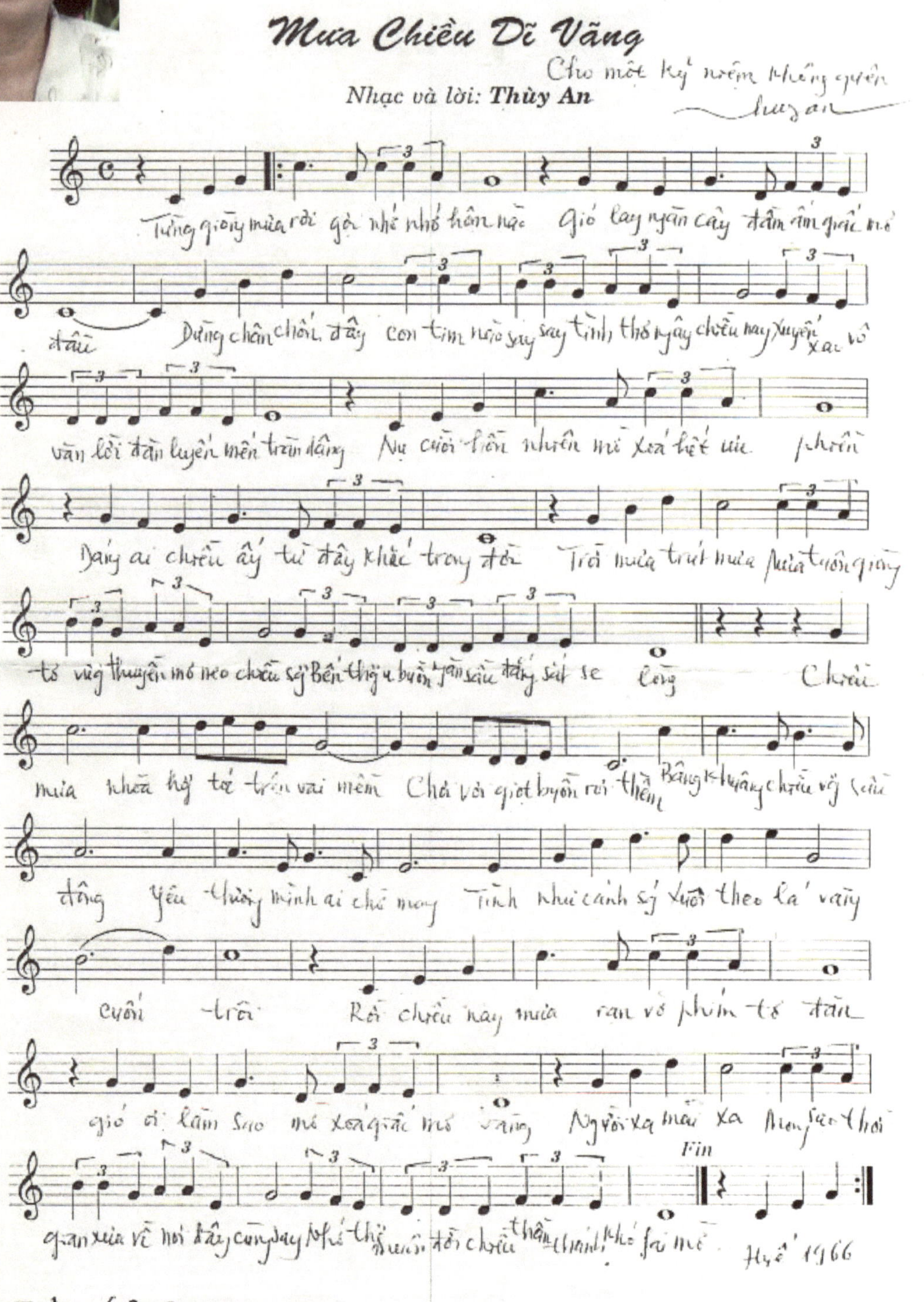

Thùy An (PCT 1957-1964)

Website: http://penguin.uchc.edu/~tonthat/index_files/page0008.html

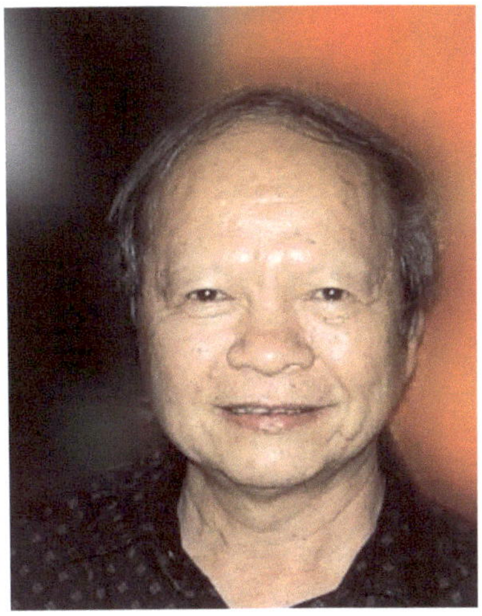

Nguyễn Đức THỐNG

TIẾN ĐẠT ELECTRONICS

Bạn Nguyễn Đức Thống sáng lập công ty điện tử Tiến Đạt năm 1979, trong vòng 20 năm đã phát triển thành một công ty có quy mô lớn: 500 nhân viên, niên thương hàng triệu Mỹ Kim. Mời các bạn xem phần giới thiệu công ty Tiến Đạt, các sản phẩm tiêu biểu của công ty, và người khai sáng công ty : bạn Nguyễn Đức Thống ngày nào đã cùng chúng ta chia xẻ những ngày vui học trò ở Trung Học Phan Châu Trinh. Và xin các bạn giúp sức bạn Nguyễn Đức Thống của chúng ta bằng nhiều cách, nhất là ủng hộ sản phẩm của Tiến Đạt, một công ty Việt Nam đang cố gắng toàn lực đương đầu với sự cạnh tranh của các đại công ty ngoại quốc, kể cả Sony, Samsung, v.v. trên nhiều mặt hàng điện tử hiện nay ở Việt Nam và các nước lân cận.

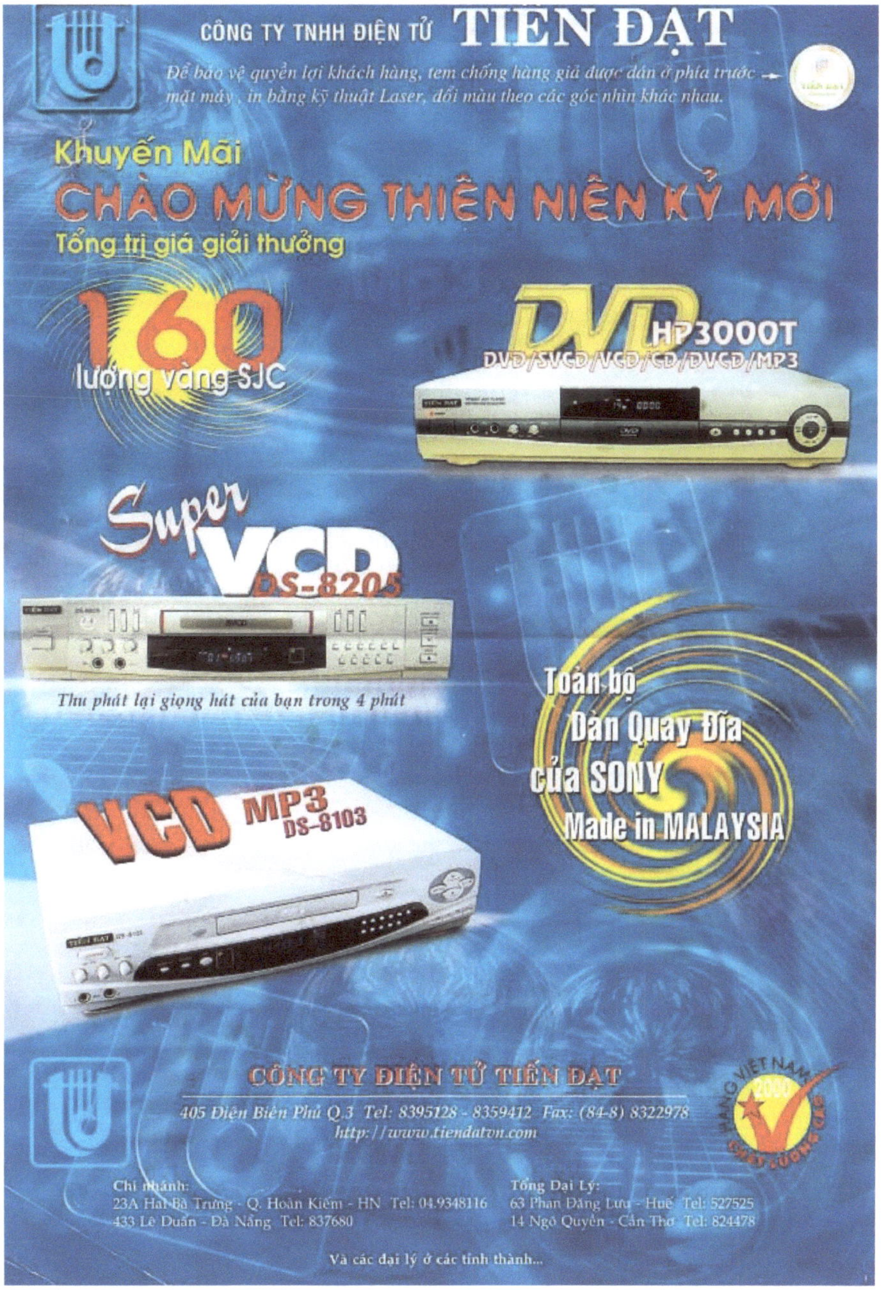

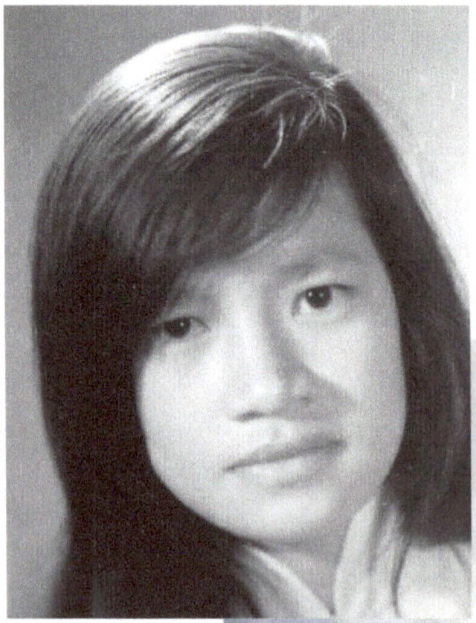

ảnh nghệ thuật Lương Thị

KHIÊMTRINH

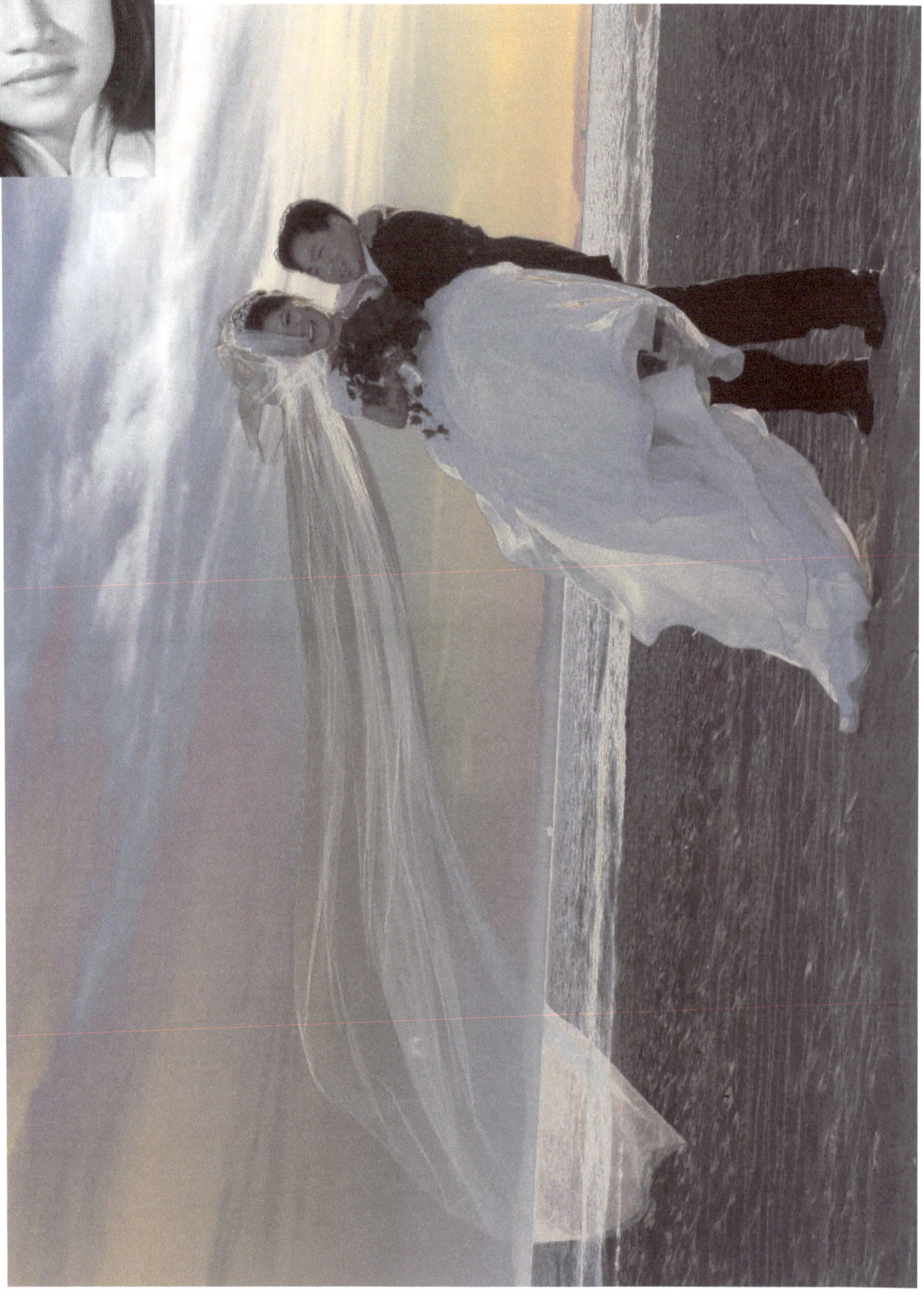

ảnh nghệ thuật

giaTHỤY hồngNGHI

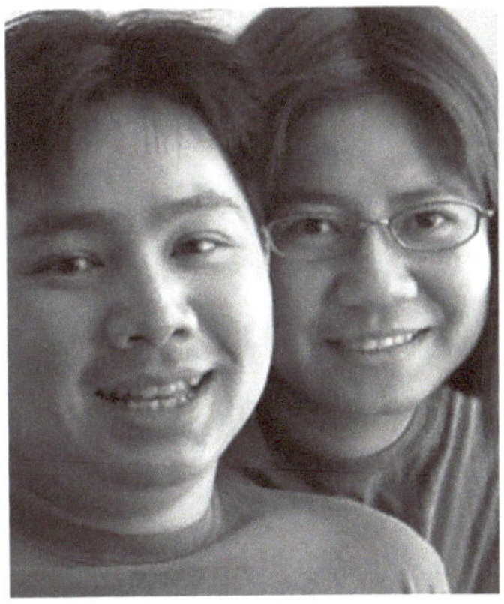

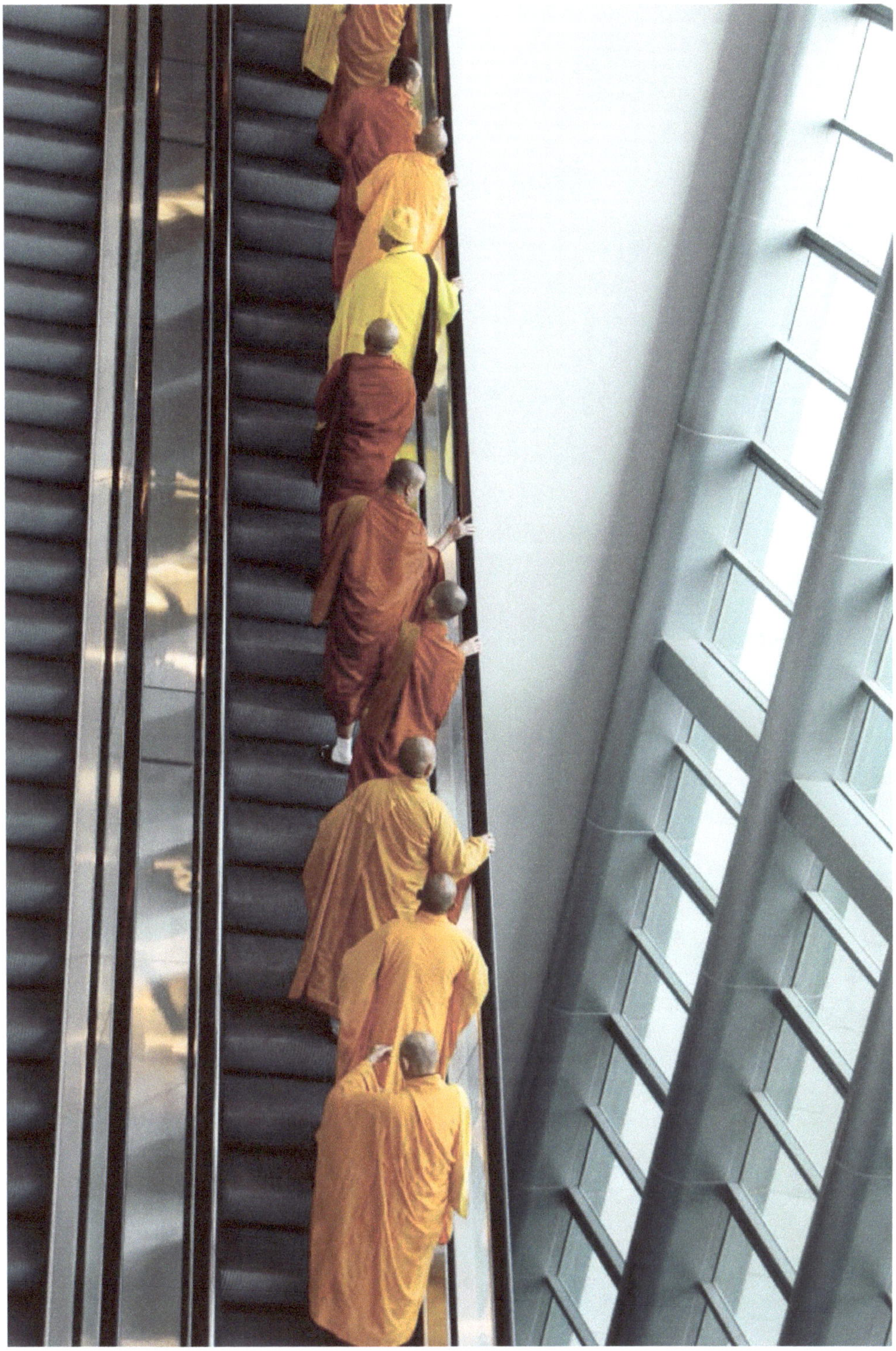

"Monk"
Bùi Hồng Nghi
Finalist - Photographer's Forum - Best of Photography Annual 2005

Chân Thành CẢM ƠN

Ban Biên Tập Đặc San II - Hình Ảnh Xưa và Nay của cựu PCT niên khóa 1958-1965 xin chân thành cảm ơn:

- Quý Thầy Cô, quý cựu học sinh Phan Châu Trinh 58-65 toàn thế giới và thân hữu đã đóng góp bài vở, hình ảnh cùng những ý kiến xây dựng quý giá.

- Quý mạnh thường quân Phan Châu Trinh 58-65 đã ủng hộ tinh thần lẫn vật chất để Ban Biên Tập có đủ phương tiện để hoàn thành Đặc San II tốt đẹp.

Trong việc thực hiện Đặc San, Ban Biên Tập không thể tránh khỏi những thiếu sót ngoài ý muốn, kính mong quý vị vui lòng thứ lỗi.

Ban Biên Tập PCT 58-65

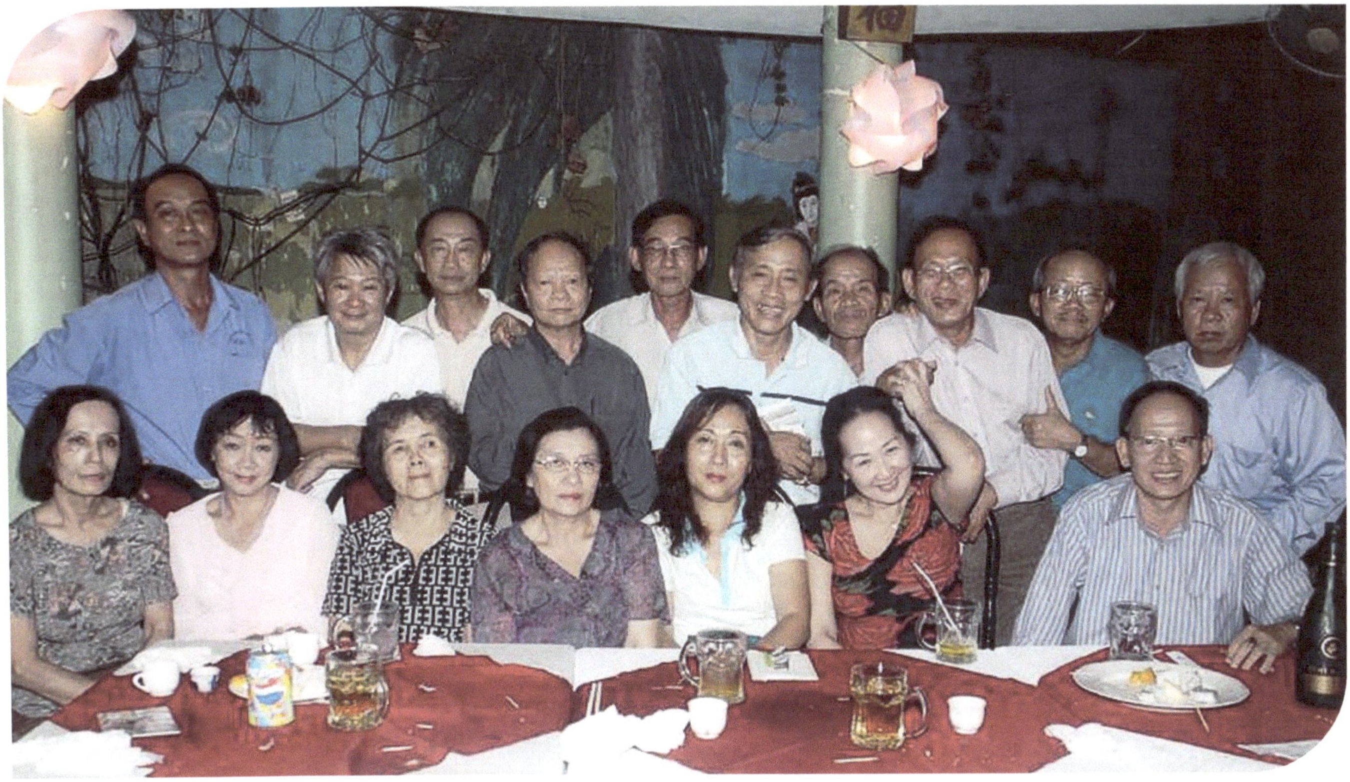

Hàng đứng: Nguyễn Văn Tư, Bùi Văn Nam Sơn, Nguyễn Kim Cang, Nguyễn Đức Thống, Huỳnh Văn Khánh (Ba Khóa), Nguyễn Trận, Đặng Công Bằng, Hoàng Ngộ, Nguyễn Nam Cường, Võ Thiệu.
Hàng ngồi: Bích Ty, Tố Nga, Minh Mận, Trần Thị Diệp, Phạm Thị An, PTQ Cư, LV Kim.

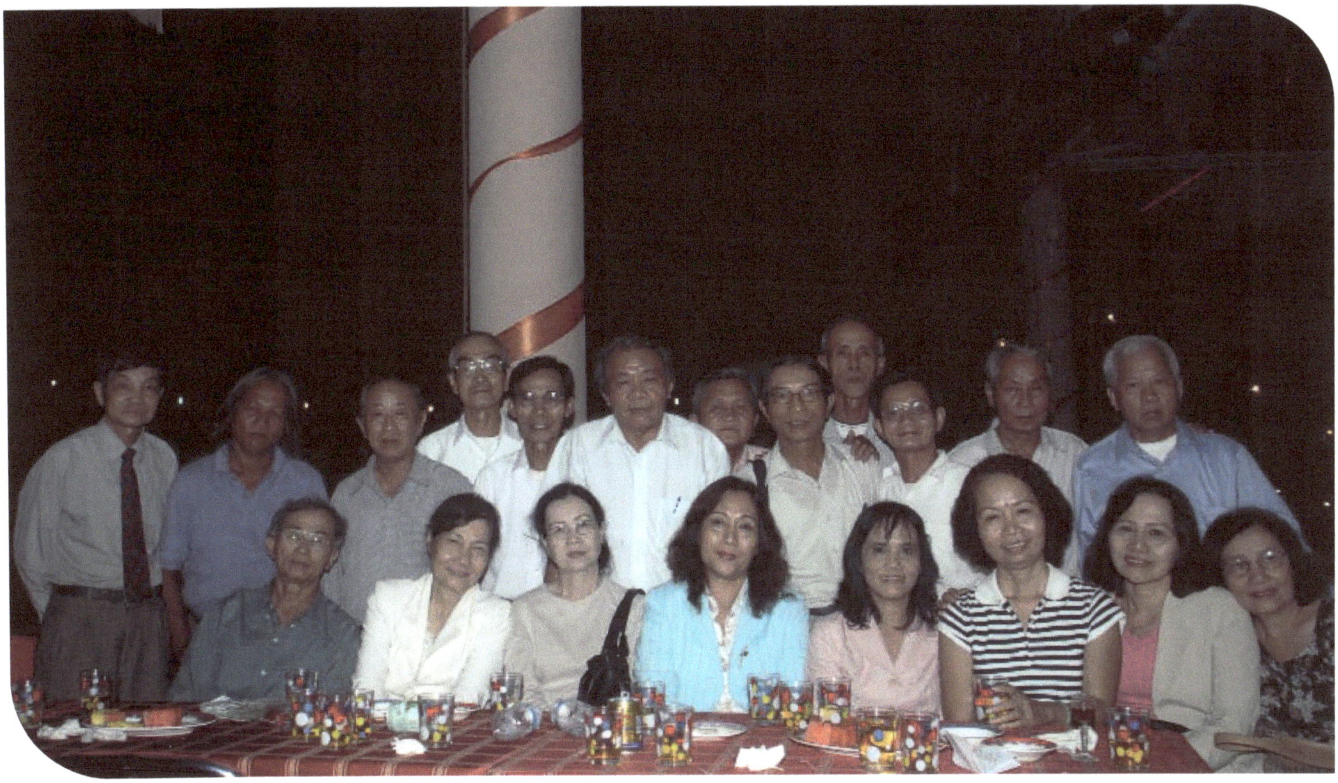

Mai Tấn Sơn, Phan Văn Cơ, Lê Đại Phóng, Anh Tất (Phu quân Chị Diên), NV Kim, Trần Liên, Trần Văn Đào, Nguyễn Cao Triết, Nguyễn Khóa, Huỳnh Trọng Tín, Phan Xuân Thanh, Võ Thiệu, Nguyễn Khải, Phan Thị Diên, Nguyễn Cữu Thị Loan, Phạm Thị An, Mai Thị Hạnh, Xuân Lộc, Liên Tâm, Trần Thị Diệp.

www.ingramcontent.com/pod-product-compliance
Lightning Source LLC
LaVergne TN
LVHW070622061126
851858LV00012B/289
* 9 7 8 1 9 8 9 9 2 4 4 8 8 *